ನಿಮ್ಮ ನೆನಪಿನ ಶಕ್ತಿ ಸುಧಾರಿಸಿಕೊಳ್ಳಿ

ಕೇವಲ 30 ದಿನಗಳಲ್ಲಿ ನಿಮ್ಮ ನೆನಪಿನ ಶಕ್ತಿ ಚುರುಕುಗೊಳಿಸುವ ಒಂದು ಸರಳ ಮತ್ತು ಪ್ರಭಾವಶಾಲಿ ಕೋರ್ಸ್!

ವಿರೇಂದ್ರ ಅಗರವಾಲ್, 'ವಿರೆನ್'

Published by:

F-2/16, Ansari road, Daryaganj, New Delhi-110002
☎ 23240026, 23240027 • *Fax:* 011-23240028
Email: info@vspublishers.com • *Website:* www.vspublishers.com

Regional Office : Hyderabad
5-1-707/1, Brij Bhawan (Beside Central Bank of India Lane)
Bank Street, Koti, Hyderabad - 500 095
☎ 040-24737290
E-mail: vspublishershyd@gmail.com

Branch Office : Mumbai
Jaywant Industrial Estate, 1st Floor–108, Tardeo Road
Opposite Sobo Central Mall, Mumbai – 400 034
☎ 022-23510736
E-mail: vspublishersmum@gmail.com

ISBN 978-93-579408-7-0
Edition 2019

ಪ್ರಕಾಶಕರ ಮಾತು

ನಾವು, V&S publishers ಪ್ರಕಾಶಕರಾಗಿ ಸ್ವ-ಸಹಾಯ ಮತ್ತು ಸ್ವ-ಸುಧಾರಣೆ ಪುಸ್ತಕಗಳ ಜತೆಗೆ, ಮಕ್ಕಳ ಪುಸ್ತಕಗಳು, ಎನ್‌ಸೈಕ್ಲೋಪೀಡಿಯಾ, ಕಥಾ ಪುಸ್ತಕ, ಶಬ್ದಕೋಶ, ಕಂಪ್ಯೂಟರ್, ಮಾರ್ಕೆಟಿಂಗ್ ಮತ್ತು ನಿರ್ವಹಣೆ ಪುಸ್ತಕಗಳ ಪ್ರಕಾಶನಕ್ಕೆ ಹೆಸರುವಾಸಿ. ಮತ್ತು ವಿವಿಧ ಇತರ ಪುಸ್ತಕಗಳಾದ ಸಾಮಾನ್ಯ ಜ್ಞಾನ, ಪ್ರಸುತ್ತ ಘಟನಾವಳಿಗಳು, ಸ್ಪರ್ಧಾತ್ಮಕ ಪರೀಕ್ಷೆಗಳ ಪುಸ್ತಕಗಳು, ರಸಪ್ರಶ್ನೆ ಇತ್ಯಾದಿ ಇಂಗ್ಲಿಷ್ ಮತ್ತು ಹಿಂದಿಯ 350ಕ್ಕೂ ಅಧಿಕ ಶಿರೋನಾಮೆಯ ಪುಸ್ತಕಗಳನ್ನೂ ಪ್ರಕಟಿಸಿದ್ದೇವೆ. ಇವುಗಳ ಸರಣಿಯಲ್ಲಿ ನಾವು ಇನ್ನೊಂದು ಮಾಸ್ಟರ್‌ಪೀಸ್ ಪುಸ್ತಕ ನಿಮ್ಮ ನೆನಪಿನ ಶಕ್ತಿ ಸುಧಾರಿಸಿಕೊಳ್ಳಿ ಎಂಬ ಸ್ವ-ಸಹಾಯ ಮತ್ತು ಸ್ವ-ಸುಧಾರಣೆ ವಿಭಾಗದ ಪುಸ್ತಕ ಪ್ರಕಾಶಿಸಲು ಸಂತಸಪಡುತ್ತಿದ್ದೇವೆ.

ಇದು ಎಲ್ಲ ಓದುಗರಿಗೂ ಉತ್ತಮ ಲಾಭ ಹೊಂದಿದೆ. ವಿಶೇಷವಾಗಿ ಉತ್ತಮ ಭವಿಷ್ಯಕ್ಕಾಗಿ ಪರಿಶ್ರಮ ಪಡುತ್ತಿರುವ ಶಾಲೆ ಮತ್ತು ಕಾಲೇಜು ವಿದ್ಯಾರ್ಥಿಗಳು ಇದು ಭಾರೀ ಉಪಯುಕ್ತ! ಪುಸ್ತಕದಲ್ಲಿ ಪ್ರತಿ ದಿನಕ್ಕೆ ಪ್ರತ್ಯೇಕ ಅಧ್ಯಾಯ ಮೀಸಲಿಟ್ಟು ಅದರಲ್ಲಿ ವಿವಿಧ ಟಿಪ್ಸ್‌ಗಳನ್ನು ನೀಡಲಾಗಿದೆ. ಈ ಅಂಶಗಳನ್ನು ವಿವಿಧ ವಿಧಾನಗಳಲ್ಲಿ ಸವಿವರವಾಗಿ ವಿವರಿಸಲಾಗಿದ್ದು, ಈ ಮೂಲಕ ಒಬ್ಬ ವ್ಯಕ್ತಿ ತನ್ನ ನೆನಪು, ಗ್ರಹಿಕೆ, ಏಕಾಗ್ರತೆ, ಧಾರಣ ಮತ್ತು ವಿಶ್ಲೇಷಣೆ ಸಾಮರ್ಥ್ಯವನ್ನು ವೃದ್ಧಿಸಿಕೊಳ್ಳಬಹುದು ಮತ್ತು ಸುಧಾರಿಸಿಕೊಳ್ಳಬಹುದಾಗಿದೆ. ಇದು ಮೂಲಭೂತವಾಗಿ 30 ದಿನಗಳ ಕಾರ್ಯಕ್ರಮವಾಗಿದ್ದು, ಇದರಲ್ಲಿ ಕೃತಿ ರಚನೆಕಾರ ಒಬ್ಬ ವ್ಯಕ್ತಿಯ ನೆನಪು ಮತ್ತು ದೇಹ ಹಾಗೂ ಮನಸ್ಸಿನ ಒಟ್ಟಾರೆ ಬೆಳವಣಿಗೆ ಹಾಗೂ ವೃದ್ಧಿಯನ್ನು ಖಾತ್ರಿಪಡಿಸಿದ್ದಾರೆ.

ಪ್ರತಿ ಅಧ್ಯಾಯದ ಕೊನೆಯಲೂ ಸಣ್ಣ ಪ್ಯಾರಾಗ್ರಾಫ್ ನೀಡಲಾಗಿದ್ದು, ಅಲ್ಲಿ ಸಲಹೆ ನೀಡಲಾಗಿದೆ. ಇದು ಓದುಗರಿಗೆ ಹೇಗೆ ಅಧ್ಯಾಯವನ್ನು ಓದಬೇಕು, ಈ ಅಧ್ಯಾಯದ ಲಕ್ಷಣಗಳೇನು ಮತ್ತು ಇದು ಪ್ರಯೋಗಾತ್ಮಕವಾಗಿ ಹೇಗೆ ನೆನಪಿನ ಶಕ್ತಿಯನ್ನು ವೃದ್ಧಿಸುತ್ತದೆ ಮತ್ತು ಚುರುಕುಗೊಳಿಸುತ್ತದೆ? ಎಂಬುದನ್ನು ವಿವರಿಸಲಾಗಿದೆ. ಪ್ರತಿ ಅಧ್ಯಾಯದ ಮೊದಲ ಪುಟದ ಕೊನೆಯಲ್ಲಿ ಇಂದಿನ ದಿನಾಂಕ ಒಳಗೊಂಡಿರುವ ಒಂದು ಸಣ್ಣ ಬಾಕ್ಸ್ ಇದೆ. ಈ ಕಾಲಂಅನ್ನು ಓದುಗರು ಪೆನ್ಸಿಲ್‌ನಿಂದ ತಾವು ಅಧ್ಯಾಯ ಓದಿದ ದಿನಾಂಕವನ್ನು ನಮೂದಿಸಬೇಕು.

ಅಡಕಗಳು

ದಿನ–1

ನಿಮ್ಮ ಮನಸ್ಸನ್ನು ಅರಿಯಿರಿ

ನಿಮ್ಮ ನೆನಪಿನ ಸಾಮರ್ಥ್ಯ ವೃದ್ಧಿಸಿಕೊಳ್ಳುವುದನ್ನು ಆರಂಭಿಸುವುದಕ್ಕೂ ಮುನ್ನ ನಿಮ್ಮ ಮನಸ್ಸಿನ ಶಕ್ತಿ ಮತ್ತು ನಿಮಗೆ ಅದು ಏನೆಲ್ಲವನ್ನೂ ಮಾಡಬಹುದು ಎಂಬುದನ್ನು ಅರಿತುಕೊಳ್ಳುವುದು ಮುಖ್ಯ. ಯಾವ ಸಾಮರ್ಥ್ಯ ಮತ್ತು ಶಕ್ತಿಯನ್ನು ನೀವು ಈಗಾಗಲೇ ಹೊಂದಿದ್ದೀರಿ ಮತ್ತು ಮಹಾನ್ ಸಾಧನೆಗಾಗಿ ನೀವು ಹೇಗೆ ಅದನ್ನು ವೃದ್ಧಿಸಿಕೊಳ್ಳುವಿರಿ ಎಂಬುದನ್ನು ತಿಳಿದುಕೊಳ್ಳಬೇಕು. ಈ ಅಧ್ಯಾಯದಲ್ಲಿ ನಾವು ಮನಸ್ಸಿನ ಕಾರ್ಯನಿರ್ವಹಣೆ ಕುರಿತು ಮಾತ್ರ ಚರ್ಚೆ ನಡೆಸೋಣ. ಆದರೆ, ಅದರ ಭೌತಿಕ ಸ್ಥಿತಿ ಅಂದರೆ ಮಿದುಳಿನ ಕುರಿತು ಅಥವಾ ಅದರ ತಾಂತ್ರಿಕ ಸಂರಚನೆ ಕುರಿತು ಅಲ್ಲ. ಇಲ್ಲಿ ಅದು ಅಷ್ಟೊಂದು ಪ್ರಾಮುಖ್ಯತೆ ಹೊಂದಿಲ್ಲ.

ಮನುಷ್ಯನ ಮನಸ್ಸು ರಬ್ಬರ್‌ನಂತೆ. ನೀವು ಅದನ್ನು ಹೆಚ್ಚು ಬಳಸಿದಂತೆ ಅಥವಾ ಅದನ್ನು ಹೆಚ್ಚು ಎಳೆದಂತೆ ಅದು ಹೆಚ್ಚು ತೀಕ್ಷ್ಣವಾಗುತ್ತದೆ ಮತ್ತು ಹೆಚ್ಚು ಮಾಹಿತಿಯನ್ನು ಉಳಿಸಿಕೊಳ್ಳುವ ಮತ್ತು ಅಧಿಕ ವಿಶ್ಲೇಷಣಾ ಸಾಮರ್ಥ್ಯವನ್ನು ಹೊಂದುವಂತಾಗುತ್ತದೆ. ಇದಕ್ಕೆ ವಿರುದ್ಧವಾಗಿ, ನೀವು ಅದನ್ನು ಬಳಸದೇ

ಇಂದಿನ ದಿನಾಂಕ: ....../......./
(ದಯವಿಟ್ಟು ಪೆನ್ಸಿಲ್‌ನಲ್ಲಿ ಬರೆಯಿರಿ)

ಇದ್ದರ ಅಥವಾ ಅದನ್ನು ಸೋಮಾರಿಯಾಗಲು ಹಾಗೇ ಬಿಟ್ಟರೆ ಅದು ವಿಫಲವೂ, ಪ್ರೇರಣಾಶೂನ್ಯವೂ ಮತ್ತು ಶಾಶ್ವತವಾಗಿ ಉಪಯೋಗ ಶೂನ್ಯವೂ ಆಗುತ್ತದೆ. ಜತೆಗೆ ವರ್ಷ ಕಳೆದಂತೆ ಪರಿಸ್ಥಿತಿ ಮತ್ತೂ ಹದಗೆಡುತ್ತ ಸಾಗುತ್ತದೆ. ನಿಧಾನವಾಗಿ ವೈಚಾರಿಕ ಸಾಮರ್ಥ್ಯ, ನೆನಪಿನಲ್ಲಿಟ್ಟುಕೊಳ್ಳುವುದು ಹಾಗೂ ವಿಶ್ಲೇಷಣಾ ಸಾಮರ್ಥ್ಯ ಕಡಿಮೆಯಾಗಿ ವ್ಯಕ್ತಿ ಗೊಂದಲಕಾರಿಯಾಗಿ, ಮಾನಸಿಕವಾಗಿ ರೋಗಕ್ಕೊಳಗಾಗಿ ಎಲ್ಲರಿಗೂ ಹೊರೆಯಾಗಿ ಪರಿಣಮಿಸುತ್ತಾನೆ.

ಹಾಗಾಗಿ ಮನಸ್ಸಿಗೆ ನಿರಂತರವಾಗಿ ತರಬೇತಿ ನೀಡಿ ಅದು ಕ್ರಿಯಾಶೀಲ ಮತ್ತು ಉತ್ತಮ ಕಾರ್ಯನಿರ್ವಹಣೆ ಸ್ಥಿತಿಯಲ್ಲಿ ಇಟ್ಟುಕೊಳ್ಳಬೇಕು. ಅದರಿಂದ ನಮಗೆ ಯಾವ ರೀತಿ ಅಗತ್ಯವೋ ಆ ರೀತಿ ಅದು ಕಾರ್ಯನಿರ್ವಹಿಸುವಂತೆ ನೋಡಿಕೊಳ್ಳಬಹುದಾಗಿದೆ. ಧನಾತ್ಮಕ ಚಿಂತನೆ ಮತ್ತು ಹೊಸ ಆಲೋಚನೆಗಳು ಇದಕ್ಕೆ ಉತ್ತಮ ಆಹಾರವಾಗಿದೆ. ಈ ಮೂಲಕ ಅದು ಸಂತಸವಾಗಿರುತ್ತದೆ ಮತ್ತು ಒಟ್ಟಾರೆ ದೇಹದ ಕಾರ್ಯನಿರ್ವಹಣೆಯನ್ನು ಉತ್ತಮ ಸ್ಥಿತಿಯಲ್ಲಿ ಇಡುತ್ತದೆ.

ನಿಮ್ಮ ಮೇಲೆ, ನಿಮ್ಮ ಸಾಮರ್ಥ್ಯ ಮತ್ತು ಹಿಂದಿನ ಅನುಭವದ ಮೇಲೆ ನಿಮಗಿರುವ ನಂಬಿಕೆಯಿಂದ ನಿಮ್ಮಲ್ಲಿ ಧನಾತ್ಮಕ ಚಿಂತನೆ ವೃದ್ಧಿಗೊಳ್ಳುತ್ತದೆ. ನಿಮ್ಮ ಮನೋಭಾವ ಮತ್ತು ದಿನನಿತ್ಯದ ಬದುಕಿನಲ್ಲಿ ನಿಮ್ಮ ಚಿಂತನಾ ಕ್ರಮವೇ ನಿಮ್ಮ ಮಿದುಳಿನ ವಯಸ್ಸನ್ನು ನಿರ್ಧರಿಸುತ್ತದೆ. ಬದುಕಿನಲ್ಲಿ ನೀವು ಸಂತಸದಿಂದ ಮತ್ತು ಒತ್ತಡದಿಂದ ಮುಕ್ತರಾಗಿದ್ದರೆ ನಿಮ್ಮ ಮಿದುಳು ಜೀವನದ ಕೊನೆಯ ತನಕವೂ ಎಳೆವೆಯಲ್ಲಿರುವಂತೆ ಮತ್ತು ಆರೋಗ್ಯಪೂರ್ಣವಾಗಿ ಉಳಿಯುತ್ತದೆ. ಹಾಗಾಗಿ ನಿಮ್ಮ ಮನಸ್ಸಿನ ಶಕ್ತಿ ಯುವಕರಂತೆ ಕಾರ್ಯನಿರ್ವಹಿಸುತ್ತದೆ. ಅಂದರೆ ಯಾವಾಗಲೂ ಸ್ಪಷ್ಟವಾಗಿ ವಿಚಾರ ಮಾಡುವುದು, ಕಲಿತುಕೊಳ್ಳುವುದು ಮತ್ತು ವೇಗವಾಗಿ ಹಳೆಯದನ್ನು ನೆನಪುಮಾಡಿಕೊಳ್ಳಬಲ್ಲುದು.

ಇಂದು ನಿಮ್ಮಿಂದ ನಿಮಗಾಗಿಯೇ ಒಂದು ಪ್ರಮಾಣ ಅಗತ್ಯ. ಈ ಪುಸ್ತಕದಲ್ಲಿ ಹೇಳಲಾದ ವಿಧಾನಗಳಿಗೆ ನಿಮ್ಮಿಂದ ಒಂದು ಪರಿಪೂರ್ಣ ಅರ್ಪಿಸಿಕೊಂಡ ಮತ್ತು ಗಂಭೀರವಾದ ಪ್ರಯತ್ನ ಅಗತ್ಯವಾಗಿದೆ. ಯಾವುದೇ ರೀತಿಯ ಒತ್ತಡ ಅಥವಾ ಚಿಂತೆಯ ಅಗತ್ಯ ಇಲ್ಲವೇ ಇಲ್ಲ. ಶಾಂತ ಮತ್ತು ಸಂಯಮದಿಂದ ಇದನ್ನು ಗೃಹಿಸಿದಾಗ ಉತ್ತಮ ಫಲಿತಾಂಶ ಗಳಿಸಲು ಸಾಧ್ಯ. ವ್ಯಕ್ತಿಯಿಂದ ವ್ಯಕ್ತಿಗೆ ಫಲಿತಾಂಶ ಭಿನ್ನವಾಗಿದ್ದರೂ ಇಲ್ಲಿ ಸ್ಪರ್ಧೆ ಅಥವಾ ಅನುಕರಣೆ ಮಾಡಬಾರದು. ಒಂದುವೇಳೆ ಹೆಚ್ಚಿನ ಸುಧಾರಣೆ ಅಗತ್ಯವಿದ್ದರೆ ನೀವು ಮತ್ತೆ ಮತ್ತೆ ಪ್ರಯತ್ನದ ಮೂಲಕ ಅದನ್ನು ಮಾಡಿಕೊಳ್ಳಬಹುದು. ಅರ್ಥೈಸಿಕೊಳ್ಳುವಿಕೆಯೊಂದಿಗೆ ಹೆಚ್ಚಿನ ಪ್ರಯತ್ನವನ್ನು ನೀವು ಕೈಗೊಳ್ಳುವ ಮೂಲಕ ನಿಮ್ಮ ನೆನಪಿನ ಸಾಮರ್ಥ್ಯ ಹೆಚ್ಚಿಸಿಕೊಳ್ಳಬಹುದು.

ಅದರೇ ಆದ ರೀತಿಯಲ್ಲಿ ನಿಮ್ಮ ಮನಸ್ಸು ವಿಶೇಷ ಶಕ್ತಿ ಹೊಂದಿದೆ. ಆದರೆ, ಅದನ್ನು ಭಾರಿ ಕಡಿಮೆ ಪ್ರಮಾಣದಲ್ಲಿ ಬಳಸಲಾಗಿದೆ. ಈ ಜಗತ್ತಿನ ಅತ್ಯಂತ ಯಶಸ್ವಿ ವ್ಯಕ್ತಿಯೂ ಕೂಡ ಮನಸ್ಸಿನ ಶೇ. 10ಕ್ಕಿಂತ ಹೆಚ್ಚಿನ ಪ್ರಮಾಣವನ್ನು ಬಳಸಿಕೊಂಡಿಲ್ಲ. ಒಮ್ಮೆ ವಿಚಾರ ಮಾಡಿ, ನಿಮ್ಮ ಮನಸ್ಸಿನ ಕಾರ್ಯ ಸಾಮರ್ಥ್ಯವನ್ನು ಸ್ವಲ್ಪ ಪ್ರಮಾಣವನ್ನು ಹೆಚ್ಚಿಸಿಕೊಂಡರೂ ನಿಮ್ಮ ಬದುಕಿನಲ್ಲಿ ಇದು ಅಭೂತಪೂರ್ವ ಬದಲಾವಣೆಯನ್ನು ತರಬಲ್ಲುದು. ಈ ದಿಶೆಯಲ್ಲಿ ಈ ಪುಸ್ತಕ ನಿಮಗೆ ಮಾರ್ಗದರ್ಶನ ಮಾಡಲಿದೆ. ಇದನ್ನು ಓದಿ, ಅರ್ಥೈಸಿಕೊಳ್ಳಿ ಮತ್ತು ನಿಮ್ಮ ಅನುಕೂಲ ಮತ್ತು ಸಾಮರ್ಥ್ಯಕ್ಕೆ ಅನುಗುಣವಾಗಿ ಇಲ್ಲಿನ ತಂತ್ರಗಳನ್ನು ಅಳವಡಿಸಿಕೊಳ್ಳಿ. ಮತ್ತೊಮ್ಮೆ ಹೇಳುತ್ತೇನೆ, ದಯವಿಟ್ಟು ಯಾವುದೇ ವ್ಯಕ್ತಿಯೊಂದಿಗೆ ಸ್ಪರ್ಧೆ ಅಥವಾ ಅನುಕರಣೆ ಮಾಡಬೇಡಿ. ನಿಮ್ಮಷ್ಟಕ್ಕೆ ನೀವಾಗಿ, ಮತ್ತು ಶೀಘ್ರ ಈ ಜಗತ್ತು ನಿಮ್ಮದಾಗಲಿದೆ.

ಅನಾದಿ ಕಾಲದಿಂದಲೂ ಈ ಜಗತ್ತು ಅಪಾರ ಸಂಖ್ಯೆಯ ಬುದ್ಧಿಜೀವಿಗಳಿಗೆ ಸಾಕ್ಷಿಯಾಗಿದೆ. ಇಲ್ಲಿ ಅಸಾಮಾನ್ಯ ವಿಜ್ಞಾನಿಗಳು, ಬುದ್ಧಿವಂತರು, ಗಣಿತ ಶಾಸ್ತ್ರಜ್ಞರು, ಕಲಾವಿದರು, ಸಂತರು, ಆಧ್ಯಾತ್ಮಿಕ ಗುರುಗಳು ಮತ್ತಿತ್ತರರು ತಮ್ಮ ಮಾನಸಿಕ ಸಾಮರ್ಥ್ಯವನ್ನು ಬಳಸಿಕೊಂಡು ಅವರ ಸೇವೆ, ಜ್ಞಾನ, ಸಂಶೋಧನೆ ಮತ್ತು ಶೋಧನೆಗಳನ್ನು ಮನುಕುಲದ ಸುಧಾರಣೆಗಾಗಿ ನೀಡಿದ್ದಾರೆ. ಅವರಲ್ಲಿ ಕೆಲವರೆಂದರೆ ನ್ಯೂಟನ್, ಅಲ್ಬರ್ಟ್ ಐನಸ್ಟೈನ್, ಗ್ರಹಾಂ ಬೆಲ್, ಜಾನ್ ಎಫ್. ಹಾಪ್ಕಿನ್ಸ್, ಶಕುಂತಲಾ ದೇವಿ, ದೀಪಕ್ ಚೋಪ್ರಾ ಇನ್ನೂ ಅನೇಕರು. ಅದು ಅಂತ್ಯವಿಲ್ಲದ ಯಾದಿ.

ನಿರಂತರ ಅಭ್ಯಾಸ ಮತ್ತು ಅನುಷ್ಠಾನಕ್ಕಾಗಿ ದೇಹ ಮತ್ತು ಮನಸ್ಸನ್ನು ಆರೋಗ್ಯವಂತವಾಗಿ ಇಟ್ಟುಕೊಳ್ಳಬೇಕಾಗುತ್ತದೆ. ದೈಹಿಕ ಆರೋಗ್ಯ ಕಾಪಾಡಿಕೊಳ್ಳಲು ಉತ್ತಮ ಮತ್ತು ಸಂತುಲಿತ ಆಹಾರ ಕ್ರಮ ಅಗತ್ಯ. ಅದೇ ರೀತಿ ಮನಸ್ಸಿನ ಆರೋಗ್ಯಕ್ಕಾಗಿ ಸಮಯಕ್ಕೆ ಸರಿಯಾಗಿ ಉತ್ತಮ, ಹೊಸ ಮತ್ತು ಧನಾತ್ಮಕ ಆಲೋಚನೆಯೂ ಅಗತ್ಯ. ದೈಹಿಕ ವ್ಯಾಯಾಮವು ರಕ್ತ ನಾಳಗಳನ್ನು ಉತ್ತಮ ಸ್ಥಿತಿಯಲ್ಲಿಡಲು, ಬೊಜ್ಜಿನ ಅಂಶವನ್ನು ಕಡಿಮೆ ಪ್ರಮಾಣದಲ್ಲಿಡಲು ಮತ್ತು ಸ್ಥಗಿತಗೊಂಡ ಅಪಧಮನಿಗಳನ್ನು ತೆರೆಯಲು ಸಹಕಾರಿ. ಇದು ಮಿದುಳಿಗೆ ನಿರಂತರವಾಗಿ ರಕ್ತ ಮತ್ತು ಆಮ್ಲಜನಕಗಳ ಪೂರೈಕೆಯನ್ನು ಖಾತ್ರಿಗೊಳಿಸುತ್ತದೆ. ಈ ಮೂಲಕ ಮನಸ್ಸಿನ ಉತ್ತಮ ಕಾರ್ಯನಿರ್ವಹಣೆ ಸಾಧ್ಯವಾಗುತ್ತದೆ.

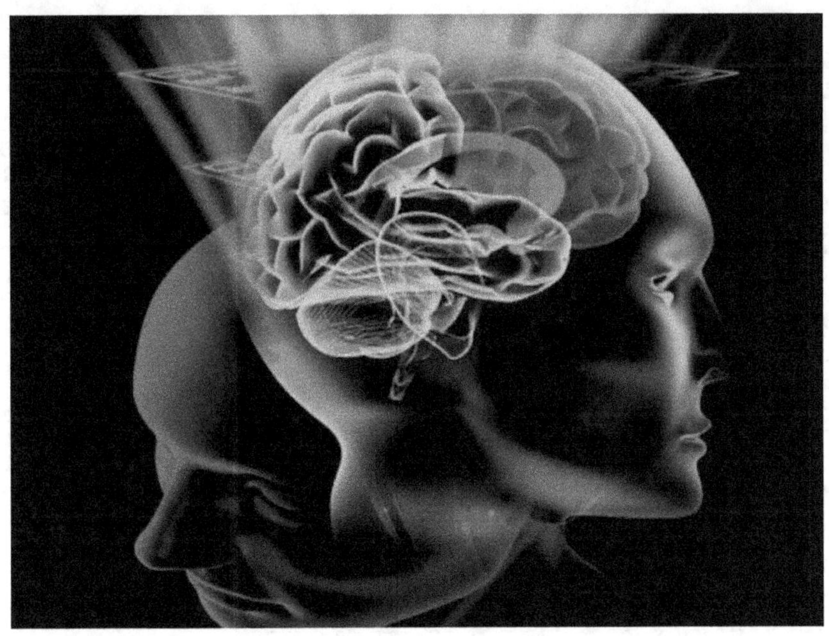

ಮನುಷ್ಯನ ಮನಸ್ಸು ಅತ್ಯಂತ ಸಂಕೀರ್ಣ ಮತ್ತು ಎಲ್ಲ ಜೀವಿಗಳಲ್ಲಿ ಅತ್ಯಂತ ಸಾಮರ್ಥ್ಯವುಳ್ಳ ಅಂಗವಾಗಿದೆ. ಮಾನಸಿಕ ವ್ಯಾಯಾಮಗಳಾದ ಆಟ ಆಡುವುದು, ಪಝಲ್‌ಗಳನ್ನು ಬಿಡಿಸುವುದು, ರಿಡಲ್‌ಗಳು ಮತ್ತು ಗಣಿತದ ಸಮಸ್ಯೆಗಳನ್ನು ಬಿಡಿಸುವುದು ಮನಸ್ಸನ್ನು ಆರೋಗ್ಯಪೂರ್ಣವಾಗಿ ಮತ್ತು ಕ್ರೀಯಾಶೀಲವಾಗಿ ಇಟ್ಟುಕೊಳ್ಳಲು ಸಹಕಾರಿಯಾಗಿದೆ. ಮನಸ್ಸು ಆರೋಗ್ಯವಂತವಾಗಿರುವಾಗ ಮಾತ್ರ ಅದು ಕ್ರಿಯಾಶೀಲವಾಗಿ ಅಂತಹ ಯಾವುದೇ ಕಾರ್ಯವನ್ನು ಕೈಗೆತ್ತಿಕೊಳ್ಳಲು ಸಲಹೆ ನೀಡಬಲ್ಲುದು. ಅಥವಾ

ನೆನಪಿನ ಸಾಮರ್ಥ್ಯವನ್ನು ವೃದ್ಧಿಸಲು ಯೋಜನೆ ಹಾಕಿಕೊಳ್ಳಬಹುದು. ಆ ಮೂಲಕ ಅದು ನಿಮ್ಮ ಮನಸ್ಸಿನ ಮೇಲೆ ಹೆಚ್ಚಿನ ಹೊರೆ ಹಾಕುವುದಿಲ್ಲ ಮತ್ತು ನೆನಪಿನ ಸಾಮರ್ಥ್ಯ ವೃದ್ಧಿಸುವ ಕಾರ್ಯದಿಂದ ನಿಮ್ಮನ್ನು ದೂರ ಇಡಬಲ್ಲುದು.

ಇಂದಿನಿಂದ ಅಸಾಮಾನ್ಯ ಪ್ರೇರಣೆ ಮತ್ತು ಉತ್ಸಾಹದಿಂದ ನಿಮ್ಮ ಬದುಕಿನಲ್ಲಿ ತಾಜಾ ಮತ್ತು ಹೊಸ ಅಧ್ಯಾಯವನ್ನು ಆರಂಭಿಸಿ. ಈ ಮನೋಭಾವ ನಿಮ್ಮ ಬದುಕಿನ ಕಹಿ ಅನುಭವ ಮತ್ತು ನೆನಪನ್ನು ಅಳಿಸಿಹಾಕಲು ಸಹಾಯಕವಾಗಲಿದೆ. ಇದು ನೆನಪು ವೃದ್ಧಿಸಿಕೊಳ್ಳುವ ಕಾರ್ಯದಲ್ಲಿ ನಿಮ್ಮ ಕಲಿಕೆಯಲ್ಲಿ ನಿರಂತರ ಹೊಸತನ ತುಂಬಲು ಸಹಕಾರಿಯಾಗಿದೆ.

ಈಗ ನೀವು ಕಣ್ಣನ್ನು ಮುಚ್ಚಿಕೊಳ್ಳಿ, ನೀವು ಮುಂದೆ ಏನು ಆಗಬೇಕೆಂದಿದ್ದೀರಿ ಎಂಬುದರ ಕುರಿತು ಗಮನ ಕೇಂದ್ರೀಕರಿಸಿ ಮತ್ತು ಅದನ್ನು ಕಲ್ಪಿಸಿಕೊಳ್ಳಿ. ನೀವು ನಿಮ್ಮ ಅಧ್ಯಯನದಲ್ಲಿ ಮುಂಚೂಣಿಯಲ್ಲಿರಬೇಕು ಮತ್ತು ಅತ್ಯಂತ ಬುದ್ಧಿವಂತ ವಿದ್ಯಾರ್ಥಿಯಾಗಬೇಕು ಎಂದು ಭಾವಿಸಿದ್ದೀರಾ ಅಥವಾ ನಿಮ್ಮ ಕಂಪನಿಯ ಉತ್ತಮ ಕೆಲಸಗಾರನಾಗಬೇಕು ಎಂದುಕೊಂಡಿದ್ದೀರಾ? ನೀವು ನಾಗರಿಕ ಸೇವಾ ಪರೀಕ್ಷೆಯಲ್ಲಿ ಮೇಲ್‌ಸ್ತರದಲ್ಲಿ ಮಿಂಚಬೇಕು ಎಂದುಕೊಂಡಿದ್ದೀರಾ ಅಥವಾ ಮಾರುಕಟ್ಟೆ ಮತ್ತು ಮಾರಾಟ ಕ್ಷೇತ್ರದಲ್ಲಿ ಉತ್ತಮ ವೇತನ ಗಳಿಸುವ ಅವಕಾಶ ಎದುರು ನೋಡುತ್ತಿದ್ದೀರಾ? ಆಯ್ಕೆ ನಿಮ್ಮದೇ ಆಗಿದ್ದು, ಅಪಾರ ಆಯ್ಕೆಯ ಅವಕಾಶಗಳಿವೆ. ಈ ಹಂತ –ಕಲ್ಪಿಸಿಕೊಳ್ಳುವುದು– ಭಾರಿ ಪ್ರಮುಖವಾದುದು. ಹೀಗಾದಾಗ ಮಾತ್ರ ಈ ತಂತ್ರ ಕೆಲಸ ಮಾಡಬಲ್ಲುದು ಮತ್ತು ಮತ್ತು ನಿಮಗೆ ಅಪೇಕ್ಷಿತ ಫಲ ನೀಡಬಲ್ಲುದು.

ನೆನಪನ್ನು ಎರಡು ಭಾಗವಾಗಿ ವಿಭಜಿಸಬಹುದು. –ಅಲ್ಪ ಅವಧಿಯ ನೆನಪು ಮತ್ತು ದೀರ್ಘಕಾಲದ ನೆನಪು. ಅಲ್ಪ ಅವಧಿಯ ನೆನಪು ಘಟಿಸುವ ಪ್ರತಿಯೊಂದು ಅಂಶವನ್ನು ದಾಖಲಿಸುತ್ತದೆ ಮತ್ತು ಅದು ಅಲ್ಪ ಅವಧಿಗೆ ಮಾತ್ರ ಉಳಿಯುತ್ತದೆ. ಇದು ನಾಟಕ ಅಥವಾ ಸಿನಿಮಾಗಳಲ್ಲಿ ಕಥೆ ಮತ್ತು ಅದರ ಪಾತ್ರಗಳ ಸಮಯಗಳಿರಬಹುದು.

ದೀರ್ಘ ಕಾಲದ ನೆನಪು ಎರಡು ವಿಧದಲ್ಲಿ ಉಳಿಯುತ್ತದೆ. ಮೊದಲನೇಯದು ತನ್ನಷ್ಟಕ್ಕೇ ತಾನೇ ನೆನಪಿನಲ್ಲುಳಿಯುವುದು. ಯಾವುದೋ ಭಯಾನಕತೆ ನಮ್ಮ ಮನಸ್ಸನ್ನು ಆವರಿಸಿಕೊಳ್ಳುವುದು ಮತ್ತು ನಮ್ಮೆಲ್ಲರನ್ನೂ ಸಮಸ್ಯೆಗೆ ಈಡುಮಾಡುವುದು. ಯಾವುದೇ ವ್ಯಕ್ತಿಯ ಸೌಂದರ್ಯ ಮತ್ತು ಪ್ರಭಾವ ನಮ್ಮನ್ನು ತೀವ್ರವಾಗಿ ಸೆಳೆಯುವುದು ಮತ್ತು ಕೆಲವೊಮ್ಮೆ ನಮ್ಮನ್ನು ಆ ಸಂದರ್ಭಕ್ಕೆ ಎಳೆದೊಯ್ಯುತ್ತದೆ. ಯಾವುದೋ ವಿಶೇಷ ಆಹಾರ ನಮ್ಮನ್ನು ಸೆಳೆಯುವುದು ಮತ್ತು ಉತ್ತಮ ಆಹಾರ ಸವಿಯುವಾಗೆಲ್ಲ ನಮಗೆ ಅದರ ನೆನಪಾಗುವುದು. ಯಾವುದೋ ಪಿಕ್‌ನಿಕ್ ಸ್ಪಾಟ್, ಜಲಪಾತ, ಸುಂದರ ಪರಿಸರ ನಮ್ಮ ಹೃದಯವನ್ನು ತಟ್ಟುವುದು ಮತ್ತು ಟಿವಿಯನ್ನು ನೋಡುವಾಗ ಅದು ನೆನಪಾಗುವುದು ಇತ್ಯಾದಿ. ಎರಡನೇಯದಾಗಿ ಉದ್ದೇಶಪೂರ್ವಕವಾಗಿ ನಮ್ಮ ಪಠ್ಯವನ್ನು ಓದು ಅಥವಾ ಬರವಣಿಗೆ ಮೂಲಕ ಬರಹ, ಮಾತು, ಅಭಿನಯ, ಹಾಡು ಇತ್ಯಾದಿ ಮೂಲಕ ಪುನರಾವರ್ತಿಸುವುದು ಮತ್ತು ಪುನರ್‌ಮನನ ಮಾಡಿಕೊಳ್ಳುವುದು.

ಮನುಷ್ಯನ ಮನಸ್ಸನ್ನು ಏಕಕಾಲದಲ್ಲಿ ಕಾರ್ಯನಿರ್ವಹಿಸುವ ಎರಡು ವಿಭಾಗದಲ್ಲಿ ವಿಭಾಗಿಸಬಹುದು. ಜಾಗ್ರತ ಮನಸ್ಸು ಮತ್ತು ಉಪಜಾಗ್ರತ ಮನಸ್ಸು. ಉಪಜಾಗೃತ ಮನಸ್ಸು ನಾವು ನಿದ್ದಿಸಿದಾಗಲೂ ಕಾರ್ಯನಿರ್ವಹಿಸುತ್ತಿರುತ್ತದೆ. ಆದರೆ, ಜಾಗೃತ ಮನಸ್ಸು ಆ ವೇಳೆ ವಿಶ್ರಾಂತಿಯಲ್ಲಿರುತ್ತದೆ. ಉಪಜಾಗೃತ ಮನಸ್ಸು ಮನುಷ್ಯನ ಚಿಂತನಾ ಪ್ರಕ್ರಿಯೆಯನ್ನು ನಿಯಂತ್ರಿಸುತ್ತದೆ. ಆತನ ಧನಾತ್ಮಕ ಮತ್ತು ಋಣಾತ್ಮಕ ಭಾವನೆಗಳು, ಆತನ ಸಂತಸ

ಮತ್ತು ಭಯಗಳು, ವಿಶ್ಲೇಷಣಾತ್ಮಕ ಮತ್ತು ಕಲಿಕಾ ಸಾಮರ್ಥ್ಯ ಇತ್ಯಾದಿ. ಹಾಗಾಗಿ ಪ್ರತಿ ಕ್ಷಣವೂ ನಮ್ಮ ಮನಸ್ಸಿಗೆ ಏನು ತುಂಬಿಕೊಳ್ಳುತ್ತಿದೆ ಎಂಬುದನ್ನು ಪರಿಶೀಲಿಸುವುದು ಮುಖ್ಯವಾಗುತ್ತದೆ. ಏಕೆಂದರೆ ಇದು ಸ್ವಯಂ ಆಗಿ ಯಾವುದು ಒಳ್ಳೆಯದು ಮತ್ತು ಕೆಟ್ಟದ್ದು ಎಂಬುದನ್ನು ಪ್ರತ್ಯೇಕಿಸಲಾರದು. ಉಪಜಾಗೃತ ಮನಸ್ಸು ನಾವು ನೀಡಿದ ದತ್ತಾಂಶದ ಆಧಾರದ ಮೇಲೆ ಫಲಿತಾಂಶವನ್ನು ನೀಡುತ್ತದೆ. ಮತ್ತು ಅದರ ಅನುಸಾರ ನಮ್ಮ ಭಾವನೆ ಮತ್ತು ಅಂದಿನ ಮನಸ್ಥಿತಿ ನಿರ್ಧರಿಸಲ್ಪಡುತ್ತದೆ.

ಸಾಮಾನ್ಯವಾಗಿ ನಮ್ಮ ದೇಹ ಅಥವಾ ಯಾಂತ್ರಿಕ ಉಪಕರಣಗಳು ಕೆಲಸದ ನಡುವೆ ಒಂದು ವಿಶ್ರಾಂತಿ ಅಥವಾ ವಿರಾಮ ನೀಡಿದ ನಂತರ ಉತ್ತಮವಾಗಿ ಕಾರ್ಯನಿರ್ವಹಿಸುತ್ತದೆ. ಇದು ನಮ್ಮ ಮನಸ್ಸಿಗೂ ಅನ್ವಯವಾಗುತ್ತದೆ. ಉತ್ತಮ ನಿದ್ದೆಯ ಬಳಿಕ ನಾವು ಉಲ್ಲಸಿತರಾಗುತ್ತೇವೆ ಮತ್ತು ಶಕ್ತಿ ಪಡೆದುಕೊಳ್ಳುತ್ತೇವೆ. ಏಕೆಂದರೆ ನಮ್ಮ ದೇಹ ಮತ್ತು ಜಾಗೃತ ಮನಸ್ಸು ಕೆಲವು ಗಂಟೆಗಳ ವಿಶ್ರಾಂತಿಗೆ ಒಳಪಟ್ಟಿರುತ್ತದೆ. ರಾತ್ರಿ ವೇಳೆ ಸಂಪೂರ್ಣ ಕತ್ತಲು ಮತ್ತು ಶಾಂತ ಪರಿಸರದಲ್ಲಿ ಈ ರೀತಿಯ ನಿದ್ದೆ ಮಾಡಿದಾಗ ಹೆಚ್ಚಿನ ವಿಶ್ರಾಂತಿ ದೊರೆಯುವಂತಾಗುತ್ತದೆ. ನಾವು ಎಚ್ಚರಗೊಂಡ ತಕ್ಷಣ ಪ್ರತಿಯೊಂದೂ ತನ್ನಷ್ಟಕ್ಕೆ ತಾನೇ ಪುನಃ ಕಾರ್ಯ ಆರಂಭಿಸುತ್ತದೆ.

ನಮ್ಮ ಜಾಗೃತ ಮನಸ್ಸಿನ ದಾಖಲಿಸಿಕೊಳ್ಳುವುದು ಮತ್ತು ಕಾಯ್ದಿಟ್ಟುಕೊಳ್ಳುವುದನ್ನು ನಾವು ಈ ಬಗೆಯಲ್ಲಿ ತಿಳಿದುಕೊಂಡಿದ್ದೇವೆ.

ಪ್ರತಿಯೊಬ್ಬ ಮನುಷ್ಯನೂ ದೇಹ ಮತ್ತು ಜಾಗೃತ ಮನಸ್ಸಿಗೆ ವಿಶ್ರಾಂತಿ ನೀಡುವ ಸಲುವಾಗಿ ನಿದ್ದೆ ಮಾಡುವ ನೈಸರ್ಗಿಕ ಮಾರ್ಗವನ್ನು ಅನುಸರಿಸುತ್ತಾನೆ. ಹಾಗಾಗಿಯೇ ನಾವು ಉತ್ತಮ ಆರೋಗ್ಯ ಸ್ಥಿತಿಯನ್ನೂ ಕಾಯ್ದುಕೊಂಡಿದ್ದೇವೆ. ನೈಸರ್ಗಿಕವಾಗಿ ಸೂರ್ಯ ಉದಯಿಸಿದಾಗ ಕಾರ್ಯನಿರ್ವಹಿಸುವುದು ಮತ್ತು ಸೂರ್ಯ ಮುಳುಗಿದಾಗ ಅಂದರೆ ರಾತ್ರಿ ವೇಳೆ ನಿದ್ದೆಯ ರೂಪದಲ್ಲಿ ನಮ್ಮ ದೇಹ ವಿಶ್ರಾಂತಿ ಪಡೆಯುವುದು ನೈಸರ್ಗಿಕವಾಗಿ ಸರಿಯಾದುದಾಗಿದೆ.

ಆದರೆ, ನಮ್ಮ ಉಪಜಾಗ್ರತ ಮನಸ್ಸಿನ ಕತೆ ಏನು? ನಮ್ಮ ಹುಟ್ಟಿನಿಂದ ಒಂದು ಕ್ಷಣವೂ ಅದಕ್ಕೆ ವಿಶ್ರಾಂತಿ ನೀಡಿರುವುದಿಲ್ಲ. ಮತ್ತು ಈ ಉಪಜಾಗ್ರತ ಮನಸ್ಸು ನೇರವಾಗಿ ವಿಶ್ಲೇಷಣೆ, ಕಲಿಕೆ ಮತ್ತು ನೆನಪಿನಲ್ಲಿಟ್ಟುಕೊಳ್ಳುವ ಪ್ರಕ್ರಿಯೆಯನ್ನು ನಿಯಂತ್ರಿಸುತ್ತದೆ. ಸೂಕ್ತವಾದ ಆರೈಕೆ, ಉತ್ತಮ ವಿಶ್ರಾಂತಿ ಮತ್ತು ನಿರಂತರ ವ್ಯಾಯಾಮವು ಉತ್ತಮ ಆರೋಗ್ಯದ ಕೀಲಿಕೈ ಆಗಿದೆ. ಹಾಗಾಗಿ ನಮ್ಮ ಉಪಜಾಗ್ರತ ಮನಸ್ಸಿಗೆ ಸೂಕ್ತವಾದ ಆರೈಕೆ, ಉತ್ತಮ ವಿಶ್ರಾಂತಿ ಮತ್ತು ನಿರಂತರ ವ್ಯಾಯಾಮ ನೀಡಿ ಅದರ ಸಾಮರ್ಥ್ಯ ವೃದ್ಧಿಸುವಂತೆ ಮಾಡುವುದು ನಮ್ಮ ಕರ್ತವ್ಯವಾಗಿದೆ. ಆ ಮೂಲಕ ನಮ್ಮ ನೆನಪಿನ ಸಾಮರ್ಥ್ಯ ವೃದಿಸಿಕೊಳ್ಳಬಹುದಾಗಿದೆ.

ಆರೈಕೆ

ಮನಸ್ಸಿಗೆ ಆರೈಕೆಯನ್ನು ಮೂರು ವಿಧದಲ್ಲಿ ನೀಡಬಹುದಾಗಿದೆ. ಒಂದು ಸಂತುಲಿಂತ ಆಹಾರ ಕ್ರಮದಿಂದ. ಅಂದರೆ ಅವಶ್ಯಕ ವಿಟಮಿನ್‌ಗಳು, ಖನಿಜಾಂಶ, ಅಮಿನೋ ಆ್ಯಸಿಡ್‌ಗಳು ಮತ್ತು ಇತರ ನ್ಯುಟ್ರಿಂಟ್‌ಗಳನ್ನು ಹೊಂದಿರುವ ಆಹಾರವನನು ನಿರಂತರವಾಗಿ ಸೇವಿಸುವುದು. ಎರಡನೇಯದಾಗಿ ಕೆಲವು ದೈಹಿಕ ವ್ಯಾಯಾಮಗಳಾದ ನಡಿಗೆ ಅಥವಾ ಸಮೀಪದ ಅಂಗಡಿಗೆ ಸೈಕಲ್ ತುಳಿಯುವ ಮೂಲಕ ಮನೆಯವರಿಗೆ ಸ್ವಲ್ಪ ಸಹಾಯ ಮಾಡುವುದು ಅಥವಾ ಲಿಫ್ಟ್ ಬಳಸುವ ಬದಲು ಮೆಟ್ಟಿಲು ಬಳಸಿ ಮಿದುಳಿಗೆ ತೆರಳುವ ರಕ್ತದಲ್ಲಿ ಹೆಚ್ಚಿನ ಪ್ರಮಾಣದ ಆಮ್ಲಜನಕವನ್ನು ಸೇರಿಸುವುದು. ಮೂರನೇಯದಾಗಿ ಧನಾತ್ಮಕವಾಗಿ ಆಲೋಚನೆ ಮಾಡುವ ಅಥವಾ ಯಶಸ್ವಿ ವ್ಯಕ್ತಿಗಳನ್ನು ಭೇಟಿಯಾಗುವುದು ಮತ್ತು ಅವರೊಂದಿಗೆ ಅವರ ಯಶಸ್ಸಿನ ಕತೆ ಕುರಿತು ಚರ್ಚೆ ನಡೆಸುವುದು ಹಾಗೂ

ಪ್ರೇರಣಾದಾಯಕ ಪ್ರವಚನ ಮತ್ತು ಕಾರ್ಯಕ್ರಮದಲ್ಲಿ ಪಾಲ್ಗೊಳ್ಳುವುದು.

ವಿಶ್ರಾಂತಿ ಮತ್ತು ಬಿಡುವು

ಜಾಗ್ರತ ಮನಸ್ಸಿಗೆ ವಿಶ್ರಾಂತಿ ಮತ್ತು ಬಿಡುವನ್ನು ನಿಯಂತ್ರಿಸಬಹುದು ಮತ್ತು ಒಂದು ಕಾರ್ಯದಿಂದ ಬಿಡುಗಡೆ ಹೊಂದಿ ಕೆಲವು ನಿಮಿಷಗಳ ಕಾಲ ಇನ್ನೊಂದು ಕಾರ್ಯದಲ್ಲಿ ತೊಡಗಿಕೊಳ್ಳುವುದು, ನಿದ್ದಿಸುವುದು, ಆಡುವುದು, ಟಿವಿ ವೀಕ್ಷಿಸುವುದು, ವಿಷಯ ಬದಲಾಯಿಸುವುದು, ಸ್ನಾನ ಮಾಡುವುದು, ಹತ್ತಿರದ ಪಾರ್ಕ್‌ನಲ್ಲಿ ಸಣ್ಣ ನಡಿಗೆ ಕೈಗೊಳ್ಳುವುದು, ಬೆಳಗ್ಗಿನ ವೇಳೆ ಹಸಿರು ಹುಲ್ಲಿನ ಮೇಲೆ ನಡೆಯುವುದು, ವ್ಯಾಯಾಮ ಕೈಗೊಳ್ಳುವುದು, ಮೀನು ಹಿಡಿಯುವುದು, ಗಾರ್ಡನಿಂಗ್ ಕೈಗೊಳ್ಳುವುದು ಮುಂತಾದ ಹಲವು ಕಾರ್ಯಗಳ ಮೂಲಕ ಈ ಬಿಡುವನ್ನು ನೀಡುವುದು.

ಇದಕ್ಕೆ ವಿರುದ್ಧವಾಗಿ ನಮ್ಮ ಉಪಜಾಗ್ರತ ಮನಸ್ಸನ್ನು ನಿಯಂತ್ರಿಸಲು ಸಾಧ್ಯವಿಲ್ಲ ಮತ್ತು ಅದರ ಕಾರ್ಯನಿರ್ವಹಣೆಯನ್ನು ನಿಲ್ಲಿಸಲು ಸಾಧ್ಯವಿಲ್ಲ. ಆದರೆ, ನಿತ್ಯ ಧ್ಯಾನ ಕೈಗೊಳ್ಳುವ ಮೂಲಕ ಅದರ ಕಾರ್ಯವನ್ನು ಕೆಲ ಮಟ್ಟಿಗೆ ನಿಧಾನಗೊಳಿಸಬಹುದು. ಮತ್ತು ಹಂತ ಹಂತವಾಗಿ ಭಾರಿ ಪ್ರಮಾಣದಲ್ಲಿ ಕೆಲವು ನಿಮಿಷಗಳ ಕಾಲ ನಮ್ಮ ಉಪಜಾಗ್ರತ ಮನಸ್ಸಿಗೆ ಅಗತ್ಯವಾದ ಬಿಡುವು ಮತ್ತು ವಿಶ್ರಾಂತಿಯನ್ನು ನೀಡಬಹುದಾಗಿದೆ. ಈ ರೀತಿಯ ವಿಶ್ರಾಂತಿ ನಮ್ಮ ಮನಸ್ಸಿನ ಕಾರ್ಯ ಸಾಮರ್ಥ್ಯ, ಕಲಿಕೆ ಮತ್ತು ನೆನಪಿನ ಸಾಮರ್ಥ್ಯ ವೃದ್ಧಿಸುತ್ತ ಸಾಗುತ್ತದೆ. ಇದರ ಹೊರತಾಗಿ ಇನ್ನೊಂದು ದೊಡ್ಡ ಲಾಭವೂ ಧ್ಯಾನದಿಂದ ದೊರೆಯುತ್ತದೆ.

ಧ್ಯಾನದ ಆರಂಭಿಕ ಹಂತದಲ್ಲಿ ಋಣಾತ್ಮ ಭಾವನೆಗಳು, ವಿಚಾರಗಳು, ಅನುಭವಗಳು ಮತ್ತು ಘಟನೆಗಳು ನಮ್ಮ ಮನಸ್ಸಿನಲ್ಲಿ ತನ್ನಿಂದ ತಾನೇ ಅಳಿಸಿಹೋಗುತ್ತದೆ. ಇದು ನಮ್ಮ ಮನಸ್ಸು ತನ್ನಷ್ಟಕ್ಕೆ ತಾನೇ ನೈಸರ್ಗಿಕವಾಗಿ ಮತ್ತು ಸುಲಭವಾಗಿ ಎಲ್ಲ ಆತಂಕಗಳಿಂದ ದೂರವಾಗಲು ಸಹಕರಿಸುತ್ತದೆ. ಮುಂದುವರಿದು ಇದು ಅಪಾರ ಏಕಾಗ್ರತೆಗೆ ಸಹಕರಿಸುತ್ತದೆ. ಆ ಮೂಲಕ ಹೆಚ್ಚಿನ ಕಲಿಕೆ ಮತ್ತು ನೆನಪಿನ ಸಾಮರ್ಥ್ಯ ಹೆಚ್ಚಲು ಕಾರಣವಾಗುತ್ತದೆ.

ಉಪಜಾಗ್ರತ ಮನಸ್ಸು ಹೆಚ್ಚು ಶಕ್ತಿಯುಳ್ಳದ್ದೂ ಮತ್ತು ದಿನನಿತ್ಯದ ಕಾರ್ಯದಲ್ಲಿ ಮತ್ತು ನಿರ್ಧಾರ ಕೈಗೊಳ್ಳುವ ಪ್ರಕ್ರಿಯೆಯಲ್ಲಿ ಜಾಗ್ರತ ಮನಸ್ಸಿನ ಮೇಲೆ ಪ್ರಭಾವ ಬೀರುತ್ತದೆ. ಹಾಗಾಗಿ ಸ್ವಲ್ಪ ಪ್ರಯೋಗ, ಸಂಯಮ ಮತ್ತು ನಿರಂತರ ಪ್ರಯತ್ನದ ಮೂಲಕ ನಮ್ಮ ಉಪಜಾಗ್ರತ ಮನಸ್ಸು ನಮ್ಮ ಇಚ್ಛೆ ಅನುಸಾರ ಕಾರ್ಯನಿರ್ವಹಿಸಿ ಈ ಮೂಲಕ ಅಪೇಕ್ಷಿತ ಫಲಿತಾಂಶ ನೀಡುವಂತೆ ಮಾಡಬಹುದಾಗಿದೆ. ಹೀಗೆ ಸೂಕ್ತ ಮಾರ್ಗದಲ್ಲಿ ನಮ್ಮ ಉಪಜಾಗ್ರತ ಮನಸ್ಸಿನ ಸಾಮರ್ಥ್ಯವನ್ನು ವೃದ್ಧಿಸಿಕೊಂಡರೆ ಅದು ಕಾರ್ಯನಿರ್ವಹಣೆ ಮತ್ತು ಕಲಿಕೆಯಲ್ಲಿ ಅಚ್ಚರಿದಾಯಕ ಕಾರ್ಯ ನಿರ್ವಹಿಸಬಲ್ಲುದು. ನಮಗೆ ಅರಿವಿಲ್ಲದೇ ಕೆಲವೇ ದಿನಗಳಲ್ಲಿ ನಾವು ಹೆಚ್ಚು ದಕ್ಷತೆಯಿಂದ ಮತ್ತು ಅಲ್ಪ ಪ್ರಮಾಣದ ಆಯಾಸದಲ್ಲಿ ದೀರ್ಘ ಕಾಲ ಕಾರ್ಯನಿರ್ವಹಿಸುವಂತಾಗುತ್ತೇವೆ. ಹಾಗಾಗಿ, ಯಾವಾಗಲೂ ಮನಸ್ಸಿಗೆ ಧನಾತ್ಮಕ ಮತ್ತು ಉತ್ತಮ ವಿಚಾರಗಳನ್ನು ತುಂಬಿ ಮತ್ತು ನಿರ್ದೇಶನ ನೀಡಿ. ನಿಜವಾದ ಶಕ್ತಿ ಮತ್ತು ಕಾರ್ಯನಿರ್ವಹಣೆ ಶಕ್ತಿ ಉಪಜಾಗ್ರತ ಮನಸ್ಸಿನಲ್ಲಿರುತ್ತದೆ ಮತ್ತು ಕಲಿಕೆ ಹಾಗೂ ನೆನಪಿನಲ್ಲಿಟ್ಟುಕೊಳ್ಳುವ ಕಾರ್ಯದಲ್ಲಿ ಜಾಗ್ರತ ಮನಸ್ಸಿನ ಪಾತ್ರ ಅಲ್ಪ ಪ್ರಮಾಣದ್ದಾಗಿರುತ್ತದೆ.

ವ್ಯಾಯಾಮ

ನಡಿಗೆ ನಮ್ಮ ದೇಹಕ್ಕೆ ಏನನ್ನು ಮಾಡಬಲ್ಲುದೋ ಅದನ್ನು ವಿಚಾರ ನಮ್ಮ ಮನಸ್ಸಿಗೆ ಮಾಡುತ್ತದೆ. ಈ ಎರಡೂ ಕಾರ್ಯಗಳು ಏಕಕಾಲದವು ಮತ್ತು ಆರೋಗ್ಯಕ ಬದುಕಿಗಾಗಿ ಪ್ರಮುಖವಾದುದ್ದಾಗಿದೆ. ದೈಹಿಕ ಮತ್ತು ಮಾನಸಿಕ ವ್ಯಾಯಾಮ ಎರಡೂ ನಮ್ಮ ಬದುಕು

ಆರೋಗ್ಯಕರವಾಗಿ, ಉತ್ತಮ ಸ್ಥಿತಿಯಲ್ಲಿ ಇರಲು ಸಹಕರಿಸುತ್ತವೆ. ದೈಹಿಕ ವ್ಯಾಯಾಮ ಮತ್ತು ಕಾರ್ಯಗಳು ಮತ್ತು ಮಾನಸಿಕ ವ್ಯಾಯಾಮಗಳು ಮತ್ತು ಚಟುವಟಿಕೆಗಳು ಸಹ ದೈಹಿಕವಾಗಿ ಮತ್ತು ಮಾನಸಿಕವಾಗಿ ಆರೋಗ್ಯಕರವಾಗಿರಲು ಸಹಕರಿಸುತ್ತವೆ.

ದೈಹಿಕ ವ್ಯಾಯಾಮ ಮತ್ತು ಚಟುವಟಿಕೆಗಳು ನಮ್ಮ ದೇಹವನ್ನು ಸುಸ್ಥಿತಿಯಲ್ಲಿ ಇಡುವ ಜತೆಗೆ ಈ ಪ್ರಕ್ರಿಯೆ ರಕ್ತ ಪರಿಚಲನೆಯನ್ನು ನಿಯಂತ್ರಿಸಿ ಮಿದುಳಿಗೆ ಹೆಚ್ಚಿನ ಆಮ್ಲಜನಕ ಪೂರೈಕೆಗೆ ಸಹಕರಿಸುತ್ತವೆ. ಮಿದುಳಿಗೆ ನಿಯಂತ್ರಿತ ಮತ್ತು ಶುದ್ಧ ಆಮ್ಲಜನಕ ಪೂರೈಕೆ ಮನಸ್ಸು ಶಾಂತವಾಗಿ ಮತ್ತು ಮುಕ್ತವಾಗಿರಲು ಸಹಕರಿಸುವ ಮೂಲಕ ವೇಗವಾಗಿ, ಉತ್ತಮವಾಗಿ ಕಾರ್ಯನಿರ್ವಹಿಸುವಂತೆ ಮಾಡುತ್ತದೆ. ಮಾನಸಿಕ ವ್ಯಾಯಾಮಗಳು ಮತ್ತು ಚಟುವಟಿಕೆಗಳು ಮನಸ್ಸನ್ನು ಕ್ರಿಯಾಶೀಲ ಮತ್ತು ಜಾಗೃತವಾಗಿರಿಸುತ್ತದೆ. ಆ ಮೂಲಕ ಉತ್ತಮವಾಗಿ ಮತ್ತು ವೇಗವಾಗಿ ಕಾರ್ಯನಿರ್ವಹಿಸುತ್ತದೆ. ಈ ಮೂಲಕ ದೇಹ ಕ್ರಿಯಾಶೀಲ ಹಾಗೂ ಆರೋಗ್ಯಕರವಾಗಿರುತ್ತದೆ. ಏಕೆಂದರೆ, ನಮ್ಮ ಮನಸ್ಸು ದೇಹವನ್ನು ನಿಯಂತ್ರಿಸುತ್ತದೆ.

ಸಲಹೆ: ದಯವಿಟ್ಟು ಕನಿಷ್ಠ ನಾಲ್ಕು ಗಂಟೆ ಅಂತರ ನೀಡಿ ಈ ಅಧ್ಯಾಯವನ್ನು ಇಂದು ಎರಡರಿಂದ ಮೂರು ಬಾರಿ ಓದಿ. ಇದು ನಿಮ್ಮ ಮನಸ್ಸು ಮತ್ತು ಅದರ ಶಕ್ತಿ ನೆನಪಿನ ವೃದ್ಧಿಯ ಕಾರ್ಯಕ್ರಮಕ್ಕೆ ಪೂರಕವಾಗಿ ಸಿದ್ಧಗೊಳಿಸುತ್ತದೆ.;

***

ದಿನ –2

ನೆನಪು ಹೆಚ್ಚಿಸಿಕೊಳ್ಳುವ ಕಾರ್ಯಕ್ರಮಕ್ಕೆ ನಿಮ್ಮನ್ನು ನೀವು ಅಣಿಗೊಳಿಸಿಕೊಳ್ಳಿ

ಈ ಕೆಳಗೆ ನಮೂದಿಸಿರುವ ಕೆಲವು ಮಾನಸಿಕ ವ್ಯಾಯಾಮಗಳು ನಿಮ್ಮ ಮನಸ್ಸು ಹೆಚ್ಚು ಕ್ರಿಯಾಶೀಲ, ಜಾಗ್ರತ, ತೀಕ್ಷ್ಣ ಮತ್ತು ಕೇಂದ್ರೀಕೃತವಾಗಿರಲು ಜತೆಗೆ ಶಾಂತ ಹಾಗೂ ವಿಶ್ರಾಂತವಾಗಿರಲು ಸಹಕಾರಿಯಾಗಿವೆ. ಇವುಗಳು ನಿತ್ಯ ಜೀವನದಲ್ಲಿ ಕಲಿಯಲು, ಅಳವಡಿಸಿಕೊಳ್ಳಲು, ರೂಢಿಗತಗೊಳಿಸಲು ಮತ್ತು ಅನುಷ್ಠಾನಗೊಳಿಸಲು ಸರಳವಾದವುಗಳಾಗಿವೆ.

ನಿಮ್ಮ ಮನಸ್ಸನ್ನು ಊಹಾ ಕಾರ್ಯದಲ್ಲಿ ತೊಡಗಿಸಿಕೊಳ್ಳಿ

ಈ ಚಟುವಟಿಕೆಗಳು ಮನಸ್ಸು ವಿಚಾರ ನಡೆಸಲು, ಭಿನ್ನವಾಗಿ ಕಾರ್ಯನಿರ್ವಹಿಸುವಂತೆ ಮಾಡುತ್ತವೆ. ಇವು ಹೊಸ ಬಗೆಯದ್ದಾಗಿದ್ದು, ಈ ಮೊದಲು ಇಂತಹ ಕಾರ್ಯ ಮಾಡಿರುವುದಿಲ್ಲ. ಇದರಿಂದ ನಿಧಾನವಾಗಿ ಚಿಂತನಾ ಸಾಮರ್ಥ್ಯ ವೃದ್ಧಿಗೊಳ್ಳುತ್ತದೆ.

- ನಿಮ್ಮ ಕಣ್ಣುಗಳನ್ನು ಮುಚ್ಚಿ, ನಿಮ್ಮ ರೂಮಿಗೆ ತೆರಳಿ ಅಲ್ಲಿ ಅಭ್ಯಾಸದ ಟೇಬಲ್, ಖುರ್ಚಿ, ಟೇಬಲ್‌ನ ಲ್ಯಾಂಪ್, ಊಟದ ಟೇಬಲ್, ಕೇಂದ್ರ ಟೇಬಲ್, ಹೂ ಕುಂಡ, ಕರ್ಟನ್‌ಗಳು, ಕಪಾಟು, ಟಿವಿ, ಕಂಪ್ಯೂಟರ್, ಸಂಗೀತ ಸಾಧನ ಇತ್ಯಾದಿಗಳನ್ನು ನಿಮ್ಮ ಕೈ ಇಟ್ಟು ಗುರುತಿಸಿ.
- ಸ್ಥಳೀಯ ಹಣದ ನಾಣ್ಯಗಳನ್ನು ಒಂದು ಪೆಟ್ಟಿಗೆಯಲ್ಲಿಡಿ ಮತ್ತು ಅವುಗಳನ್ನು ಗುರುತಿಸಿ ಪ್ರತ್ಯೇಕಿಸಿ
- ರಸ್ತೆಯ ಪಕ್ಕ ಸುರಕ್ಷಿತವಾಗಿ ನಿಂತುಕೊಳ್ಳಿ ಮತ್ತು ಅಲ್ಲಿ ಸಂಚರಿಸುವ ವಾಹನಗಳನ್ನು ಅವುಗಳ ಇಂಜಿನ್ ಶಬ್ದ ಮತ್ತು ಹಾರ್ನ್ ಆಧಾರದ ಮೇಲೆ ಅವುಗಳನ್ನು ಗುರುತಿಸಿ.
- ಯಾವಾಗ ಪಾರ್ಕಿಗೆ ಹೋದರೂ ಸುವಾಸನೆಯ ಆಧಾರದ ಮೇಲೆ ವಿವಿಧ ಹೂವುಗಳನ್ನು ಪತ್ತೆ ಮಾಡಿ.
- ಮನೆಯಲ್ಲಿ ಮತ್ತು ನೀವು ಬೇರೆಡೆ ತೆರಳಿದಾಗ ವಾತಾವರಣದ ಉಷ್ಣಾಂಶವನ್ನು ಊಹಿಸಿ ಮತ್ತು ಅದನ್ನು ತಿರುಗಿ ಪರಿಶೀಲನೆ ನಡೆಸಿ
- ಕಣ್ಣು ಮುಚ್ಚಿ ಸ್ನಾನ ಕೈಗೊಳ್ಳಲು ಯತ್ನಿಸಿ. ನಿಮ್ಮ ಊಹೆಯ ಆಧಾರದ ಮೇಲೆ ಎಲ್ಲ ಸಾಮಾನ್ಯ ಚಟುವಟಿಕೆ ನಿರ್ವಹಿಸಿ.
- ಕಣ್ಣು ಮುಚ್ಚಿ ನಿಮ್ಮ ಊಟದ ಬಟ್ಟಲಿಗೆ ಏನನ್ನು ಬಡಿಸಿದ್ದಾರೆ ಎಂಬುದನ್ನು ಅದರ ಪರಿಮಳ ಅಥವಾ ಕೈಯಿಂದ ಮುಟ್ಟಿ ಅದನ್ನು ಊಹಿಸಿಕೊಳ್ಳಿ.

ಬೇರೆ ಕೈಟಿ ಬಳಸಲು ಯತ್ನಿಸಿ

(ಟಿಪ್ಪಣಿ: ನೀವು ಬಹುತೇಕ ಕಾರ್ಯವನ್ನು ಬಲಗೈನಿಂದಲೇ ನಿರ್ವಹಿಸುತ್ತಿದರೆ ಎಡಗೈಯ್ಯನ್ನೇ ಮುಖ್ಯ ಕೈ ಆಗಿ ಬಳಸಲು ಯತ್ನಿಸಿ. ಒಂದು ವೇಳೆ ನೀವು ನೀವು ಬಹುತೇಕ

ಇಂದಿನ ದಿನಾಂಕ: ....../......./
.(ದಯವಿಟ್ಟು ಪೆನ್ಸಿಲ್‌ನಲ್ಲಿ ಬರೆಯಿರಿ)

ಕಾರ್ಯವನ್ನು ಎಡಗೈನಿಂದ ಮಾಡುತ್ತಿದ್ದರೆ ಈ ಕೆಳಗಿನ ಚಟುವಟಿಕೆಗಳನ್ನು ಬಲಗೈಯ್ಯನ್ನೇ ಮುಖ್ಯ ಕೈ ಆಗಿ ಬಳಸಿ ನಿರ್ವಹಿಸಿ)

ಈ ಜಗತ್ತಿನ ಬಹುತೇಕ ಜನರು ಬಲಗೈಯ್ಯನ್ನೇ ನಿತ್ಯ ಚಟುವಟಿಕೆ ನಿರ್ವಹಿಸಲು ಬಳಸುತ್ತಾರೆ. ಅಂದರೆ ಅವರ ಎಡಭಾಗದ ಮಿದುಳು ಹೆಚ್ಚಿನ ಪ್ರಮಾಣದಲ್ಲಿ ಬಳಸಲ್ಪಟ್ಟಿದೆ ಮತ್ತು ಬಹುತೇಕ ಸಂದರ್ಭದಲ್ಲಿ ಅವರ ಬಲಭಾಗದ ಮಿದುಳು ಕಾರ್ಯನಿರ್ವಹಿಸದೇ ಉಳಿದಿದೆ ಎಂದರ್ಥ. ಬೇರೆ ಕೈಯ್ಯನ್ನು ನಾವು ಬಳಸಲು ಆರಂಭಿಸಿದರೆ ಅಂದರೆ ಎಡಗೈ ಬಳಸಲಾರಂಭಿಸಿದರೆ ನಮ್ಮ ಎಡಭಾಗದ ಮಿದುಳಿಗೆ ನಾವು ಕೆಲಸ ನೀಡಲು ಆರಂಭಿಸಿದಂತಾಗುತ್ತದೆ. ನಾವು ಎರಡೂ ಕೈಯ್ಯನ್ನು ಬಳಸಲಾರಂಭಿಸಿದರೆ ಅಮೂಲ್ಯವಾದ ಸಮಯ ಉಳಿಸಬಹುದು ಜತೆಗೆ ನಮ್ಮ ನೆನಪಿನ ಸಾಮರ್ಥ್ಯವನ್ನೂ ಹೆಚ್ಚಿಸಬಹುದಾಗಿದೆ. ಈ ರೀತಿಯಾಗಿ ಕೆಳಗಿನ ಚಟುವಟಿಕೆ ಮೂಲಕ ನಮ್ಮ ಕೆಲಸ ಹಾಗೂ ಮನಸ್ಸಿನ ಸಂಗ್ರಹ ಸಾಮರ್ಥ್ಯವನ್ನು ಹೆಚ್ಚಿಸಿಕೊಳ್ಳಬಹುದಾಗಿದೆ.

- ಉಳಿದ ಕೈನಿಂದ ಲ್ಯೂಡೋ ಡೈಸ್, ಟೇಬಲ್ ಟೆನಿಸ್‌ನ ರಾಕೆಟ್, ಬ್ಯಾಡ್ಮಿಂಟನ್ ರಾಕೆಟ್, ಕ್ಯಾರಂ ಬೋರ್ಡ್‌ನ ಸ್ಟ್ರೈಕರ್, ಚೆಸ್ ಇತ್ಯಾದಿಗಳನ್ನು ಹಿಡಿದುಕೊಳ್ಳಿ
- ನಿಮ್ಮ ಉಳಿದ ಕೈನಿಂದ ಊಟದ ಚಮಚ ಅಥವಾ ಬರವಣಿಗೆ, ಪೇಂಟಿಂಗ್‌ನ ಬ್ರಷ್ ಹಿಡಿದುಕೊಳ್ಳುವುದು, ಸಂಗೀತ ಸಾಧನ ನುಡಿಸುವಿಕೆಯನ್ನು ಮಾಡಿ.
- ಟಿವಿ, ಕಂಪ್ಯೂಟರ್, ಲ್ಯಾಪ್‌ಟಾಪ್, ಹವಾನಿಯಂತ್ರಕ ಆರಂಭಿಸುವುದು ಇತ್ಯಾದಿಗಳನ್ನು ಉಳಿದ ಕೈನಿಂದ ಮಾಡಿ ಮತ್ತು ಅವುಗಳ ರಿಮೋಟ್‌ಕಂಟ್ರೋಲ್‌ಗಳನ್ನು ಅದೇ ಕೈನಿಂದ ಬಳಸಿ.
- ಕೂದಲು ಬಾಚುವುದು, ಶೇವಿಂಗ್, ಹಲ್ಲುಜ್ಜುವುದು, ಶೂ ಸ್ವಚ್ಛಗೊಳಿಸುವುದು, ದೂರವಾಣಿ ಅಥವಾ ಮೊಬೈಲ್‌ನಲ್ಲಿ ನಂಬರ್ ಡಯಲ್ ಮಾಡುವುದು ಇತ್ಯಾದಿಗಳನ್ನು ಉಳಿದ ಕೈನಿಂದ ಮಾಡಿ.
- ಹಣ್ಣನ್ನು, ತರಕಾರಿಯನ್ನು ಕತರಿಸುವುದು, ಕೊಯ್ಯುವುದು, ಅಡುಗೆ ತಯಾರಿಸುವುದು, ಸಿಂಕ್ ತೊಳೆಯುವುದು, ಹೂ ತೋಟ ನಿರ್ವಹಣೆ, ನೀರೆರೆಯುವುದು, ವಾಹನ ಸ್ವಚ್ಛಗೊಳಿಸುವುದು, ಆಯಿಲ್ ಹಚ್ಚುವುದು ಇತ್ಯಾದಿಗಳನ್ನು ನಿಮ್ಮ ಎಡಗೈನಿಂದ ಮಾಡಿ.
- ನಿರ್ದೇಶನ ಮತ್ತು ಬದಿಯನ್ನೂ ಬದಲಾಯಿಸಿ. ನಿಮ್ಮ ಸೈಕಲ್ ಅಥವಾ ಸ್ಕೂಟರ್ ಹೊರತೆಗೆಯುವಾಗ ದಿಕ್ಕನ್ನು ಬದಲಾಯಿಸಿ. ಇದನ್ನು ವಾಹನ ಚಲಿಸಲು ಆರಂಭಿಸುವುದಕ್ಕೂ ಮುನ್ನ ಮಾಡಿ. ಬೇರೆ ಕಾಲನ್ನು ಬಳಸಿ ಬೈಕ್‌ಒದೆಯಲುಕೂಡ ಯತ್ನಿಸಿ.

ಸಲಹೆ: ದಯವಿಟ್ಟು ಕನಿಷ್ಠ ನಾಲ್ಕು ಗಂಟೆ ಅಂತರ ನೀಡಿ ಈ ಅಧ್ಯಾಯವನ್ನು ಇಂದು ಎರಡರಿಂದ ಮೂರು ಬಾರಿ ಓದಿ. ಮತ್ತು ಇಲ್ಲಿ ನಿಮಗೆ ನೀಡಿರುವ ಚಟುವಟಿಕೆಯನ್ನು ನಿರ್ವಹಿಸಿ. ಇದು ಅಷ್ಟೊಂದು ಸುಲಭವಲ್ಲ. ಆದರೆ, ಇದು ನಿಮಗೆ ಆಸಕ್ತಿದಾಯಕ ಎನಿಸಲಿದೆ.

***

ದಿನ–3

ಗ್ರಹಿಕೆ, ತರ್ಕಸರಣಿ ಮತ್ತು ವಿಶ್ಲೇಷಣೆ

ಈ ಕೆಳಗಿನ ಚಟುವಟಿಕೆಗಳು ನಿಮ್ಮ ಚಿಂತನಾ ಪ್ರಕ್ರಿಯೆಯನ್ನು ರೂಪಿಸಲು ಸಹಕಾರಿಯಾಗಬಲ್ಲವು. ಈ ಚಟುವಟಿಕೆಗಳು ನಿತ್ಯ ಬದುಕಿನ ಚಟುವಟಿಕೆಗಳಿಗಿಂತ ಭಿನ್ನವಾದವುಗಳಾಗಿವೆ. ಇವುಗಳನ್ನು ಪಠ್ಯ–ಪೂರಕ ಚಟುವಟಿಕೆಗಳು ಎಂದು ಪರಿಗಣಿಸಲಾಗಿದ್ದು, ನಮ್ಮ ಅಧ್ಯಯನದಲ್ಲಿ ಒಂದಲ್ಲ ಒಂದು ರೀತಿಯಲ್ಲಿ ಸೇರಿಕೊಂಡಿವೆ.

- ಭಿನ್ನ ರೀತಿಯ ಸಮಸ್ಯೆಗಳನ್ನು ಬಿಡಿ. ಇವು ಗಣಿತದ ಲೆಕ್ಕಗಳಾಗಿರಬಹುದು, ಇಂಗ್ಲಿಷ್ ಅಥವಾ ಇನ್ನಾವುದೇ ಭಾಷೆಯ ತಿರುವು ಶಬ್ದಗಳು ಅಥವಾ ಪದಬಂಧ, ಸಾಮಾನ್ಯ ಜ್ಞಾನ ಪ್ರಶ್ನೆಗಳು ಇತ್ಯಾದಿ.
- ಆಟ, ಅಭಿನಯ, ಹಾಡು ಮತ್ತು ಡಾನ್ಸ್, ಭಾಷಣ ಸ್ಪರ್ಧೆ, ಪಾಠ ಬೋಧನೆ ಇತ್ಯಾದಿ ಗುಂಪು ಚಟುವಟಿಕೆಗಳಲ್ಲಿ ಪಾಲ್ಗೊಳ್ಳಿ.
- ನಿಮ್ಮ ಶಾಲೆ ಅಥವಾ ಶೈಕ್ಷಣಿಕ ಸಂಸ್ಥೆಗಳ ವಿಜ್ಞಾನದ ಪ್ರದರ್ಶನ ಮತ್ತು ಸ್ಪರ್ಧೆಗಳಲ್ಲಿ, ಸೆಮಿನಾರುಗಳು, ಮ್ಯಾಚ್‌ನಲ್ಲಿ, ವಸ್ತು ಪ್ರದರ್ಶನದಲ್ಲಿ, ಆಟ ಮತ್ತೆ ಪಂದ್ಯಾವಳಿಯಲ್ಲಿ ಪಾಲ್ಗೊಳ್ಳಿ.
- ಚಿತ್ರಕಲೆ ಅಥವಾ ಪೇಂಟಿಂಗ್, ಸ್ಕೆಚ್ಚಿಂಗ್, ಲೇಖನ ಅಥವಾ ಪದ್ಯ ಬರೆಯುವುದು, ಸ್ಟ್ಯಾಂಪ್ ಅಥವಾ ನಾಣ್ಯ ಸಂಗ್ರಹ, ಹೊಸ ಭಾಷೆ ಕಲಿಕೆ ಮುಂತಾದವುಗಳನ್ನು ಆರಂಭಿಸಿ.
- ಗಿಡ ಅಥವಾ ಹೂವು, ಅವುಗಳ ಅಡಿ ವಾಸಿಸುವ ಜೀವಿಗಳು, ಹಕ್ಕಿ ಅಥವಾ ಪ್ರಾಣಿಗಳನ್ನು ಗೃಹಿಸಿ ಮತ್ತು ಅವುಗಳ ಅಸ್ತಿತ್ವ ಮತ್ತು ಸಂರಚನೆ ಕುರಿತು ಮಾಹಿತಿ ಕಲೆಹಾಕಿ.
- ಹಿಮ್ಮುಖವಾಗಿ ಲೆಕ್ಕ ಮಾಡುವುದು ಸಹ ಒಂದು ಆಸಕ್ತಿದಾಯಕ ಚಟುವಟಿಕೆಯಾಗಿದೆ. ಅಂದರೆ 10, 9, 8... .. .. .1,0.
- ಆರಂಭದಲ್ಲಿ ನೋಡಿಕೊಂಡು ಹಿಮ್ಮುಖ ಎಣಿಕೆ ಆರಂಭಿಸಿ. ಕೆಲವು ಸಮಯದ ನಂತರ ನೋಡದೆ ಅಥವಾ ಬರೆಯದೇ ಹಿಮ್ಮುಖ ಎಣಿಕೆ ಪುನರಾವರ್ತಿಸಿ. ನಂತರ ನಿಧಾನವಾಗಿ ಅದನ್ನು ಹೆಚ್ಚಿಸಿ, ಅಂದರೆ 10ರಿಂದ 20ಕ್ಕೆ, 20ರಿಂದ 30ಕ್ಕೆ ಹೆಚ್ಚಿಸಿ ಹಿಮ್ಮುಖವಾಗಿ ಎಣಿಸುವುದನ್ನು ಮುಂದುವರಿಸಿ.
- ಯಾವುದೇ ನಟ, ಒಬ್ಬ ಸೆಲಿಬ್ರಿಟಿ ಅಥವಾ ಪ್ರಖ್ಯಾತ ವ್ಯಕ್ತಿಯ ಕೌಶಲ್ಯ, ಆತನ ಸ್ಟೈಲ್ ಅಥವಾ ಆತನಲ್ಲಿ ನೀವು ಇಷ್ಟಪಟ್ಟ ಯಾವುದೇ ಸಂಗತಿಯನ್ನು ಅನುಕರಣೆ ಮಾಡಿ.
- ಯಾವುದೇ ಕ್ರೀಡೆ ಅಥವಾ ಪಂದ್ಯದಲ್ಲಿ ಹೊಸ ಪ್ರಯೋಗಗಳನ್ನು ಭಿನ್ನವಾಗಿ ಅಥವಾ ಕ್ರೀಡಾ ಉಪಕರಣಗಳಾದ ಬಾಲ್ ರೆಕೆಟ್, ಶೆಟಲ್ ಕಾಕ್, ಡೈಸ್, ಪ್ಲೇಯಿಂಗ್ ಕಾರ್ಡ್‌ಗಳು ಇತ್ಯಾದಿಗಳನ್ನು ಭಿನ್ನವಾಗಿ ಬಳಸಲು ಯತ್ನಿಸಿ. ಎರಡು ಅಥವಾ ಅದಕ್ಕಿಂತ ಹೆಚ್ಚಿನ ಬಾಲ್‌ಗಳನ್ನು ನಿಮ್ಮ ಕೈಯಿಂದ ಎಸೆಯಿರಿ.

* ಬಾಸ್ಕೆಟ್ ಬಾಲ್ ಅಥವಾ ಇನ್ನಾವುದೇ ಬಾಲ್‌ಅನ್ನು ಗಾಳಿಯಲ್ಲಿ ಅಥವಾ

ಇಂದಿನ ದಿನಾಂಕ: ....../......./

.(ದಯವಿಟ್ಟು ಪೆನ್ಸಿಲ್‌ನಲ್ಲಿ ಬರೆಯಿರಿ)

ಬ್ಯಾಟ್ ಮೂಲಕ ಅಥವಾ ರೆಕೆಟ್ ಮೂಲಕ ನಿಮ್ಮ ಎರಡೂ ಕೈ ಬಳಸಿ ಭಿನ್ನವಾಗಿ ಆಟವಾಡಲು ಯತ್ನಿಸಿ.

ಸಾಮಾನ್ಯ ಎಚ್ಚರಿಕೆಗಳು

- ಎಲ್ಲ ಚಟುವಟಿಕೆಗಳನ್ನು ಎಚ್ಚರಿಕೆಯಿಂದ ಕೈಗೊಳ್ಳಿ. ನಿಮಗೆ ಅಥವಾ ಬೇರೆಯವರಿಗೆ ಇದರಿಂದ ಯಾವುದೇ ತೊಂದರೆಯಾಗದಂತೆ ನೋಡಿಕೊಳ್ಳಿ ಮತ್ತು ಇದನ್ನು ಪ್ರ್ಯಾಕ್ಟಿಸ್ ಮಾಡುವಾಗ ತುಂಬ ಅತಿರೇಕ ಎನಿಸದಂತೆ ನೋಡಿಕೊಳ್ಳಿ.
- ಆರಂಭದಲ್ಲಿ ಕೆಲವು ಚಟುವಟಿಕೆಗಳು ಬೇಸರದಾಯಕ ಅಥವಾ ಅತಿರೇಕ ಎನಿಸಬಹುದು ಅಥವಾ ಆರಂಭದಲ್ಲಿ ಇದು ಸಾಧ್ಯವಾಗದೇ ಇರಬಹುದು ಕೂಡ. ಆದರೆ ಇವು ನಿಮ್ಮ ನೆನಪಿನ ಶಕ್ತಿಯನ್ನು ಭಾರೀ ಪ್ರಮಾಣದಲ್ಲಿ ಹೆಚ್ಚಿಸುತ್ತವೆ. ಹಾಗಾಗಿ ಸಂಯಮದಿಂದ ಅವುಗಳನ್ನು ಅನುಸರಿಸಿ ಮತ್ತು ರೂಢಿ ಮಾಡಿ. ಅಂತಿಮವಾಗಿ ನೀವು ಅದರ ಲಾಭವನ್ನು ಆನಂದಿಸುತ್ತೀರಿ.
- ಈ ಚಟುವಟಿಕೆಗಳು ವಿಚಾರದ ಹೊಸ ಅವಕಾಶಗಳನ್ನು ತೆರೆಯುವ ಜೊತೆಗೆ ನಿಮ್ಮ ಮನಸ್ಸು ರಂಜನೆ, ವಿಶ್ರಾಂತಿ ಮತ್ತು ಚೇತೋಹಾರಿಯಾಗಲು ಸಹಕರಿಸುತ್ತವೆ.
- ಈ ಚಟುವಟಿಕೆಗಳನ್ನು ಕ್ರೀಡಾಸ್ಫೂರ್ತಿ ಮತ್ತು ಆನಂದದಾಯಕವಾಗಿ ಕೈಗೊಳ್ಳಿ. ಈ ಮೂಲಕ ಹೊಸ ಚಟುವಟಿಕೆಗಳನ್ನು ಸುಲಭವಾಗಿ ಗ್ರಹಿಸಲು ಮತ್ತು ರೂಢಿ ಮಾಡಿಕೊಳ್ಳಲು ಸಾಧ್ಯವಾಗುತ್ತದೆ. ಇದು ನಿಮ್ಮ ಮನಸ್ಸಿನ ಮೇಲೆ ಹೆಚ್ಚುವರಿ ಒತ್ತಡವನ್ನು ಹೇರುವುದಿಲ್ಲ.
- ಕೊನೆಯದಾಗಿ ನೀವು ಹೆಚ್ಚು ರೂಢಿ ಮಾಡಿಕೊಂಡಂತೆ ಪ್ರತಿ ದಿನ ನಿಧಾನವಾಗಿ ನಿಮ್ಮ ಮನಸ್ಸಿನ ಸಾಮರ್ಥ್ಯ ಹೆಚ್ಚುತ್ತದೆ.

ನೀವು ಈಗಾಗಲೇ ತಿಳಿದುಕೊಂಡಂತೆ ಮನುಷ್ಯ ತನ್ನ ಮನಸ್ಸಿನ ಶೇಕಡಾ 10ರಷ್ಟು ಸಾಮರ್ಥ್ಯ ಮಾತ್ರ ಬಳಸಿಕೊಳ್ಳಲಾಗುತ್ತಿದೆ. ಈಗ ವಿಚಾರ ಮಾಡಿ, ಶೇಕಡಾ 10ರಷ್ಟು ಬಳಕೆಯಿಂದ ಮಾತ್ರ ಈ ಜಗತ್ತಿನ ವಿಜ್ಞಾನ ಮತ್ತು ತಂತ್ರಜ್ಞಾನ, ಅಂತರಿಕ್ಷ, ಔಷಧ, ಕಂಪ್ಯೂಟರ್, ಆಟೋಮೊಬೈಲ್, ಟೆಲಿಕಾಂ ಮುಂತಾದ ಕ್ಷೇತ್ರದಲ್ಲಿ ಅದ್ಭುತ ಸಂಶೋಧನೆ ಮತ್ತು ಹೊಸತನದ ಹುಡುಕಾಟ ನಡೆದಿದೆ. ಹಾಗಾದರೆ ಮನಸ್ಸಿನ ಹೆಚ್ಚಿಸಲ್ಪಟ್ಟ ಸಾಮರ್ಥ್ಯದಿಂದ ವ್ಯಕ್ತಿತ್ವ ವಿಕಸನ ಮತ್ತು ಮನುಕುಲದ ಸಂತಸ ಹೆಚ್ಚಿಸಲು ಏನನ್ನು ಮಾಡಬಹುದು ಎಂಬುದನ್ನು ಯೋಚನೆ ಮಾಡಿ.

> ಸಲಹೆ : ಈ ಎಲ್ಲ ಚಟುವಟಿಕೆಗಳನ್ನು ಇದು ಕನಿಷ್ಠ ಮೂರರಿಂದ–ನಾಲ್ಕು ಬಾರಿ ಪ್ರಯತ್ನಿಸಿ. ನಿಮ್ಮ ಕಾರ್ಯಕ್ಷಮತೆ ಅಥವಾ ವೈಫಲ್ಯದ ಕುರಿತು ಚಿಂತೆ ಮಾಡಬೇಡಿ. ಮುಂದಿನ ಪ್ರತಿಯೊಂದು ಪ್ರಯತ್ನದಲ್ಲಿ ಇದು ಸುಧಾರಿಸುತ್ತ ಸಾಗುತ್ತದೆ.

***

ದಿನ–4

ಉತ್ತಮ ಕಲಿಕೆಯನ್ನು ವೃದ್ಧಿಸಿಕೊಳ್ಳುವುದು

ಕಲಿಕೆ ಒಂದು ನಿರಂತರ ಪ್ರಕ್ರಿಯೆಯಾಗಿದ್ದು, ಇದು ಬಹುವಿಧದಲ್ಲಿ ನಡೆಯುತ್ತದೆ. ಹುಟ್ಟಿದ ಪ್ರಥಮ ಉಸಿರಾಟದಿಂದ ಇದು ಆರಂಭಗೊಳ್ಳುತ್ತದೆ. ತಾರ್ಕಿಕ ಅಂಶಗಳನ್ನು ನಿಮ್ಮ ಮನಸ್ಸು ಅರ್ಥೈಸಿಕೊಳ್ಳುವುದು, ಕಲಿಯುವುದು ಮತ್ತು ನೆನಪಿನಲ್ಲಿಟ್ಟುಕೊಳ್ಳುವುದು ನಿಸರ್ಗಸಹಜ ನಿಯಮವಾಗಿದೆ. ಮತ್ತು ಈ ಎಲ್ಲ ಸಂಗತಿಗಳು ಪುನಾರವರ್ತನೆಯಾಗುತ್ತಿರುತ್ತವೆ. ಹಾಗಾಗಿ ಕೆಲವನ್ನು ನಿರಂತರವಾಗಿ ಮತ್ತು ಪುನಃ ಪುನಃ ರೂಢಿ ಮಾಡುವುದರಿಂದ ನಿಶ್ಚಿತವಾಗಿ ಉತ್ತಮ ಫಲಿತಾಂಶ ದೊರೆಯುತ್ತದೆ. ಇದಕ್ಕೆ ಗ್ರಹಿಕೆ ಸಾಮರ್ಥ್ಯವೂ ಸಹ ಉತ್ತಮವಾಗಿರಬೇಕು.

ಕಲಿಕೆಯ ನೈಸರ್ಗಿಕ ಮಾರ್ಗಗಳು

ನೋಡುವುದು ಮತ್ತು ಗ್ರಹಿಸುವುದು, ಸ್ಪರ್ಶಿಸುವುದು, ಭಾವನೆಗಳಿಂದ ಮತ್ತು ಸಂಜ್ಞೆಗಳಿಂದ, ಕೇಳುವುದರಿಂದ, ಆಘ್ರಾಣಿಸುವುದರಿಂದ, ಪರೀಕ್ಷಿಸುವುದರಿಂದ ಮತ್ತು ಗುರುತಿಸುವಿಕೆಯಿಂದ ಕಲಿಕೆ ನಡೆಯುತ್ತದೆ. ನಿಮ್ಮ ದೇಹ ಯಾವುದೇ ಸಂಜ್ಞೆಗೆ ಎದುರಾದರೂ ಮನಸ್ಸು ಅದನ್ನು ತಕ್ಷಣ ದಾಖಲಿಸಿಕೊಳ್ಳುತ್ತದೆ. ನಿಧಾನವಾಗಿ ನೀವು ನೋಡಿದ, ಕೇಳಿದ ಅಥವಾ ಅನಿಸಿದ ವಿಷಯಗಳ ದತ್ತಾಂಶಗಳ ಯಾದಿ ಸೃಷ್ಟಿಯಾಗುತ್ತದೆ. ಇದೊಂದು ಕಲಿಕೆಯ ನೈಸರ್ಗಿಕ ಪ್ರಕ್ರಿಯೆಯಾಗಿದ್ದು, ನಿಮ್ಮ ಜೀವನದುದ್ದಕ್ಕೂ ಮುಂದುವರಿಯುತ್ತದೆ.

ಸಾಮಾನ್ಯ ಶಿಕ್ಷಣ

ಉಳಿದ ಕಲಿಕೆ ಪ್ರಕ್ರಿಯೆ ನಿಮ್ಮ ಸಾಮಾನ್ಯ ಶಿಕ್ಷಣ

ಇಂದಿನ ದಿನಾಂಕ: ....../......./
(ದಯವಿಟ್ಟು ಪೆನ್ಸಿಲ್‌ನಲ್ಲಿ ಬರೆಯಿರಿ)

ನಿಮ್ಮ ಶಾಲೆ, ಸಾಮಾನ್ಯ ಕಲಿಕೆ, ಕೋಚಿಂಗ್ ಮತ್ತು ಶಾಲಾ ಅವಧಿ ಅಥವಾ ಉದ್ಯೋಗದ ಉನ್ನತೀಕರಣಕ್ಕಾಗಿನ ತರಬೇತಿ ಮೂಲಕ ಆರಂಭಗೊಳ್ಳುತ್ತದೆ. ನಿಮ್ಮ ಯಾವುದೇ ಓದು, ಕೇಳುವಿಕೆ, ಅಧ್ಯಯನ ಅಥವಾ ಗ್ರಹಿಸಿದ್ದು ನಿಮ್ಮ ಮನಸ್ಸಿನಲ್ಲಿ ದಾಖಲಾಗುತ್ತದೆ. ನಿಮ್ಮ ಕೋರ್ಸ್‌ನ ಉಪಕರಣಗಳಿಂದ ನೀವು ಪುನಃ ಪುನಃ ಮಾಡಿದ ಪ್ರಯೋಗಗಳು ಅಥವಾ ಪ್ರಯತ್ನಗಳು ನಿಮ್ಮ ಮನಸ್ಸಿನಲ್ಲಿ ದಾಖಲಾಗುತ್ತವೆ. ಆದರೆ, ಉತ್ತಮ ಅರ್ಥೈಸಿಕೊಳ್ಳುವಿಕೆ, ಉತ್ತಮ ಕಲಿಕೆ ಮತ್ತು ಪುನಃ ನೆನಪಿಸಿಕೊಳ್ಳುವ ಸಾಮರ್ಥ್ಯಕ್ಕಾಗಿ ನೀವು ಉತ್ತಮ ಮತ್ತು ತೀಕ್ಷ್ಣವಾದ ನೆನಪಿನ ಶಕ್ತಿಯನ್ನು ಹೊಂದಿರಬೇಕು.

ವಿಶ್ಲೇಷಣೆಯಿಂದ ಕಲಿತುಕೊಳ್ಳುವುದು

ನಮ್ಮ ಕಷ್ಟ ಮತ್ತು ಸಮಸ್ಯೆಗಳಿಗೆ ಉತ್ತರ ಮತ್ತು ಪರಿಹಾರ ಕಂಡುಕೊಳ್ಳುವುದರಿಂದ ಈ ರೀತಿಯ ಕಲಿಕೆ ಸಾಧ್ಯವಾಗುತ್ತದೆ. ನಮಗೆ ಯಾವುದೇ ಸಮಸ್ಯೆ ಎದುರಾದಾಗ ನಾವು ನಮ್ಮ ಮನಸ್ಸನ್ನು ಸಂಪರ್ಕಿಸುತ್ತೇವೆ ಮತ್ತು ಮನಸ್ಸು ಉಪಜಾಗ್ರತ ಮನಸ್ಸಿನ ಮೂಲಕ ಸಾಧ್ಯವಿರುವ ಪರಿಹಾರ ಹುಡುಕಲು ಆರಂಭಿಸುವುದು ನೈಸರ್ಗಿಕ ನಿಯಮವಾಗಿದೆ. ಮನಸ್ಸು ದತ್ತಾಂಶವದ ಯಾದಿ ಮತ್ತು ಹಿಂದಿನ ಅನುಭವವನ್ನು ಆಶ್ರಯಿಸುತ್ತದೆ. ಈ ಪ್ರಕ್ರಿಯೆ ಕೆಲವೊಮ್ಮೆ ಕೆಲವು ಕ್ಷಣದಲ್ಲಿ ಅಥವಾ ಹಲವು ದಿನಗಳಲ್ಲಿ ಸಮಸ್ಯೆಗೆ ಪರಿಹಾರ ನೀಡುತ್ತದೆ. ಊಹಿಸುವುದು ಸಹ ಈ ಪ್ರಕ್ರಿಯೆಯ ಅವಿಭಾಜ್ಯ ಅಂಗವಾಗಿದೆ.

ಇಲ್ಲಿ ಕೆಲವು ಉದಾಹರಣೆಗಳಿವೆ

1. ಹಲವು ಸಂದರ್ಭಗಳಲ್ಲಿ ನಾವು ಬೆಳಗ್ಗೆ ಮಧ್ಯಾಹ್ನ ಅಥವಾ ಸಂಜೆ ವೇಳೆ ಹತ್ತಿರ ಗಡಿಯಾರ ಅಥವಾ ಕೈಗಡಿಯಾರ ಇಲ್ಲದೇ ಊಹೆಯ ಆಧಾರದ ಮೇಲೆ ಸಮಯ ತಿಳಿದುಕೊಳ್ಳುತ್ತೇವೆ.
2. ಕೆಲವೊಮ್ಮೆ ನಾವು ಅನಿರೀಕ್ಷಿತವಾಗಿ ಹೊತ್ತಲ್ಲದ ಹೊತ್ತಿನಲ್ಲಿ ಬೇರೆ ಪಟ್ಟಣದಲ್ಲಿ ಸಂಬಂಧಿಕರ ಚಿಕಿತ್ಸೆಗೆ ತೆರಳುವ ಪರಿಸ್ಥಿತಿ ಎದುರಾಗುತ್ತದೆ. ಆಗ ನಾವು ಸರ್ಕಾರಿ ಅಥವಾ ಖಾಸಗಿ ಸೂಕ್ತ ವಾಹನ ಸೌಲಭ್ಯ ಆಯ್ಕೆ ಮಾಡುವುದು ಕಾಳಜಿಯ ವಿಷಯವಾಗುತ್ತದೆ. ಆಗ ನಾವು ನಮ್ಮ ಜತೆ ಪ್ರಯಾಣಿಸುವವರ ಸುರಕ್ಷತೆ ಮತ್ತು ಅನುಕೂಲ, ಸ್ಥಳಕ್ಕೆ ತಲುಪಲು ತಗಲುವ ಅಂದಾಜು ಸಮಯ, ನಮ್ಮ ಜತೆ ವೈದ್ಯರನ್ನು ಕರೆದೊಯ್ಯುವುದು ಅಥವಾ ಇನ್ನಾವುದೇ ರೀತಿಯ ಸಹಕಾರ ನೀಡುವ ಕುರಿತು ನಾವು ಚಿಂತನೆ ನಡೆಸುತ್ತೇವೆ.
3. ಸರಿಯಾದ ಜೀವನ ಸಂಗಾತಿ ಅಥವಾ ವ್ಯವಹಾರ ಸಂಗಾತಿ ಆಯ್ಕೆ ಸಂದರ್ಭ ವಿಶ್ಲೇಷಣೆ ಪ್ರಮುಖ ಪಾತ್ರ ನಿರ್ವಹಿಸುತ್ತದೆ. ಅಲ್ಲಿರುವ ವಾಸ್ತವಾಂಶ ಮತ್ತು ಪರಿಸ್ಥಿತಿಯನ್ನು ವಿಶ್ಲೇಷಿಸಿ ನಮ್ಮ ವ್ಯಾಪ್ತಿ ಮತ್ತು ಸೂಕ್ತತೆ ಅನುಸಾರ ನಾವು ಅಂತಿಮ ನಿರ್ಣಯ ಕೈಗೊಳ್ಳಬೇಕಾಗುತ್ತದೆ.

ಬಹುಜನರ ಅಭಿಪ್ರಾಯವೇನೆಂದರೆ ಮುಕ್ತ ಮನಸ್ಥಿತಿ ಇದ್ದಾಗ ಮನಸ್ಸು ವೇಗವಾಗಿ ಮತ್ತು ಉತ್ತಮವಾಗಿ ಕಾರ್ಯನಿರ್ವಹಿಸುತ್ತದೆ. ಟೆನ್ಷನ್ ಅಥವಾ ತೀವ್ರ ಒತ್ತಡದಲ್ಲಿರುವಾಗಮನಸ್ಸು ತಪ್ಪು ವಿಚಾರ ಮತ್ತು ಉತ್ತರ ದೊರೆಯುತ್ತದೆ. ಹಾಗಾಗಿ ಯಾವತ್ತೂ ಶಾಂತ ಮತ್ತು ನಿರಾತಂಕ ಸ್ಥಿತಿಯಲ್ಲಿರಲು ಹಾಗೂ ಪರಿಸ್ಥಿತಿಯ ಧನಾತ್ಮಕ ಅಂಶ ನೋಡಲು ಯತ್ನಿಸಬೇಕು. ಇದು ನಿಮ್ಮ ಮನಸ್ಸಿಗೆ ಉತ್ತಮ ಪರಿಹಾರ ಒದಗಿಸಲು ಸಹಕರಿಸುತ್ತದೆ.

ಡಿಕ್ಕಿ ಮತ್ತು ಟ್ರೈಯಲ್ ಮೂಲಕ ಕಲಿಕೆ

ಇದು ಇನ್ನೊಂದು ರೀತಿಯ ಕಲಿಕಾ ವಿಧಾನವಾಗಿದೆ. ಈ ರೀತಿಯ ಕಲಿಕೆಯಲ್ಲಿ ನೀವು ನಿರಂತರವಾಗಿ ಸಮಸ್ಯೆ ಪರಿಹರಿಸುತ್ತಲೇ ಇರುತ್ತೀರಿ. ಸಮಸ್ಯೆ ಪರಿಹಾರಕ್ಕಾಗಿ ನೀವು ನಿರಂತರವಾಗಿ ಹೊಸ ಆಲೋಚನೆ ಮ್ತು ತಂತ್ರಗಳನ್ನು ಹಳೆಯದಾದ ಮತ್ತು ಹೊಸ ಮಾರ್ಗದಲ್ಲಿ ಕೈಗೊಳ್ಳುತ್ತಲೇ ಇರುತ್ತೀರಿ. ಹಾಗಾಗಿ ನೀವು ಇರುವ ಸ್ಥಿತಿಯಲ್ಲಿ ಆರಾಮದಾಯಕವಾಗಿರುವುದಾಗಿಯೇ ಭಾವಿಸುತ್ತೀರಿ. ನೀವು ಹೆಚ್ಚು ರೂಢಿ ಮಾಡಿಕೊಂಡಂತೆ ಉತ್ತಮವಾದುದನ್ನು ಪಡೆಯುತ್ತೀರಿ. ಮುಂದಿನ ಪ್ರಯತ್ನದಲ್ಲಿ ಉತ್ತಮ ರೀತಿಯಲ್ಲಿ ಕಾರ್ಯನಿರ್ವಹಿಸುವುದು ಹೇಗೆ ಎಂಬುದನ್ನು ನೀವು ಅರಿತುಕೊಳ್ಳುತ್ತೀರಿ.

ಕೆಲವು ಉದಾಹರಣೆಗಳೆಂದರೆ

1. ಬಾಗಿಲಿನ ಕೀಲಿ ತೆಗೆಯುವಾಗ ಆರಂಭದಲ್ಲಿ ಬಂಚ್‌ನಲ್ಲಿ ಯಾವುದು ಸರಿಯಾದ ಕೀಲಿ ಎಂಬುದನ್ನು ಪತ್ತೆಹಚ್ಚುವಲ್ಲಿ ನಾವು ವಿಫಲರಾಗುವುದು ಸಾಮಾನ್ಯ. ನಾವು ಗಡಿಬಿಡಿಯಲ್ಲಿರುವಾಗ ಈ ಪರಿಸ್ಥಿತಿ ಇನ್ನೂ ಕೆಟ್ಟದಾಗಿರುತ್ತದೆ. ಆದರೆ, ಬಳಿಕ ನಿರಂತರವಾಗಿ ಅದನ್ನು ಬಳಸುತ್ತ ಹೋದಂತೆ ಸುಲಭವಾಗಿ ಯಾವ ಕೀಲಿ ಯಾವುದರದ್ದು ಎಂಬುದನ್ನು ಪತ್ತೆ ಮಾಡುತ್ತೇವೆ.
2. ದೀಪದ ಸ್ವಿಚ್‌ಬೋರ್ಡ್‌ನಲ್ಲೂ ನಾವು ಇದೇ ರೀತಿಯ ಸಮಸ್ಯೆಗೊಳಗಾಗುತ್ತೇವೆ. ಆರಂಭದ ಹಂತದಲ್ಲಿ ಯಾವ ಲೈಟ್, ಬಲ್ಬ್ ಅಥವಾ ಫ್ಯಾನ್‌ಗೆ ಯಾವ ಸ್ವಿಚ್ ಸಂಪರ್ಕ ಹೊಂದಿದೆ ಎಂಬುದನ್ನು ನೆನಪಿನಲ್ಲಿಟ್ಟುಕೊಳ್ಳಲು ಸಾಧ್ಯವಾಗುವುದಿಲ್ಲ. ಆದರೆ, ನಿಧಾನವಾಗಿ ನಾವು ಆರಾಮದಾಯಕವಾಗಿ ಸೂಕ್ತ ಸ್ವಿಚ್ ಬಟನ್‌ಅನ್ನು ಪತ್ತೆ ಮಾಡಲು ಶಕ್ಯವಾಗುತ್ತೇವೆ.
3. ಇದೇ ರೀತಿಯ ತಂತ್ರ ಆಟ ಅಥವಾ ಪಜಲ್‌ಗಳನ್ನು ಬಿಡಿಸುವಾಗ ಉಪಯೋಗವಾಗುತ್ತದೆ. ಕ್ರಾಸ್‌ವರ್ಡ್‌ಗಳು ಮತ್ತು ಪದಬಂಧದಲ್ಲಿ ಹಲವು ಶಬ್ದಗಳ ಬಂಧ ಇರುವ ವೇಳೆ ಅದನ್ನು ವರ್ಕೌಟ್ ಮಾಡಲು ಇದು ಅನ್ವಯಿಸಲ್ಪಡುತ್ತದೆ.

ಯಾವುದೇ ವ್ಯಕ್ತಿಯ ಕಲಿಕೆ ಪ್ರಕ್ರಿಯೆಯಲ್ಲಿ ಹಲವು ಅಂಶಗಳು ಪ್ರಭಾವ ಬೀರುತ್ತವೆ. ಇದೇ ನಿಯಮ ಮಾಹಿತಿಯನ್ನು ಸೂಕ್ತವಾಗಿ ಮತ್ತು ಸಮರ್ಪಕವಾಗಿ ಇಟ್ಟುಕೊಂಡು ಪುನಃ ನೆನಪಿಸಿಕೊಳ್ಳಲೂ ಅನ್ವಯಿಸುತ್ತದೆ. ಹಾಗಾಗಿ ಈ ವಿಧಾನಗಳು ಮುಂದಿನ ಹಂತದಲ್ಲೂ ಪ್ರಮುಖವಾಗುತ್ತದೆ. ಅವುಗಳು ಈ ಕೆಳಗಿನಂತಿವೆ.

ಆಸಕ್ತಿ, ಆನಂದದಾಯ ಮನಸ್ಸು ಮತ್ತು ಧನಾತ್ಮಕ ಮನೋಭಾವ

ಆಸಕ್ತಿ, ಆನಂದದಾಯಕ ಮನಸ್ಸು ಮತ್ತು ಧನಾತ್ಮಕ ಮನೋಭಾವ ಇದ್ದಾಗ ಕಲಿಕೆ ವೇಗವಾಗಿ ಮತ್ತು ನಿಖರವಾಗಿರುತ್ತದೆ. ಆ ಮೂಲಕ ಯಾವುದನ್ನಾದರೂ ರೂಢಿ ಮಾಡಲು ಅಥವಾ ಗ್ರಹಿಸಲು ಅನುಕೂಲವಾಗುವುದು ನಿಸರ್ಗಸಹಜವಾಗಿದೆ. ಯಾವುದೇ ಸಂಗತಿಯನ್ನು ಧನಾತ್ಮಕವಾಗಿ ಸ್ವೀಕರಿಸುವುದು ಜೀವನದಲ್ಲಿ ಧನಾತ್ಮಕ ಮನೋಭಾವ ಬೆಳೆಸಿಕೊಳ್ಳಲು ಸಹಕಾರಿಯಾಗುತ್ತದೆ.

ತೃಪ್ತಿಯ ಮಟ್ಟ

ಯಾವುದೇ ಚಟುವಟಿಕೆ, ಕಾರ್ಯ ಜವಾಬ್ದಾರಿ ಮತ್ತು ವಿಷಯಗಳನ್ನು ಓದುವುದು ಮತ್ತು

ಅರ್ಥೈಸಿಕೊಳ್ಳುವುದು ಮನಸ್ಸಿಗೆ ಹೆಚ್ಚಿನ ತೃಪ್ತಿ ನೀಡುತ್ತದೆ. ಯಾವಾಗ ತೃಪ್ತಿಯ ಮಟ್ಟ ಉತ್ತಮವಾಗಿರುತ್ತದೆಯೋ ಆಗ ಕಲಿಕೆಯೂ ಉತ್ತಮವಾಗಿರುತ್ತದೆ.

ಸ್ಫೂರ್ತಿ

ಸ್ಫೂರ್ತಿ ಆಂತರಿಕವಾಗಿಯೇ ಹೊರಹೊಮ್ಮುತ್ತದೆ ಮತ್ತು ಇದು ಕಲಿಕೆ ಪ್ರಕ್ರಿಯೆಯಲ್ಲಿ ಅದ್ಭುತ ಪರಿಣಾಮ ಉಂಟುಮಾಡುತ್ತದೆ. ಇತರರ ಸಾಧನೆ ಮತ್ತು ಯಶಸ್ಸು ವ್ಯಕ್ತಿಗೆ ಪ್ರೇರಣೆ ನೀಡುತ್ತದೆ. ಆಗ ಆತನೂ ಅದೇ ರೀತಿಯ ಆಸಕ್ತಿ ಮತ್ತು ಭಾವನೆ ಮೂಲಕ ತನ್ನ ಕಲಿಕೆ ಮತ್ತು ಕಾರ್ಯದಲ್ಲಿ ಹೆಚ್ಚಿನ ಗಮನ, ಒತ್ತು ಮತ್ತು ಹೆಚ್ಚಿನ ಪ್ರಯತ್ನ ಕೈಗೊಳ್ಳುತ್ತಾನೆ.

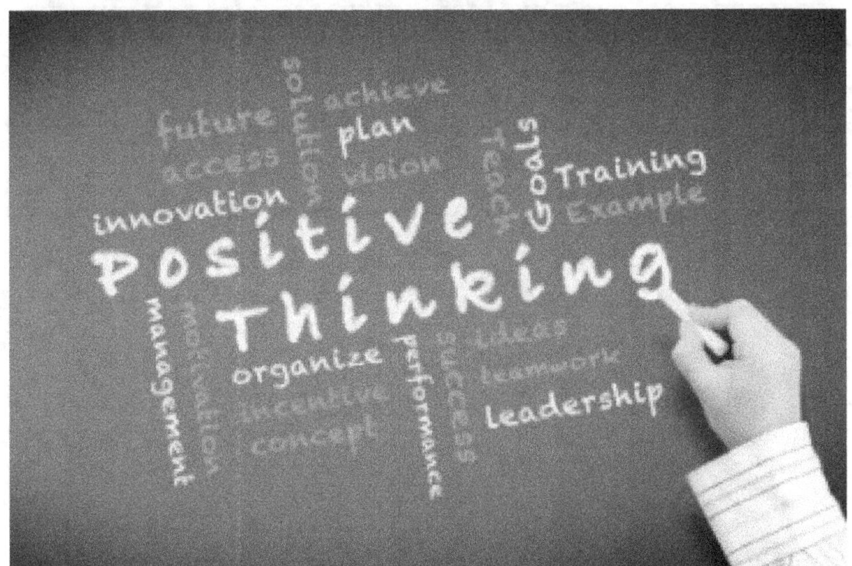

ಅಭಿಪ್ರೇರಣೆ

ಯಾವುದೇ ವ್ಯಕ್ತಿ ಒಂದು ಕಾರ್ಯವನ್ನು ಕೈಗೆತ್ತಿಕೊಂಡಾಗ ಯಶಸ್ಸಿನ ಗಾಥೆಯ ಒಂದು ಭಾಗವಾಗುತ್ತೇನೆ ಎಂದು ಅರಿತಾಗ ಅಭಿಪ್ರೇರಣೆ ಪಡೆದುಕೊಳ್ಳುತ್ತಾನೆ. ತನ್ನ ಸಾಧನೆ ಕುರಿತು ಆತ ಯೋಚನೆ ಮಾಡಿದಾಗ ಅಥವಾ ಇತರರ ಯಶಸ್ಸಿನ ಕುರಿತು ತಿಳಿದುಕೊಂಡಾಗ ಆತನ ಗುರಿ ಸಾಧನೆ ದಿಕ್ಕಿನಲ್ಲಿ ಆತ ಅಭಿಪ್ರೇರಣೆಗೊಳ್ಳುತ್ತಾನೆ.

ರೂಢಿ ಮತ್ತು ಪುನರಾವರ್ತನೆ

ಕೋರ್ಸ್‌ನ ವಿಷಯಗಳನ್ನು ಪುನಃ ಪುನಃ ಓದುವುದು ಮತ್ತು ಬರೆಯುವುದನ್ನು ರೂಢಿ ಮಾಡಿದಾಗ ನಿಖರ ಮತ್ತು ವೇಗದ ಕಲಿಕೆ ಸಾಧ್ಯವಾಗುತ್ತದೆ. ಇದು ಕಾಲ, ಸ್ಪೆಲ್ಲಿಂಗ್, ಸೂಕ್ತ ಚಿನ್ಹೆ, ವ್ಯಾಕರಣ ದೋಷ ಮುಂತಾದವುಗಳನ್ನು ಹೋಗಲಾಡಿಸುತ್ತದೆ. ನಿರಂತರ ಕೇಳುವುದು, ದೊಡ್ಡದಾಗಿ ಓದುವುದು ಮತ್ತು ಇತರರೊಂದಿಗೆ ಮಾತನಾಡುವುದರಿಂದ ಉಚ್ಚಾರ ಮತ್ತು ಸಂವಹನ ಸಾಮರ್ಥ್ಯ ವೃದ್ಧಿಯಾಗುತ್ತದೆ.

ಸವಾಲುಗಳನ್ನು ದಿಟ್ಟತನದಿಂದ ಎದುರಿಸಿ

ಯಾವುದೇ ಹೊಸದೊಂದು ಕಾರ್ಯವನ್ನು ಕೈಗೊಳ್ಳುವಾಗ ನಾವು ಹಲವು ವಿಧದ ಸಮಸ್ಯೆ, ಅಡೆತಡೆಗಳು ಮತ್ತು ಸವಾಲುಗಳನ್ನು ಎದುರಿಸಬೇಕಾಗುತ್ತದೆ. ಇದು ನಿಮ್ಮ ನಿತ್ಯ ಬದುಕಿನಲ್ಲಿ ಹೊಸ ಚಟುವಟಿಕೆ ಮತ್ತು ಬದಲಾವಣೆಯನ್ನು ಸ್ವೀಕರಿಸಿ ನ್ವಯಿಸಿಕೊಳ್ಳುವುದೇ ಇರಬಹುದು. ಇದು ನಮ್ಮ ಬದುಕಿನ ವಿಧಾನ ಮತ್ತು ಯೋಚನಾ ಕ್ರಮದಲ್ಲಿ ಬದಲಾವಣೆಯನ್ನು ಬಯಸಬಹುದು. ಈ ಸವಾಲುಗಳೆಂದರೆ ಆಲಸ್ಯತನ, ಹೊಸ ರೀತಿಯ ಚಿಂತನೆಯನ್ನು ಅನ್ವಯಿಸಿಕೊಳ್ಳಲು ಸಿದ್ಧರಿಲ್ಲದೇ ಇರುವುದು, ಜೀವನ ವಿಧಾನ ಅಥವಾ ಆಹಾರ ಪದ್ಧತಿಯಲ್ಲಿ ಬದಲಾವಣೆ ಇತ್ಯಾದಿ. ಇದು ಸಮಯ ಅಥವಾ ಹಣದ ಕೊರತೆಯಿಂದ ಉಂಟಾಗುವ ಭಯ ಅಥವಾ ಫೋಬಿಯಾ ಕೂಡ ಇರಬಹುದು. ಆದರೆ, ಒಂದು ಅಂಶವನ್ನು ನೆನಪಿನಲ್ಲಿಡಿ, ನಿಮ್ಮ ಆಸೆಯನ್ನು ಪೂರೈಸಿಕೊಳ್ಳಲು ಯಾವತ್ತೂ ಒಂದು ಮಾರ್ಗ ಮತ್ತು ಮಾಧ್ಯಮ ಇದ್ದೇ ಇರುತ್ತದೆ. ನೀವು ಅದನ್ನು ನೋಡಬೇಕು, ಯೋಜಿಸಬೇಕು ಮತ್ತು ಹೊಸ ಚಟುವಟಿಕೆಯಲ್ಲಿ ಪಾಲ್ಗೊಂಡು ಅದರ ಲಾಭ ಪಡೆದುಕೊಳ್ಳಲು ಭಿನ್ನವಾಗಿ ಕಾರ್ಯನಿರ್ವಹಿಸಬೇಕಷ್ಟೇ.

ಕ್ರಿಯಾಶೀಲವಾಗಿರಿ ಮತ್ತು ಜಾಗೃತರಾಗಿರಿ

ನಮ್ಮ ಮಾರ್ಗದಲ್ಲಿ ಕ್ರಿಯಾಶೀಲ ಮತ್ತು ಜಾಗೃತರಾಗಿದ್ದಾಗ ನಮ್ಮ ಸುತ್ತ ಹಲವು ಹೊಸ ಚಟುವಟಿಕೆಗಳು ಮತ್ತು ಘಟನಾವಳಿಗಳು ನಡೆಯುತ್ತಿರುವುದು ಅರಿವಿಗೆ ಬರುತ್ತದೆ. ಈ ಒಂದು ಮಾರ್ಗ ನಮ್ಮನ್ನು ಹೊಸ ಅವಕಾಶಗಳನ್ನು ಬಳಸಿಕೊಂಡು ನಮ್ಮ ಬುದ್ಧಿಮತ್ತೆ ಬೆಳೆಸಿಕೊಂಡು ಹೊಸ ಸಂಗತಿಗಳನ್ನು ಕಲಿಯುವಂತೆ ಮಾಡಲು ಸಹಕರಿಸುತ್ತದೆ. ನಮ್ಮ ವಿಶೇಷ ಕಲಿಕೆ, ಜ್ಞಾನ, ಸಾಧನೆ ಮತ್ತು ಯಶಸ್ಸಿನ ಹೊರತಾಗಿಯೂ ನಾವು ಅರಿಯದೇ ಇರುವ ಮಿಲಿಯಾಂತರ ಸಂಗತಿಗಳು ಹಾಗೇ ಇರುತ್ತವೆ. ಹಾಗಾಗಿ ಯಾವಾಗಲೂ ಹೊಸ ಮತ್ತು ನೂತನ ವಿಚಾರಗಳಿಗೆ ತೆರೆದುಕೊಂಡು ನಿರಂತರವಾಗಿ ಹೊಸದನ್ನು ಕಲಿಯುವ ಮನೋಭಾವ ಬೆಳೆಸಿಕೊಳ್ಳಿ.

ಸಲಹೆ : ಕನಿಷ್ಠ ನಾಲ್ಕು ಗಂಟೆ ಬಿಡುವಿನೊಂದಿಗೆ ಇಂದು ಈ ಅಧ್ಯಾಯವನ್ನು ದಯವಿಟ್ಟು ಎರಡರಿಂದ ಮೂರು ಸಲ ಓದಿ. ಇದು ನಿಮ್ಮ ನೆನಪಿನ ಶಕ್ತಿ ವೃದ್ಧಿಸಿಕೊಳ್ಳುವ ಕಾರ್ಯಕ್ರಮಕ್ಕೆ ಮನಸ್ಸು ಮತ್ತು ಅದರ ಶಕ್ತಿಯನ್ನು ಅಣಿಗೊಳಿಸುತ್ತದೆ.

***

ದಿನ–5

ನಿಮ್ಮ ಗ್ರಹಿಕೆ ಸಾಮರ್ಥ್ಯ ವೃದ್ಧಿಸಿಕೊಳ್ಳಿ ಭಾಗ–1

ಉತ್ತಮ ಗ್ರಹಿಕೆಯಿಂದ ಉತ್ತಮ ವಿಶ್ಲೇಷಣೆ ಸಾಧ್ಯ. ಆ ಮೂಲಕ ಉತ್ತಮ ಕಲಿಕೆಯೂ ಸಾಧ್ಯ. ಉತ್ತಮ ಗ್ರಹಿಕೆಯನ್ನು ಸುಲಭವಾಗಿ ಆರಂಭಿಸಿ, ಅಭಿವೃದ್ಧಿಗೊಳಿಸಿಕೊಳ್ಳಬಹುದಾಗಿದೆ. ವಿಷಯ ಮತ್ತು ಘಟನೆಯನ್ನು ಹೆಚ್ಚು ಎಚ್ಚರಿಕೆಯಿಂದ ಗ್ರಹಿಸಿದರೆ ಮತ್ತು ನಿರ್ಣಯಿಸಿದರೆ ಅದು ಉತ್ತಮ ಗ್ರಹಿಕೆಗೆ ದಾರಿಮಾಡಿಕೊಡುತ್ತದೆ.

ನಾವೀಗ ಒಂದು ಸರಳ ಉದಾಹರಣೆ ನೋಡೋಣ:

ಮೇಲ್ಕಾಣಿಸಿದ ಎ, ಬಿ, ಸಿ, ಡಿ ನಾಲ್ಕು ಬಾಕ್ಸ್‌ನಲ್ಲಿ ಒಂದು ಬಾಕ್ಸ್ ಸರಿಯಾದ ಹೇಳಿಕೆಯನ್ನು ಹೊಂದಿದೆ. ಉಳಿದವುಗಳು ಒಂದಲ್ಲ ಒಂದು ರೀತಿಯಲ್ಲಿ ತಪ್ಪಾಗಿವೆ. ಯಾವ ಹೇಳಿಕೆ ಸರಿಯಾಗಿದೆ ಮತ್ತು ಉಳಿದ ವಾಕ್ಯಗಳಲ್ಲಿ ಯಾವ ತಪ್ಪಿದೆ? ಅದನ್ನು ದಯವಿಟ್ಟು ಕಂಡುಹಿಡಿಯಿರಿ ಮತ್ತು ಅದನ್ನು ನಿಮ್ಮ ಪಾಲಕರೊಂದಿಗೆ ಅಥವಾ ಟೀಚರ್ ಅಥವಾ ಹಿರಿಯರೊಂದಿಗೆ ಪರೀಕ್ಷಿಸಿಕೊಳ್ಳಿ.

A	HONESTY IS THE BEST POLICY	C	HONESTY IS THE IS BEST POLICY
B	HONESTY IS THE THE BEST POLICY	D	ONESTY IS THE BEST POLICY

ಉತ್ತಮ ಗ್ರಹಿಕೆ ಸಾಮರ್ಥ್ಯ ಇರುವವರು ಇತರರಿಗೆ ಹೋಲಿಸಿದರೆ ಕಡಿಮೆ ಪ್ರಮಾಣದ ತಪ್ಪುಗಳನ್ನು ಮಾಡುತ್ತಾರೆ. ಉತ್ತಮ ಗ್ರಹಿಕೆ ವೈಚಾರಿಕತೆಯನ್ನು ಬೆಳೆಸುತ್ತದೆ ಮತ್ತು ಯಾವತ್ತೂ ಎಚ್ಚರಿಕೆಯಿಂದ ಹೆಜ್ಜೆ ಇಡುವಂತೆ ಮಾಡುತ್ತದೆ. ಈ ವ್ಯಕ್ತಿಗಳು ಇತರರ ಕಹಿ ಅನುಭವಗಳು ಮತ್ತು ತಪ್ಪು ನಿರ್ಧಾರ ಹಾಗೂ ಎಚ್ಚರಿಕೆ ವಹಿಸದಿರುವುದರಿಂದ ಇತರರು ಅನುಭವಿಸಿದ ಕಷ್ಟಗಳಿಂದ ಪಾಠ ಕಲಿಯುತ್ತಾರೆ.

ಉತ್ತಮ ಗ್ರಹಿಕೆ ಸಾಮರ್ಥ್ಯ ಉಳ್ಳ ವ್ಯಕ್ತಿಗಳು ಉತ್ತಮ ವೈಚಾರಿಕತೆ ಹಾಗೂ ನೆನಪಿನ ಶಕ್ತಿ ಹೊಂದಿರುತ್ತಾರೆ ಎಂದು ಮನಃಶಾಸ್ತ್ರಜ್ಞರು ಅಭಿಪ್ರಾಯಪಟ್ಟಿದ್ದಾರೆ.ಈ ವ್ಯಕ್ತಿಗಳು ವೇಗವಾಗಿ ವಿಷಯವನ್ನು ಕಲಿಯುತ್ತಾರೆ ಮತ್ತು ನಿಖರವಾಗಿ ಹೆಚ್ಚಿನ ಕಾಲ ನೆನಪಿನಲ್ಲಿ ಇಟ್ಟುಕೊಳ್ಳುತ್ತಾರೆ. ಹಾಗಾಗಿ ಪ್ರತಿಯೊಬ್ಬರೂ ಮೊದಲು ಗ್ರಹಿಕೆ ಸಾಮರ್ಥ್ಯವನ್ನು ವೃದ್ಧಿಸಿಕೊಳ್ಳಲು ಪ್ರಯತ್ನಿಸಬೇಕು. ಕೆಲವರು ಅವರ ಸುತ್ತಲೇ ಸರಳ ಸಂಗತಿ ಘಟಿಸುತ್ತಿದ್ದರೂ ಅದನ್ನು ಗ್ರಹಿಸಲು ನಿಧಾನತೆ ಮತ್ತು ನಿರ್ಲಕ್ಷ್ಯ ವಹಿಸುವವರಿಗೆ ಇದು ಭಾರೀ ಪ್ರಮುಖವಾಗಿದೆ.

ಗ್ರಹಿಕೆ ಸಾಮರ್ಥ್ಯ ವೃದ್ಧಿಸುವ ಚಟುವಟಿಕೆ ಕೈಗೊಳ್ಳುವುದಕ್ಕೂ ಮುನ್ನ ಈ ಕೆಳಗಿನ ರೀತಿಯನ್ನು ನಮ್ಮನ್ನು ನಾವು ಅಣಿಗೊಳಿಸಿಕೊಳ್ಳೋಣ:

ಇಂದಿನ ದಿನಾಂಕ: ....../......./
(ದಯವಿಟ್ಟು ಪೆನ್ಸಿಲ್‌ನಲ್ಲಿ ಬರೆಯಿರಿ)

- ಉತ್ತಮ ಪತ್ತೆದಾರಿ ಕತೆಗಳು ಮತ್ತು ಕಾದಂಬರಿಗಳನ್ನು ಓದಲು ಆರಂಭಿಸಿ. ಪತ್ತೆದಾರಿ ಧಾರಾವಹಿ ಮತ್ತು ಸಿನೆಮಾ ನೋಡಲು ಆರಂಭಿಸಿ. ಅಪರಾಧ ಘಟಿಸಿ ಸ್ಥಳ, ಚಟುವಟಿಕೆ ಮತ್ತೆ ಘಟನೆಯೊಂದಿಗೆ ಜನರು ಹೊಂದಿರು ಭಾವನೆ ಇತ್ಯಾದಿ ಪ್ರತಿಯೊಂದು ಸೂಕ್ಷ್ಮ ಸಂಗತಿಗಳನ್ನು ಗ್ರಹಿಸುವುದನ್ನು ಪತ್ತೆದಾರಿ ಕೆಲಸ ಅವಲಂಬಿಸಿದೆ. ಇದು ನಿಮಗೆ ಕೇವಲ ಸಹಕಾರ ಮಾತ್ರ ನೀಡುವುದಿಲ್ಲ ಜತೆಗೆ ನಿಮ್ಮ ಗ್ರಹಿಕೆ ಮತ್ತು ನೆನಪಿಟ್ಟುಕೊಳ್ಳುವ ಪ್ರಕ್ರಿಯೆಯಲ್ಲಿ ತರಬೇತಿ ನೀಡುತ್ತದೆ. ಇದು ನಿಮ್ಮ ದಿನನಿತ್ಯದ ಚಟುವಟಿಕೆಯಲ್ಲಿ ಹೆಚ್ಚು ಎಚ್ಚರಿಕೆಯಿಂದಿರುವಂತೆ ಮಾಡುತ್ತದೆ.
- ಜಗತ್ತಿನಲ್ಲಿ ಆಗುತ್ತಿರುವ ಹೊಸ ಸಂಶೋಧನೆಗಳು ಹಾಗೂ ಪತ್ತೆ ಕಾರ್ಯದ ಕುರಿತು ಮಾಹಿತಿ ಸಂಗ್ರಹಿಸಲು ಆರಂಭಿಸಿ. ಈ ಚಟುವಟಿಕೆ ಕೈಗೊಳ್ಳಲು ಹೆಚ್ಚಿನ ಪ್ರಮಾಣದ ಶ್ರಮ, ತೊಡಗಿಸಿಕೊಳ್ಳುವಿಕೆ, ಸಂಯಮ, ಎಚ್ಚರಿಕೆ ಹಾಗೂ ಸಣ್ಣ ಘಟನೆಯನ್ನೂ ಗ್ರಹಿಸುವ ಅಗತ್ಯವಿರುತ್ತದೆ. ಆವಿಷ್ಕಾರದ ವಿಷಯದಲ್ಲಿ ಎಲ್ಲಿ ಮತ್ತು ಹೇಗೆ ತಂತ್ರ ಅಡಗಿದೆ, ಅನುಸರಿಸುವ ವಿವಿಧ ಮಾರ್ಗಗಳೇನು ಎಂಬ ಕುರಿತು ಪರಿಶೀಲಿಸಿ. ಇದು ನಿಮ್ಮ ಗ್ರಹಿಕೆ ಸಾಮರ್ಥ್ಯವನ್ನು ಭಾರಿ ಪ್ರಮಾಣದಲ್ಲಿ ವೃದ್ಧಿಸಿಕೊಳ್ಳಲು ಸಹಕಾರಿ. ಪ್ರತಿಯೊಂದು ಆವಿಷ್ಕರ ಮತ್ತು ಪತ್ತೆಗಳಿಗೆ ಪ್ರತ್ಯೇಕ ಫೋಲ್ಡರ್‌ಅನ್ನು ನಿರ್ವಹಿಸಿ.
- ನಿಮ್ಮ ಶಾಲೆ, ಕಚೇರಿ ಅಥವಾ ಕೆಲಸದ ಸ್ಥಳದಲ್ಲಿ ಕೆಲವು ಸಂಶೋಧನೆ ಅಥವಾ ತನಿಖೆ ಅಗತ್ಯವಿರುವ ಅಸೈನ್‌ಮೆಂಟ್‌ನಲ್ಲಿ ತೊಡಗಿಕೊಳ್ಳುವುದು ಅಥವಾ ಅದರ ಒಂದು ಭಾಗವಾಗಲು ಯತ್ನಿಸಿ. ಇದು ನಿಮಗೆ ಅಧ್ಯಯನ ಕೈಗೊಳ್ಳಲು ಅವಶ್ಯವಿರುವ ತಂತ್ರಗಳನ್ನು ಹೇಡಿಕೊಡುತ್ತದೆ ಮತ್ತು ತರಬೇತಿ ನೀಡುತ್ತದೆ.

ಸಲಹೆ: ನಿಮ್ಮ ಮಿತ್ರರು, ಸಹೋದ್ಯೋಗಿಗಳು ಅಥವಾ ಹತ್ತಿರದ ಪುಸ್ತಕದ ಅಂಗಡಿಗಳಲ್ಲಿ ಲಭ್ಯವಿರುವ ಪತ್ತೆದಾರಿ ಕತೆಗಳು, ಪುಸಕಗಳು, ಕಾದಂಬರಿಗಳ ಕುರಿತು ವಿಚಾರಿಸಿ. ಅವುಗಳನ್ನು ಕಡತಂದು ಆರಂಭದ ಹಂತದಲ್ಲಾದರೂ ಮರಳಿಸುವ ಯತ್ನ ಮಾಡಿ. ಅದೇ ರೀತಿ ಪತ್ತೆದಾರಿ ಆಧಾರಿತ ಟಿವಿ ಧಾರಾವಾಹಿ ಅಥವಾ ಮೂವಿ ಕುರಿತು ವಿಚಾರಣೆ ನಡೆಸಿ.

ಇದರ ಉದ್ದೇಶವೆಂದರೆ ಗ್ರಹಿಸುವುದನ್ನು ಕಲಿಯುವುದು ಮತ್ತು ಪತ್ತೆದಾರರು ತಮ್ಮ ತನಿಖೆ ಕಾರ್ಯದಲ್ಲಿ ಹೇಗೆ ಯಾವುದನ್ನೂ ಮರೆಯದೇ ಪ್ರತಿಯೊಂದು ಸಣ್ಣ ಸಂಗತಿಯನ್ನು ಹೇಗೆ ಗ್ರಹಿಸಿದರು ಎಂಬುದನ್ನು ತಿಳಿದುಕೊಳ್ಳುವುದಾಗಿದೆ.

ದಿನ–6

ನಿಮ್ಮ ಗ್ರಹಿಕೆ ಸಾಮರ್ಥ್ಯ ವೃದ್ಧಿಸಿಕೊಳ್ಳಿ ಭಾಗ–2

ನಿಮ್ಮ ಗ್ರಹಿಕೆ ಸಾಮರ್ಥ್ಯ ವೃದ್ಧಿಸಲು ಇಲ್ಲಿ ಕೆಲವು ಚಟುವಟಿಕೆಗಳನ್ನು ನೀಡಲಾಗಿದೆ. ಈ ಉದ್ದೇಶಕ್ಕಾಗಿ ನೀವು ಒಂದು ಡೈರಿಯನ್ನು ಸಹ ನಿರ್ವಹಿಸಬಹುದಾಗಿದೆ.

(ಇವುಗಳನ್ನು ನೀವು ನಿತ್ಯ ಮಲಗುವ ಮುನ್ನ ಕನಿಷ್ಠ ಒಂದು ತಿಂಗಳಾದರೂ ನಿರ್ವಹಿಸಬೇಕು.)

(ಒಮ್ಮೆ ಉತ್ತರ ಬರೆದ ಬಳಿಕ ಅದನ್ನು ಅಳಿಸಿಹಾಕಬಾರದು, ತಿದ್ದಬಾರದು ಮತ್ತು ಬದಲಾಯಿಸಬಾರದು.)

(ಪ್ರತಿ ದಿನ ಪ್ರಯತ್ನ ಮಾಡುವುದರಿಂದ, ತನ್ನಷ್ಟಕ್ಕೆ ತಾನೇ ನಿಖರತೆ ಸಾಧ್ಯವಾಗುತ್ತದೆ.)

ಬೆಳಗ್ಗೆ ನೀವು ಎಷ್ಟು ಗಂಟೆಗೆ ಎದ್ದೇಳುತ್ತೀರಿ? = ...

ಎಷ್ಟು ಗಂಟೆಗೆ ನೀವು ಸ್ನಾನ ಮಾಡಿದಿರಿ? = ...

ಎಷ್ಟು ಗಂಟೆಗೆ ನೀವು ಬೆಳಗ್ಗಿನ ಉಪಾಹಾರ ಸೇವಿಸಿದಿರಿ? = ...

ಉಪಾಹಾರದ ವೇಳೆ ಏನೆಲ್ಲ ಸೇವಿಸಿದಿರಿ? = ...

ಇಂದು ನೀವು ಯಾವ ಡ್ರೆಸ್ ಧರಿಸಿದ್ದಿರಿ? = ...

ನೀವು ಧರಿಸಿದ ಡ್ರೆಸ್‌ನ ಬಣ್ಣ ಯಾವುದಿತ್ತು? = ...

ಅದರಲ್ಲಿ ನೀವು ಅನುಕೂಲಕರವಾಗಿದ್ದರೇ? = ಹೌದು/ ಇಲ್ಲ/ ಅಡ್ಡಿಲ್ಲ

ಇಂದು ನೀವು ಹೆಚ್ಚು ಆತ್ಮವಿಶ್ವಾಸದಿಂದ್ದೀರಾ? = ...

ಅಥವಾ ಇಂದು ನೀವು ಆಲಸ್ಯ ಅಥವಾ ಬಳಕಿಯಿಂದಿದ್ದೀರಾ? = ...

ಇಂದು ಇತರರು ನಿಮ್ಮನ್ನು ಹೇಗೆ ಪರಿಭಾವಿಸಿದರು? = ಅತ್ಯುತ್ತಮ/ ಉತ್ತಮ/ ಸಾಮಾನ್ಯ

ಇಂದು ನಿಮ್ಮಲ್ಲಿನ ಯಾವುದನ್ನು ನೀವು ಮೆಚ್ಚಿಕೊಂಡಿರಿ= . . . .

ಇಂದು ನಿಮ್ಮಲ್ಲಿನ ಯಾವುದನ್ನು ನೀವು ಇಷ್ಟ ಪಡಲಿಲ್ಲ? = ...

ಸಲಹೆ: ಕನಿಷ್ಟ ಎಂಟು ತಿಂಗಳು ಈ ರೀತಿ ನಿತ್ಯ ದಾಖಲೆ ನಿರ್ವಹಿಸಿ. ಇದು ನಿಮ್ಮಲ್ಲಿ ಭಾರೀ ಪ್ರಮಾಣದ ಗ್ರಹಿಕೆ ಸಾಮರ್ಥ್ಯ ವೃದ್ಧಿಸಲಿದೆ. ನಿಧಾನವಾಗಿ ನಿಮ್ಮ ಬಗ್ಗೆ ಇತರರು ಏನು ಯೋಚಿಸುತ್ತಾರೆ ಎಂಬುದನ್ನು ನೀವು ಅರಿತುಕೊಳ್ಳುವಿರಿ.

ಇಂದಿನ ದಿನಾಂಕ: ....../......./

(ದಯವಿಟ್ಟು ಪೆನ್ಸಿಲ್‌ನಲ್ಲಿ ಬರೆಯಿರಿ)

ದಿನ–7

ಪ್ರಾಕ್ಟೀಸ್ ಅಧಿವೇಶನ–1

ಈ ವರೆಗಿನ ಎಲ್ಲ ಅಧ್ಯಾಯಗಳನ್ನು ಆಳವಾಗಿ ನೀವು ಅಧ್ಯಯನ ಮಾಡಿದ್ದೀರಿ ಎಂದು ಭಾವಿಸುತ್ತೇನೆ. ಜತೆಗೆ, ಪ್ರತಿಯೊಂದು ಅಧ್ಯಾಯದ ಕೊನೆಯಲ್ಲಿ ನೀಡಿರುವ ಸಲಹೆಯನ್ನು ನೀವು ಅನುಸರಿಸಿದ್ದೀರಿ ಎಂದು ಭಾವಿಸುತ್ತೇನೆ. ಸಲಹೆ ನೀಡಿರುವ ರೀತಿಯಲ್ಲಿ ನಿಮ್ಮ ಕೆಲಸವನ್ನು ಆರಂಭಿಸಿದ್ದೀರಿ ಮತ್ತು ಅದರ ಖುಷಿ ಅನುಭವಿಸುತ್ತಿದ್ದೀರಿ ಎಂದು ಭಾವಿಸುತ್ತೇನೆ.

ಇಂದು ನಾವು ಪುನಃ ಕೆಲವು ಚಟುವಟಿಕೆಗಳನ್ನು ಕೈಗೊಳ್ಳೋಣ.(ಕೆಲವು ಚಟುವಟಿಕೆಗಳನ್ನು ನಾವು ಈಗಾಗಲೇ ರೂಢಿಸಿಕೊಳ್ಳಲು ಯತ್ನಿಸಿದ್ದೇವೆ. ನಿಮ್ಮ ನೆನಪಿನ ಸಾಮರ್ಥ್ಯವನ್ನು ಮತ್ತಷ್ಟು ವೃದ್ಧಿಸಿಕೊಳ್ಳಲು ನೀವು ಈ ಚಟುವಟಿಕೆಗಳನ್ನು ಪುನರಾವರ್ತಿಸಿ. ನಾವು ಮುಂದುವರಿಯುವ ಮುನ್ನ ಈ ಚಟುವಟಿಕೆಗಳನ್ನು ದಯವಿಟ್ಟು ನಿರ್ಲಕ್ಷ್ಯಿಸಬೇಡಿ.) ಇದನ್ನು ನಿಮ್ಮ ಅರ್ಥೈಸಿಕೊಳ್ಳುವಿಕೆ, ಕಲಿಕೆ ಮತ್ತು ಈ ಸಂಬಂಧ ನಿಮ್ಮ ಅಭಿವೃದ್ಧಿಗೊಳಿಸುವುದೇ ಇದರ ಉದ್ದೇಶ.

ನಿಮ್ಮ ಮನಸ್ಸನ್ನು ಕೆಲವು ಊಹೆಯ ಕಾರ್ಯದಲ್ಲಿ ತೊಡಗಿಸಿಕೊಳ್ಳಿ

ಈ ಚಟುವಟಿಕೆಗಳಿಂದ ನೀವು ಈ ಹಿಂದೆ ಕೈಗೊಳ್ಳದೇ ಇರುವ ರೀತಿಯಲ್ಲಿ ನಿಮ್ಮ ಮನಸ್ಸು ಭಿನ್ನವಾಗಿ ಆಲೋಚಿಸಲು ಮತ್ತು ಕಾರ್ಯನಿರ್ವಹಿಸಲು ಸಹಕಾರಿಯಾಗಲಿದೆ. ಹಂತ ಹಂತವಾಗಿ ಚಿಂತನಾ ಸಾಮರ್ಥ್ಯ ವೃದ್ಧಿಯಾಗಲಿದೆ.

- ನಿಮ್ಮ ಕಣ್ಣುಗಳನ್ನು ಮುಚ್ಚಿ, ನಿಮ್ಮ ರೂಮಿಗೆ ತೆರಳಿ ಅಲ್ಲಿ ಅಭ್ಯಾಸದ ಟೇಬಲ್, ಖುರ್ಚಿ, ಟೇಬಲ್‌ನ ಲ್ಯಾಂಪ್, ಊಟದ ಟೇಬಲ್, ಕೇಂದ್ರ ಟೇಬಲ್, ಹೂ ಕುಂಡ, ಕರ್ಟನ್‌ಗಳು, ಕಪಾಟು, ಟಿವಿ, ಕಂಪ್ಯೂಟರ್, ಸಂಗೀತ ಸಾಧನ ಇತ್ಯಾದಿಗಳನ್ನು ನಿಮ್ಮ ಕೈ ಇಟ್ಟು ಗುರುತಿಸಿ
- ಸ್ಥಳೀಯ ಹಣದ ನಾಣ್ಯಗಳನ್ನು ಒಂದು ಪೆಟ್ಟಿಗೆಯಲ್ಲಿಡಿ ಮತ್ತು ಅವುಗಳನ್ನು ಗುರುತಿಸಿ ಪ್ರತ್ಯೇಕಿಸಿ
- ಕಣ್ಣು ಮುಚ್ಚಿ ಸ್ನಾನ ಕೈಗೊಳ್ಳಲು ಯತ್ನಿಸಿ. ನಿಮ್ಮ ಊಹೆಯ ಆಧಾರದ ಮೇಲೆ ಎಲ್ಲ ಸಾಮಾನ್ಯ ಚಟುವಟಿಕೆ ನಿರ್ವಹಿಸಿ.
- ಕಣ್ಣು ಮುಚ್ಚಿ ನಿಮ್ಮ ಊಟದ ಬಟ್ಟಲಿಗೆ ಏನನ್ನು ಬಡಿಸಿದ್ದಾರೆ ಎಂಬುದನ್ನು ಅವುಗಳ ಪರಿಮಳ ಅಥವಾ ಕೈಯಿಂದ ಮುಟ್ಟಿ ಅದನ್ನು ಊಹಿಸಿಕೊಳ್ಳಿ.

ಬೇರೆ ಕೈ ಬಳಸಲು ಯತ್ನಿಸಿ

(ಟಿಪ್ಪಣಿ: ನೀವು ಬಹುತೇಕ ಕಾರ್ಯವನ್ನು ಬಲಗೈನಿಂದಲೇ ನಿರ್ವಹಿಸುತ್ತಿದರೆ ಎಡಗೈಯ್ಯನ್ನೇ ಮುಖ್ಯ ಕೈ ಆಗಿ ಬಳಸಲು ಯತ್ನಿಸಿ. ಒಂದು ವೇಳೆ ನೀವು ನೀವು ಬಹುತೇಕ ಕಾರ್ಯವನ್ನು ಎಡಗೈನಿಂದ ಮಾಡುತ್ತಿದ್ದರೆ ಈ ಕೆಳಗಿನ ಚಟುವಟಿಕೆಗಳನ್ನು ಬಲಗೈಯ್ಯನ್ನೇ ಮುಖ್ಯ ಕೈ ಆಗಿ ಬಳಸಿ ನಿರ್ವಹಿಸಿ)

- ಉಳಿದ ಕೈನಿಂದ ಲ್ಯೂಡೋ ಡೈಸ್, ಟೇಬಲ್ ಟೆನಿಸ್‌ನ ರಾಕೆಟ್, ಬ್ಯಾಡ್ಮಿಂಟನ್ ರಾಕೆಟ್, ಕ್ಯಾರಂ ಬೋರ್ಡ್‌ನ ಸ್ಟ್ರೈಕರ್,

ಇಂದಿನ ದಿನಾಂಕ: ....../......./
(ದಯವಿಟ್ಟು ಪೆನ್ಸಿಲ್‌ನಲ್ಲಿ ಬರೆಯಿರಿ)

ಚೆಸ್ ಇತ್ಯಾದಿಗಳನ್ನು ಹಿಡಿದುಕೊಳ್ಳಲು ಮತ್ತು ಆಡಲು ಯತ್ನಿಸಿ.

- ನಿಮ್ಮ ಉಳಿದ ಕೈನಿಂದ ಊಟದ ಚಮಚ ಅಥವಾ ಬರವಣಿಗೆ, ಪೇಂಟಿಂಗ್‌ನ ಬ್ರಷ್ ಹಿಡಿದುಕೊಳ್ಳುವುದು, ಸಂಗೀತ ಸಾಧನ ನುಡಿಸುವಿಕೆ ಇತ್ಯಾದಿಯನ್ನು ಮಾಡಿ.
- ಟಿವಿ, ಕಂಪ್ಯೂಟರ್, ಲ್ಯಾಪ್‌ಟಾಪ್, ಹವಾನಿಯಂತ್ರಕ ಆರಂಭಿಸುವುದು ಇತ್ಯಾದಿಗಳನ್ನು ಉಳಿದ ಕೈನಿಂದ ಮಾಡಿ ಮತ್ತು ಅವುಗಳ ರಿಮೋಟ್‌ಕಂಟ್ರೋಲ್‌ಗಳನ್ನು ಅದೇ ಕೈನಿಂದ ಬಳಸಿ.
- ಕೂದಲು ಬಾಚುವುದು, ಶೇವಿಂಗ್, ಹಲ್ಲುಜ್ಜುವುದು, ಶೂ ಸ್ವಚ್ಛಗೊಳಿಸುವುದು, ದೂರವಾಣಿ ಅಥವಾ ಮೊಬೈಲ್‌ನಲ್ಲಿ ನಂಬರ್ ಡಯಲ್ ಮಾಡುವುದು ಇತ್ಯಾದಿಗಳನ್ನು ಉಳಿದ ಕೈನಿಂದ ಮಾಡಿ.
- ಹಣ್ಣನ್ನು, ತರಕಾರಿಯನ್ನು ಕತ್ತರಿಸುವುದು, ಕೊಯ್ಯುವುದು, ಅಡುಗೆ ತಯಾರಿಸುವುದು, ಸಿಂಕ್ ತೊಳೆಯುವುದು, ಹೂ ತೋಟ ನಿರ್ವಹಣೆ, ನೀರೆರೆಯುವುದು, ವಾಹನ ಸ್ವಚ್ಛಗೊಳಿಸುವುದು, ಆಯಿಲ್ ಹಚ್ಚುವುದು ಇತ್ಯಾದಿಗಳನ್ನು ನಿಮ್ಮ ಎಡಗೈನಿಂದ ಮಾಡಿ.
- ನಿರ್ದೇಶನ ಮತ್ತು ಬದಿಯನ್ನೂ ಬದಲಾಯಿಸಿ. ನಿಮ್ಮ ಸೈಕಲ್ ಅಥವಾ ಸ್ಕೂಟರ್ ಹೊರತೆಗೆಯುವಾಗ ದಿಕ್ಕನ್ನು ಬದಲಾಯಿಸಿ. ಇದನ್ನು ವಾಹನ ಚಲಿಸಲು ಆರಂಭಿಸುವುದಕ್ಕೂ ಮುನ್ನ ಮಾಡಿ. ಬೇರೆ ಕಾಲನ್ನು ಬಳಸಿ ಬೈಕ್ ಒದೆಯಲು ಕೂಡ ಯತ್ನಿಸಿ.

ನಿಮ್ಮ ಚಿಂತನಾ ಕ್ರಮ ಬದಲಾಯಿಸಿ

ಈ ಕೆಳಗಿನ ಚಟುವಟಿಕೆಗಳು ನಿಮ್ಮ ಚಿಂತನಾ ಪ್ರಕ್ರಿಯೆಯನ್ನು ರೂಪಿಸಲು ಸಹಕಾರಿಯಾಗಬಲ್ಲವು. ಈ ಚಟುವಟಿಕೆಗಳು ನಿತ್ಯ ಬದುಕಿನ ಚಟುವಟಿಕೆಗಳಿಗಿಂತ ಭಿನ್ನವಾದವುಗಳಾಗಿವೆ. ಇವುಗಳನ್ನು ಪಠ್ಯ-ಪೂರಕ ಚಟುವಟಿಕೆಗಳು ಎಂದು ಪರಿಗಣಿಸಲಾಗಿದ್ದು, ನಮ್ಮ ಅಧ್ಯಯನದಲ್ಲಿ ಒಂದಲ್ಲ ಒಂದು ರೀತಿಯಲ್ಲಿ ಸೇರಿಕೊಂಡಿವೆ.

- ಭಿನ್ನ ರೀತಿಯ ಸಮಸ್ಯೆಗಳನ್ನು ಬಿಡಿ. ಇವು ಗಣಿತದ ಲೆಕ್ಕಗಳಾಗಿರಬಹುದು, ಇಂಗ್ಲಿಷ್ ಅಥವಾ ಇನ್ನಾವುದೇ ಭಾಷೆಯ ತಿರುವು ಶಬ್ದಗಳು ಅಥವಾ ಪದಬಂಧ, ಸಾಮಾನ್ಯ ಜ್ಞಾನ ಪ್ರಶ್ನೆಗಳು ಇತ್ಯಾದಿ.
- ಚಿತ್ರಕಲೆ ಅಥವಾ ಪೇಂಟಿಂಗ್, ಸ್ಕೆಚ್ಚಿಂಗ್, ಲೇಖನ ಅಥವಾ ಪದ್ಯ ಬರೆಯುವುದು, ಸ್ಟಾಂಪ್ ಅಥವಾ ನಾಣ್ಯ ಸಂಗ್ರಹ, ಹೊಸ ಭಾಷೆ ಕಲಿಕೆ ಮುಂತಾದವುಗಳನ್ನು ಆರಂಭಿಸಿ.
- ಗಿಡ ಅಥವಾ ಹೂವು, ಅವುಗಳ ಅಡಿ ವಾಸಿಸುವ ಜೀವಿಗಳು, ಹಕ್ಕಿ ಅಥವಾ ಪ್ರಾಣಿಗಳನ್ನು ಗ್ರಹಿಸಿ ಮತ್ತು ಅವುಗಳ ಅಸ್ತಿತ್ವ ಮತ್ತು ಸಂರಚನೆ ಕುರಿತು ಮಾಹಿತಿ ಕಲೆಹಾಕಿ.
- ಹಿಮ್ಮುಖವಾಗಿ ಲೆಕ್ಕ ಮಾಡುವುದು ಸಹ ಒಂದು ಆಸಕ್ತಿದಾಯಕ ಚಟುವಟಿಕೆಯಾಗಿದೆ. ಅಂದರೆ 10, 9, 8... .. .. .1,0.
- ಆರಂಭದಲ್ಲಿ ನೋಡಿಕೊಂಡು ಹಿಮ್ಮುಖ ಎಣಿಕೆ ಆರಂಭಿಸಿ. ಕೆಲವು ಸಮಯದ ನಂತರ ನೋಡದೆ ಅಥವಾ ಬರೆಯದೇ ಹಿಮ್ಮುಖ ಎಣಿಕೆ ಪುನರಾವರ್ತಿಸಿ. ನಂತರ ನಿಧಾನವಾಗಿ ಅದನ್ನು ಹೆಚ್ಚಿಸಿ, ಅಂದರೆ 10ರಿಂದ 20ಕ್ಕೆ, 20ರಿಂದ 30ಕ್ಕೆ ಹೆಚ್ಚಿಸಿ ಹಿಮ್ಮುಖವಾಗಿ ಎಣಿಸುವುದನ್ನು ಮುಂದುವರಿಸಿ.
- ಯಾವುದೇ ನಟ, ಒಬ್ಬ ಸೆಲಿಬ್ರಿಟಿ ಅಥವಾ ಪ್ರಖ್ಯಾತ ವ್ಯಕ್ತಿಯ ಕೌಶಲ್ಯ, ಆತನ ಸ್ಟೈಲ್ ಅಥವಾ ಆತನಲ್ಲಿ ನೀವು ಇಷ್ಟಪಟ್ಟ ಯಾವುದೇ ಸಂಗತಿಯನ್ನು ಅನುಕರಣೆ ಮಾಡಿ.

- ಬಾಸ್ಕೆಟ್ ಬಾಲ್ ಅಥವಾ ಇನ್ನಾವುದೇ ಬಾಲ್‌ಅನ್ನು ಗಾಳಿಯಲ್ಲಿ ಅಥವಾ ಬ್ಯಾಟ್ ಮೂಲಕ ಅಥವಾ ರೆಕೆಟ್ ಮೂಲಕ ನಿಮ್ಮ ಎರಡೂ ಕೈ ಬಳಸಿ ಭಿನ್ನವಾಗಿ ಆಟವಾಡಲು ಯತ್ನಿಸಿ.

ಸಲಹೆ : ನೀವು ಯಾವ ಚಟುವಟಿಕೆಯನ್ನು ಹೆಚ್ಚು ಆನಂದದಿಂದ ಅನುಭವಿಸಿದ್ದೀರಿ ಎಂಬುದರ ಎದುರು ಪೆನ್ಸಿಲ್‌ನಿಂದ ಟಿಕ್ ಮಾಡಿ. ನೀವು ಯಾವ ಚಟುವಟಿಕೆಯನ್ನು ಸೂಕ್ತವಾಗಿ ನಿರ್ವಹಿಸಿಲ್ಲವೋ ಅದರ ಎದುರು ಕ್ರಾಸ್ ಮಾರ್ಕ್ ಮಾಡಿ ಅಥವಾ ರಿಮಾರ್ಕ್ ಮಾಡಿ.

***

ದಿನ–8

ನಿಮ್ಮ ಗ್ರಹಿಕೆ ಸಾಮರ್ಥ್ಯ ವೃದ್ಧಿಸಿಕೊಳ್ಳಿ ಭಾಗ–3

ನಿಮ್ಮ ಕಲಿಕೆ, ನೆನಪಿಟ್ಟುಕೊಳ್ಳುವಿಕೆ ಮತ್ತು ಪುನಃ ನೆನಪಿಸಿಕೊಳ್ಳುವ ಪ್ರಕ್ರಿಯೆಯನ್ನು ಸುಧಾರಿಸಿಕೊಳ್ಳುವ ಭಾಗವಾಗಿ ಇಂದು ನೀವು ಈ ಕೆಳಗಿನ ಯಾವುದಾದರೂ ಒಂದು ಚಟುವಟಿಕೆಯನ್ನು ಕೈಗೊಳ್ಳಿ. ಉಳಿದ ಚಟುವಟಿಕೆಯನ್ನು ನಿಮ್ಮ ಗ್ರಹಿಕೆ ಸಾಮರ್ಥ್ಯ ವೃದ್ಧಿ ಆಧಾರದ ಮೇಲೆ ಕೈಗೊಳ್ಳಿ.

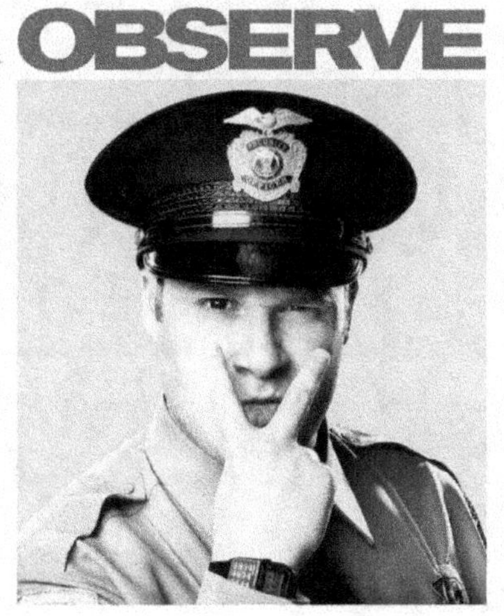

- ಇದನ್ನು ನಿಮ್ಮ ಸ್ವಂತ ರೂಮಿನಿಂದ ಮೊದಲು ಆರಂಭಿಸಿ. ಒಂದು ಖಾಲಿ ಗೋಡೆ ವೀಕ್ಷಿಸುತ್ತ ಮತ್ತು ಯಾವುದೇ ಕಡೆ ತಿರುಗದೇ ಕೋಣೆಯಲ್ಲಿರುವ ದೊಡ್ಡ ಮತ್ತು ಸಣ್ಣ ವಸ್ತುಗಳನ್ನು ಬರೆಯಿರಿ. ಇದು ಮುಗಿದ ಬಳಿಕ ಈಗ ರೂಮಿನಲ್ಲಿರುವ ಎಲ್ಲ ವಸ್ತುಗಳೊಂದಿಗೆ ಅದನ್ನು ಪರಿಶೀಲಿಸಿ.
- ಕೆಲವು ಸಾರ್ವಜನಿಕ ಕಚೇರಿ, ಪ್ರದರ್ಶನ, ವಸ್ತು ಸಂಗ್ರಹಾಲಯ, ವ್ಯಾಪಾರ ಮೇಳ, ಹೋಟೆಲ್ ಮತ್ತು ರೆಸ್ಟೋರೆಂಟ್ ಇತ್ಯಾದಿ ಕಡೆ ತೆರಳಿದಾಗಲೂ ಇದೇ ಚಟುವಟಿಕೆ ಕೈಗೊಳ್ಳಿ. ಇದರೊಟ್ಟಿಗೆ ನೀವು ಅಲ್ಲಿನ ಪ್ರವೇಶ ದ್ವಾರದ, ಮೇಲಂತಸ್ತು, ಗೋಡೆ, ಮೇಲ್ಛಾವಣಿಗೆ ಅಥವಾ ಕಂಬಗಳಿಗೆ ಮಾಡಿರುವ ಡೆಕೋರೇಷನ್‌ಗಳನ್ನು ಗಮನಿಸಿ ಮತ್ತು ಅವುಗಳ ಕುರಿತು ನಿಮ್ಮ ಅಭಿಪ್ರಾಯ ವ್ಯಕ್ತಪಡಿಸಿ. ಇದರಿಂದ ನೀವು ಭೇಟಿ ನೀಡಿದ ವಿವಿಧ ಸ್ಥಳದ ಜನರ ವೈಚಾರಿಕ ಭಿನ್ನತೆಯನ್ನು ನೀವು ಅರಿತುಕೊಳ್ಳಬಹುದು.
- ನಿಮ್ಮ ಮಿತ್ರ ಅಥವಾ ಅಕ್ಕಪಕ್ಕದ ಮನೆಗಳಿಗೆ ತೆರಳಿದಾಗ ನೀವು ಇದೇ ಚಟುವಟಿಕೆಯನ್ನು ಪುನರಾವರ್ತಿಸಿ. ವಾಪಸ್ ಬಂದ ಬಳಿಕ ಆ ಮನೆಯಲ್ಲಿ, ರೂಂನಲ್ಲಿ, ಟೆರೇಸ್ ಮೇಲೆ ನೀವು ಕಂಡ ಸಂಗತಿಗಳನ್ನು ನೋಟ್ ಮಾಡಿ. ನಿಮ್ಮ ಗ್ರಹಿಕೆಯ ವೇಗ ಮತ್ತು ನಿಖರತೆಯನ್ನು ಅಳತೆ ಮಾಡುವುದೇ ಇದರ ಉದ್ದೇಶ. ಮುಂದೆ ನೀವು ಅಲ್ಲಿಗೆ ಭೇಟಿ ನೀಡಿದಾಗ ನಿಮ್ಮ ಯಾದಿಯೊಂದಿಗೆ ಅದನ್ನು ಪರಿಶೀಲಿಸಿ. ನೀವೇ ನಿಮ್ಮ ನಿಖರತೆಯನ್ನು ನಿರ್ಣಯಿಸಿ. ಈಗ ನೀವು ಯಾವುದನ್ನಾದರೂ ಹಾನಿಗೊಳಿಸುತ್ತೀರಿ ಅಥವಾ ಕಣ್ಣೀರಿಡುತ್ತೀರಿ ಅಥವಾ ಯಾದಿಯನ್ನು ನಿರ್ದಿಷ್ಟ ಮನೆಯ ಮಾಲೀಕರಿಗೆ ಹಸ್ತಾಂತರಿಸಿ ಇದರ ಹಿಂದಿನ ಒಳ್ಳೆಯ ಉದ್ದೇಶವನ್ನು ಹೇಳುತ್ತೀರಿ.
- ಅದೇ ರೀತಿ ನೀವು ಬೇರೆ ನಗರ, ಪಟ್ಟಣ, ಹಳ್ಳಿ, ದೇಶದ ಮೂಲೆ ಅಥವಾ ಬೇರೆ ದೇಶಕ್ಕೆ ತೆರಳಿದಾಗ ಅಲ್ಲಿನ ಜನರನ್ನು ಗ್ರಹಿಸಿ. ಅವರ ಪದ್ಧತಿಗಳು, ರೂಢಿ,

ಇಂದಿನ ದಿನಾಂಕ: ....../......./

(ದಯವಿಟ್ಟು ಪೆನ್ಸಿಲ್‌ನಲ್ಲಿ ಬರೆಯಿರಿ)

ಭಾಷೆ, ಹಣ, ಅವರ ಜೀವನ ವಿಧಾನ ಇತ್ಯಾದಿಗಳ ಕುರಿತು ದಮನ ಕೊಡಿ. ಈ ರೀತಿಯ ಚಟುವಟಿಕೆಗಳು ನಿಮ್ಮ ಗ್ರಹಿಕೆ ಸಾಮರ್ಥ್ಯವನ್ನು ಹೆಚ್ಚಿಸುತ್ತದೆ. ಜತೆಗೆ ಹೊಸ ವಿಷಯಗಳನ್ನು ಅರಿಯುವ ನಿಮ್ಮ ಸಾಮರ್ಥ್ಯ ಹಾಗೂ ನೆನಪಿನ ಶಕ್ತಿಯನ್ನೂ ವೃದ್ಧಿಸುತ್ತದೆ.

ಸಲಹೆ : ಈ ಎಲ್ಲವುಗಳೂ ಇಂದಿಗಾಗಿ. ಆರಂಭದಲ್ಲಿ ಇವು ತುಂಬ ಸರಳ ಮತ್ತು ಸಣ್ಣ ಸಂಗತಿ ಎನಿಸಬಹುದು. ಆದರೆ, ಇದು ಸಮಯ ಅಪೇಕ್ಷಿಸುತ್ತದೆ. ನಿಮ್ಮಲ್ಲಿನ ಹೆಚ್ಚಿನ ಪ್ರಮಾಣದ ಶಕ್ತಿಯನ್ನು ಮತ್ತು ಏಕಾಗ್ರತೆಯನ್ನು ಇದು ಬಯಸುತ್ತದೆ. ಹಾಗಾಗಿ ಅವುಗಳನ್ನು ಆರಂಭಿಸಿ.

***

ದಿನ–9

ನಿಮ್ಮ ಗ್ರಹಿಕೆ ಸಾಮರ್ಥ್ಯ ವೃದ್ಧಿಸಿಕೊಳ್ಳಿ ಭಾಗ–4

ನಿಮ್ಮ ಗ್ರಹಿಕೆ ಸಾಮರ್ಥ್ಯವನ್ನು ಅಳೆಯುವ ಸಲುವಾಗಿ ಈ ಕೆಳಗೆ ಕೆಲವು ಸಾಮಾನ್ಯ ಚಟುವಟಿಕೆಗಳನ್ನು ಪ್ರಸ್ತಾಪಿಸಲಾಗಿದೆ. ಈ ಕೆಳಗಿನ ಚಟುವಟಿಕೆಗಳನ್ನು ಕೈಗೊಳ್ಳುವುದರಿಂದ ನಿಮ್ಮ ಸುತ್ತಮುತ್ತ ಘಟಿಸುವ ಸಣ್ಣ ಸಂಗತಿಗಳ ಕುರಿತು ಸಹ ಹೆಚ್ಚಿನ ಗಮನ ಕೇಂದ್ರೀಕರಿಸಲು ಸಹಕಾರಿಯಾಗುತ್ತದೆ.

- ನಿಮ್ಮ ಕಟ್ಟಡದ ಅಂತಸ್ತಿನಲ್ಲಿ, ಶಾಲೆಯಲ್ಲಿ, ಕಾಲೇಜಿನಲ್ಲಿ ಅಥವಾ ನೀವು ಕೆಲಸ ಮಾಡುವಲ್ಲಿ ಎಷ್ಟು ಮೆಟ್ಟಿಲುಗಳಿವೆ. ಮತ್ತು ಈ ಮೆಟ್ಟಿಲುಗಳನ್ನು ಮುಂದೆ ಹೇಗೆ ಉಪ–ವಿಭಾಗ ಮಾಡಲಾಗಿದೆ.
- ಈಗಾಗಲೇ ನೀವು ತೆರಳಿದಲ್ಲಿ ಮೆಟ್ಟಿಗಳನ್ನು ಗುರುತಿಸುವ ಮತ್ತು ಎಣಿಸುವ ಕಾರ್ಯ ಆರಂಭಿಸಿರಬಹುದು. ಇದು ನಿಮ್ಮ ಗ್ರಹಿಕೆ ಮತ್ತು ನೆನಪಿನ ಶಕ್ತಿ ವೃದ್ಧಿಸುವಲ್ಲಿ ಅಪಾರ ಪ್ರಮಾಣದ ಕೊಡುಗೆ ನೀಡಲಿದೆ.
- ಇಂದು ನಿಮ್ಮ ದಿನಚರಿಯ ವಿವಿಧ ಚಟುವಟಿಕೆಗಳಲ್ಲಿ ಎಷ್ಟು ಸಮಯ ವಿನಿಯೋಗಿಸಿದಿರಿ ಎಂಬ ಕುರಿತು ಒಂದು ದಾಖಲೆಯನ್ನು ತಯಾರಿಸಿ. ಎದ್ದೇಳುವುದು, ಶಾಲೆ ಅಥವಾ ಕಚೇರಿಗೆ ತೆರಳುವುದು, ಪ್ರಯಾಣ, ಪುನಃ ಕ್ರಿಯಾಶೀಲರಾಗಲು, ಬಿಡುವು ಅಥವಾ ಟಿವಿ ವೀಕ್ಷಣೆ ಅಥವಾ ಗೆಳೆಯರೊಂದಿಗೆ ಸಮಯ ಕಳೆದಿರುವುದನ್ನು ದಾಖಲಿಸಿ.
- ನಿಮ್ಮ ಆದಾಯ ಮತ್ತು ಇತರ ಮೂಲಗಳ ಕುರಿತು ದಾಖಲೆ ನಿರ್ವಹಿಸಿ. ಅಗತ್ಯ ವಸ್ತುಗಳು ಮತ್ತು ಮನೆರಂಜನಾ ವೆಚ್ಚ ಕುರಿತು ಪ್ರತ್ಯೇಕ ಯಾದಿ ತಯಾರಿಸಿ.
- ಹತ್ತಿರದ ಬಸ್ ನಿಲ್ದಾಣ, ಪಾರ್ಕ್ ಅಥವಾ ಸೂಪರ್‌ಮಾರ್ಕೆಟ್‌ಗೆ ನಡಿಗೆ, ಸೈಕಲ್ ಅಥವಾ ಕಾರ್ ಮೂಲಕ ತೆರಳಲು ಎಷ್ಟು ಸಮಯ ಬೇಕು ಎಂಬುದನ್ನು ಪರಿಶೀಲಿಸಿ.
- ನೀವು ಶಾಲೆ ಅಥವಾ ಕಚೇರಿ, ಆಟವಾಡಲು, ಮಾರ್ಕೆಟ್ ಅಥವಾ ಪಾರ್ಟಿಗೆ ತೆರಳಲು ಸಿದ್ಧಗೊಳ್ಳಲು ಎಷ್ಟು ಸಮಯ ಬೇಕು ಎಂಬುದನ್ನು ದಾಖಲಿಸಿ.
- ಅದೇ ರೀತಿ ಈ ಮೇಲೆ ಹೇಳಿದ ಎಲ್ಲ ಚಟುವಟಿಕೆಗಳಿಗೆ ಕುಟುಂಬದ ಇತರ ಸದಸ್ಯರಿಗೆ ಎಷ್ಟು ಸಮಯ ಬೇಕು ಎಂಬುದನ್ನು ಪರಿಶೀಲಿಸಿ.

ಇಂದಿನ ದಿನಾಂಕ: ....../......./

.(ದಯವಿಟ್ಟು ಪೆನ್ಸಿಲ್‌ನಲ್ಲಿ ಬರೆಯಿರಿ)

- ನಿಮ್ಮ ಕಣ್ಣು ಮುಚ್ಚಿ, ಕೋಣೆಯ ಅಥವಾ ಮನೆಯಲ್ಲಿರುವ ನಿರ್ದಿಷ್ಟ ವಸ್ತುಗಳು, ಪಾರ್ಕ್‌ನಲ್ಲಿನ ಕೆಲವು ಗಿಡಗಳು ಅಥವಾ ಹೂಗಳನ್ನು ಸ್ಪರ್ಶಿಸಲು ಯತ್ನಿಸಿ. ಅಗತ್ಯವಿದ್ದರೆ ಅದನ್ನು ನಿರ್ಧರಿಸಲು ಮತ್ತು ಈ ವೇಳೆ ನಿಮಗೆ ನೋವಾಗದಂತೆ ನೋಡಿಕೊಳ್ಳಲು ಯಾರದ್ದಾದರೂ ಸಹಾಯ ಪಡೆದುಕೊಳ್ಳಿ.
- ಸಾಮಾನ್ಯವಾಗಿ ನೀವು ಎದ್ದಾಗ ನಿಮ್ಮ ಹೃದಯ ಬಡಿತ ಅಥವಾ ಪಲ್ಸ್‌ರೇಟ್ ಹೇಗಿತ್ತು, ಶಾಲೆ ಅಥವಾ ಕಚೇರಿಯಿಂದ ಮರಳಿದಾಗ, ಹೊರಾಂಗಣ ಕ್ರೀಡೆ ಅಥವಾ ವ್ಯಾಯಾಮದ ಬಳಿಕ, ಅಡುಗೆ ಅಥವಾ ಗಾರ್ಡನಿಂಗ್ ಕೈಗೊಂಡಾಗ, ಊಟದ ಮೊದಲು ಮತ್ತು ನಂತರ, ಧ್ಯಾನ ಅಥವಾ ಪ್ರಾರ್ಥನೆ ನಂತರ ಎಷ್ಟಿತ್ತು ಎಂಬುದನ್ನು ಎಣಿಸಿ.

ಸಲಹೆ: ಈ ಎಲ್ಲ ಚಟುವಟಿಗೆಳು ಆಕ್‌ವರ್ಡ್ ಅಥವಾ ಅಸಮಂಜಸವಾದುದು ಮತ್ತು ಅವುಗಳನ್ನು ಅವುಗಳನ್ನು ಬರೆದಿಡುವುದು ಸಮಯ ವ್ಯರ್ಥ ಮತ್ತು ಬೋರಿಂಗ್ ಎಂದು ಆರಂಭದಲ್ಲಿ ಅನಿಸಬಹುದು. ಆದರೆ, ದೀರ್ಘಾವಧಿಯಲ್ಲಿ ಇದು ನಿಮಗೆ ಭಾರೀ ಪ್ರಮಾಣದಲ್ಲಿ ಸಹಾಯ ಮಾಡಲಿದೆ.

ಹಂತ ಹಂತವಾಗಿ ನೀವು ಉಪಜಾಗ್ರತ ಹಂತದಲ್ಲಿ ವಿವಿಧ ಚಟುವಟಿಕೆಗೆ ತಗುಲಿದ ಸಮಯವನ್ನು ಗುರುತಿಸುವ ಮತ್ತು ದಾಖಲಿಸುವ ಮಾಡುತ್ತೀರಿ. ಪ್ರತಿಫಲವಾಗಿ ಇದು ನಿಮ್ಮ ಸಮಯವನ್ನು ಹೆಚ್ಚು ಪರಿಣಾಮಕಾರಿಯಾಗಿ ಯೋಜಿಸಲು ಮತ್ತು ನಿರ್ವಹಿಸಲು ಸಹಕರಿಸಲಿದೆ.

***

ದಿನ–10
ನಿಮ್ಮ ಕಲ್ಪನಾಶಕ್ತಿ ವೃದ್ಧಿಸಿಕೊಳ್ಳಿ ಭಾಗ –1

ಅಸ್ತಿತ್ವದಲ್ಲಿರದ ವಿಷಯದ ಕುರಿತು ವಿಚಾರ ನಡೆಸುವ ಮನಸ್ಸಿನ ಒಂದು ಚಟುವಟಿಕೆಯೇ ಕಲ್ಪನೆಯಾಗಿದೆ. ಮತ್ತು ಇದು ಪ್ರಸ್ತುತ ಇರುವ ರೀತಿಯ ಹಾಗೂ ಬಳಕೆಗಿಂತ ಭಿನ್ನವಾಗಿ ಯೋಚಿಸುವುದೂ ಆಗಿದೆ. ಉತ್ತಮ ಕಲ್ಪನೆಯು ಉಪಜಾಗೃತ ಮನಸ್ಸಿನ ಫಲವತತ್ತೆ ಮತ್ತು ಉತ್ತಮ ಸಂಸ್ಕಾರದ ಫಲವಾಗಿದೆ. ಉತ್ತಮ ಕಲ್ಪನೆಯು ಅನಾದಿ ಕಾಲದಿಂದಲೂ ಜಗತ್ತಿನ ಅಸಂಖ್ಯಾತ ಸಂಶೋಧನೆ, ಪತ್ತೆ ಮತ್ತು ಇತರ ಕ್ರಿಯಾಶೀಲ ಕೆಲಸಕ್ಕೆ ಕಾರಣವಾಗಿದೆ. ಉತ್ತಮ ಕಲ್ಪನೆ ನಮ್ಮಲ್ಲಿನ ಅಸಾಧಾರಣ ಸ್ಫೂರ್ತಿ ಮತ್ತು ಮಾನಸಿಕ ಸಾಮರ್ಥ್ಯವನ್ನು ಕ್ರಿಯಾಶೀಲಗೊಳಿಸುತ್ತದೆ.

ಉತ್ತಮ ಗೃಹಿಕೆಯು ಉತ್ತಮ ಕಲ್ಪನೆಗೆ ಕಚ್ಚಾವಸ್ತುವಾಗುತ್ತದೆ ಮತ್ತು ಇದು ಮನುಕುಲದ ಉನ್ನತಿಗಾಗಿ ವಿಶೇಷ ಸೇವೆ ಒದಗಿಸಲು ಸಹಕಾರಿಯಾಗುತ್ತದೆ. ಇಲ್ಲಿ ಧ್ಯಾನವು ಉಪಜಾಗೃತ ಮನಸ್ಸಿಗೆ ಅಗತ್ಯವಿರುವ ಫಲವತ್ತತೆ ಒದಗಿಸಿ ಅಗತ್ಯವಿದ್ದಾಗ ಅಥವಾ ವಿಚಾರಣೆ ನಡೆಸಿದಾಗ ಸೂಕ್ತ ಫಲಿತಾಂಶ ನೀಡಲು ಸಹಕಾರಿಯಾಗುತ್ತದೆ.

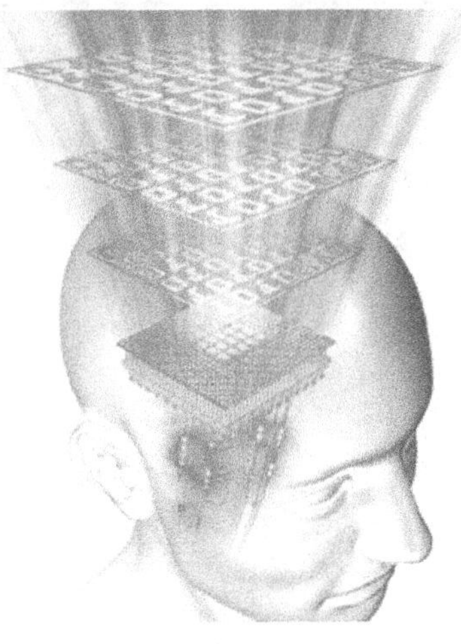

ಯಾವ ವ್ಯಕ್ತಿಯು ಉತ್ತಮ ಗೃಹಿಕೆ ಶಕ್ತಿಯನ್ನು ಅಭಿವೃದ್ಧಿಗೊಳಿಸಿಕೊಳ್ಳುತ್ತಾನೋ ಆತನ ಕಲ್ಪನಾ ಶಕ್ತಿಯೂ ವೃದ್ಧಿಗೊಂಡು ನೂತನ ಬಗೆಯ ಉತ್ಪನ್ನ ಮತ್ತು ಸೇವೆ ಒದಗಿಸಲು ಸಾಧ್ಯವಾಗುತ್ತದೆ. ಇದು ಭಿನ್ನವಾಗ ಔಷಧ, ಮಾಹಿತಿ ತಂತ್ರಜ್ಞಾನ, ಜೈವಿಕ ತಂತ್ರಜ್ಞಾನ, ದೂರಸಂಪರ್ಕ, ಇಂಜಿನಿಯರಿಂಗ್, ಕ್ರೀಡೆ ಅಥವಾ ಸಾಮಾನ್ಯ ವಸ್ತು ಅಥವಾ ಸೇವೆಗೂ ಒದಗಿಸಲು ಕಾರಣವಾಗಬಹುದು.

ಉತ್ತಮ ನೆನಪಿನ ಸಾಮರ್ಥ್ಯ ಹೊಂದಿರುವ ವ್ಯಕ್ತಿಯು ಆತನ ಮಾನಸಿಕ ಸಾಮರ್ಥ್ಯವನ್ನು ಪ್ರಭಾವಶಾಲಿಯಾಗಿ ಬಳಸಿಕೊಳ್ಳಲು ಸಾಧ್ಯವಾಗುತ್ತದೆ. ಅವರು ತಮ್ಮ ಗುರಿ ನಿರ್ಧರಿಸಿಕೊಂಡು ಅವರ ಕಾರ್ಯಶೈಲಿಯನ್ನು ಮುಂಚಿತವಾಗಿಯೇ ಯೋಜಿಸಿಕೊಳ್ಳಲು ಶಕ್ಯರಾಗುತ್ತಾರೆ. ಇದು ಅವರಿಗೆ ಸೂಕ್ತ ಪ್ರೇರಣೆ ಒದಗಿಸಿ ನಿರಂತರವಾಗಿ ಗಂಟೆಗಟ್ಟಲೆ ಮತ್ತು ದಿನಪೂರ್ತಿ ಕಾರ್ಯನಿರ್ವಹಿಸುವಂತೆ ಮಾಡುತ್ತದೆ. ಅವರು ತಮ್ಮ ನಿರ್ದಿಷ್ಟ ಸಂಶೋಧನೆಯಲ್ಲಿ ಅಭೂತಪೂರ್ವ ಸುಧಾರಣೆ ಮತ್ತು ಸಾಧನೆ ಕಂಡುಕೊಳ್ಳುವ ತನಕ ಕಾರ್ಯ ಕೈಬಿಡುವುದಿಲ್ಲ. ಕಲ್ಪನಾಶಕ್ತಿ ಮತ್ತು ಕ್ರಿಯಾಶೀಲ ಒಳನೋಟ ಇಲ್ಲದೇ ಹೊಸ ಆಲೋಚನೆ ಹೊಂದಲು ಮತ್ತು ಒಂದು ಗುರಿಯತ್ತ ಪ್ರಗತಿ ಸಾಧಿಸಲು ಸಾಧ್ಯವಿಲ್ಲ.

ಇಂದಿನ ದಿನಾಂಕ: ....../......./
(ದಯವಿಟ್ಟು ಪೆನ್ಸಿಲ್‌ನಲ್ಲಿ ಬರೆಯಿರಿ)

ಉತ್ತಮ ಕಲ್ಪನಾ ಶಕ್ತಿ ಮತ್ತು ಆಳವಾದ ಮುನ್ನೋಟದ ಶಕ್ತಿಯಿಂದ ಹಲವರು ಜೀವನದಲ್ಲಿ ಅಪೇಕ್ಷಿತ ಗುರಿ ಮತ್ತು ಸ್ಥಾನ ಅಲಂಕರಿಸಿದ್ದಾರೆ. ಈ ಸ್ಥಾನ ಅದು ಶಿಕ್ಷಣ, ಕ್ರೀಡೆ ಅಥವಾ ಅವರು ಕಾರ್ಯನಿರ್ವಹಿಸುವ ಕಚೇರಿಯೇ ಆಗಿರಬಹುದು. ಯಶಸ್ಸಿನ ಕಡೆಯ ದಾರಿ ತನ್ನಷ್ಟಕ್ಕೇ ತಾನೇ ನಿಗದಿಗೊಂಡಿರುತ್ತದೆ. ಅದನ್ನು ಪ್ರಾಮಾಣಿಕವಾಗಿ ಮತ್ತು ಪರಿಪೂರ್ಣ ತೊಡಗಿಕೊಳ್ಳುವಿಕೆ ಮೂಲಕ ಅನುಸರಿಸಬೇಕಷ್ಟೆ. ಈ ಮಾರ್ಗಗಳು ವ್ಯಕ್ತಿತ್ವ ವಿಕಸನ ಮತ್ತು ಸಂಬಂಧದಲ್ಲಿ ಸಂತಸ ತರಲು ಸಹ ಕಾರಣವಾಗುತ್ತದೆ.

ನಮ್ಮ ಗುರಿಗಳನ್ನು ನಿಗದಿಗೊಳಿಸಿಕೊಳ್ಳುವುದು ಸಹ ನಾವು ಸಾಧಿಸಲು ಇಚ್ಛಿಸುವುದರ ಕಲ್ಪನೆಯ ಫಲಿತಾಂಶವೇ ಆಗಿದೆ. ಇದು ದೀರ್ಘ ಪ್ರಕ್ರಿಯೆಯಲ್ಲಿ ಪಠಿಣ ಪರಿಶ್ರಮದ ಆಸಕ್ತಿ ವಹಿಸಲು ಮತ್ತು ಬೇಸರವಾಗುವಿಕೆ, ಗೊಂದಲದಿಂದ ಹೊರಬರಲು ವಿಶೇಷ ರೀತಿಯಲ್ಲಿ ಸಹಕರಿಸುತ್ತದೆ. ಜತೆಗೆ ವ್ಯಕ್ತಿ ಪ್ರೇರಣೆಹೊಂದಿದವನಾಗಿ ಇರುತ್ತಾನೆ. ಉದಾಹರಣೆಗೆ ಒಬ್ಬ ಕ್ರೀಡಾಪಟುವಿಗೆ ನಂ.1 ಪಟ್ಟ ಅಲಂಕರಿಸುವ ಕಲ್ಪನೆ ಆತನ ಯಶಸ್ಸಿನಲ್ಲಿ ಕಠಿಣ ಪರಿಶ್ರಮ, ರೂಢಿ ಮತ್ತು ಆಟಕ್ಕಾಗಿ ನಿರಂತರ ತೊಡಗಿಕೊಳ್ಳುವಿಕೆಗಿಂತ ಪ್ರಮುಖ ಪಾತ್ರ ವಹಿಸುತ್ತದೆ.

ಯಶಸ್ಸನ್ನು ದೃಶ್ಯೀಕರಿಸುವುದರಿಂದ ಉಪಜಾಗೃತ ಮನಸ್ಸಿನಲ್ಲಿ ವ್ಯಕ್ತಿಗೆ ಹೆಚ್ಚಿನ ಒತ್ತು, ಉತ್ತೇಜನ ಮತ್ತು ಶಕ್ತಿಯನ್ನು ನೀಡುತ್ತದೆ. ಇದು ಸಾಮಾನ್ಯ ಚಿಂತನಾ ಕ್ರಮವನ್ನು ಮುರಿದು ಆತ ವಿಜೇತನಾಗಿ ಹೊರಹೊಮ್ಮಲು ಕಾರಣವಾಗುತ್ತದೆ. ಹಾಗಾಗಿ ನಾವು ಕ್ರೀಡೆ, ಓದಿನಲ್ಲಿ ಹೆಚ್ಚಿನ ಶೇಕಡಾ ಅಂಕ ಮತ್ತು ರ್‍ಯಾಂಕ್‌ನಲ್ಲಿ ಹಳೆಯ ದಾಖಲೆ ಮುರಿಯುವುದು ಮತ್ತು ಹೊಸ ಸಂಶೋಧನೆ ಕೈಗೊಂಡಿರುವುದನ್ನು ಆಗಾಗ ಕೇಳುತ್ತಿರುತ್ತೇವೆ.

ಯಶಸ್ಸಿನ ಕಲ್ಪನೆ ಮತ್ತು ದೃಶ್ಯೀಕರಿಸಿಕೊಳ್ಳುವುದು ಸಣ್ಣ ಋಣಾತ್ಮಕ ಮಗ್ಗುಲನ್ನೂ ಹೊಂದಿದೆ. ಆದರೆ ಇದು ನಿತ್ಯ ಕನಸನ್ನೇ ಕಾಣುತ್ತ ಮೂಲ ಅಂಶಗಳನ್ನು ಮತ್ತು ವಾಸ್ತವ ಜಗತ್ತಿನ ಸತ್ಯಗಳನ್ನು ನಿರ್ಲಕ್ಷಿಸುವವರಿಗೆ ಅನ್ವಯಿಸುತ್ತದೆ. ಇದರಿಂದಾಗಿ ಹಲವು ಸಂದರ್ಭಗಳಲ್ಲಿ ಜನರು ಇನ್ನೂ ಸಾಧಿಸಬೇಕಿರುವ ಯಶಸ್ಸಿನಿಂದ ದೂರವಾಗುತ್ತಾರೆ ಮತ್ತು ಅದನ್ನು ಗುರುತಿಸುವಲ್ಲಿ ವಿಫಲರಾಗುತ್ತಾರೆ. ಅವರು ತಮ್ಮಷ್ಟಕ್ಕೇ ತಮ್ಮನ್ನು ಇತರರಿಗಿಂತ ಮೇಲ್‌ಸ್ತರದವರು ಎಂದು ಕಲ್ಪಿಸಿಕೊಂಡು ಇತರರನ್ನು ತಾರತಮ್ಯದಿಂದ ನೋಡಲು ಆರಂಭಿಸುತ್ತಾರೆ. ಇದು ಅವರ ಧನಾತ್ಮಕ ಅಭಿಮತ ರೂಪಿಸಿಕೊಳ್ಳುವ ಪ್ರಕ್ರಿಯೆಗೆ ಭಾರೀ ಪೆಟ್ಟು ನೀಡುತ್ತದೆ. ಪರಿಣಾಮವಾಗಿ ಒಂದು ವೇಳೆ ಅವರು ನಿರ್ದಿಷ್ಟ ಗುರಿ ತಲುಪಲು ಸಾಧ್ಯವಾಗದೇ ಇದ್ದರೆ ಜೀವನವೇ ವ್ಯರ್ಥವಾಗುವ ಅಪಾಯವೂ ಇದೆ. ಆದರೆ, ಗೆಲುವಿನ ದೃಶ್ಯೀಕರಿಸಿಕೊಳ್ಳುವ ತಂತ್ರವು ನಿಯಮ, ನಿಯಂತ್ರಣ ಮತ್ತು ಬೌಂಡರಿ ಇಲ್ಲದಿರುವಲ್ಲಿ ಉತ್ತಮವಾಗಿ ಕಾರ್ಯನಿರ್ವಹಿಸುತ್ತದೆ ಎಂಬುದನ್ನು ಮರೆಯಬಾರದು. ಹಾಗಾಗಿ ಇಲ್ಲಿ ಅಗತ್ಯ ಎಚ್ಚರಿಕೆಯನ್ನು ವಹಿಸಬೇಕು.

ಕಲ್ಪನೆಯು ಯೋಚನಾ ಕ್ರಮದ ನೈಸರ್ಗಿಕ ವ್ಯವಸ್ಥೆಯಾಗಿದೆ. ಇದು ನಿರಂತರ ಪ್ರಕ್ರಿಯೆಯಾಗಿದ್ದು, ಇಲ್ಲಿ ನೀವು ಯಾವುದರ ಕುರಿತಾಗಿ ಬೇಕಾದರೂ ಚಿಂತನೆ ನಡೆಸಬಹುದು ಮತ್ತು ದೃಶ್ಯೀಕರಿಸಿಕೊಳ್ಳಬಹುದು.

ಎಲ್ಲಿಯ ವರೆಗೆ ಉತ್ತಮ ಸಂಗತಿಗಳು ಅಥವಾ ಉತ್ತಮ ಆಲೋಚನೆಗಳು ನಿಮ್ಮ ಮನಸ್ಸಿಗೆ ಹೊಳೆಯುತ್ತವೆಯೋ ಆಗ ನೀವು ಉತ್ತಮ ಭಾವನೆ, ಸಂತಸ ಅಥವಾ ಧನಾತ್ಮಕ ಆಲೋಚನೆ ಹೊಂದುತ್ತೀರಿ. ಆದರೆ, ಯಾವಾಗ ನಿಮ್ಮ ಮನಸ್ಸು ಕೆಟ್ಟ ಅಥವಾ ಋಣಾತ್ಮಕ ವಿಚಾರ ಅಥವಾ ಭಾವನೆ ಹೊಂದುತ್ತದೆಯೋ ಆಗ ನೀವು ಏಕಾಂಗಿತನ, ಭಯ ಮತ್ತು ಬದುಕಿನ ಕುರಿತು ಪ್ರೇರಣಾ ಹೀನತೆ ಅನುಭವಿಸುತ್ತೀರಿ. ಹಿಂದಿನ ಉತ್ತಮ ವಿಚಾರಗಳು, ಅನುಭವಗಳು ಮತ್ತು ಸಂತಸದ ಕ್ಷಣಗಳು ಉತ್ತಮ ಕಲ್ಪನೆಗೆ ನೆಲಗಟ್ಟು ಒದಗಿಸುತ್ತವೆ

ಮತ್ತು ಇದೇ ತೆರನಾಗಿ ವಿರುದ್ಧವಾಗಿಯೂ ಘಟಿಸುತ್ತದೆ. ಉತ್ತಮ ಕಲ್ಪನೆಯು ಉತ್ತಮ ಯೋಜನೆಗೆ ಕಾರಣವಾಗುತ್ತದೆ. ಇದು ಮನಃಶಾಸ್ತ್ರೀಯ ಪ್ರಕ್ರಿಯೆಯಾಗಿದ್ದು, ತನ್ನಷ್ಟಕ್ಕೇ ತಾನೇ ಘಟಿಸುತ್ತದೆ.

ಹಲವು ಸಂದರ್ಭಗಳಲ್ಲಿ ಕಲ್ಪನೆಯು ಅರ್ಥಹೀನ ಮತ್ತು ವಿಪರೀತ ಎನಿಸಬಹುದು. ಇದು ಕೇವಲ ವಿಚಾರ ಅಥವಾ ಕಪೋಲ ಕಲ್ಪಿತ ಎನಿಸಲೂ ಬಹುದು. ವಾಸ್ತವದ ತಾರ್ಕಿಕ ಬದುಕಿನಲ್ಲಿ ಇದು ಏನೂ ಮಾಡಲಾರದು ಎನಿಸಬಹುದು. ಆದರೆ, ಅದು ವಾಸ್ತವವಲ್ಲ. ಕಲ್ಪನೆ ವ್ಯಕ್ತಿಯಿಂದ ವ್ಯಕ್ತಿಗೆ ಭಿನ್ನವಾಗಬಹುದು. ಏಕೆಂದರೆ ಪ್ರತಿಯೊಬ್ಬ ವ್ಯಕ್ತಿಯೂ ತನ್ನದೇ ಆದ ರೀತಿಯ ಯೋಚನಾ ಕ್ರಮ ಹೊಂದಿರುತ್ತಾನೆ. ಬದುಕಿನ ಅನುಭವಗಳು, ಗ್ರಹಿಕೆ, ವಿಶ್ಲೇಷಣೆ ಮತ್ತು ಉಪಜಾಗೃತ ಮತ್ತು ಜಾಗೃತ ಮನಸ್ಸಿನ ನೆನಪು ಸಹ ವ್ಯಕ್ತಿಯಿಂದ ವ್ಯಕ್ತಿಗೆ ಭಿನ್ನವಾಗಿರುತ್ತದೆ.

ನಮ್ಮ ಅಗತ್ಯ ಮತ್ತು ಅಪೇಕ್ಷೆ ಸಹ ಉಪಜಾಗೃತ ಮನಸ್ಸನ್ನು ಸ್ಫೂರ್ತಿಗೊಳಿಸುತ್ತದೆ ಮತ್ತು ಭಿನ್ನವಾಗಿ ಆಲೋಚಿಸುವಂತೆ ಮಾಡುತ್ತದೆ. ಟಿಅಗತ್ಯವು ಸಂಶೋಧನೆಗಳ ತಾಯಿಟಿ ಎಂಬ ಖ್ಯಾತ ಉಕ್ತಿಯನ್ನು ನೀವು ಕೇಳಿರಬಹುದು. ನಿಜಕ್ಕೂ ಇದು ಸತ್ಯ. ಯಾವತ್ತೂ ನಮ್ಮ ಅಗತ್ಯವು ಕಾರ್ಯವನ್ನು ಭಿನ್ನವಾಗಿ ಪೂರೈಸಲು ಪ್ರೇರಣೆ ನೀಡುತ್ತದೆ. ಇದು ನಮ್ಮ ನಿತ್ಯ ಜೀವನದಲ್ಲೂ ಘಟಿಸುತ್ತಿರುತ್ತದೆ. ಕೆಲಸದ ಹೊರೆ ಮತ್ತು ಅದನ್ನು ಪೂರೈಸುವ ಪ್ರಕ್ರಿಯೆ ತೆಗೆದುಕೊಂಡಿರುವ ಸಮಯ ಮನುಷ್ಯನಿಗೆ ಪಾಠ ಕಲಿಸುತ್ತದೆ. ಹಾಗಾಗಿ ನಮ್ಮ ಕೆಲಸವನ್ನು ಆದಷ್ಟು ಸರಳಗೊಳಿಸಲು ಮನಸ್ಸು ಹೊಸ ಮಾರ್ಗವನ್ನು ಅರಸುತ್ತಲೇ ಇರುತ್ತದೆ. ಇದು ನಮ್ಮಲ್ಲಿನ ಕಲ್ಪನಾ ಶಕ್ತಿ ಮತ್ತು ಆಂತರಿಂಕ ಒತ್ತಡದಿಂದ ವೃದ್ಧಿಗೊಂಡಿದ್ದಾಗಿರುತ್ತದೆ.

ಕ್ರಿಯಾಶೀಲ ಸಾಮರ್ಥ್ಯ ಹೊಂದಿರುವ ವ್ಯಕ್ತಿಗಳು ಚಿತ್ರಕಲೆ, ಪೇಂಟಿಂಗ್, ಬರಹ ಅಥವಾ ಭಿನ್ನ ವಸ್ತುಗಳ ಮೂಲಕ ತಮ್ಮ ಕಲ್ಪನೆಯನ್ನು ಅಭಿವ್ಯಕ್ತಿಗೊಳಿಸುತ್ತಾರೆ. ಪ್ರಕ್ರಿಯೆಯಲ್ಲಿ ಒಂದು ಆಲೋಚನೆ ಒಂದು ರೂಪ ಪಡೆಯುತ್ತದೆ ಅಥವಾ ಒಂದು ಪ್ರಮುಖ ಸಂಶೋಧನೆಯಾಗಿ ವಾಸ್ತವದಲ್ಲಿ ಅನಾವರಣಗೊಳ್ಳುತ್ತದೆ. ಉದಾಹರಣೆಗೆ ಕೆಲವು ವ್ಯಕ್ತಿಗಳು ಆರಂಭದಲ್ಲಿ ಮನುಷ್ಯ ಹಕ್ಕಿಯಂತೆ ರೆಕ್ಕೆಯೊಂದಿಗೆ ಹಾರಿದ ಒಂದು ಚಿತ್ರ ಬಿಡಿಸಿದರು. ಬಳಿಕ ರೈಟ್ ಸಹೋದರರು ಅದೇ ಚಿಂತನಾ ಕ್ರಮ ಮುಂದವರಿಸಿ ಕಠಿಣ ಪರಿಶ್ರಮ ಮತ್ತು ಪ್ರಯತ್ನದ ಮೂಲಕ ಹಾರುವ ಮಷಿನ್ ಅಭಿವೃದ್ಧಿಗೊಳಿಸಿದರು. ಇದು ಮಾನವ ಇತಿಹಾಸದಲ್ಲಿ ಒಂದು ಪ್ರಮುಖ ಸಂಶೋಧನೆಗೆ ಕಾರಣವಾಯಿತು. ಈ ರೀತಿ ಅನೇಕ ಉದಾಹರಣೆಗಳು ನಮಗೆ ದೊರೆಯುತ್ತದೆ.

ನಾವು ಇಂದು ಬದುಕುತ್ತಿರುವ ಆಟೋಮೋಟಿವ್ ಜಗತ್ತಿನಲ್ಲಿ ನಿತ್ಯದ ಬದುಕನ್ನು ಸರಳಗೊಳಿಸುವ ಸಂಶೋಧನೆ ಕೈಗೊಳ್ಳದಿದ್ದರೆ ಈ ರೀತಿ ಬದುಕಲು ಸಾಧ್ಯವಾಗುತ್ತಿರಲಿಲ್ಲ. ಮಷಿನ್‌ಗಳು ನಮ್ಮ ದೈಹಿಕ ಸಾಮರ್ಥ್ಯ ಅಪೇಕ್ಷಿಸುವ ಕೆಲಸವನ್ನು ಭಾರೀ ಪ್ರಮಾಣದಲ್ಲಿ ಕಡಿಮೆಗೊಳಿಸಿ ಮತ್ತು ನಮ್ಮ ಬದುಕನ್ನು ಅನುಕೂಲಕರವಾಗಿಸಿವೆ. ಇವು ನಮ್ಮ ಸಮಯ ಉಳಿಸಿ ನಮ್ಮ ಮೇಲಿನ ಒತ್ತಡ ಕಡಿಮೆ ಮಾಡಿವೆ.

ಕೆಲವು ಉದಾಹರಣೆಗಳೆಂದರೆ ಬಟ್ಟೆ ತೊಳೆಯುವ ವಾಷಿಂಗ್ ಮಷಿನ್‌ಗಳು, ಡಿಶ್ ವಾಷರ್‌ಗಳು, ತಂಪಾಗಿಸುವ ನೇತಾಡುವ ಅಥವಾ ಟೇಬಲ್ ಫ್ಯಾನ್‌ಗಳು, ಕಟ್ಟಡ ಅಥವಾ ಕೋಣೆಯನ್ನು ತಂಪಾಗಿಸಿ ನಮಗೆ ಉಷ್ಣತೆ ಕಡಿಮೆ ಮಾಡುವ ಏರ್ ಕೂಲರ್‌ಗಳು, ತಂಪಿನಿಂದ ನಮ್ಮನ್ನು ರಕ್ಷಿಸುವ ಹೀಟರ್, ಹಣ್ಣನ್ನು ನುರಿದು ನಮಗೆ ಕುಡಿಯಲು ಜ್ಯೂಸ್ ಸಿದ್ಧಗೊಳಿಸುವ ಜ್ಯೂಸರ್‌ಗಳು, ಕೆಲವೇ ಸೆಕೆಂಡುಗಳಲ್ಲಿ ನಮ್ಮ ಆಹಾರ ಪದಾರ್ಥಗಳನ್ನು ರುಬ್ಬುವ ಗ್ರ್ಯಾಂಡರ್, ಬ್ರೆಡ್, ಚಪಾತಿ ತಯಾರಿಸಲು ಅಗತ್ಯವಿರುವ ಹಿಟ್ಟು ತಯಾರಿಸಲು ಗೋಧಿಯನ್ನು ರುಬ್ಬುವ ಹಿಟ್ಟಿನ ಗಿರಣಿ ಇತ್ಯಾದಿ. ಈಗ ನೀವು ಸುತ್ತಲಿನ ಪರಿಸರ ನೋಡಿ ನಿಮ್ಮಷ್ಟಕ್ಕೇ ಉತ್ತಮ ಕಲ್ಪನೆಯ ಅಗತ್ಯ ಕುರಿತು ಅರಿತುಕೊಳ್ಳಬಹುದು.

ಅದೇ ರೀತಿ ಕೆಳಗಿನ ಉದಾಹರಣೆಗಳು ಕೂಡ ಕೆಲವರ ಕಲ್ಪನೆ ಅಥವಾ ಕ್ರೀಯಾಶೀಲತೆಯ ಫಲಿತಾಂಶವೇ ಆಗಿರಬಹುದು

- ಕಾರ್, ಬಸ್, ರೈಲ್ವೆ, ಬೋಟ್, ಹಡಗು ಅಥವಾ ವಿಮಾನ ಹಲು ಜನರನ್ನು ಒಂದೇ ವೇಳೆಯಲ್ಲಿ ಕರೆದೊಯ್ಯುತ್ತದೆ.
- ಹೆಚ್ಚಿನ ಜನರನ್ನು ಕರೆದೊಯ್ಯುವ ಡಬಲ್- ಡೆಕರ್ ಬಸ್ ಅಥವಾ ರೈಲ್ವೆ
- ಜನರನ್ನು ಅಂತರಿಕ್ಷಕ್ಕೆ ಒಯ್ಯುವ ರಾಕೆಟ್
- ನಗರದ ಇತರ ಟ್ರಾಫಿಕ್ ಹೊರತಾಗಿ ಪ್ರತ್ಯೇಕವಾಗಿ ಚಲಿಸುವ ಮೆಟ್ರೋ ರೈಲು
- ಟೈಂ ಪಂಚಿಂಗ್ ಮಷಿನ್ ಮೂಲಕ ಕಚೇರಿ ಅಥವಾ ಫ್ಯಾಕ್ಟರಿಯಲ್ಲಿ ಒಬ್ಬನ ಅನುಕೂಲತೆಗೆ ತಕ್ಕಂತೆ ಶಿಫ್ಟ್‌ನಲ್ಲಿ ಕಾರ್ಯನಿರ್ವಹಿಸುವುದು.
- ಒಂದು ಪ್ರಾಣಿಸಂಗ್ರಹಾಲಯದಲ್ಲಿ ಅರಣ್ಯದ ಹಲವು ದೊಡ್ಡ ಮತ್ತು ಅಪಾಯಕಾರಿ ಪ್ರಾಣಿಗಳನ್ನು ನಾವು ನೋಡಬಹುದು.

- ಅಡುಗೆ ಮನೆಯಲ್ಲಿ ಬಳಸುವ ಕಡ್ಡಿ ಪೆಟ್ಟಿಗೆ, ಸ್ಟೋವ್ ಲೈಟರ್, ಕ್ಯಾಂಡಲ್ ಇತ್ಯಾದಿ.
- ಪೆನ್ಸಿಲ್, ಅಳಿಸುವ ರಬ್ಬರ್, ಶಾರ್ಪನರ್, ಇಂಕ್‌ಪೆನ್ ಅಥವಾ ಬಾಲ್‌ಪೆನ್ ಇತ್ಯಾದಿ ಬರವಣಿಗೆಗಾಗಿ ಬಳಸುವ ಭಿನ್ನವಾದ ಸುಲಭ ಉಪಕರಣಗಳಾಗಿವೆ.
- ಶಾಲೆಯಲ್ಲಿ ಬಳಸುವ ಚಾಕ್‌ಪೀಸ್ ಅಥವಾ ಕಪ್ಪು ಹಲಗೆ
- ನಮ್ಮ ಮನರಂಜನೆಗಾಗಿನ ಟಿವಿ ಅಥವಾ ರೇಡಿಯೋ
- ರೆಫ್ರಿಜರೇಟರ್ ತಿನ್ನಬಹುದಾದ ಐಟಂಗಳನ್ನು ತಂಪು ಸ್ಥಿತಿಯಲ್ಲಿ ಕಾಯ್ದಿಡುತ್ತದೆ.
- ಅಪಾರ ಮೈಲ್‌ಗಳ ಅಂತರದಲ್ಲಿ ನಡೆಯುತ್ತಿರುವ ಯಾವುದೋ ಕಾರ್ಯಕ್ರಮ ಅಥವಾ ಕ್ರೀಡಾ ಸ್ಪರ್ಧೆಯನ್ನು ರೇಡಿಯೋ, ಟಿವಿ ಅಥವಾ ಇಂಟರ್‌ನೆಟ್ ಮೂಲಕ ಲೈವ್ ಟೆಲಿಕಾಸ್ಟ್ ಮಾಡುವುದು
- ಇಥೆನಾಲ್ ಅಥವಾ ಕಬ್ಬಿನ ಉಪಉತ್ಪನ್ನವನ್ನು ಪೆಟ್ರೋಲ್ ಜತೆ ಬೆರೆಸುವುದು, ನವೀಕರಿಸಬಹುದಾದ ಇಂಧನ ಮೂಲಗಳ ಕುರಿತು ಸಂಶೋಧನ ನಡೆಸುವುದು ಇತ್ಯಾದಿ. . .

ಸಲಹೆ: ದಿನದಲ್ಲಿ ಕನಿಷ್ಠ 3–4 ಸಲವಾದರೂ ಈ ಅಧ್ಯಾಯ ಓದಿ. ಇದು ಹೆಚ್ಚು ಉತ್ತಮ. ಇದು ನಿಮ್ಮ ಮನಸ್ಸಿನ ಕಲ್ಪನಾ ಶಕ್ತಿಯ ಮೇಲೆ ಆಳವಾದ ಅಚ್ಚೊತ್ತಲಿದೆ. ಇದು ನೆನಪು ವೃದ್ಧಿಸಿಕೊಳ್ಳುವ ಕಾರ್ಯದಲ್ಲಿ ಮತ್ತು ಆತ್ಮವಿಶ್ವಾಸ ಮೂಡಿಸಿಕೊಳ್ಳಲು ಹೆಚ್ಚಿನ ಸಹಕಾರ ನೀಡಲಿದೆ.

***

ದಿನ–11

ನಿಮ್ಮ ಕಲ್ಪನಾ ಶಕ್ತಿ ವೃದ್ಧಿಸಿಕೊಳ್ಳಿಭಾಗ–2

ಕಲ್ಪನಾ ಶಕ್ತಿಯನ್ನು ವೃದ್ಧಿಸಿಕೊಳ್ಳುವುದು ಕಷ್ಟದ ಕೆಲಸವಾದರೂ ಕೆಳಗಿನ ಉದಾಹರಣೆಗಳು ನಿಮ್ಮ ಸುತ್ತಲಿನ ಪ್ರಪಂಚವನ್ನು ನೋಡುವ, ವಿಶ್ಲೇಷಿಸುವ ಮತ್ತು ವಿಚಾರಿಸುವುದನ್ನು ಭಿನ್ನವಾಗಿಸಲಿವೆ. ಇವುಗಳು ಸ್ವಲ್ಪ ಅತಿ, ಹಾಸ್ಯಾಸ್ಪದ ಮತ್ತು ಮೂರ್ಖತನದ್ದು ಎಂದು ಆರಂಭದಲ್ಲಿ ಅನಿಸಬಹುದು. ಈ ಹಿಂದೆ ನಾನು ಹೇಳಿದಂತೆ ಇದು ಇನ್ನೊಂದು ರೀತಿಯ ಚಿಂತನಾ ಕ್ರಮ ಅಥವಾ ಕೇವಲ ಕಲ್ಪನೆ. ಯಾರಿಗೆ ಗೊತ್ತು, ಈ ಕೆಳಗಿನವುಗಳಿಂದ ನಿಮ್ಮಲ್ಲಿ ಕೆಲವರು ಕೆಲವು ಉಪಯುಕ್ತವಾದವುಗಳನ್ನು, ಆಸಕ್ತಿಕರವಾದವುಗಳನ್ನು ಅಥವಾ ರಂಜಿಸುವಂತವುಗಳನ್ನು ಸೃಷ್ಟಿಸಬಹುದು.

- ಗಂಡಸರಿಗಾಗಿ– ನಿಮ್ಮ ಸುತ್ತಲಿರುವ ಜನರಲ್ಲಿ ಜಂಟ್ಲ್‌ಮೆನ್‌ಗಳನ್ನು, ಉತ್ತಮ ಧಿರಿಸು ಧರಿಸುವವರನ್ನು, ಉತ್ತಮ ಹವ್ಯಾಸ ಉಳ್ಳವರನ್ನು ಮತ್ತು ಕುಟುಂಬದ ಜವಾಬ್ದಾರಿಗಳನ್ನು ಉತ್ತಮ ನಿರ್ವಹಿಸುವವರ ಕುರಿತು ವಿಚಾರ ಮಾಡಿ. ಈಗ, ನೀವು ಹಂತ ಹಂತವಾಗಿ ನೀವು ಅವರ ಉತ್ತಮ ಹವ್ಯಾಸಗಳನ್ನು ಅನ್ವಯಿಸಿಕೊಂಡಂತೆ ಕಲ್ಪಿಸಿಕೊಳ್ಳಿ ಮತ್ತು ಹೆಚ್ಚು ಆತ್ಮವಿಶ್ವಾಸ ಹೊಂದಿದ ಅನುಭವವಾಗುತ್ತದೆ.
- ಹೆಂಗಸರಿಗಾಗಿ– ಅದೇ ರೀತಿ ನಿಮ್ಮ ಅಭಿಪ್ರಾಯದಲ್ಲಿ ಪರಿಪೂರ್ಣ ಮಹಿಳೆ ಎಂಬುವರ ಕುರಿತು ವಿಚಾರ ಮಾಡಿ. ಯಾರು ಅವರ ಕುಟುಂಬ ಕುರಿತು ಕಾಳಜಿ ವಹಿಸುತ್ತಾರೋ ಮತ್ತು ಅವರ ಮನೆಯನ್ನು ಉತ್ತಮವಾಗಿಟ್ಟುಕೊಳ್ಳುವ ಜತೆಗೆ ಆಕೆಯೂ ಉತ್ತಮವಾಗಿದ್ದರೆ ಅವರ ಕುರಿತು ಚಿಂತನೆ ನಡೆಸಿ. ಈಗ ನೀವು ನೀವು ಸಹ ಅಂದವಾಗಿದ್ದೀರಿ, ಉತ್ತಮ ಡ್ರೆಸ್‌ನ ಸೆನ್ಸ್ ಹೊಂದಿದ್ದೀರಿ ಮತ್ತು ಬೇರೆಯವರು ನಿಮ್ಮನ್ನು ಗೌರವದಿಂದ ಕಾಣುತ್ತಿದ್ದಾರೆ ಎಂದು ಕಲ್ಪಿಸಿಕೊಳ್ಳಿ.
- ಒಂದು ನೀವು ಭಾರೀ ದಣಿದಿದ್ದೀರಿ, ಚಿಂತಿತರಾಗಿದ್ದೀರಿ ಅಥವಾ ಪ್ರೇರಣಾ ಹೀನರಾಗಿದ್ದೀರಿ ಎಂದಾದಾಗ ನಿಮ್ಮ ಆಸಕ್ತ ಮೂವಿ ಅಥವಾ ಕ್ರೀಡಾಪಟು, ಒಬ್ಬ ವಿಜ್ಞಾನಿ ಅಥವಾ ಯಶಸ್ವಿ ವ್ಯವಹಾರಸ್ಥನ ಕುರಿತು ಆಲೋಚಿಸಿ. ಈಗ ನೀವು ಅವರಷ್ಟೇ ಆತ್ಮವಿಶ್ವಾಸಿ, ಸಂತೋಷವಂತರು ಮತ್ತು ತೃಪ್ತರು ಎಂದು ಕಲ್ಪಿಸಿಕೊಳ್ಳಿ. ಕೂಡಲೇ ನೀವು ನಿಮ್ಮ ಒಳಗಡೆಯೇ ಶಕ್ತಿ ಮೂಡಿ ಎಲ್ಲೆಡೆ ಧನಾತ್ಮಕ ಶಕ್ತಿ ತುಂಬಿಕೊಂಡಿದ್ದನ್ನು ಗಮನಿಸಬಹುದು.
- ಈಗಾಗಲೇ ಅಸ್ತಿತ್ವದಲ್ಲಿರುವ ನಿಮ್ಮ ಇಷ್ಟದ

ಇಂದಿನ ದಿನಾಂಕ: ....../......./
(ದಯವಿಟ್ಟು ಪೆನ್ಸಿಲ್‌ನಲ್ಲಿ ಬರೆಯಿರಿ)

ಹಾಡಿಗೆ ಅಥವಾ ನರ್ಸರಿಯಲ್ಲಿನ ಪದ್ಯಕ್ಕೆ ಸಂಗೀತ ಸಾಧನದ ಮೂಲಕ ಹೊಸ ಟ್ಯೂನ್ ಕಲ್ಪಿಸಿಕೊಳ್ಳಿ ಮತ್ತು ಅದನ್ನು ಸೃಷ್ಟಿಸಲು ಯತ್ನಿಸಿ.

- ಹೊಸ ಖಾದ್ಯಗಳನ್ನು ತಯಾರಿಸಲು ಯತ್ನಿಸಿ ಅಥವಾ ಈಗಾಗಲೇ ತಿಳಿದಿರುವ ಖಾದ್ಯವನ್ನು ನಿಮ್ಮದೇ ಕಲ್ಪನೆ ಆಧಾರದ ಮೇಲೆ ಹೊಸ ರೀತಿಯಲ್ಲಿ ತಯಾರಿಸಿ. ನೀವು ಈ ಹಿಂದೆ ಸವಿದ ಮತ್ತು ಮೆಚ್ಚಿಕೊಂಡ ತಿಂಡಿಯ ಸವಿಯನ್ನು ಮೆಲುಕು ಹಾಕಿ.
- ಗಾಳಿಯ ಒತ್ತಡ, ಸಮುದ್ರದ ಉಪ್ಪು ನೀರು ಅಥವಾ ಇತರ ದ್ರವ್ಯವನ್ನು ಪೂರ್ಣವಾಗಿ ಅಥವಾ ಅಂಶಿಕವಾಗಿ ಬಳಸಿ ಓಡುವ ವಾಹನ ಕುರಿತು ಕಲ್ಪಿಸಿಕೊಳ್ಳಿ.
- ಒಂದು ಕಾರು ರಸ್ತೆ ಮೇಲೆ, ಗಾಳಿಯಲ್ಲಿ ಹಾರಾಡುವ ಮತ್ತು ನೀರಿನಲ್ಲಿ ಈಜುವುದನ್ನು ಕಲ್ಪಿಸಿಕೊಳ್ಳಿ.
- ಹೊಸದಾದ ಒಂದು ಅಂತರಿಕ್ಷ ವಾಹನ ಹೆಚ್ಚಿನ ಜನರನ್ನು ಕಡಿಮೆ ಅವಧಿಯಲ್ಲಿ ಚಂದ್ರನಿದ್ದಲ್ಲಿಗೆ ಒಯ್ಯುವುದನ್ನು ಕಲ್ಪಿಸಿಕೊಳ್ಳಿ.
- ನಿಮ್ಮ ವಾಹನದ ಉಷ್ಣತೆಯಿಂದ ರಸ್ತೆ ಮೇಲಿನ ಮಂಜು ಕರಗುವುದನ್ನು ಕಲ್ಪಿಸಿಕೊಳ್ಳಿ.
- ದೊಡ್ಡದಾದ ಮತ್ತು ಹಗುರವಾದ ಜಾಕೆಟ್ ಅಭಿವೃದ್ಧಿಪಡಿಸುವುದನ್ನು ಕಲ್ಪಿಸಿಕೊಳ್ಳಿ ಮತ್ತು ಇದರಿಂದ ನೆರೆಹಾವಳಿ ಸಂದರ್ಭ ಹೆಚ್ಚಿನ ಪ್ರಮಾಣದಲ್ಲಿ ಜನರನ್ನು ರಕ್ಷಿಸಬಹುದು ಎಂದು ಊಹಿಸಿ.
- ಮೊಬೈಲ್ ಫೋನ್, ಟಿವಿಯ ರಿಮೋಟ್ ಕಂಟ್ರೋಲ್ ಆಗಿ ಅಥವಾ ಅದರ ಬ್ಯಾಟರಿಯ ಹೆಚ್ಚುವರಿ ಉಪಯೋಗ ವೃದ್ಧಿ ಕುರಿತು ಕಲ್ಪಿಸಿಕೊಳ್ಳಿ.
- ಬಳಸಿದ ಬಟ್ಟೆ, ಶೂ, ಕಾಗದ ಅಥವಾ ಕಟ್ಟಿಗೆ ಬಳಸಿ ತಯಾರಿಸಿದ ವಸ್ತುಗಳ ಪುನರ್‌ಬಳಕೆ ಕುರಿತು ಹೊಸ ವಿಧಾನ ಕುರಿತು ಕಲ್ಪಿಸಿಕೊಳ್ಳಿ.
- ಈ ಪ್ರಕ್ರಿಯೆಗಳಲ್ಲಿ ಕಡಿಮೆ ಇಂಧನ ಬಳಸಿ ಮತ್ತು ಕಡಿಮೆ ತ್ಯಾಜ್ಯ ಉತ್ಪಾದಿಸುವುದು ಕಲ್ಪಿಸಿಕೊಳ್ಳಿ ಮತ್ತು ಹೀಗೇ ಮುಂದುವರಿಯಿರಿ.

ಕೆಲವೊಮ್ಮೆ ನಿಮ್ಮ ಕಲ್ಪನೆ ಆಧಾರದ ಮೇಲೆ ಕೆಲ ಭಿನ್ನವಾದುದನ್ನು ಸೃಷ್ಟಿಸಲು ನೀವು ಕ್ಷುಲ್ಲಕ ವಿಧಾನದಲ್ಲೂ ಕಾರ್ಯನಿರ್ವಹಿಸಬೇಕಾಗುತ್ತದೆ. ಇದನ್ನು ನೀವು ಆರಂಭಿಸಿ ಮುಂದೆ ನಿಮ್ಮ ಮನಸ್ಸೇ ನಿಮಗೆ ಮಾರ್ಗದರ್ಶನ ನೀಡುತ್ತದೆ.

ಎಚ್ಚರಿಕೆ: ನೀವು ನಿಸರ್ಗಕ್ಕೆ ವಿರುದ್ಧವಾದ ಅಥವಾ ಗಿಡಮರಗಳಿಗೆ ಹಾಗೂ ಪ್ರಾಣಿಗಳಿಗೆ ಹಾನಿ ಉಂಟುಮಾಡುವ ವಿಷಯಗಳ ಕುರಿತು ನೀವು ಚಿಂತನೆ ನಡೆಸಬೇಡಿ. ಜತೆಗೆ, ಅದು ಈ ನೆಲದ ಕಾನೂನಿಗೆ ಅಥವಾ ಸಮಾಜಕ್ಕೆ ವಿರುದ್ಧವಾದುದು ಸಹ ಆಗಿರಬಾರದು. ಅದು ನಿಮ್ಮ ಕಲ್ಪನೆಯ ಋಣಾತ್ಮಕ ಬದಿ ಆಗಲಿದೆ.

***

ದಿನ–12

ನಿಮ್ಮ ನಿರ್ಧಾರ ಕೈಗೊಳ್ಳುವ ಶಕ್ತಿ ಸುಧಾರಿಸಿಕೊಳ್ಳಿ

ನಿರ್ಧಾರಗಳೆಂದರೆ ಮನಸ್ಸಿನಲ್ಲಿ ಹಾದುಹೋಗುವ ನಿರ್ದೇಶನಗಳಾಗಿದ್ದು, ನಿರ್ದಿಷ್ಟ ಗುರಿ ಸಾಧನೆಗೆ ಆರಂಭಿಸುವ ಕ್ರಿಯೆಯಾಗಿದೆ. ನಿರ್ಧಾರ ಕೈಗೊಳ್ಳುವುದು ಬದುಕಿನ ಅವಿಭಾಜ್ಯ ಅಂಗವಾಗಿದೆ. ವಿಚಾರ ನಡೆಸಲು, ಕ್ರಿಯಾಶೀಲರಾಗಲು ಮತ್ತು ಮುಂದುವರಿಯಲು ನಮ್ಮ ಮನಸ್ಸು ಯಾವತ್ತೂ ಕೋಟ್ಯಂತರ ನಿರ್ಣಯಗಳನ್ನು ಕೈಗೊಂಡಿದೆ.

ಕೆಲವು ನಿರ್ಧಾರಗಳು ಪ್ರಾಮಾಣಿಕವಾಗಿದ್ದು, ನಿತ್ಯ ಜೀವನದಲ್ಲಿ ಬೆಳಗ್ಗೆ ಎದ್ದೇಳುವುದರಿಂದ ಆರಂಭಗೊಳ್ಳುತ್ತದೆ. ಅವುಗಳು ಅಂದು ಧರಿಸುವ ಬಟ್ಟೆ ಕುರಿತು ನಿರ್ಧರಿಸುವುದಿರಬಹುದು, ನಿರ್ದಿಷ್ಟ ಉಪಾಹಾರ, ಸಾರಿಗೆಯ ಮಾಧ್ಯಮ, ಪ್ರಯಾಣ ವೇಳೆ ಕೆಲವು ಮಿತ್ರರನ್ನು ಅಥವಾ ಕ್ಲೈಂಟ್‌ಗಳನ್ನು ಆಹ್ವಾನಿಸುವುದು, ಚಹಾ, ಕಾಫೀ ಅಥವಾ ತಂಪು ಪಾನೀಯ ಸೇವನೆ ಇತ್ಯಾದಿ. ನಾವು ಅಂತ್ಯ ರಹಿತ ನಿರ್ಧಾರಗಳನ್ನು ಕೈಗೊಳ್ಳುತ್ತಲೇ ಇರುತ್ತೇವೆ. ಆದರೆ, ನಾವು ಅವುಗಳನ್ನು ಗುರುತಿಸುವುದಿಲ್ಲ, ತನ್ನಷ್ಟಕ್ಕೆ ತಾನೇ ಮನಸ್ಸಿನಿಂದ ಕೈಗೊಳ್ಳಲ್ಪಡುತ್ತದೆ ಮತ್ತು ಅನುಷ್ಠಾನಗೊಳ್ಳುತ್ತದೆ.

ಕೆಲವು ನಿರ್ಧಾರಗಳನ್ನು ಅಲ್ಪಾವಧಿ, ಮಧ್ಯಮಾವಧಿ ಮತ್ತು ದೀರ್ಘಾವಧಿ ಕುರಿತು ಕೈಗೊಳ್ಳಬೇಕಾಗುತ್ತದೆ. ಅಲ್ಪಾವಧಿಯ ನಿರ್ಧಾರಗಳೆಂದರೆ, ಕಲಿಕೆ ಅವಧಿಯಲ್ಲಿ ಸಣ್ಣ ಕೋಸ್ ರ್ಗಗಳನ್ನು ಕೈಗೊಳ್ಳುವುದು, ರಜಾ ಅವಧಿಯ ಪ್ರವಾಸ ಸ್ಥಳ ನಿಗದಿಗೊಳಿಸುವುದು, ಹುಟ್ಟುಹಬ್ಬಕ್ಕಾಗಿ ಸಿದ್ಧತೆ ಮಾಡಿಕೊಳ್ಳುವುದು, ಮುಂದಿನ ತಿಂಗಳು ವಾರ್ಷಿಕೋತ್ಸವ ಅಥವಾ ಬ್ಯಾಚಲರ್ ಪಾರ್ಟಿಗೆ ಸಿದ್ಧತೆ ನಡೆಸುವುದು ಇತ್ಯಾದಿ.

ಮಧ್ಯಮಾವಧಿಯ ನಿರ್ಧಾರಗಳೆಂದರ ಒಂದು ಹವ್ಯಾಸಿ ಕೋರ್ಸ್ ಕೈಗೊಳ್ಳುವುದು, ಉದ್ಯೋಗ ಬದಲಾಯಿಸುವುದು, ಹೊಸ ಅಸೈನ್‌ಮೆಂಟ್ ಅಥವಾ ಅಸ್ತಿತ್ವದಲ್ಲಿರುವ ಉದ್ಯೋಗ ಮೇಲ್ದರ್ಜೆಗೇರಿಸಲು ನಿರ್ವಹಣೆ ಕಾರ್ಯಕ್ರಮಕ್ಕೆ ಹೆಸರು ನೋಂದಾಯಿಸುವುದು, ಮನೆ ಸುಧಾರಣೆ ಅಥವಾ ಮೇಲ್ದರ್ಜೆಗೇರಿಸುವುದು ಇತ್ಯಾದಿ.

ದೀರ್ಘಾವಧಿ ನಿರ್ಧಾರಗಳೆಂದರೆ ಅವು ಜೀವನ ಪೂರ್ತಿ ಪ್ರಭಾವ ಹೊಂದಿದವುಗಳಾಗಿವೆ. ಅಂತಹ ಉದಾಹರಣೆಗಳೆಂದರೆ ಅಧ್ಯಯನದ ವಿಷಯಗಳಾದ

ಇಂದಿನ ದಿನಾಂಕ: ....../......./

(ದಯವಿಟ್ಟು ಪೆನ್ಸಿಲ್‌ನಲ್ಲಿ ಬರೆಯಿರಿ)

ಇಂಜಿನಿಯರಿಂಗ್, ಮೆಡಿಸಿನ್, ವ್ಯವಹಾರ ಅಧ್ಯಯನ ಅಥವಾ ಮಾನವಿಕ ಶಾಸ್ತ್ರ ಇತ್ಯಾದಿ ಆಯ್ದುಕೊಳ್ಳುವುದು. ಇದು ನಿಮ್ಮ ಆಸಕ್ತಿ ಅನುಸಾರವಾಗಿ ಹಾಡುವುದು, ಅಭಿನಯಿಸುವುದು, ಬರವಣಿಗೆ ಅಥವಾ ಜನರಿಗೆ ಸೇವೆ ಸಲ್ಲಿಸಲು ಚುನಾವಣೆಗೆ ಸ್ಪರ್ಧಿಸುವುದು, ಬೇರೆ ರಾಜ್ಯ ಅಥವಾ ದೇಶಕ್ಕೆ ಶಾಶ್ವತವಾಗಿ ವಲಸೆ ಹೋಗುವುದು ಅಥವಾ ಮದುವೆಗೆ ಸೂಕ್ತ ಬಾಳ ಸಂಗಾತಿ ಆಯ್ಕೆ ಮಾಡುವುದು ಇತ್ಯಾದಿ.

ಎಲ್ಲರಿಗೂ ನಿರ್ಧಾರ ಕೈಗೊಳ್ಳುವುದು ಅಷ್ಟೊಂದು ಸುಲಭದ ವಿಷಯವಲ್ಲ. ಹಲವು ಸಂದರ್ಭಗಳಲ್ಲಿ ಜನರು ನಿರ್ಧಾರ ಕೈಗೊಳ್ಳುವಾಗ, ಆದರೆ, ಹೋದರೆ ಎಂಬ ಅನುಮಾನಕ್ಕೆ ಒಳಗಾಗಿ ತಮಗೆ ಸೂಕ್ತವಾದ ನಿರ್ಧಾರ ಯಾವುದು ಎಂಬುದು ಅರಿಯದೇ ಅಸಹಾಯಕತೆ ಮತ್ತು ಸಂದೇಶ ರಹಿತ ಸ್ಥಿತಿ ತಲುಪುತ್ತಾರೆ. ಕೆಲವು ಉದಾಹರಣೆಗಳೆಂದರೆ:

- ಇಂದು ನಾನು ಹತ್ತಿ ಬಟ್ಟೆ ತೊಡುವುದರಿಂದ ಹೊಂದಾಣಿಕೆ ಅನಿಸದೇ ಹೋದರೆ?
- ನಾನು ಇಂದು ಕಚೇರಿಗೆ ಕಾರ್ ಒಯ್ದಿದ್ದರೆ ಅನುಕೂಲವಾಗುತ್ತಿತ್ತು.
- ನಾನು ನನ್ನಷ್ಟಕ್ಕೇ ಪರೀಕ್ಷೆಗೆ ಸಿದ್ಧವಾಗಿದ್ದರೂ ಕೋಚಿಂಗ್ ತೆಗೆದುಕೊಳ್ಳುವುದು ಉತ್ತಮವಾಗುತ್ತಿತ್ತು.
- ಊಟಕ್ಕೂ ಮೊದಲು ನಾನು ಕಾಫಿ ಸೇವಿಸುವ ಬದಲು ಟೊಮ್ಯಾಟೊ ಸೂಪ್ ತೆಗೆದುಕೊಂಡರೆ ಒಳ್ಳೆಯದಿತ್ತು.
- ನಿದ್ದೆಗೂ ಮುನ್ನ ನಾನು ಸ್ನಾನ ಮಾಡಿದ್ದರೆ ನಾನು ಉತ್ತಮ ನಿದ್ದೆ ಹೊಂದಬಹುದಾಗಿತ್ತು, ಆದರೆ ನನಗೆ ನೆಗಡಿಯೂ ಆಗಿತ್ತು.
- ನನ್ನ ಪದವಿ ವ್ಯಾಸಂಗದ ನಂತರ ಕಾನೂನು ಅಧ್ಯಯನ ಮಾಡಿದ್ದರೆ ಉತ್ತಮವಾಗಿತ್ತು.
- ಸೂಕ್ತ ಉದ್ಯೋಗ ಅಥವಾ ಕೆಲಸ ಸಿಗದೇ ಬೇರೆ ದೇಶದಲ್ಲಿ ನಾನು ಹೇಗೆ ಬದುಕಲು ಸಾಧ್ಯ? ಹೀಗೆ...

ಯಾವ ವ್ಯಕ್ತಿ ಬಾಲ್ಯದಿಂದಲೇ ಅವರ ಮನಸ್ಸನ್ನು ಬೆಳೆಸಿಕೊಂಡು ಮತ್ತು ತರಬೇತಿ ನೀಡಿದ್ದರೆ ಇಂತಹ ಸಂಗತಿಗಳನ್ನು ಸುಲಭವಾಗಿ ಬಗೆಹರಿಸುತ್ತಾರೆ. ಇದು ಮುಂದೆ ಅವರ ಯಶಸ್ಸಿಗೆ ದಾರಿ ಮಾಡಿಕೊಡುತ್ತದೆ. ಯಾಕೆಂದರೆ ಅವರು ಇನ್ನೊಬ್ಬರಂತೆ ಅಲ್ಲಿಯೇ ಹಿಡಿದು ನಿಲ್ಲುವುದಿಲ್ಲ. ಅವರು ಸ್ವ-ಪ್ರೇರಣೆಯಿಂದ ಗುರಿ ತಲುಪಲು ಮುಂದುವರಿಯುತ್ತಾರೆ. ಅನುಮಾನ ವ್ಯಕ್ತಿಯನ್ನು ಪ್ರೇರಣಾ ಹೀನರನ್ನಾಗಿಸುತ್ತದೆ ಮತ್ತು ಬದುಕಿನ ಮೇಲೆ ವ್ಯತಿರಿಕ್ತ ಪರಿಣಾಮ ಉಂಟುಮಾಡುತ್ತದೆ. ಹಿಂದಿನ ಅನುಭವ ಮತ್ತು ಮನಸ್ಸಿನ ಕುಶಾಗ್ರತೆ ವ್ಯಕ್ತಿ ಅನುಮಾನದಿಂದ ಹೊರಬಂದು ಬದುಕಿನಲ್ಲಿ ವಿಶ್ವಾಸದಿಂದ ಮುಂದುವರಿಯಲು ಸಾಧ್ಯವಾಗುವಂತೆ ಮಾಡುತ್ತದೆ.

ಈ ದಿಶೆಯಲ್ಲಿ ಆತ್ಮವಿಶ್ವಾಸ ಧನಾತ್ಮಕ ಅಂಶವಾಗಿದೆ. ಉನ್ನತ ಸ್ಥಾನದಲ್ಲಿರುವ ವ್ಯಕ್ತಿಗಳು ಮತ್ತು ಕೆಲವು ಪ್ರಾಧಿಕಾರದ ಹುದ್ದೆಯಲ್ಲಿರುವ ಜನರು ಉನ್ನತ ಪ್ರಮಾಣದ ಆತ್ಮವಿಶ್ವಾಸ ಮತ್ತು ಬುದ್ಧಿಮತ್ತೆ ಹೊಂದಿರುತ್ತಾರೆ. ಏಕೆಂದರೆ ಅವರು ತೆಗೆದುಕೊಂಡ ನಿರ್ಧಾರಗಳು ಆ ಕಂಪನಿಯ ಅಥವಾ ಸಮಾಜ ಅಥವಾ ಇಡೀ ದೇಶಾದ್ಯಂತದ ಅಪಾರ ಪ್ರಮಾಣದ ಜನರು ಮೇಲೆ ಪ್ರಭಾವ ಬೀರುವಂಥದ್ದಾಗಿರುತ್ತದೆ. ಹಾಗಾಗಿ ಬೌದ್ಧಿಕ ಸಾಮರ್ಥ್ಯ ಹೆಚ್ಚಬೇಕು ಮತ್ತು ವೃದ್ಧಿಗೊಳ್ಳಬೇಕು. ಆ ಮೂಲಕ ನಿಮ್ಮ ನಿರ್ಧಾರವನ್ನು ವೇಗವಾಗಿ ಮತ್ತು ನಿಖರವಾಗಿ ನಿರ್ಧಾರ ಕೈಗೊಳ್ಳಬಹುದಾಗಿದೆ. ಒಮ್ಮೆ ನಿರ್ಧಾರ ತೆಗೆದುಕೊಂಡ ತಕ್ಷಣ ಹೆಚ್ಚು ವಿಳಂಬ ಮತ್ತು ಅನುಮಾನ ಮಾಡದೇ ಅದನ್ನು ಅನುಷ್ಠಾನಗೊಳಿಸಬೇಕು. ಇಲ್ಲದೇ ಹೋದರೆ ನಿರ್ಧಾರದ ಉದ್ದೇಶ ವಿಫಲವಾಗಿ ಅಪೇಕ್ಷಿತ ಫಲಿತಾಂಶ ಪಡೆಯಲು ಸಾಧ್ಯವಾಗುವುದಿಲ್ಲ.

ನಿರ್ಧಾರ ಕೈಗೊಳ್ಳುವ ಸಾಮರ್ಥ್ಯ ವೃದ್ಧಿಸಿಕೊಳ್ಳುವ ಮಾರ್ಗಗಳು :

- ಪ್ರಸ್ತುತ ವರ್ಷದ ದಿನಾಂಕಗಳನ್ನು ಹೊಂದಿರುವ ಸಣ್ಣ ನೋಟ್ ಪುಸ್ತಕ ಅಥವಾ ಪಾಕೆಟ್ ಡೈರಿಯನ್ನು ನಿಮ್ಮ ಬಳಿ ಇಟ್ಟುಕೊಳ್ಳಿ.
- ಈಗ ಡೈರಿಯಲ್ಲಿ ಮುದ್ರಿಸಿರುವ ದಿನಾಂಕದ ಅನುಸಾರ, ಎಚ್ಚರಿಕೆಯಿಂದ ವಿಚಾರ ಮಾಡಿ ಬಾಕಿ ಇರುವ ಕೆಲಸ ಮತ್ತು ಅಸೈನ್‌ಮೆಂಟ್‌ಗಳನ್ನು ನಿಮ್ಮ ಲಭ್ಯವಿರುವ ಸಮಯ ಮತ್ತು ಅನುಕೂಲಕ್ಕೆ ಅನುಸಾರವಾಗಿ ದಾಖಲಿಸುತ್ತ ಸಾಗಿ.
- ಒಂದು ನಿರ್ದಿಷ್ಟ ದಿನಾಂಕದಲ್ಲಿ ನಮೂದಿಸಿದ ಕೆಲಸ ಆ ದಿನದಲ್ಲಿ ಯಾವುದೇ ಆಲಸ್ಯತನ, ಮನಸ್ಸು ಇಲ್ಲ ಎಂಬ ವಿಳಂಬ ಇಲ್ಲದೇ ಕಾರ್ಯ ಕೈಗೊಳ್ಳಿ.
- ಯಾವುದೇ ನಿರ್ಧಾರ ಕೈಗೊಳ್ಳುವ ಮುನ್ನ ನಿಮ್ಮ ಉದ್ದೇಶವನ್ನು ನೀವು ನಿಗದಿಗೊಳಿಸಿಕೊಳ್ಳಬೇಕು. ಆವಾಗ ಮಾತ್ರ ಕಾರ್ಯ ಆರಂಭಗೊಳ್ಳುತ್ತದೆ ಮತ್ತು ಸರಿಯಾಗಿ ಅನುಷ್ಠಾನಗೊಳ್ಳುತ್ತದೆ.
- ಯಾವಾಗಲೂ ವೃತ್ತಿಪರರಾದ ವಕೀಲರು, ಕಾನೂನುಬದ್ಧ ಲೆಕ್ಕಿಗರು ಅಥವಾ ವೈದ್ಯರ ಸಲಹೆ ಮತ್ತು ಮಾರ್ಗದರ್ಶನವನ್ನು ಅಗತ್ಯವಿರುವಲ್ಲಿ ಪಡೆದುಕೊಳ್ಳಿ.
- ಈ ಮೇಲಿನ ವೃತ್ತಿಪರ ಮಾರ್ಗದರ್ಶನದ ಜತೆಗೆ ನಿಮಗೆ ತಿಳಿದಿರುವ ಮೂಲಗಳಿಂದ ನಿಮ್ಮದೇ ಆದ ಮಾಹಿತಿ ಕಲೆಹಾಕಿಕೊಳ್ಳಿ. ಇದು ನಿಮಗೆ ಹೆಚ್ಚು ಪರಿಣಾಮಕಾರಿಯಾಗಿ ನಿರ್ಧಾರ ಕೈಗೊಳ್ಳಲು ಅನುಕೂಲವಾಗಲಿದೆ.
- ನಿರ್ಧಾರ ಕೈಗೊಳ್ಳುವ ವೇಳೆ ನೀಮ್ಮ ಹಿಂದಿನ ಅನುಭವ ಮತ್ತು ನಿರ್ಧಾರಗಳನ್ನು ಪರಿಶೀಲಿಸಿಕೊಳ್ಳಿ. ನೀವು ನಿಮ್ಮ ದೌರ್ಬಲ್ಯ ಮತ್ತು ಶೀಘ್ರ ನಿರ್ಧಾರದಿಂದ ಕ್ಷೇತ್ರದಲ್ಲಿ ಇದೇ ರೀತಿಯ ಸಮಸ್ಯೆಗೆ ಎದುರಾಗಿರುವ ಸಾಧ್ಯತೆ ಇರುತ್ತದೆ.
- ಸಮಸ್ಯೆಯನ್ನು ಭಿನ್ನ ದೃಷ್ಟಿಕೋನದಿಂದ ವಿಶ್ಲೇಷಿಸಲು ಮತ್ತು ಬಗೆಹರಿಸಲು ಯತ್ನಿಸಿ. ಇಂತಹ ಯತ್ನ ಸಹ ಅದ್ಭುತವಾದುದನ್ನು ಸಾಧಿಸುವ ಸಾಧ್ಯತೆ ಇದೆ.
- **ಶಾಂತ ಚಿತ್ತದಿಂದ ವಾಸ್ತವ ಸ್ಥಿತಿಯಲ್ಲಿ ನಿಮಗಾಗುತ್ತಿರುವ ಸಮಸ್ಯೆಯನ್ನು ಅರ್ಥೈಸಿಕೊಳ್ಳಲು ಯತ್ನಿಸಿ. ಆನಂತರ ಅದಕ್ಕೆ ಪರಿಹಾರ ಹುಡುಕುವ ಯತ್ನ ಆರಂಭಿಸಿ.**
- ಹೇಳಿಕೆ ರೀತಿಗಿಂತ ಬರವಣಿಗೆ ರೀತಿಯಲ್ಲಿ ಸಮಸ್ಯೆ ಬಗೆಹರಿಸಲು ಮತ್ತು ವಿಶ್ಲೇಷಿಸಲು ಯತ್ನಿಸುವುದು ಉತ್ತಮ. ಪ್ರತಿಯೊಂದಕ್ಕೂ ಪ್ರತ್ಯೇಕ ಯಾದಿಯನ್ನು ತಯಾರಿಸಿ. ಲಭ್ಯವಿರುವ ವಸ್ತುಗಳು ಮತ್ತು ಇಲ್ಲದಿರುವ ವಸ್ತುಗಳು ಇತ್ಯಾದಿ.

ಇದು ನಿಮ್ಮ ಮನಸ್ಸಿನ ಮೇಲೆ ಅನವಶ್ಯಕ ಹೊರೆಯನ್ನು ಹೋಗಲಾಡಿಸುತ್ತದೆ.

ಎಚ್ಚರಿಕೆಗಳು

- ಗಡಿಬಿಡಿಯಲ್ಲಿ ಎಂದೂ ನಿರ್ಧಾರ ಕೈಗೊಳ್ಳಬೇಡಿ.
- ನಿರ್ಧಾರ ತೆಗೆದುಕೊಳ್ಳುವಾಗ ವಿಶ್ರಾಂತಿ ತೆಗೆದುಕೊಳ್ಳುವುದು ಸಹ ವರವಾಗಿ ಪರಿಣಮಿಸುತ್ತದೆ. ಕೆಲವೊಮ್ಮೆ ಕೆಲವು ಅವಧಿ ವರೆಗೆ ನಿರ್ಧಾರ ಕೈಗೊಳ್ಳುವುದನ್ನು ಮುಂದೂಡುವುದೂ ಸಹಕಾರಿಯಾಗಬಲ್ಲುದು.
- ಸಮಯದ ಅಭಾವ ಇದೆ ಎಂಬ ಕಾರಣಕ್ಕೆ ಎಂದೂ ನಿರ್ಧಾರ ಕೈಗೊಳ್ಳಬೇಡಿ.
- ಇನ್ನೊಬ್ಬರಿಂದ ಒತ್ತಡ ಎದುರಾಯಿತು ಎಂಬ ಕಾರಣಕ್ಕೆ ಎಂದೂ ನಿರ್ಧಾರ ಕೈಗೊಳ್ಳಬೇಡಿ.
- ಸಂಬಂಧಿಸಿದ ವಿಷಯದ ಪ್ರತಿಯೊಂದು ಅಂಶಗಳನ್ನು ವಿಶ್ಲೇಷಿಸದೇ ಯಾವತ್ತೂ ನಿರ್ಧಾರ ಕೈಗೊಳ್ಳಬೇಡಿ.
- ನಶೆಯ ಸ್ಥಿತಿಯಲ್ಲಿ ಯಾವತ್ತೂ ನಿರ್ಧಾರ ಕೈಗೊಳ್ಳಬೇಡಿ.
- ನಿಮಗೆ ಸುಸ್ತಾಗಿದ್ದಾಗ, ಚಿಂತೆಯಲ್ಲಿದ್ದಾಗ ಅಥವಾ ಮಂದ ಸ್ಥಿತಿಯಲ್ಲಿದ್ದಾಗ ಯಾವತ್ತೂ ನಿರ್ಧಾರ ಕೈಗೊಳ್ಳಬೇಡಿ.
- ನೀವು ಇನ್ನಾವುದೋ ಕೆಲಸದಲ್ಲಿದ್ದಾಗ ಅಥವಾ ಇನ್ನೊಬ್ಬರೊಂದಿಗೆ ಮಾತನಾಡುತ್ತಿದ್ದಾಗ ಎಂದೂ ನಿರ್ಧಾರ ಕೈಗೊಳ್ಳಬೇಡಿ.

ನಿಮ್ಮ ನಿರ್ಧಾರ ನಿಮಗೊಂದೇ ಒಳಿತನ್ನು ಮಾಡಿದರೆ ಸಾಲದು, ಅದು ನೀವು ಬದುಕುತ್ತಿರುವ ಸಮಾಜವೂ ಸ್ವೀಕರಿಸುವಂತೆ ಇರಬೇಕು. ನಿಮ್ಮ ನಿರ್ಧಾರ ಸಾಮಾನ್ಯ ಮನುಷ್ಯನ ಆಸಕ್ತಿಗೆ ವಿರುದ್ಧವಾಗಿ ಕಾರ್ಯನಿರ್ವಹಿಸುವಂತಿರಬಾರದು. ಇಲ್ಲದೇ ಹೋದರೆ ಭವಿಷ್ಯದಲ್ಲಿ ನೀವು ಮತ್ತು ನಿಮ್ಮ ಕುಟುಂಬದ ಮೇಲೆ ಅದು ಋಣಾತ್ಮಕ ಪ್ರಭಾವ ಉಂಟುಮಾಡಲಿದೆ. ಹಾಗಾಗಿ ನಿರ್ಧಾರ ಕೈಗೊಳ್ಳುವಾಗ ಸಮಯ ಮತ್ತು ಬೌದ್ಧಿಕತೆ ಉಪಯೋಗಿಸಿ ಮುಂದುವರಿಯಿರಿ.

ಸಲಹೆ : ಇಂದು ನೀವು ಈ ಅಧ್ಯಾಯವನ್ನು ಕನಿಷ್ಠ 3–4 ಸಲ ಓದಿ.

***

ದಿನ–13

ನಿಮ್ಮ ಏಕಾಗ್ರತೆಯನ್ನು ಸುಧಾರಿಸಿಕೊಳ್ಳಿ ಭಾಗ–1

‘ಏಕಾಗ್ರತೆ’ ಎಂದರೆ ಕೆಲವು ಕೆಲಸ ಯಾವುದೇ ರೀತಿಯ ತೊಡಕು ಅಥವಾ ತೊಂದರೆ ಇಲ್ಲದೇ ಪೂರ್ಣಗೊಳಿಸಲು ನಮ್ಮ ಎಲ್ಲಾ ರೀತಿಯ ಶಕ್ತಿ ಮತ್ತು ಪ್ರಯತ್ನವನ್ನು ತೊಡಗಿಸಿಕೊಳ್ಳುವುದು. ಇದು ವಿಷಯವನ್ನು ವೇಗವಾಗಿ ಮತ್ತು ಕಡಿಮೆ ಅವಧಿಯಲ್ಲಿ ಉತ್ತಮವಾಗಿ ಅರ್ಥೈಸಿಕೊಳ್ಳಲು ಸಹಕಾರಿಯಾಗುತ್ತದೆ. ಇದರೊಂದಿಗಿನ ಗಟ್ಟಿಯಾದ ನಿರ್ಧಾರವು ನಮ್ಮ ಮನಸ್ಸು ಮಾಹಿತಿಯನ್ನು ಉತ್ತಮವಾಗಿ ಸಂಗ್ರಹಿಸಿಟ್ಟುಕೊಳ್ಳಲು ಮತ್ತು ಮುಂದಿನ ಅವಧಿಯಲ್ಲಿ ಪುನಃ ಪಡೆದುಕೊಳ್ಳಲು ಸಹಕಾರಿಯಾಗಿದೆ.

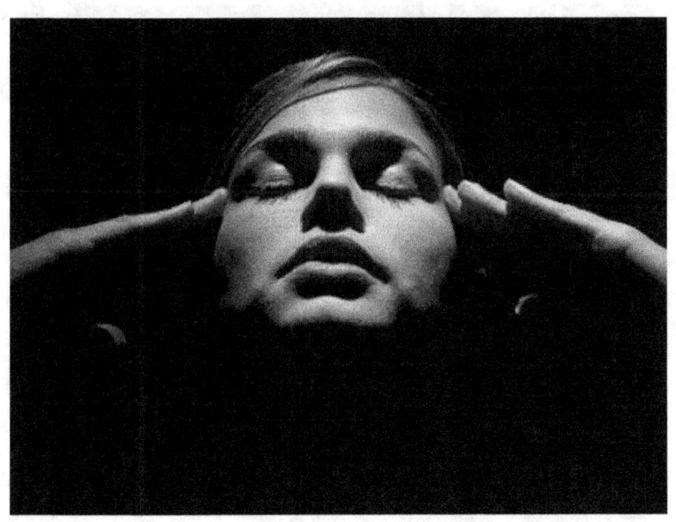

ಮನುಷ್ಯನ ಮನಸ್ಸು ಈ ಜಗತ್ತಿನಲ್ಲಿ ವಾಸಿಸುವ ಎಲ್ಲ ಜೀವಿಗಳ ಅಂಗಗಳಿಗಿಂತ ಹೆಚ್ಚು ಶಕ್ತಿಯುತವಾದದ್ದಾಗಿದೆ. ಇದು ತನ್ನಲ್ಲಿ ವಿಶೇಷ ಶಕ್ತಿ ಮತ್ತು ಸಾಮರ್ಥ್ಯವನ್ನು ಹುದುಗಿಸಿಟ್ಟುಕೊಂಡಿದೆ. ಪ್ರತಿ ಕ್ಷಣದಲ್ಲೂ ನಮ್ಮ ಮನಸ್ಸು ಬಹು ವಿಧದ ಕಾರ್ಯ ಕೈಗೊಳ್ಳುತ್ತಿರುತ್ತದೆ. ಅದರ ಶಕ್ತಿಯನ್ನು ಅಳೆಯಲು ಸಾಧ್ಯವಿಲ್ಲ. ಹಾಗಾಗಿ ಒಂದೇ ಕಾರ್ಯದಲ್ಲಿ ಮನಸ್ಸನ್ನು ಕೇಂದ್ರೀಕರಿಸಿದಾಗ ಅದು ವಿಶೇಷ ಫಲಿತಾಂಶ ನೀಡಬಲ್ಲುದು. ಎಲ್ಲ ಸ್ಕಾಲರ್‌ಗಳು, ವಿಜ್ಞಾನಿಗಳು ಮತ್ತು ಇತರ ಯಶಸ್ವಿ ವ್ಯಕ್ತಿಗಳು ಅವರ ಕಾರ್ಯವನ್ನು ವಿಶೇಷ ಶಕ್ತಿ, ನಿರ್ಣಯ ಮತ್ತು ಪ್ರಮುಖವಾಗಿ ಏಕಾಗ್ರತೆಯಿಂದ ಕೈಗೊಳ್ಳುತ್ತಾರೆ.

ನಿಮ್ಮ ಏಕಾಗ್ರತೆ ಮತ್ತು ಕೇಂದ್ರೀಕರಿಸುವ ಸಾಮರ್ಥ್ಯ ಸುಧಾರಿಸಿಕೊಳ್ಳುವ ಮಾರ್ಗಗಳು

- ನೀವು ಒಬ್ಬರೇ ಕುಳಿತಿರುವಾಗ ಅಥವಾ ಸರತಿ ಸಾಲಲ್ಲಿ ನಿಂತಿರುವಾಗ, ನಿಮ್ಮ

ಇಂದಿನ ದಿನಾಂಕ: ....../....../
.(ದಯವಿಟ್ಟು ಪೆನ್ಸಿಲ್‌ನಲ್ಲಿ ಬರೆಯಿರಿ)

ಕಣ್ಣುಗಳನ್ನು ಮುಚ್ಚಿಕೊಳ್ಳಿ, ಆಳವಾಗಿ ಉಸಿರು ಎಳೆದುಕೊಳ್ಳಿ ಮತ್ತು ನಿಧಾನವಾಗಿ ಅದನ್ನು ಬಿಡುಗಡೆಗೊಳಿಸಿ. ಅದನ್ನು 5–10 ಬಾರಿ ಪುನರಾವರ್ತಿಸಿ. ಇದು ನೀವು ಶಾಂತವಾಗಿರಲು ಮತ್ತು ಮನಸ್ಸನ್ನು ಕೇಂದ್ರೀಕರಿಸಲು ಸಹಕಾರಿ.

- ದಿನದಲ್ಲಿ ಹಲವು ಬಾರಿ ಈ ಚಟುವಟಿಕೆಯನ್ನು ನೀವು ಕೈಗೊಳ್ಳಬಹುದು. ಇದು ನಿಮ್ಮ ಮನಸ್ಸಿಗೆ ಸಣ್ಣ ವಿಶ್ರಾಂತಿ ನೀಡಿ ಅದು ಮುಂದೆ ಉತ್ತಮವಾಗಿ ಕಾರ್ಯನಿರ್ವಹಿಸಲು ಸಹಕರಿಸಲಿದೆ.
- ಸಾಧ್ಯವಾದಷ್ಟು ಒಂದು ವೇಳೆಯಲ್ಲಿ ಒಂದೇ ಚಟುವಟಿಕೆಯನ್ನು ಕೈಗೊಳ್ಳಿ. ನಿಮ್ಮ ಕಾರ್ಯವನ್ನು ಒಂದಾದ ನಂತರ ಒಂದನ್ನು ಕೈಗೊಳ್ಳಿ.
- ನಿಮ್ಮ ಕೈಯ್ಯಲ್ಲಿರುವ ಚಟುವಟಿಕೆಯನ್ನು ಬಿಟ್ಟು ಬೇರೆಡೆ ಮನಸ್ಸು ಹರಿಯದಂತೆ ನೋಡಿಕೊಳ್ಳಿ. ಇದು ನಿಮ್ಮ ಏಕಾಗ್ರತೆಯನ್ನು ವೃದ್ಧಿಸಿಕೊಳ್ಳಲು ಮತ್ತು ಯಾವುದೇ ರೀತಿಯ ತೊಡಕನ್ನು ನಿವಾರಿಸಲು ಸಹಕರಿಸುತ್ತದೆ.
- ಯಾವಾಗಲೂ ಉತ್ತಮ ಗುಣಮಟ್ಟದ ಸ್ಟೇಷನರಿಯನ್ನೇ ಬಳಸಿ. ಈ ರೀತಿಯಲ್ಲಿ ಮಧ್ಯೆ ಉಂಟಾಗುವ ತೊಡಕನ್ನು ಕಡಿಮೆ ಮಾಡಬಹುದು ಮತ್ತು ಆ ಮೂಲಕ ನೀವು ನಿಮ್ಮ ಕೆಲಸದಲ್ಲಿ ಹೆಚ್ಚು ಕೇಂದ್ರೀಕೃತರಾಗಬಹುದು.
- ವಿಷಯವನ್ನು ಉತ್ತಮವಾಗಿ ಅರ್ಥೈಸಿಕೊಳ್ಳುವುದು ಮತ್ತು ಆಸಕ್ತಿ ಬೆಳೆಸಿಕೊಳ್ಳುವುದು ಸಹ ಏಕಾಗ್ರತೆ ಸುಧಾರಿಸಿಕೊಳ್ಳಲು ಸಹಕರಿಸುತ್ತದೆ. ಮತ್ತು ಇದಕ್ಕೆ ತದ್ವಿರುದ್ಧ ಘಟನೆಗಳೂ ಘಟಿಸುತ್ತದೆ.
- ಅಧ್ಯಯನದಲ್ಲಿ ಅಥವಾ ನಿಮಗೆ ಬೋರ್ ಅನ್ನಿಸುವ ಇಲ್ಲವೇ ಕಡಿಮೆ ಆಸಕ್ತಿ ಎನ್ನಿಸುವ ವಿಷಯ ಕುರಿತು ಆಸಕ್ತಿ ಮೂಡಿಸಲು ನಿಮ್ಮದೇ ಆದ ರೀತಿಯ ಕ್ರಮ ಕೈಗೊಳ್ಳಿ . ಈ ವಿಷಯದಲ್ಲಿ ವಿಶೇಷ ಸಾಧನೆ ಮಾಡಿರುವವರು ಅಥವಾ ಹಿರಿಯರ ಮಾರ್ಗದರ್ಶನವನ್ನು ಪಡೆದುಕೊಳ್ಳಿ.
- ಯಾವಾಗಲೂ ನೀಟಾದ ಮತ್ತು ಸ್ವಚ್ಛವಾದ ಬಟ್ಟೆ ಧರಿಸಿ. ಇದರಿಂದ ಅನುಕೂಲಕರ ಎನಿಸುತ್ತದೆ ಮತ್ತು ಆ ಮೂಲಕ ನಿಮ್ಮ ಕೆಲಸದಲ್ಲಿ ಗಮನ ಕೇಂದ್ರೀಕರಿಸಲು ಸಾಧ್ಯವಾಗುತ್ತದೆ.
- ದಿನದಲ್ಲಿ 2–3 ಬಾರಿ ಭಾರಿ ಆಹಾರ ಸೇವಿಸುವ ಬದಲು 4–5 ಬಾರಿ ಹಗುರ ಆಹಾರ ಸೇವಿಸಿ. ಇದು ಉತ್ತಮ ಆರೋಗ್ಯದ ಜತೆಗೆ ಉತ್ತಮ ಏಕಾಗ್ರತೆಯನ್ನೂ ದಯಪಾಲಿಸುತ್ತದೆ.
- ಹೆಚ್ಚು ಎಣ್ಣೆಯ, ಸಾಂಬಾರ ಪದಾರ್ಥಗಳ, ತಣ್ಣಗಿರುವ ಅಥವಾ ಫಾಸ್ಟ್‌ಫುಡ್ ಸೇವಿಸಬೇಡಿ. ಇದು ನಿಮ್ಮನ್ನು ಅನಾರೋಗ್ಯಕ್ಕೀಡುಮಾಡುವ ಜತೆಗೆ ತೊಡಕಿಗೂ ಕಾರಣವಾದೀತು.
- ಹೆಚ್ಚಿನ ಪ್ರಮಾಣದಲ್ಲಿ ಮನೆ ಆಹಾರವನ್ನೇ ಸೇವಿಸಿ. ಬಿಸಿ ಬಿಸಿಯಾಗಿರುವಾಗಲೇ ಸೇವಿಸಿ. ಇದು ಉತ್ತಮ ಜೀರ್ಣಕ್ರಿಯೆ, ಆರೋಗ್ಯ ಮತ್ತು ಏಕಾಗ್ರತೆಯನ್ನೂ ಸಾಧ್ಯವಾಗಿಸುತ್ತದೆ.
- ನಿಯಮಿತವಾದ ಸ್ನಾನವೂ ಮನಸ್ಸನ್ನು ಉಲ್ಲಾಸಭರಿತ ಮತ್ತು ದೇಹ ಹಾಗೂ ಮನಸ್ಸು ಒಂದಾಗಿರಲು ಸಹಕರಿಸುತ್ತದೆ. ಇದು ವಿಶೇಷವಾಗಿ ಮನಸ್ಸಿಗೆ ವಿಶ್ರಾಂತಿ ಮತ್ತು ಶಾಂತಿ ನೀಡಿ ಉತ್ತಮ ಏಕಾಗ್ರತೆಗೆ ಸಹಕರಿಸುತ್ತದೆ.
- ಬಹುತೇಕ ಸಂದರ್ಭದಲ್ಲಿ ನೈಸರ್ಗಿಕ ಬೆಳಕನ್ನು ಉಪಯೋಗಿಸಿ. ದೀರ್ಘಕಾಲ

ಕೃತಕ ಬೆಳಕು ಬಳಸುವುದರಿಂದ ಮನಸ್ಸಿಗೆ ಒತ್ತಡ ಹೆಚ್ಚುತ್ತದೆ ಮತ್ತು ಏಕಾಗ್ರತೆ ಮತ್ತು ಕಲಿಕೆಗೆ ತೊಡಕುಂಟುಮಾಡುತ್ತದೆ.

- ನಿಮ್ಮ ನಿದ್ದೆಯ ಅವಧಿಗೆ ಸಂಬಂಧಿಸಿದಂತೆ ರಾಜಿ ಮಾಡಿಕೊಳ್ಳಬೇಡಿ. ಕ್ರೀಡೆ, ಮನರಂಜನೆ, ಸುತ್ತಾಟ, ಅಲ್ಪಾವಧಿ ಕೆಲಸ ಅಥವಾ ನಿಮ್ಮ ಅಧ್ಯಯನದಲ್ಲಿನ ಸಮಯ ಬೇಕಿದ್ದರೆ ಕಡಿತಗೊಳಿಸಿ. ಸೂಕ್ತ ಅವಧಿಯ ನಿದ್ದೆ ಮನಸ್ಸಿಗೆ ವಿಶ್ರಾಂತಿಯನ್ನು ಖಾತ್ರಿಗೊಳಿಸುತ್ತದೆ. ಆ ಮೂಲಕ ಉತ್ತಮ ಏಕಾಗ್ರತೆ ಮತ್ತು ನೆನಪು ಸಹ ಉಳಿಯುತ್ತದೆ.
- ಬಾಕಿ ಉಳಿದಿರುವ ಕೆಲಸ ಮತ್ತು ಅಸೈನ್‌ಮೆಂಟ್‌ಗಳು ಮನಸ್ಸಿಗೆ ದೊಡ್ಡ ಹೊರೆ ಮತ್ತು ತೊಡಕುಗಳಾಗಿವೆ. ಹಾಗಾಗಿ ನಿಮ್ಮ ಕಾರ್ಯವನ್ನು ನಿಮ್ಮ ವೇಳಾ ಪಟ್ಟಿ ಹಾಗೂ ನಿಗದಿಗೊಳಿಸಿದ ಅವಧಿಯಲ್ಲಿ ಪೂರ್ಣಗೊಳಿಸಿ.
- ಯಾವುದೇ ಕೆಲಸವನ್ನು ಭಿನ್ನವಾಗಿ ಅಥವಾ ವಿಶೇಷ ಮಹತ್ವ ನೀಡಿ ನಿರ್ವಹಿಸಿದಾಗ ಫಲಿತಾಂಶ ಹೆಚ್ಚು ಗುಣಾತ್ಮಕವಾಗಿ ಮತ್ತು ಪ್ರೇರಣಾದಾಯವಾಗಿ ಬಂದಿದ್ದನ್ನು ಬಹುತೇಕರು ಗನಮನಿಸಿದ್ದಾರೆ. ಹಾಗಾಗಿ ನೀವು ನಿರ್ವಹಿಸುವ ಕಾರ್ಯಗಳಿಗೆ ವಿಶೇಷ ಉದ್ದೇಶವನ್ನು ನಿಗದಿಮಾಡಿ.
- ಬದುಕಿನ ಕುರಿತು ಸರಳ ಮತ್ತು ಗುಣಾತ್ಮಕ ಮನೋಭಾವವನ್ನು ರೂಢಿಸಿಕೊಳ್ಳಿ. ಏಕೆಂದರೆ ಅಪ್ರಾಮಾಣಿಕತೆ ಮನಸ್ಸನ್ನು ಹೆಚ್ಚಿನ ಪ್ರಮಾಣದಲ್ಲಿ ಗೊಂದಲಕ್ಕೀಡುಮಾಡುವ ವಿಷಯವಾಗಿದೆ. ಅದು ನಿಮ್ಮ ಯಾವುದೇ ಕೆಟ್ಟ ಚಟವನ್ನು ನಿಯಂತ್ರಿಸಲು ಮತ್ತು ಇತರ ಯಾವುದೇ ರೀತಿಯ ತೊಂದರೆಯಿಂದ ಹೊರಬರಲು ಸಹಕಾರಿಯಾಗಿದೆ.
- ನಾವು ಯಾವುದನ್ನು ನಂಬುವಂತೆ ಪ್ರೇರೇಪಿಸುತ್ತೇವೆಯೋ ಅದನ್ನು ನಮ್ಮ ಮನಸ್ಸು ನಂಬುತ್ತದೆ. ಹಾಗಾಗಿ ಯಾವುದೇ ಕೆಲಸವನ್ನು ಆರಂಭಿಸುವುದಕ್ಕೂ ಮುನ್ನ ಶಾಂತವಾಗಿ ಮತ್ತು ಮುಕ್ತವಾಗಿ ಇರುವಂತೆ ನೋಡಿಕೊಳ್ಳಿ. ಇದು ನಿಮಗೆ ನೀಡಿದ ಕಾರ್ಯದಲ್ಲಿ ಮನಸ್ಸು ಹೆಚ್ಚು ಕೇಂದ್ರೀಕರಣಗೊಳ್ಳಲು ಸಹಕಾರಿಯಾಗುತ್ತದೆ.
- ಯಾವುದೇ ಹೊಸ ಕಾರ್ಯವನ್ನು ಆರಂಭಿಸಲು ಉತ್ತಮ ಸಮಯ ಮತ್ತು ವಾತಾವರಣವನ್ನು ಆಯ್ಕೆ ಮಾಡಿಕೊಳ್ಳಿ. ಉತ್ತಮ ಆರಂಭ ಉತ್ತಮ ಪ್ರಗತಿಯನ್ನು ಖಾತ್ರಿಗೊಳಿಸುತ್ತದೆ. ದಿನದ ಅನುಕೂಲಕರ ಮತ್ತು ಯೋಗ್ಯ ಸಮಯ ವ್ಯಕ್ತಿಯಿಂದ ವ್ಯಕ್ತಿಗೆ ಭಿನ್ನವಾಗಬಹುದು. ಕೆಲವರು ಬೆಳಗ್ಗಿನ ಸಮಯವನ್ನು ಇಷ್ಟ ಪಡಬಹುದು, ಇನ್ನು ಕೆಲವರು ಸಂಜೆ ವೇಳೆಯನ್ನು ಆಯ್ಕೆ ಮಾಡಿಕೊಳ್ಳಬಹುದು. ಇದು ನೀವು ಕೈಗೊಳ್ಳುವ ಕಾರ್ಯದ ಬಗೆಯನ್ನು ಸಹ ಅವಲಂಬಿಸಿರುತ್ತದೆ.

ಸಲಹೆ: ಇಂದು ನೀವು ಈ ಅಧ್ಯಯವನ್ನು 3–4 ಸಲವಾದರೂ ಓದಿ.

***

ದಿನ–14

ನಿಮ್ಮ ಏಕಾಗ್ರತೆಯನ್ನು ಸುಧಾರಿಸಿಕೊಳ್ಳಿ ಭಾಗ–2

ಈ ಕೆಳಗಿನ ಉದಾಹರಣೆಗಳು ನಿಮಗೆ ಏಕಾಗ್ರತೆ ಪರಿಕಲ್ಪನೆಯನ್ನು ಮತ್ತು ಮಹತ್ವವನ್ನು ಅರಿತುಕೊಳ್ಳಲು ಸಹಕಾರಿಯಾಗಲಿವೆ. ನಾವು ಯಾವಾಗ ನಮ್ಮ ನೆಚ್ಚಿನ ನಟನ ಉತ್ತಮ ಚಲನಚಿತ್ರವನ್ನು ನೋಡುತ್ತೇವೋ ನಾವು ಆವಾಗ ಕಥೆಯನ್ನು ನೆನಪಿನಲ್ಲಿಟ್ಟುಕೊಳ್ಳುತ್ತೇವೆ. ಅಲ್ಲಿನ ಘಟನೆಗಳು ಮತ್ತು ಸಂಭಾಷಣೆಯನ್ನು ಸಹ ದೀರ್ಘಕಾಲ ನೆನಪಿನಲ್ಲಿಟ್ಟುಕೊಳ್ಳುತ್ತೇವೆ. ಇದು ಯಾಕೆ ಆ ರೀತಿ ಆಗುತ್ತದೆ ಎಂದರೆ ನಾವು ನಮ್ಮ ಪರಿಪೂರ್ಣ ಏಕಾಗ್ರತೆಯಿಂದ ಚಲನಚಿತ್ರವನ್ನು ನೋಡಿರುತ್ತೇವೆ. ಅದೇ ರೀತಿ ನಮ್ಮ ಆಸಕ್ತಿದಾಯಕ ಆಟ ಆಡುವಾಗ ಸಾಮಾನ್ಯವಾಗಿ ನಾವು ಅದರಲ್ಲಿ ಜಯ ಸಾಧಿಸುತ್ತೇವೆ. ಏಕೆಂದರೆ ಪೂರ್ಣ ಏಕಾಗ್ರತೆಯಿಂದ ಅದನ್ನು ಆಡಿರುತ್ತೇವೆ. ಈ ಎರಡೂ ಉದಾಹರಣೆಗಳಲ್ಲಿ ನಮ್ಮ ಮನಸ್ಸು ಸಣ್ಣ ಸಂಗತಿಗಳನ್ನು ಸಹ ಎಚ್ಚರಿಕೆಯಿಂದ ದಾಖಲಿಸಿಕೊಳ್ಳುತ್ತದೆ ಅದು ಉತ್ತಮ ನೆನಪಿಗೆ ಕಾರಣವಾಗುತ್ತದೆ ಮತ್ತು ಆ ಮೂಲಕ ಯಶಸ್ಸು ಸಾಧ್ಯವಾಗುತ್ತದೆ.

ನಿಮ್ಮ ಕೇಂದ್ರೀಕರಣ ಮತ್ತು ಏಕಾಗ್ರತೆ ಸುಧಾರಿಸಲು ಇರುವ ಚಟುವಟಿಕೆಗಳು:

- ಧ್ಯಾನ: ಇದನ್ನು ಜಗತ್ತಿನಾದ್ಯಂತ ಭಿನ್ನವಾಗಿ ನಡೆಸುತ್ತಿದ್ದರೂ, ನಾವು ಇಲ್ಲಿ ಹೆಚ್ಚು ಸೂಕ್ತವಾದ ಎರಡು ವಿಧಾನವನ್ನು ಮಾತ್ರ ಚರ್ಚೆ ಮಾಡೋಣ. ಇದನ್ನು ನೀವು ನಿಮ್ಮ ಕಣ್ಣನ್ನು ಮುಚ್ಚಿ ಹಾಗೂ ತೆರೆದುಕೊಂಡೂ ಮಾಡಬಹುದಾಗಿದೆ.
- ಕಣ್ಣು ತೆರೆದುಕೊಂಡು ಧ್ಯಾನ ಮಾಡುವುದು: ದೃಢವಾಗಿ ಕುಳಿತುಕೊಳ್ಳಿ ಅಥವಾ ನಿಂತುಕೊಳ್ಳಿ ಮತ್ತು ನಿಮ್ಮ ಕಣ್ಣಿನಿಂದ 2–3

ಇಂದಿನ ದಿನಾಂಕ: ....../......./
(ದಯವಿಟ್ಟು ಪೆನ್ಸಿಲ್‌ನಲ್ಲಿ ಬರೆಯಿರಿ)

ಮೀಟರ್ ದೂರದಲ್ಲಿರುವ ಒಂದು ವಸ್ತುವಿನ ಮೇಲೆ ಗಮನವನ್ನು ಕೇಂದ್ರೀಕರಿಸಿ. ಈ ವಸ್ತುಗಳು ಗೋಡೆ ಮೇಲೆ ನೇತಾಡುವ ವಸ್ತುವಾಗಿರಬಹುದು, ಪೇಂಟಿಂಗ್ ಅಥವಾ ಭಾವಚಿತ್ರವಾಗಿರಬಹುದು ಅಥವಾ ನಾಣ್ಯದ ಆಕಾರದ ಕಪ್ಪು ಚುಕ್ಕೆ ಆಗಿರಬಹುದು ಅಥವಾ ಲ್ಯಾಂಪ್ ಅಥವಾ ಮೋಂಬತ್ತಿ ಆಗಿರಬಹುದು. ಕಪ್ಪು ಚುಕ್ಕೆ ಅಥವಾ ಮೋಂಬತ್ತಿ ಹೆಚ್ಚು ಸೂಕ್ತ.

- ಕಣ್ಣು ಮುಚ್ಚಿದ ಸ್ಥಿತಿಯಲ್ಲಿ ಧ್ಯಾನ: ಪರಸ್ಪರ ಕಾಲುಗಳು ಗುಣಾಕಾರ ಹಾಕಿದ ರೀತಿಯಲ್ಲಿ ನೇರವಾಗಿ ಕುಳಿತುಕೊಳ್ಳಿ. ಈಗ ನಿಧಾನವಾಗಿ ಆಳವಾಗಿ ಉಸಿರು ಎಳೆದುಕೊಳ್ಳಿ. ಈಗ ನಿಧಾನವಾಗಿ ಉಸಿರು ಬಿಡಿ. ಅದನ್ನು 3–5 ಬಾರಿ ಪುನರಾವರ್ತಿಸಿ. ಈಗಲೂ ಶಾಂತವಾಗಿ ಮತ್ತು ಏನೂ ಮಾಡದೇ ಹಾಗೇ ಕುಳಿತುಕೊಳ್ಳಿ. ಈ ಅವಧಿಯಲ್ಲಿ ನೀವು ಏನನ್ನೂ ಮಾತನಾಡಬೇಡಿ ಅಥವಾ ಏನನ್ನೂ ಮಾಡಬೇಡಿ ಮತ್ತು ವಿಚಾರವನ್ನೂ ಮಾಡಬೇಡಿ.
- ಕೇವಲ ಶಾಂತವಾಗಿ ಏನನ್ನೂ ಮಾಡದೇ ಕುಳಿತುಕೊಳ್ಳಿ. ಯಾವುದರ ಮೇಲೂ ಕೇಂದ್ರೀಕರಿಸದೇ ಕುಳಿತುಕೊಳ್ಳಿ. ಒಳಗಡೆ ಕೇವಲ ಕತ್ತಲೆ ಮತ್ತು ಶಾಂತತೆ ಮಾತ್ರ ಇರಲಿ. ಮತ್ತೂ ಕುಳಿತೇ ಇರಿ ಹಾಗೂ ಶಾಂತತೆಯನ್ನು ಅನುಭವಿಸಿ. ಈಗ ನೀವು ಒಳಗಡೆ ಶಾಂತತೆ ಕಂಡುಕೊಂಡ ಕೆಲವೇ ವ್ಯಕ್ತಿಗಳಲ್ಲಿ ಒಬ್ಬರಾಗಿರುತ್ತೀರಿ ಮತ್ತು ಇವುಗಳೊಂದಿಗೆ ಸಂಪರ್ಕವನ್ನೂ ಕಲ್ಪಿಸಿಕೊಳ್ಳುತ್ತೀರಿ.
- ಕಡಿಮೆ ಅಥವಾ ಯಾವುದೇ ರೀತಿಯ ಗದ್ದಲವೇ ಇಲ್ಲದ ಸ್ಥಳವನ್ನು ಧ್ಯಾನಕ್ಕಾಗಿ ಆಯ್ಕೆ ಮಾಡಿಕೊಳ್ಳಿ. ಇದು ಆರಂಭಿಕ ದಿನಗಳಲ್ಲಿ ವಿಶೇಷ ಪ್ರಾಮುಖ್ಯತೆ ಹೊಂದಿರುತ್ತದೆ. ಒಂದುವೇಳೆ ಅಲ್ಲಿ ಗದ್ದಲ ಇದ್ದರೆ ತೊಡಕುಂಟಾದಂತೆ ಅಥವಾ ತೊಂದರೆ ಆದಂತೆ ಅಂದುಕೊಳ್ಳಬೇಡಿ. ನಿಮ್ಮ ಧ್ಯಾನದೊಂದಿಗೆ ಈ ಗದ್ದಲವನ್ನೂ ಅನುಭವಿಸಲು, ಹೀರಿಕೊಳ್ಳಲು ಆರಂಭಿಸಿ. ಅದು ನಿಮ್ಮ ಮನಸ್ಸಿನಲ್ಲಿ ತನ್ನಷ್ಟಕ್ಕೆ ತಾನೆ ಹಾದುಹೋಗುತ್ತಿರಲಿ. ನಿಮ್ಮ ಮನಸ್ಸಿನಲ್ಲಿ ಅದು ಹಾದುಹೋಗದಂತೆ ತಡೆಯುವ ಪ್ರಯತ್ನವನ್ನೂ ಮಾಡಬೇಡಿ. ಏಕೆಂದರೆ ಅದನ್ನು ತಡೆಯುವ ನಿಮ್ಮ ಪ್ರಯತ್ನವೇ ನಿಮಗೆ ತೊಡಕುಂಟುಮಾಡೀತು. ಹಾಗಾಗಿ ಅದು ನಿಮ್ಮಿಂದ ಹಾದು ಹೋಗುವಂತೆ ಬಿಡುವುದೇ ಅನುಕೂಲ. ಈ ರೀತಿಯಲ್ಲಿ ನೀನು ನಿಮ್ಮನ್ನು ಹೆಚ್ಚು ಬಿಡುಗಡೆ ಹೊಂದಿದ ಹಾಗೂ ಅಡೆತಡೆಗೀಡಾಗದ ರೀತಿಯಲ್ಲಿ ಆಂತರಿಕ ಶಕ್ತಿ ಬಳಸಿಕೊಳ್ಳಲು ಸಾಧ್ಯವಾಗುತ್ತದೆ.
- ಈ ಹಿಂದಿನ ಹಂತವನ್ನು ನೀವು ರೂಢಿ ಮಾಡಿಕೊಂಡರೆ ನೀವು ಯಾವುದೇ ಸ್ಥಳದಲ್ಲಿ ಧ್ಯಾನ ಮಾಡಲು ಮನಸ್ಸಿಗೆ ತರಬೇತಿ ನೀಡಿದಂತಾಗುತ್ತದೆ. ನೀವು ಬಸ್ ಅಥವಾ ರೈಲ್ವೆಯಲ್ಲಿ ಪ್ರಯಾಣ ಮಾಡುತ್ತಿರುವಾಗ, ಬಸ್ ನಿಲ್ದಾಣದಲ್ಲಿ ಕಾಯುತ್ತಿರುವಾಗ, ರೈಲು ನಿಲ್ದಾಣ ಅಥವಾ ಹೋಟೆಲ್ ಒಳಗಿರುವಾಗ, ಬೀಚ್‌ನಲ್ಲಿರುವಾಗ, ನದಿ ತಟದಲ್ಲಿ ಅಥವಾ ಪಾರ್ಕ್‌ನಲ್ಲಿರುವಾಗಲೂ ನೀವು ಧ್ಯಾನ ಕೈಗೊಳ್ಳಬಹುದು. ನೀವು ತರಂಗದ ಧ್ವನಿ ಮತ್ತು ವಾಟರ್ ಫಾಲ್ಸ್‌ನ ಸುತ್ತದ ಧ್ವನಿ ಕೇಳುತ್ತ ಅಥವಾ ನಿಸರ್ಗ ಸೌಂದರ್ಯದ ನಡುವೆಯೇ ಮನಸ್ಸಿನ ಗಮನ ಕೇಂದ್ರೀಕರಿಸಬಹುದು.
- ನೀವಿರುವ ಸ್ಥಳ ಮತ್ತು ಅನುಕೂಲಕ್ಕೆ ಅನುಸಾರವಾಗಿ ನಿಮ್ಮ ಕಣ್ಣು ಮತ್ತು ಮನಸ್ಸನ್ನು ಚಲಿಸದೇ ಇರುವ ವಸ್ತುವಿನ ಮೇಲೆ ಕೇಂದ್ರೀಕರಿಸಿ. ಇದರಿಂದ ಎರಡು ರೀತಿಯ ಅನುಕೂಲಗಳಿವೆ. ಒಂದೆಂದರೆ ನೀವು ನಿಮ್ಮ ಮುಕ್ತ ಅವಧಿಯನ್ನು ಧ್ಯಾನಕ್ಕೆ ಮೀಸಲಿಟ್ಟು ನಿಮ್ಮ ಏಕಾಗ್ರತೆಯ ಶಕ್ತಿಯನ್ನು ವೃದ್ಧಿಸಿಕೊಳ್ಳುತ್ತಿದ್ದೀರಿ.

2ನೇಯದಾಗಿ ನಿಮ್ಮನ್ನು ನೀವು ಬೋರ್ ಅನುಭವಿಸುವುದರಿಂದ ರಕ್ಷಿಸಿಕೊಳ್ಳುತ್ತೀರಿ. ಒಂಟಿತನ ನಿಮ್ಮನ್ನು ಋಣಾತ್ಮಕವಾಗಿ ಚಿಂತನೆ ನಡೆಸುವಂತೆ ಮಾಡಬಹುದು ಮತ್ತು ನಿಮಗೆ ಹಾನಿ ಉಂಟುಮಾಡುವ ಕ್ರಿಯೆಯಲ್ಲಿ ನೀವು ತೊಡಗಿಕೊಳ್ಳುವಂತೆ ಮಾಡಬಲ್ಲುದು. ನೀವು ಸ್ಮೋಕ್ ಮಾಡುವಂತೆ, ನೀವು ಕೆಲವೆಡೆ ಸುತ್ತಾಡುವಂತೆ, ಹೆಚ್ಚು ತಿನ್ನುವಂತೆ, ಅನಗತ್ಯವಾಗಿ ಕೆಲವರೊಂದಿಗೆ ಮಾತನಾಡುವಂತೆ ಮಾಡಬಲ್ಲುದು.

- ಧ್ಯಾನವು ನಿಮ್ಮ ಮನಸ್ಸಿಗೆ ವಿಶ್ರಾಂತಿ ನೀಡುವ ಒಂದು ಮಾರ್ಗವಾಗಿದೆ. ಈ ಮೂಲಕ ನಿಮ್ಮ ಮನಸ್ಸು ವಿಚಾರ ಮಾಡುವ, ಯೋಜಿಸುವ ಅಥವಾ ಕೆಲವು ಕಾರ್ಯ ಅನುಷ್ಠಾನಗೊಳಿಸುವುದರಿಂದ ಮುಕ್ತವಾಗಿರಲು ನೀವು ಪ್ರಯತ್ನಿಸುತ್ತೀರಿ. ನಿಯಮಿತ ರೂಢಿಯಿಂದ ಹಂತ ಹಂತವಾಗಿ ನಿತ್ಯ 10–15 ನಿಮಿಷದ ಧ್ಯಾನದಿಂದ ನಿಮ್ಮ ಮನಸ್ಸು ಅತಿ ವಿಚಾರ, ಕೆಲಸದಿಂದ ಮುಕ್ತಿ ಪಡೆದು ಬಿಡುಗಡೆ ಆದ, ಮುಕ್ತವಾದ ಸ್ಥಿತಿ ಅನುಭವಿಸುತ್ತದೆ. ತನ್ನಿಂದ ತಾನೇ ಧ್ಯಾನಕ್ಕೆ ನೀಡುವ ಸಮಯ ಹೆಚ್ಚಳವಾಗುತ್ತದೆ. ಅಂತಹ ಸಂದರ್ಭದಲ್ಲಿ ನೀವು ಪ್ರತಿ 20, 30 ಅಥವಾ 45 ನಿಮಿಷಕ್ಕೆ ಎಚ್ಚರಿಸುವ ಅಲಾರಾಂ ಬಳಸಬಹುದು.

ಸಲಹೆ: ಈ ಅಧ್ಯಾಯವನ್ನು ಇಂದು 3–4 ಬಾರಿ ಓದಿ ಮತ್ತು ನೇರವಾಗಿ ಧ್ಯಾನವನ್ನು ಆರಂಭಿಸಿ.

***

ದಿನ–15

ಪ್ರಾಕ್ಟೀಸ್ ಅಧಿವೇಶನ–2

ಹೊಡೆದುಕೊಳ್ಳುವ ಮತ್ತು ಟ್ರೈಯಲ್ ಮೂಲಕ ಕಲಿಯುವುದು

ಈ ಹಿಂದೆ ನಾವು ಚರ್ಚೆ ಮಾಡಿದಂತೆ ಇದು ಇನ್ನೊಂದು ಸಾಮಾನ್ಯ ಕಲಿಕೆ ವಿಧಾನವಾಗಿದೆ. ಇಲ್ಲಿ ನೀವು ನಿರಂತರವಾಗಿ ಸಮಸ್ಯೆ ಪರಿಹರಿಸುತ್ತಿದ್ದಂತೆ ಕಲಿಕೆ ನಡೆಯುತ್ತದೆ. ಪುನರಾವರ್ತನೆಯಾಗಿ, ಹೊಸ ಆಲೋಚನೆ ಮತ್ತು ತಂತ್ರಗಳನ್ನು ಹಳೆ ಮತ್ತು ಹೊಸ ವಿಧಾನದಲ್ಲಿ ಪ್ರಯತ್ನಿಸುತ್ತಿರುವುದು. ನೀವು ಹೆಚ್ಚು ಅಭ್ಯಾಸ ಮಾಡಿದಂತೆ ಉತ್ತಮವಾದುದು ದೊರೆಯುತ್ತದೆ. ಅದಕ್ಕಿಂತ ಹೆಚ್ಚಾಗಿ ನೀವು ಹೇಗೆ ಯತ್ನಿಸಬೇಕು ಎಂಬುದನ್ನು ಪ್ರತಿ ಮುಂದಿನ ಹಂತದಲ್ಲಿ ಉತ್ತಮ ಅಭ್ಯಾಸವನ್ನು ನೀವು ಮಾಡುತ್ತೀರಿ.

ಚಟುವಟಿಕೆ 1: ನಿಮ್ಮ ಮನೆಯಲ್ಲಿ ಬಳಸುವ ಎಲ್ಲ ಕೀಗಳನ್ನು ಸೇರಿಸಿ ಒಂದು ಕೀ ಬಂಚ್ ಸಿದ್ಧಪಡಿಸಿಕೊಳ್ಳಿ. ಸಾಧ್ಯವಿರುವ ಎಲ್ಲ ಕದ ಮತ್ತು ಡ್ರಾವರ್‌ಗಳನ್ನು ಲಾಕ್ ಮಾಡಿ. ಈಗ ನೀವು ಒಂದಾದ ಬಳಿಕ ಒಂದರಂತೆ ಕದ ಮತ್ತು ಡ್ರಾವರ್‌ಗಳನ್ನು ತೆರೆಯುತ್ತ ಸಾಗಿ. ನಿಮ್ಮ ವಾಚ್ ಸಹಾಯದಿಂದ ಒಟ್ಟಾರೆ ಸಮಯ ತೆಗೆದುಕೊಂಡಿದ್ದನ್ನು ಡೈರಿಯಲ್ಲಿ ನೋಟ್ ಮಾಡಿ. ಇದನ್ನು ಪ್ರತಿ ವಾರಕ್ಕೊಮ್ಮೆ ಪುನರಾವರ್ತಿಸಿ.

ಅಭ್ಯಾಸ 2: 15–20 ಅದಕ್ಕಿಂತ ಹೆಚ್ಚಿನ ಸ್ವಿಚ್‌ಗಳನ್ನು ಹೊಂದಿರುವ ಒಂದು ಸ್ವಿಚ್ ಬೋರ್ಡ್‌ಅನ್ನು ನಿಮ್ಮ ಮನೆ ಅಥವಾ ಕಚೇರಿ ಅಥವಾ ಸಮುದಾಯ ಭವನ ಇತ್ಯಾದಿಗಳಲ್ಲಿ ಗುರುತಿಸಿಕೊಳ್ಳಿ. ಮೊದಲು ಸಂಬಂಧಿಸಿದ ಸಂಪರ್ಕ ಹೊಂದಿರುವ ಸ್ವಿಚ್‌ಗಳನ್ನು ಪ್ರತ್ಯೇಕವಾಗಿ ಗುರುತಿಸಿಕೊಳ್ಳಿ. ಎಲ್ಲ ಸ್ವಿಚ್‌ಗಳನ್ನು ಆಫ್ ಮಾಡಿ. ಒಂದು ನಿಮಿಷ ನಿಮ್ಮ ಕಣ್ಣುಗಳನ್ನು ಮುಚ್ಚಿ ಮತ್ತು ಮೂರು ಬಾರಿ ದೀರ್ಘವಾಗಿ ಉಸಿರು ಎಳೆದುಕೊಂಡು ನಿಮ್ಮ ಮನಸ್ಸನ್ನು ಶಾಂತಗೊಳಿಸಿಕೊಳ್ಳಿ. ಈಗ ಕಣ್ಣು ತೆರೆದು ಸ್ವಿಚ್‌ಗಳನ್ನು ಒಂದಾದ ಮೇಲೊಂದರಂತೆ ಆನ್ ಮಾಡುತ್ತ ಬನ್ನಿ. ಎಲ್ಲ ತಪ್ಪು ಮತ್ತು ಸರಿಯಾದ ಯತ್ನಗಳನ್ನು ಡೈರಿ ಮೇಲೆ ನೋಟ್ ಮಾಡಿಕೊಳ್ಳಿ. ಈ ಅಭ್ಯಾಸವನ್ನು ವಾರದಲ್ಲಿ ಒಮ್ಮೆ ಮಾಡಿ.

ಈ ಮೇಲಿನ ಎರಡೂ ಅಭ್ಯಾಸದಲ್ಲಿ ನಿಮ್ಮ ಪರ್ಫಾಮನ್ಸ್‌ಅನ್ನು ನಿರ್ಧರಿಸಿ ನೋಟ್ ಮಾಡಿಕೊಳ್ಳಿ. ಆ ದಿನದಲ್ಲಿ ಉತ್ತಮ ಮತ್ತು ಬಡವಾದ ಪರ್ಫಾಮನ್ಸ್‌ಗೆ ಕಾರಣವನ್ನೂ ನೋಟ್ ಮಾಡಿ. ಪ್ರತಿ ತಿಂಗಳು ಆದ ಸುಧಾರಣೆಯನ್ನೂ ನೋಟ್ ಮಾಡಿ.

ನಿಮ್ಮ ಗ್ರಹಿಕೆಯನ್ನು ಪರೀಕ್ಷಿಸಿಕೊಳ್ಳಿ

ಈ ಕೆಳಗಿನ ಉದಾಹರಣೆಗಳ ಮೂಲಕ ನಿಮ್ಮ ಮೊದಲ ಯತ್ನದಲ್ಲಿನ ಗ್ರಹಿಕೆಯ ಸಾಮರ್ಥ್ಯವನ್ನು ಪರೀಕ್ಷಿಸಿಕೊಳ್ಳಿ. ಈ ಕೆಳಗಿನ ಒಂದು ವಾಕ್ಯ ಮಾತ್ರ ಸರಿ ಇದೆ. ಸರಿಯಾದ ಒಂದು ವಾಕ್ಯವನ್ನು ಪತ್ತೆ ಮಾಡಿ ಪೆನ್ಸಿಲ್‌ನಿಂದ ಗುರುತು ಮಾಡಿ. ಮತ್ತು ಉಳಿದ ವಾಕ್ಯದಲ್ಲಿನ ದೋಷವನ್ನೂ ಗುರುತು ಮಾಡಿ. ನೀವು ಅದನ್ನು ಗುರುತು ಮಾಡಿ ಮತ್ತು ನಿಮ್ಮ ಪಾಲಕರು, ಶಿಕ್ಷಕರು ಅಥವಾ ಹಿರಿಯರಿಂದ ಪರಿಶೀಲನೆ ಮಾಡಿಸಿ

ಇಂದಿನ ದಿನಾಂಕ: ....../......./

(ದಯವಿಟ್ಟು ಪೆನ್ಸಿಲ್‌ನಲ್ಲಿ ಬರೆಯಿರಿ)

ಉದಾಹರಣೆ 1

A. HONESTY IS THE BEST POLICY.

B. HONESTY IS THE BEST POLICY

C. HONESTY IS THE BEST POLICY

D. ONESTY IS THE BEST POLECY

ಉದಾಹರಣೆ 2

A. EARLY TO BED EARLY TO RISE MAKES A MAN HEALTHYY, WEALTHY AND WISE.

B. ERLY TOO BED ERLY TO RISE MAKE A MAN HELTHY, WELTHY AND WISE.

C. EARLY TO BAD EARLY TO RIS MAKES MAN HEELTHY, WEELTHY AND WIS.

D. ARLY TO BED ARLY TO RISE MAKS A MAN HEALTHY, WELLTHY AND WYSE.

ಉದಾಹರಣೆ 3 ಈ ಮೇಲೆ ತಯಾರಿಸಿದ ಯಾದಿಗಳನ್ನು ಪರಿಶೀಲಿಸಿ ಮತ್ತು ಅದಕ್ಕೆ ಹೊಸ ಸೇರ್ಪಡೆಗಳನ್ನು ಮಾಡಿಕೊಳ್ಳಿ.

ಪತ್ತೆದಾರಿ ಕತೆಗಳು, ಕಾದಂಬರಿಗಳು ಅಥವಾ ಚಲನಚಿತ್ರಗಳು ಅಥವಾ ಸಂಬಂಧಿಸಿದ ಸಂಶೋಧನೆಗಳು

ಅ. ಸಂಖ್ಯೆ	ಓದಿದ್ದು /ನೋಡಿದ್ದು	ಓದುತ್ತಿರುವುದು / ನೋಡುತ್ತಿರುವುದ್ದು	ಯೋಜಿಸಿರುವುದು
1			ಶೆರ್ಲಾಕ್ ಹೋಮ್ಸ್
2			ಹಾರ್ಡಿ ಬಾಯ್ಸ್
3			ನ್ಯಾನ್ಸಿ ಡ್ರ್ಯೂ
4			ಬೈ ಆಲ್ಫ್ರೆಡ್ ಹಿಟ್‌ಕಾಕ್
5			ದಿ ಓಲ್ಡ್ ಫಾಕ್ಸ್
6			ಪ್ರಾಜೆಕ್ಟ್ ಯುಎಫ್‌ಓ
7			ಸ್ಟಾರ್ ಟ್ರೆಕ್
			ಜೇಮ್ಸ್ ಬಾಂಡ್ ಮೂವಿಗಳು
			ಡಿಸ್ಕವರಿ ಚಾನೆಲ್
			ಅನಿಮಲ್ ಪ್ಲಾನೆಟ್ ಇತ್ಯಾದಿ.

ಪತ್ತೆದಾರಿ ಕೆಲಸವು ಅಪರಾಧ ನಡೆದ ಸ್ಥಳ, ಚಟುವಟಿಕೆ ಮತ್ತು ಚಟುವಟಿಕೆಗೆ ಸಂಬಂಧಿಸಿದಂತೆ ವ್ಯಕ್ತಿಗಳ ಭಾವನೆ ಇತ್ಯಾದಿಗಳನ್ನು ಸೂಕ್ಷ್ಮವಾಗಿ ಗ್ರಹಿಸುವುದರ ಆಧಾರದ

ಮೇಲೆ ನಿಂತಿದೆ.

ಅದೇ ರೀತಿ ಸಂಶೋಧನೆ ಮತ್ತು ಪತ್ತೆ ಕಾರ್ಯಕ್ಕೆ ಸಂಬಂಧಿಸಿದ ಪ್ರಾಜೆಕ್ಟ್‌ಗಳು ಕೂಡ ಅವರ ಸಂಶೋಧನೆಯ ಪ್ರತಿಯೊಂದು ಹಂತ ಮತ್ತು ಬೆಳವಣಿಗೆಯನ್ನು ತೋರಿಸುತ್ತದೆ.ನೀವು ಜಗತ್ತಿನಾದ್ಯಂತ ನಡೆಯುತ್ತಿರುವ ಸಂಶೋಧನೆ ಮತ್ತು ಪತ್ತೆ ಕಾರ್ಯದ ಮಾಹಿತಿ ಕಲೆಹಾಕಲು ಆರಂಭಿಸಿ. ಸಂಶೋಧನೆಯ ತಂಡ ಅನುಸರಿಸಿರುವ ವಿವಿಧ ಮಾರ್ಗಗಳು, ಯಾವ ತಂತ್ರಗಳನ್ನು ಅನುಸರಿಸಲಾಗಿದೆ ಎಂಬುದನ್ನು ಪತ್ತೆಮಾಡಿ ಮತ್ತು ಅದನ್ನು ಕಲಿಯಲು ಯತ್ನಿಸಿ.

ಇದು ನಿಮಗೆ ನಿಮ್ಮ ಗ್ರಹಿಕೆ, ಕಲಿಕೆ ಮತ್ತು ನೆನಪಿನಲ್ಲಿಟ್ಟುಕೊಳ್ಳುವ ಪ್ರಕ್ರಿಯೆಯಲ್ಲಿ ತರಬೇತಿ ನೀಡುತ್ತದೆ. ನಿಮ್ಮ ನಿತ್ಯದ ಚಟುವಟಿಕೆಯಲ್ಲಿ ನೀವು ಕೈಗೊಳ್ಳುವ ಕಾರ್ಯದಲ್ಲಿ ಎಚ್ಚರಿಕೆಯಿಂದ ಹೆಜ್ಜೆಯಿಡಲು ಸಹಕಾರಿಯಾಗಲಿದೆ.

ಜತೆಗೆ ನಿಮ್ಮ ಮಿತ್ರರು, ಸಹೋದ್ಯೋಗಿಗಳು ಅಥವಾ ಹತ್ತಿರದ ಪುಸ್ತಕದ ಅಂಗಡಿಗಳಲ್ಲಿ ಇರುವ ಪತ್ತೆದಾರಿ ಕತೆ, ಪುಸ್ತಕ ಅಥವಾ ಕಾದಂಬರಿ ಕುರಿತು ವಿಚಾರಣೆ ನಡೆಸಿ. ಮತ್ತು ಇತರ ಸಂಶೋಧನೆ ಮತ್ತು ಪತ್ತೆಗೆ ಅವರಲ್ಲಿ ಲಭ್ಯವಿರುವ ವಸ್ತುಗಳ ಕುರಿತು ವಿಚಾರಿಸಿ. ಆರಂಭದಲ್ಲಿ ಅವುಗಳನ್ನು ವಾಪಸ್ ಮಾಡುವ ಆಧಾರದ ಮೇಲೆ ತನ್ನಿ.

ಅದೇ ರೀತಿ ಟಿವಿ ಧಾರಾವಾಹಿಗಳು ಮತ್ತು ಚಾನೆಲ್‌ಗಳ ಕುರಿತು ವಿಚಾರಣೆ ಮಾಡಿ.

ಗ್ರಹಿಕೆ ಸುಧಾರಿಸಿಕೊಳ್ಳಲು ಇರುವ ಇತರ ಮಾರ್ಗಗಳು

ಕೆಳಗಿನ ಯಾವುದಾದರೂ ಚಟುವಟಿಕೆಯನ್ನು ಒಂದಾದ ನಂತರ ಮತ್ತೊಂದನ್ನು ಕೈಗೊಳ್ಳಿ. ಇದು ನಿಮ್ಮ ಕಲಿಕೆ, ನೆನಪಿನಲ್ಲಿಟ್ಟುಕೊಳ್ಳುವುದು ಮತ್ತು ಪುನಃ ನೆನಪಿಸಿಕೊಳ್ಳುವ ಪ್ರಕ್ರಿಯೆ ಸುಧಾರಿಸಿಕೊಳ್ಳಲು ಸಹಕರಿಸಲಿದೆ.

- ಆರಂಭದಲ್ಲಿ ನಿಮ್ಮ ಕೋಣೆಯಲ್ಲಿ ಇದನ್ನು ಆರಂಭಿಸಿ. ಖಾಲಿ ಅಥವಾ ಯಾವುದೇ ಒಂದು ಗೋಡೆಯನ್ನು ನೋಡಿ ನಿಮ್ಮ ಕೋಣೆಯಲ್ಲಿರುವ ಎಲ್ಲ ದೊಡ್ಡ ಅಥವಾ ಸಣ್ಣ ಸಾಮಾನುಗಳನ್ನು ಹಿಂತಿರುಗಿ ನೋಡದೆ ಬರೆಯಿರಿ. ಈಗ ಅದನ್ನು ರೂಂನಲ್ಲಿರುವ ವಸ್ತುಗಳೊಂದಿಗೆ ಪರಿಶೀಲಿಸಿ. ಇದನ್ನು ಪ್ರತಿ ತಿಂಗಳು ಪುನರಾವರ್ತಿಸಿ.
- ಕೆಲವು ಸಾರ್ವಜನಿಕ ಕಚೇರಿ, ಪ್ರದರ್ಶನ, ವಸ್ತು ಸಂಗ್ರಹಾಲಯ, ವ್ಯಾಪಾರ ಮೇಳ, ಹೋಟೆಲ್ ಮತ್ತು ರೆಸ್ಟೋರೆಂಟ್ ಇತ್ಯಾದಿ ಕಡೆ ತೆರಳಿದಾಗಲೂ ಇದೇ ಚಟುವಟಿಕೆ ಕೈಗೊಳ್ಳಿ. ಇದರಿಂದ ನೀವು ಭೇಟಿ ನೀಡಿದ ವಿವಿಧ ಸ್ಥಳದ ಜನರ ವೈಚಾರಿಕ ಭಿನ್ನತೆಯನ್ನು ನೀವು ಅರಿತುಕೊಳ್ಳಬಹುದು. ಇದು ನಿರಂತರವಾಗಿ ಓಡಾಡುವವರಿಗೆ ಅನುಕೂಲ.
- ನಿಮ್ಮ ಮಿತ್ರ ಅಥವಾ ಅಕ್ಕಪಕ್ಕದ ಮನೆಗಳಿಗೆ ತೆರಳಿದಾಗ ನೀವು ಇದೇ ಚಟುವಟಿಕೆಯನ್ನು ಪುನರಾವರ್ತಿಸಿ. ವಾಪಸ್ ಬಂದ ಬಳಿಕ ಆ ಮನೆಯಲ್ಲಿ, ರೂಂನಲ್ಲಿ, ಟೆರೇಸ್ ಮೇಲೆ ನೀವು ಕಂಡ ಸಂಗತಿಗಳನ್ನು ನೋಟ್ ಮಾಡಿ. ನಿಮ್ಮ ಗ್ರಹಿಕೆಯ ವೇಗ ಮತ್ತು ನಿಖರತೆಯನ್ನು ಅಳತೆ ಮಾಡುವುದೇ ಇದರ ಉದ್ದೇಶ. ಮುಂದೆ ನೀವು ಅಲ್ಲಿಗೆ ಭೇಟಿ ನೀಡಿದಾಗ ನಿಮ್ಮ ಯಾದಿಯೊಂದಿಗೆ ಅದನ್ನು ಪರಿಶೀಲಿಸಿ. ನೀವೇ ನಿಮ್ಮ ನಿಖರತೆಯನ್ನು ನಿರ್ಣಯಿಸಿ.
- ನಿಮ್ಮ ಕಟ್ಟಡದ ಅಂತಸ್ತಿನಲ್ಲಿ, ಶಾಲೆಯಲ್ಲಿ, ಕಾಲೇಜಿನಲ್ಲಿ ಅಥವಾ ನೀವು ಕೆಲಸ ಮಾಡುವಲ್ಲಿ ಎಷ್ಟು ಮೆಟ್ಟಿಲುಗಳಿವೆ ಎಂಬುದನ್ನು ಲೆಕ್ಕ ಮಾಡಿ.
- ಈಗಾಗಲೇ ನೀವು ತೆರಳಿದಲ್ಲಿ ಮೆಟ್ಟಿಗಳನ್ನು ಗುರುತಿಸುವ ಮತ್ತು ಎಣಿಸುವ ಕಾರ್ಯ ಆರಂಭಿಸಿರಬಹುದು. ಇದು ನಿಮ್ಮ ಗ್ರಹಿಕೆ ಮತ್ತು ನೆನಪಿನ ಶಕ್ತಿ

ವೃದ್ಧಿಸುವಲ್ಲಿ ಅಪಾರ ಪ್ರಮಾಣದ ಕೊಡುಗೆ ನೀಡಲಿದೆ.

- ಹತ್ತಿರದ ಬಸ್ ನಿಲ್ದಾಣ, ಪಾರ್ಕ್ ಅಥವಾ ಸೂಪರ್‌ಮಾರ್ಕೆಟ್‌ಗೆ ನಡಿಗೆ, ಸೈಕಲ್ ಅಥವಾ ಕಾರ್ ಮೂಲಕ ತೆರಳಲು ಎಷ್ಟು ಸಮಯ ಬೇಕು ಎಂಬುದನ್ನು ಪರಿಶೀಲಿಸಿ.
- ನಿಮ್ಮ ಕಚೇರಿ, ಶಾಲೆ, ಆಟವಾಡಲು, ಮಾರ್ಕೆಟ್‌ಗೆ ತೆರಳಲು ಅಥವಾ ಕೆಲವು ಪಾರ್ಟಿ ಇಲ್ಲವೇ ಕಾರ್ಯಕ್ರಮಕ್ಕೆ ತೆರಳುವ ಮುನ್ನ ಸಿದ್ಧತೆಗೆ ನಿಮಗೆ ಎಷ್ಟು ಕಾಲಾವಧಿ ಬೇಕು ಎಂಬುದನ್ನು ಗ್ರಹಿಸಿ.
- ಈ ಎಲ್ಲ ಚಟುವಟಿಕೆಗೆ ನಿಮ್ಮ ಕುಟುಂಬದ ಇತರ ಸದಸ್ಯರಿಗೆ ಎಷ್ಟು ಸಮಯ ಬೇಕು ಎಂಬುದನ್ನು ಪತ್ತೆ ಮಾಡಿ.
- ನೀವು ಬೆಳಗ್ಗೆ ಎದ್ದಾಗ ನಿಮ್ಮ ಹಾರ್ಟ್‌ಬೀಟ್, ಪಲ್ಸ್ ರೇಟ್ ಏನು, ಕಚೇರಿ ಅಥವಾ ಶಾಲೆಯಿಂದ ವಾಪಸ್ ಬಂದಾಗ, ಆಟವಾಡಿದ ಬಳಿಕ ಅಥವಾ ಕೆಲಸದ ಬಳಿಕ, ಅಡುಗೆ ಮಾಡಿದ ಬಳಿಕ ಅಥವಾ ಗಾರ್ಡನಿಂಗ ಮಾಡಿದ ಬಳಿಕ, ಊಟಕ್ಕೂ ಮುನ್ನ ಅಥವಾ ಊಟದ ನಂತರ, ಧ್ಯಾನ ಅಥವಾ ಪ್ರಾರ್ಥನೆ ನಂತರ ಅದು ಎಷ್ಟಿದೆ ಎಂಬುದನ್ನು ಪರಿಶೀಲಿಸಿ.

ಸಲಹೆ: ನಿಮಗೆ ಲಭ್ಯವಿರುವ ಸಮಯದ ಆಧಾರದ ಮೇಲೆ ನಿಮ್ಮ ಚಟುವಟಿಕೆಯನ್ನು ಉಪವಿಭಾಗ ಮಾಡಿಕೊಳ್ಳಬಹುದು. ಈ ಚಟುವಟಿಕೆಗಳನ್ನು ನಿಮ್ಮ ನೆನಪಿನ ಶಕ್ತಿ ವೃದ್ಧಿಸಿಕೊಳ್ಳುವುದಕ್ಕಾಗಿವೆ. ಆದರೆ, ಇದು ನಿಮ್ಮ ನಿತ್ಯ ಕಾರ್ಯಕ್ಕೆ ಅಡಚಣೆ ಉಂಟುಮಾಡಬಾರದು.

***

ದಿನ–16

ಮರೆಯುವಿಕೆಯಿಂದ ಹೊರಬರುವುದು ಹೇಗೆ?

ನೆನಪು ಮಿದುಳಿನ ಪ್ರಮುಖ ಕಾರ್ಯವಾಗಿದ್ದು, ಅದಿಲ್ಲದೇ ಇದ್ದರೆ ನಮ್ಮ ಅಸ್ತಿತ್ವ ಈ ಹಂತ ತಲುಪುತ್ತಿರಲಿಲ್ಲ. ಇದು ಇತರ ಮೂರು ಪ್ರಮುಖ ಅಂತರ್ ಸಂಬಂಧ ಹೊಂದಿರುವ ಉಪ ಕಾರ್ಯವನ್ನು ಒಳಗೊಂಡಿದೆ. ಅವುಗಳೆಂದರೆ ಕಲಿಯುವುದು, ನೆನಪಿನಲ್ಲಿಟ್ಟುಕೊಳ್ಳುವುದು ಮತ್ತು ಮಾಹಿತಿಯನ್ನು ಪುನಃ ನೆನಪಿಸಿಕೊಳ್ಳುವುದು. ಈ ಮೂರು ಕಾರ್ಯಗಳು ಏಕಕಾಲದಲ್ಲಿ ಕಾರ್ಯನಿರ್ವಹಿಸುತ್ತವೆ ಮತ್ತು ಪರಸ್ಪರ ಅವಲಂಬಿತವಾಗಿವೆ. ಈಗ ನಾವು ಇವೆಲ್ಲ ಹೇಗೆ ಕಾರ್ಯನಿರ್ವಹಿಸುತ್ತವೆ ಎಂಬುದನ್ನು ನೋಡೋಣ.

ಪ್ರತಿ ಕ್ಷಣವೂ ನಮ್ಮ ಮನಸ್ಸು ಸುತ್ತಮುತ್ತಲಿನ ಚಟುವಟಿಕೆಗಳನ್ನು ದಾಖಲಿಸಿಕೊ-ಳ್ಳುತ್ತಿರುತ್ತದೆ. ಅದು ಓದಿನಿಂದ ಇರಬಹುದು, ಬರಹದಿಂದ ಇರಬಹುದು, ನೋಡುವುದರಿಂದ ಇರಬಹುದು, ಅನುಭವಿಸುವುದರಿಂದ, ಆಘ್ರಾಣಿಸುವುದರಿಂದ, ಕೇಳುವುದರಿಂದ ಮತ್ತು ಮಾತುಕತೆ ನಡೆಸುವುದರಿಂದ ಇತ್ಯಾದಿ.

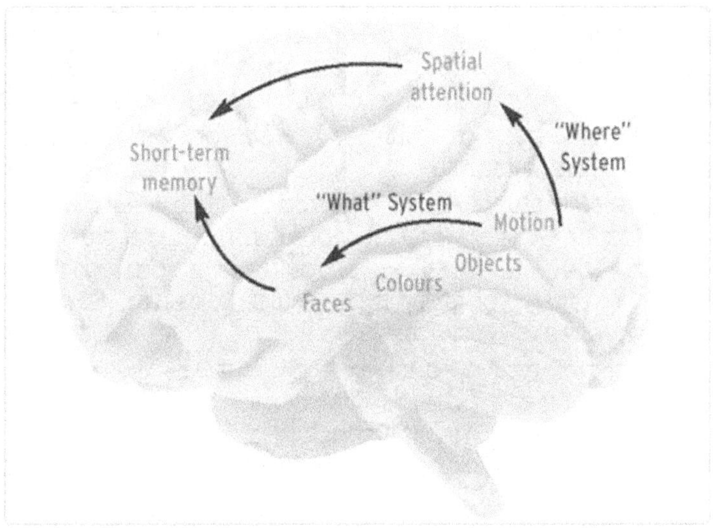

ಒಮ್ಮೆ ಯಾವುದೇ ಚಟುವಟಿಕೆ ಘಟಿಸಿದಾಗ ಅದನ್ನು ಮನಸ್ಸು ಗ್ರಹಿಸುತ್ತದೆ ಅಥವಾ ಅದು ಮನಸ್ಸಿನ ಮೇಲೆ ಪ್ರಭಾವ ಉಂಟುಮಾಡುತ್ತದೆ. ಅಲ್ಲಿಂದ ಕಲಿಕೆ ಆರಂಭವಾಗುತ್ತದೆ. ಯಾವಾಗ ಒಂದು ಚಟುವಟಿಕೆ ಅಥವಾ ಘಟನೆ ಪುನರಾವರ್ತನೆಯಾದರೆ ಅದು ಮನಸ್ಸಿನಲ್ಲಿ ಸಂಗ್ರಹವಾಗುತ್ತದೆ. ಅದನ್ನು ಕಾಯ್ದುಕೊಳ್ಳುವುದು ಅಥವಾ ನೆನಪಿನಲ್ಲಿಟ್ಟುಕೊಳ್ಳುವುದು ಎನ್ನುತ್ತಾರೆ. ಅದು ನೈಸರ್ಗಿಕ ಕ್ರಿಯೆ. ಕೊನೆಯದಾಗಿ ಅಂತಹ

ಇಂದಿನ ದಿನಾಂಕ: ....../......./
(ದಯವಿಟ್ಟು ಪೆನ್ಸಿಲ್‌ನಲ್ಲಿ ಬರೆಯಿರಿ)

ಯಾವುದೇ ಮಾಹಿತಿ ಪುನಃ ನೆನಪಿಸಿಕೊಳ್ಳುವುದು ಪ್ರಕ್ರಿಯೆಗೊಳಪಡಬೇಕಿದ್ದರೆ ಮನಸ್ಸಿನಿಂದ ಪುನಃ ನೆನಪಿಸಿಕೊಳ್ಳುವ ಪ್ರಕ್ರಿಯೆ ಆರಂಭವಾಗುತ್ತದೆ.

ಯಾವುದೇ ಮಾಹಿತಿಯನ್ನು ಉಳಿಸಿಕೊಳ್ಳುವುದು ತಾತ್ಕಾಲಿಕ ಅಥವಾ ಸಣ್ಣ ಅವಧಿಗೆ ಮತ್ತು ಶಾಶ್ವತವಾಗಿ ಅಥವಾ ದೀರ್ಘ ಅವಧಿಗೆ ಇರಬಹುದು. ಇದನ್ನು ಅಲ್ಪಾವಧಿ ನೆನಪು ಮತ್ತು ದೀರ್ಘಾವಧಿ ನೆನಪು ಎಂದು ಕ್ರಮವಾಗಿ ಕರೆಯಲಾಗುತ್ತದೆ. ಈಗ ನಾವು ಈ ಎರಡು ವಿಧದ ನೆನಪಿನ ಶಕ್ತಿಯ ಲಕ್ಷಣವನ್ನು ಸ್ವಲ್ಪ ದೀರ್ಘವಾಗಿ ಅವಲೋಕಿಸೋಣ.

ಲ್ಪಾವಧಿ ನೆನಪು

ಯಾವುದೇ ಮಾಹಿತಿ ನಮ್ಮ ಮನಸ್ಸಿನಲ್ಲಿ ಕೆಲವು ನಿಮಿಷದಿಂದ ಕೆಲವು ದಿನಗಳ ಕಾಲ ಮತ್ತು ಕೆಲವು ತಿಂಗಳ ವರೆಗೆ ಮಾತ್ರ ಉಳಿದರೆ ಅದನ್ನು ಅಲ್ಪಾವಧಿ ನೆನಪು ಎನ್ನುತ್ತಾರೆ. ಬಹುತೇಕ ಸಂದರ್ಭಗಳಲ್ಲಿ ಆರಂಭದಿಂದಲೂ ಕೆಲವು ಮಾಹಿತಿಯನ್ನು ಅಲ್ಪಾವಧಿಯಲ್ಲಿ ಮಾತ್ರ ಬಳಸಲಾಗುತ್ತದೆ. ಹಾಗಾಗಿ, ಯಾವುದೇ ಹೇಳಿದ ಘಟನೆ ಅಥವಾ ಉದ್ದೇಶ ಈಡೇರಿದ ಬಳಿಕ ಮನಸ್ಸು ತನ್ನಷ್ಟಕ್ಕೆ ತಾನೇ ಎಲ್ಲ ವಿಷಯಗಳನ್ನು ಹಂತ ಹಂತವಾಗಿ ಮರೆಯಲು ಆರಂಭಿಸುತ್ತದೆ. ಮತ್ತು ಮನಸ್ಸು ಹೊಸ ವಿಷಯಗಳನ್ನು ಸಂಗ್ರಹಿಸುತ್ತದೆ.

ಅಲ್ಪಾವಧಿ ನೆನಪಿಗೆ ಉದಾಹರಣೆಗಳು

- ರಜೆಯಲ್ಲಿ ಅಥವಾ ಯಾವುದೇ ಸೆಮಿನಾರಿಗೆ ತೆರಳಲು ಡೆಲಿಗೇಟ್‌ಗಳೊಂದಿಗೆ ಪಟ್ಟಣಕ್ಕೆ ತೆರಳಿದಾಗ ಉಳಿದ ಲಾಡ್ಜಿಂಗ್ ವಿವರಗಳು. ಟ್ರಾವೆಲ್ ಮಾಡಿದ ದಿನ ಮತ್ತು ಸಮಯ, ಬಸ್‌ನಲ್ಲಿ, ರೈಲು ಅಥವಾ ವಿಮಾನದಲ್ಲಿ ನೀವು ಪ್ರಯಾಣಿಸಿದ ಸೀಟ್ ಸಂಖ್ಯೆ ಮತ್ತು ವಾಪಸಾದ ವಿವರಗಳು. ಹೋಟೆಲ್ ಅಥವಾ ಗೆಸ್ಟ್ ಹೌಸ್‌ನಲ್ಲಿ ನಿಮ್ಮ ರೂಂ ಸಂಖ್ಯೆ, ಉಳಿದುಕೊಂಡ ವಸತಿಗೃಹದ ಹೆಸರು ಇತ್ಯಾದಿ.
- ಅದೇ ರೀತಿ ನೀವು ಪ್ರಯಾಣದ ವೇಳೆ ಒಂದಕ್ಕಿಂತ ಹೆಚ್ಚಿನ ನಗರಕ್ಕೆ ಭೇಟಿ ನೀಡಿದರೆ ಅದರ ವಿವರಗಳು.
- ಒಂದು ವರ್ಷ ಪೂರ್ತಿ ಓದಿದ ವಿಷಯಗಳು ಮತ್ತು ಸಿಲೆಬಸ್ ಆ ವರ್ಷ ಮಾತ್ರ ನೆನಪಿನಲ್ಲಿರುತ್ತವೆ. ಅಂತಿಮ ಪರೀಕ್ಷೆ ಮುಗಿದ ಬಳಿಕ ನಾವು ಮುಂದಿನ ತರಗತಿಗೆ ತೆರಳಿದ ಮೇಲೆ ಆ ಎಲ್ಲ ವಿಷಯಗಳನ್ನು ಮರೆತುಬಿಡುತ್ತೇವೆ. ಮತ್ತು ಹೊಸ ಸಿಲೆಬಸ್ ಆರಂಭವಾಗುತ್ತದೆ. ಕೇವಲ ಸೂತ್ರಗಳು, ವಿಧಾನ ಮತ್ತು ತಂತ್ರಗಳು ಮಾತ್ರ ನೆನಪಿನಲ್ಲಿರುತ್ತವೆ.
- ನಾವು ಯಾವುದೇ ಪ್ರಾಜೆಕ್ಟ್ ಅಥವಾ ಅಸೈನ್‌ಮೆಂಟ್‌ನಲ್ಲಿ ಕಾರ್ಯನಿರ್ವಹಿಸುತ್ತಿದ್ದರೆ ಅದನ್ನು ಪರಿಣಾಮಕಾರಿಯಾಗಿ ಕೈಗೊಳ್ಳಲು ಅವಶ್ಯವಿರುವ ನಿಯಮಗಳು, ನಿರ್ದೇಶನಗಳು ನಮ್ಮ ನೆನಪಿನಲ್ಲಿರುತದೆ. ಆದರೆ, ಪ್ರಾಜೆಕ್ಟ್ ಮುಗಿದ ಬಳಿಕ ಹಂತ ಹಂತವಾಗಿ ನಮ್ಮ ಮನಸು ಸಮಯ ಕಳೆದಂತೆ ಅದರ ಮಾಹಿತಿಯನ್ನು ಮರೆಯುತದೆ. ಮತ್ತೆ ಹೊಸ ಅಸೈನ್‌ಮೆಂಟ್‌ನ ಹೊಸ ಗೈಡ್‌ಲೈನ್‌ಗಳು ಆ ಸ್ಥಳ ಆಕ್ರಮಿಸುತ್ತವೆ.

ದೀರ್ಘಾವಧಿ ನೆನಪು

ಯಾವುದೇ ಮಾಹಿತಿ ನಮ್ಮ ಮನಸ್ಸಿನಲ್ಲಿ ಕೆಲವು ವರ್ಷಗಳಿಂದ ಆರಂಭಿಸಿ ಜೀವಿತಾವಧಿ ಪೂರ್ತಿ ನೆನಪಿನಲ್ಲಿದ್ದರೆ ಅದನ್ನು ದೀರ್ಘಾವಧಿ ನೆನಪು ಎನ್ನುತ್ತಾರೆ. ಫಾರ್ಮುಲಾಗಳನ್ನು ಮತ್ತು ತಂತ್ರಗಳು ನಮ್ಮ ಅಧ್ಯಯನದ ವೇಳೆ ಅಥವಾ ವೃತ್ತಿಪರ ಕೆಲಸ ಕೈಗೊಳ್ಳುವಾಗಿನದೂ ದೀರ್ಘಾವಧಿ ನೆನಪಿಗೆ ಉದಾಹರಣೆಗಳಾಗಿವೆ. ಜೀವನದ ಕುರಿತು ನಾವು ಹೊಂದಿರು

ಧೋರಣೆ ಮತ್ತು ವಿಚಾರದ ಅನುಸಾರ ನಾವು ನಮ್ಮ ಉಪಜಾಗೃತ ಮನಸ್ಸಿಗೆ ನಾವು ನಿರಂತರವಾಗಿ ಮಾಹಿತಿಯ ಮಹತ್ವದ ಕುರಿತು ನಿರ್ದೇಶನ ನೀಡುತ್ತಿರುತ್ತೇವೆ. ಅದರ ಅನುಸಾರ ನಮ್ಮ ಮನಸ್ಸು ಆ ಸಂಗತಿಗಳನ್ನು ದೀರ್ಘ ಕಾಲದ ತನಕ ನೆನಪಿನಲ್ಲಿಟ್ಟುಕೊಳ್ಳುತ್ತದೆ. ಈ ಎಲ್ಲ ಸಂಗತಿಗಳನ್ನು ಬದುಕಿನಲ್ಲಿ ಒಮ್ಮೆ ಕಲಿತರೆ ನಮ್ಮ ಬದುಕಿನಲ್ಲಿ ಬಹುಬಾರಿ ಅದನ್ನು ಬಳಸಬಹುದಾಗಿದೆ.

ದೀರ್ಘಾವಧಿ ನೆನಪಿಗೆ ಉದಾಹರಣೆಗಳು

- ಗಣಿತದ ಸೂತ್ರಗಳು, ವ್ಯಾಕರಣ, ಯಾವುದೇ ಭಾಷೆಯ ಕಾಲಗಳು ಮತ್ತು ಪಂಕ್ಚುವೇಷನ್‌ಗಳು, ವಿಜ್ಞಾನದ ನಿಯಮಗಳು ಅಥವಾ ಭೌತಶಾಸ್ತ್ರ ಮತ್ತೆ ರಸಾಯನಶಾಸ್ತ್ರದ ಮೂಲಭೂತ ಸಂಗತಿಗಳು ಇತ್ಯಾದಿ.
- ನಿಮ್ಮ ಹತ್ತಿರದವರ ಮತ್ತು ಪ್ರೀತಿಪಾತ್ರರ ಹುಟ್ಟುಹಬ್ಬ ಮತ್ತು ವಾರ್ಷಿಕೋತ್ಸವ ನೆನಪಿನಲ್ಲಿಟ್ಟುಕೊಳ್ಳುವುದು. ಇದು ಸುತ್ತಮುತ್ತಲಿನವರೊಂದಿಗೆ ಉತ್ತಮ ಸಂಬಂಧ ಕಾಯ್ದುಕೊಳ್ಳಲು ಸಹಕಾರಿಯಾಗಿದೆ.
- ಮನೆಯ ಸಾಮಗ್ರಿಗಳನ್ನು ಇತರರು ದುರಸ್ತಿಗೊಳಿಸುವುದನ್ನು ನೋಡಿ ಕಲಿತುಕೊಳ್ಳುವುದು ಅಥವಾ ನಿಮ್ಮಷ್ಟಕ್ಕೇ ನೀವು ಕಲಿತುಕೊಳ್ಳುವುದು ನಿಮ್ಮ ವಾಹನದ ಸಣ್ಣ ಸಮಸ್ಯೆಗಳನ್ನು ನೀವೇ ಬಗೆಹರಿಸಿಕೊಳ್ಳುವುದು. ಅದು ಅಡುಗೆ ಮನೆಯ ಮಿಕ್ಸರ್‌ನ ಬ್ಲೇಡ್‌ಗಳನ್ನು ಕೂಡ್ರಿಸುವುದು, ನಿಮ್ಮ ಮನೆಯ ಇಲೆಕ್ಟ್ರಿಸಿಟಿ ಬಾಕ್ಸ್‌ನ ಫ್ಯೂಸ್‌ಗಳನ್ನು ಸರಿಪಡಿಸುವುದು, ಪ್ಲಗ್ ಅಥವಾ ಸ್ವಿಚ್‌ನ ಸಂಪರ್ಕ ಹದಗೆಟ್ಟಿದ್ದರೆ ಅದನ್ನು ದುರಸ್ತಿ ಮಾಡುವುದು, ಇಲೆಕ್ಟ್ರಿಕ್ ಇಸ್ತ್ರಿಯ ಸಂಪರ್ಕ ಹಾಳಾಗಿದ್ದರೆ ಅದನ್ನು ಕೂಡಿಸುವುದು, ನಿಮ್ಮ ಮೋಟಾರ್ ಸೈಕಲ್ ಅಥವಾ ಕಾರ್‌ನ ಟೈರ್‌ನ ಪಂಕ್ಚರ್ ತೆಗೆಯುವುದು ಇತ್ಯಾದಿ.
- ಸರಳ ಸಂಗತಿಗಳಿಂದ ಆಹಾರ ತಯಾರಿಸುವುದನ್ನು ಆರಂಭಿಸುವುದು. ನೀರು ಅಥವಾ ಹಾಲು ಕಾಯಿಸುವುದು, ಟೀ ಅಥವಾ ಕಾಫಿ ತಯಾರಿಸುವುದು, ನಿಧಾನವಾಗಿ ಅಪೇಕ್ಷಿತ ಖಾದ್ಯ ತಯಾರಿಸಲು ಇತರ ಅಂಶಗಳನ್ನು ಸೇರಿಸುವುದು. ಬಟರ್ ಟೋಸ್ಟ್, ಸ್ಯಾಂಡ್‌ವಿಚ್, ಆಮ್ಲೇಟ್ ಇತ್ಯಾದಿ ಉಪಾಹಾರ ತಯಾರಿಸುವುದು ಮುಂತಾದವುಗಳು.
- ಉತ್ತಮ ಗುಣಗಳನ್ನು, ನಡವಳಿಕೆ ಕಲಿಯುವುದು ಕೂಡ ನಮ್ಮ ನಿತ್ಯ ಬದುಕಿನ ಪ್ರಮುಖ ಭಾಗವೇ ಆಗಿದೆ. ಬಹುತೇಕವಾಗಿ ಈ ಚಟುವಟಿಕೆಗಳನ್ನು ಗೃಹಿಕೆಯಿಂದ ಕಲಿಯುತ್ತೇವೆ ಮತ್ತು ಜೀವನಪೂರ್ತಿ ಇದು ಸಹಕಾರಿಯಾಗಿದೆ.

ದಿನದ ಸಲುವಾಗಿ ಚಟುವಟಿಕೆ:

- ಈ ಮೇಲೆ ಏನನ್ನು ಹೇಳಲಾಗಿದೆ ಎಂಬುದನ್ನು ಸರಿಯಾಗಿ ಅರ್ಥೈಸಿಕೊಳ್ಳಿ. ದಯವಿಟ್ಟು ಎರಡು ಪ್ರತ್ಯೇಕ ಯಾದಿಯನ್ನು ತಯಾರಿಸಿ. ಒಂದು ಯಾದಿ ಭೂತಕ್ಕಾಗಿ ಮತ್ತು ಇನ್ನೊಂದು ಭವಿಷ್ಯತ್ತಿಗಾಗಿ.
- ಈಗ ನೀವು ಈ ಎರಡೂ ಯಾದಿಯನ್ನು ಎರಡು ರೀತಿಯಲ್ಲಿ ವಿಭಾಗಿಸಿ. ಒಂದು ಅಲ್ಪಾವಧಿ ಮತ್ತು ಇನ್ನೊಂದು ದೀರ್ಘಾವಧಿ ಡೈಗ್ರಾಮ್.
- ಈ ಹಿಂದಿನ ಯಾದಿಯಲ್ಲಿ

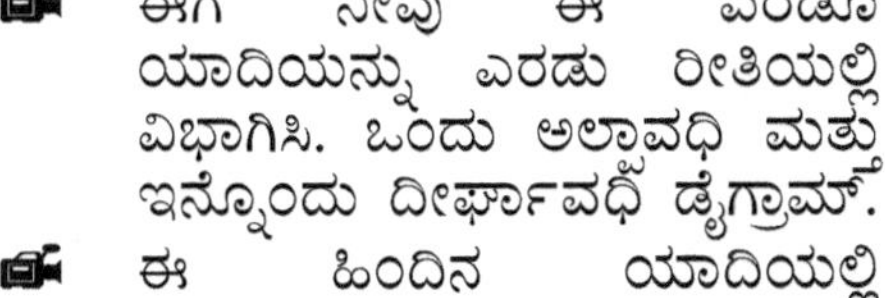

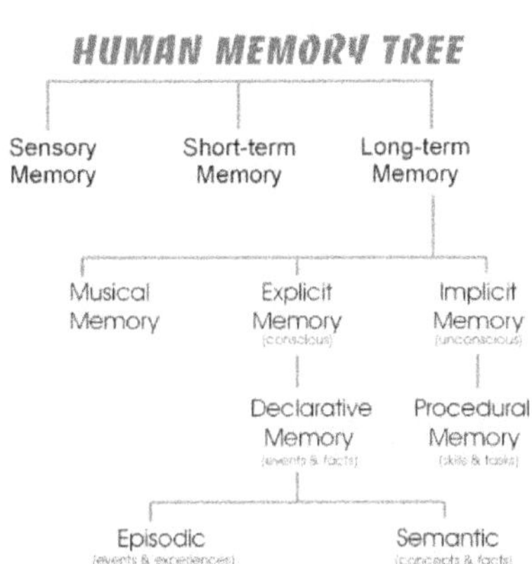

ದೀರ್ಘಾವಧಿ ವಿಭಾಗದಲ್ಲಿ ನೆನಪಿನಲ್ಲಿರುವ ನಿಮ್ಮ ಬಾಲ್ಯ ಮತ್ತು ಯೌವ್ವನದಲ್ಲಿ ಎಲ್ಲ ಘಟನೆಗಳು, ಚಟುವಟಿಕೆಗಳು ಮತ್ತು ಮಾಹಿತಿ ಬರೆಯಿರಿ. ಉದಾಹರಣೆಗೆ ನೀವು ಶಾಲೆಗೆ ತೆರಳಿದ ಪ್ರಥಮ ದಿನ ಅಥವಾ ನಿಮ್ಮ ಮೊದಲ ಸೈಕಲ್ ಕೊಳ್ಳಲು ಅಥವಾ ಸ್ಕೇಟ್ ಕೊಳ್ಳಲು ತೆರಳಿದ ದಿನ. ನಿಮ್ಮ ತರಗತಿಗೆ ನೀವು ಪ್ರಥಮ ಸ್ಥಾನ ಗಳಿಸಿದ ದಿನ ಅಥವಾ ಕ್ರೀಡಾ ದಿನದಲ್ಲಿ ಓಟದಲ್ಲಿ ಪ್ರಥಮ ಸ್ಥಾನ ಪಡೆದ ದಿನ, ನಿಮ್ಮ ಮೊದಲ ಪ್ರೀತಿ ಇತ್ಯಾದಿ.

- ಮೊದಲ ಲಿಸ್ಟ್‌ನ - ಅಲ್ಪಾವಧಿ ವಿಭಾಗದಲ್ಲಿ ಎಲ್ಲ ಇತ್ತೀಚೆಗೆ ಘಟಿಸಿದ ಘಟನೆ, ಚಟುವಟಿಕೆಗಳು ಮತ್ತು ಮಾಹಿತಿಗಳನ್ನು ಬರೆಯಿರಿ. ಉದಾಹರಣೆಗೆ, ಹೊಸ ಮಿತ್ರ ಅಥವಾ ಸಹೋದ್ಯೋಗಿ ನೀವು ಯಾರನ್ನು ಹೆಚ್ಚು ಲೈಕ್ ಮಾಡಿದ್ದೀರೋ ಅವರು. ನೀವು ಪಡೆದ ಬಡ್ತಿ, ಸಂಬಳದಲ್ಲಿ ಹೆಚ್ಚಳ ಅಥವಾ ನೀವು ಕೆಲಸ ಪೂರೈಸಿದ್ದಕ್ಕಾಗಿ ನಿಮಗೆ ದೊರೆತ ಮೆಡಲ್, ಹಿಂದಿನ ಹುಟ್ಟುಹಬ್ಬದ ದಿನ ನೀವು ಕಾರ್ ಖರೀದಿಸಿದ್ದು ಇತ್ಯಾದಿ.
- ಭವಿಷ್ಯದ ಯಾದಿಯಲ್ಲಿ–ದೀರ್ಘಾವಧಿ ವಿಭಾಗದಲ್ಲಿ, ನಿಮ್ಮ ಬದುಕಿನ ಉಳಿದ ಅವಧಿಯಲ್ಲಿ ನೀವು ಕೈಗೊಳ್ಳಬೇಕಿರುವ ಘಟನೆ, ಚಟುವಟಿಕೆ ಮತ್ತು ಮಾಹಿತಿಯನ್ನು ಬರೆದಿಡಿ. ಕುಟುಂಬದ ಕಾರ್ಯಕ್ರಮದಲ್ಲಿ ತೆಗೆದ ನಿಮ್ಮ ಎಲ್ಲ ಫೋಟೋಗಳನ್ನು ಸುರಕ್ಷಿತವಾಗಿ ಇಡುವುದು, ನಿಮ್ಮ ಹುಟ್ಟುಹಬ್ಬ, ಕುಟುಂಬ ಸದಸ್ಯರು, ಮಿತ್ರರು ಮತ್ತು ಸಹೋದ್ಯೋಗಿಗಳ ಎನಿವರ್ಸರಿ ಇತ್ಯಾದಿಗಳನ್ನು ದೊಡ್ಡ ಡೈರಿ ಬರೆದಿಡುವುದು ಇತ್ಯಾದಿ.
- ಭವಿಷ್ಯದ ಯಾದಿಯಲ್ಲಿ–ಅಲ್ಪಾವಧಿ ವಿಭಾಗದಲ್ಲಿ ಕೆಲವು ತಿಂಗಳಲ್ಲಿ ನೀವು ಕೈಗೊಳ್ಳಬೇಕಿರುವ ಚಟುವಟಿಕೆ, ಘಟನೆಗಳು ಮತ್ತು ಮಾಹಿತಿಯನ್ನು ಬರೆದಿಡಿ. ಉದಾಹರಣೆಗೆ ಹೊಸ ಟಿವಿ, ಮಿಕ್ಸರ್‌ಅನ್ನು ವಾರಂಟಿ ಅವಧಿಯಲ್ಲಿ ಖರ್ಚಿಲ್ಲದೇ ದುರಸ್ತಿ ಮಾಡಲು ಬಿಲ್‌ಗಳನ್ನು ಕಾಯ್ದಿಡುವುದು, ತೆರಿಗೆ ವ್ಯಕ್ತಿಗಾಗಿ ಬೇಕಾಗುವ ಆದಾಯದ ಇತರ ಕಾಗದಪತ್ರಗಳು ಮತ್ತು ಪ್ರಮುಖ ಖರೀದಿ ಇತ್ಯಾದಿ.

ಭೂತಕಾಲದಿಂದ		
ಅ. ಸಂಖ್ಯೆ	**ದೀರ್ಘಾವಧಿ**	**ಅಲ್ಪಾವಧಿ**
1.	ಶಾಲೆಯ ಮೊದಲ ದಿನ ಕೊನೇ ವರ್ಷ	ಹೊಸ ಮಿತ್ರನನ್ನು ಭೇಟಿಯಾದದ್ದು
2.	ನನ್ನ ನಿರಂತರ ಒತ್ತಾಯಕ್ಕೆ ಮಣಿದು ದೊರೆತ ಸೈಕಲ್	ಅಧ್ಯಯನಕ್ಕಾಗಿ ಇನ್ನೊಂದು ಪಟ್ಟಣಕ್ಕೆ ತೆರಳಿದ್ದು
ಭವಿಷ್ಯತ್ತಿಗಾಗಿ		
ಅ. ಸಂಖ್ಯೆ	**ದೀರ್ಘಾವಧಿ**	**ಅಲ್ಪಾವದಿ**
1.	ಕನಸಿನ ಸ್ವಂತ ಮನೆ ಕಟ್ಟಿಸುವುದು	ಉತ್ತಮ ಕೆಲಸಕ್ಕಾಗಿ ಸಂಬಳದಲ್ಲಿ ಸಣ್ಣ ಏರಿಕೆ
2.	ಎಂಬಿಎ ವಾರಾಂತ್ಯದ ಕ್ಲಾಸ್‌ಗೆ ಸೇರುವುದು	ಹೆಚ್ಚಿನ ಅಧ್ಯಯನಕ್ಕಾಗಿ ಸ್ಕಾಲರ್‌ಶಿಪ್ ದೊರೆತದ್ದು.

ನಿಮ್ಮ ಅಗತ್ಯ ಮತ್ತು ಇಷ್ಟದ ಅನುಸಾರ ನೀವು ನಿರಂತರವಾಗಿ ಯಾದಿಗೆ ಹೊಸದನ್ನು ಸೇರಿಸುವ ಮತ್ತು ಬದಲಾಯಿಸುವುದನ್ನು ಮುಂದುವರಿಸಬಹುದು. ಈ ಯಾದಿಯ ಪ್ರಮುಖ ಅಂಶಗಳನ್ನು ಇಂದೇ ಅನುಷ್ಠಾನಗೊಳಿಸುವ ಮೂಲಕ ಉತ್ತಮ ಆರಂಭ ಮಾಡಿ. ಇದು ನಿಮ್ಮ ಮನಸ್ಸಿನ ಕಾರ್ಯಶೈಲಿಯನ್ನು ಅರ್ಥೈಸಿಕೊಳ್ಳಲು ಹೆಚ್ಚು ಸಹಕಾರಿಯಾಗಲಿದೆ.

ನಿಮ್ಮ ನೆನಪಿನ ಶಕ್ತಿಯನ್ನು ವೃದ್ಧಿಸಿಕೊಳ್ಳಲು ಬರೆದಿಡುವ ತಂತ್ರ ಉತ್ತಮ ಯತ್ನವಾಗಿದೆ. ನಿಮ್ಮ ಬದುಕಿನ ಪ್ರಮುಖ ಅಂಶಗಳನ್ನು ನೀವು ಡೈರಿಯಲ್ಲಿ ಬರೆದಿಡುವ ಹವ್ಯಾಸವನ್ನು ನೀವು ರೂಢಿಸಿಕೊಂಡರೆ, ನೀವು ಈ ಜಗತ್ತಿನ ಪ್ರಮುಖ ಬೌದ್ಧಿಕ ಸಾಮರ್ಥ್ಯ ಹೊಂದಿರುವ ವ್ಯಕ್ತಿಗಳಷ್ಟೇ ನೀವು ನಿಮ್ಮ ನೆನಪಿನ ಶಕ್ತಿಯನ್ನು ವೃದ್ಧಿಸಿಕೊಳ್ಳಬಲ್ಲಿರಿ ಎಂದು ನಾನು ಭರವಸೆ ನೀಡುತ್ತೇನೆ. ಹಾಗಾಗಿ ಇಂದಿನಿಂದಲೇ ಆರಂಭಿಸಿ. ದೀರ್ಘಾವಧಿ ಬಳಕೆಗಾಗಿ ಒಂದು ಉತ್ತಮ ಗುಣಮಟ್ಟದ ಡೈರಿಯನ್ನು ಮತ್ತು ಅಲ್ಪಾವಧಿ ಬಳಕೆಗಾಗಿ ಸಣ್ಣ ಪಾಕೆಟ್ ಡೈರಿಯನ್ನು ಸಿದ್ಧಗೊಳಿಸಿಕೊಳ್ಳಿ. ಇಂದಿನಿಂದ ಕೆಲವೇ ದಿನಗಳಲ್ಲಿ ನೀವು ನಿಮ್ಮಷ್ಟಕ್ಕೇ ಬದಲಾವಣೆಯನ್ನು ಅನುಭವಿಸುತ್ತೀರಿ.

ಸಲಹೆ: ಇಂದು ನೀವು ಈ ಅಧ್ಯಾಯವನ್ನು ಕನಿಷ್ಠ 3–4 ಬಾರಿ ಓದಿ

***

ದಿನ–17

ಬಿಮರೆಯುವುದಟಿರಿಂದ ಹೊರಬರುವುದು ಹೇಗೆ?

ಮರೆಯುವುದು ಎಂದರೇನು?

ಮಾಹಿತಿಯನ್ನು ಪುನಃ ನೆಪಿಸಿಕೊಳ್ಳಲು ಮನಸ್ಸಿಗೆ ಸಾಧ್ಯವಾಗದೇ ಇರುವುದನ್ನು ಮರೆಯುವುದು ಎನ್ನುತ್ತಾರೆ. ಇದು ಸಂಪೂರ್ಣವಾಗಿರಬಹುದು ಅಥವಾ ಭಾಗಶಃವಾಗಿರಬಹುದು. ಈ ಹಿಂದೆ ನಾವು ಬಳಸಿದ ಅಥವಾ ಅದನ್ನು ದಾಟಿಬಂದ ಸಂಗತಿಯನ್ನು ನಾವು ನೆನಪಿಸಿಕೊಳ್ಳಲು ಪರಿಪೂರ್ಣ ವಿಫಲವಾದಾಗ ಸಂಪೂರ್ಣ ಮರೆವು ಉಂಟಾಗುತ್ತದೆ. ಸಂಗತಿಯ ಕೆಲವು ಅಂಶಗಳನ್ನು ಮಾತ್ರ ನೆನಪಿಸಿಕೊಂಡು ಪರಿಪೂರ್ಣ ನೆನಪು ಬಾರದೇ ಇದ್ದಾಗ ಅದು ಭಾಗಶಃ ಮರೆವು ಎನಿಸಿಕೊಳ್ಳುತ್ತದೆ.

ಈ ಕೆಳಗಿನ ಉದಾಹರಣೆಗಳ ಮೂಲಕ ನಾವು ಎರಡೂ ಬಗೆಯ ಮರೆವನ್ನು ನಾವು ಅರ್ಥೈಸಿಕೊಳ್ಳಲು ಯತ್ನಿಸೋಣ:

* ನಾವು ಈ ಹಿಂದೆ ಓದಿದ ಅಥವಾ ಕಲಿತ ವಿಷಯ, ಅಥವಾ ಭೇಟಿ ನೀಡಿದ ದೇವಸ್ಥಾನ, ವಸ್ತುಸಂಗ್ರಹಾಲಯ ಅಥವಾ ಪಿಕ್‌ನಿಕ್ ಸ್ಪಾಟ್ ಅನ್ನು ನಾವು ನೆನಪಿಸಿಕೊಳ್ಳಲು ವಿಫಲವಾದಾಗ ಪೂರ್ಣ ಮರೆವು ಉಂಟಾಗುತ್ತದೆ. ನಾವು ಶಾಲಾ ಅವಧಿಯ ಮಿತ್ರನನ್ನು ಗುರುತಿಸಲು ವಿಫಲವಾದಾಗ ಅಥವಾ ಈ ಹಿಂದೆ ಯಾವುದೇ ಅಸೈನ್‌ಮೆಂಟ್‌ನಲ್ಲಿ ಕೆಲಸ ಮಾಡಿದ ವ್ಯಕ್ತಿಯನ್ನು ಗುರುತಿಸಲೂ ನಾವು ವಿಫಲವಾಗಬಹುದು.

*ನಾವು ಈ ಹಿಂದೆ ಭೇಟಿಯಾದ ವ್ಯಕ್ತಿಯನ್ನು ಗುರುತಿಸಿ ಆತನ ಹೆಸರನ್ನು ನೆನಪಿಸಿಕೊಳ್ಳಲು ವಿಫಲ ವಾದರೆ ಅದು ಭಾಗಶಃ ಮರೆವು ಎನಿಸಿಕೊಳ್ಳುತ್ತದೆ. ಭಾಗಶಃ ಗುರುತಿಸುವಿಕೆ ಸಾಮಾನ್ಯವಾಗಿ ಘಟಿಸುತ್ತಿರುತ್ತದೆ.

* ಮೂರನೇ ವಿಧದಲ್ಲೂ ಮರೆಯುವಿಕೆ ಘಟಿಸುತ್ತದೆ. ಕೆಲವರು ನಮ್ಮನ್ನು ಗುರುತಿಸುತ್ತಾರೆ. ಆದರೆ, ನಾವು ಅವರನ್ನು ಗುರುತಿಸಲು ವಿಫಲರಾಗುತ್ತೇವೆ. ಆದರೆ, ಆತ ನಾವು ಭೇಟಿ ನೀಡಿದ ಸ್ಥಳ ಅಥವಾ ವ್ಯಕ್ತಿಯನ್ನು ಅಥವಾ ಕೆಲವು ಸಂದರ್ಭಗಳನ್ನು ಆತ ಪ್ರಸ್ತಾಪಿಸಿದಾಗ, ನಾವಿಬ್ಬರೂ ಪ್ರಾಜೆಕ್ಟ್ ಅನುಷ್ಠಾನಗೊಳಿಸುವ ವೇಳೆ ಅನುಭವಿಸಿದ ಕ್ಷಣ ಇತ್ಯಾದಿ ಆತ ಹೇಳಿದಾಗ ನಾವು ಆ ವ್ಯಕ್ತಿಯನ್ನು ಗುರುತಿಸುತ್ತೇವೆ.

ಇಂದಿನ ದಿನಾಂಕ: ....../......./
(ದಯವಿಟ್ಟು ಪೆನ್ಸಿಲ್‌ನಲ್ಲಿ ಬರೆಯಿರಿ)

ಮರೆಯುವಿಕೆಯ ಮಹತ್ವ

ಪ್ರತಿ ಕ್ಷಣದಲ್ಲೂ ನಮ್ಮ ಮನಸ್ಸು ಹಲವು ಚಟುವಟಿಕೆ ಮತ್ತು ಸಂಗತಿಗಳನ್ನು ದಾಟಿ ಸಾಗುತ್ತದೆ ಎಂಬುದನ್ನು ನಾವೆಲ್ಲ ತಿಳಿದಿದ್ದೇವೆ. ಕಲಿಯುವಿಕೆ, ನೆನಪಿನಲ್ಲಿಟ್ಟುಕೊಳ್ಳುವಿಕೆ ಮತ್ತು ಮರೆಯುವಿಕೆ ನೈಸರ್ಗಿಕವಾಗಿ ಘಟಿಸುವ ನಿರಂತರ ಪ್ರಕ್ರಿಯೆ ಎಂಬುದನ್ನೂ ನಾವು ಅರಿತಿದ್ದೇವೆ. ಹಳೆಯ ಸಂಗತಿಗಳನ್ನು ಮರೆಯುವುದು ಹೊಸ ಸಂಗತಿಯನ್ನು ಕಲಿಯುವಷ್ಟೇ ಮಹತ್ವ ಹೊಂದಿದೆ.

ಮರೆವು ಮನಸ್ಸನ್ನು ಬಿಡುಗಡೆಗೊಳಿಸುತ್ತದೆ, ದಿನ ಕಳೆದಂತೆ ಹಲವು ಸಂಗತಿಗಳನ್ನು ಮತ್ತು ವಿಷಯವನ್ನು ತೆಗೆದುಹಾಕುತ್ತದೆ ಮತ್ತು ತನ್ನಷ್ಟಕ್ಕೇ ತಾನೇ ಅಳಿಸಿಹಾಕುತ್ತದೆ. ಮರೆವು ಹಳೆ ಸಂಗತಿಗಳನ್ನು ಖಾಲಿ ಮಾಡಿ ಹೊಸ ಸಂಗತಿಗಳನ್ನು ರಕ್ಷಿಸಿಡಲು ಸ್ಥಳಾವಕಾಶ ಕಲ್ಪಿಸಿಕೊಡುತ್ತದೆ. ಎಲ್ಲಕ್ಕಿಂತ ಹೆಚ್ಚಾಗಿ ಇದು ಪ್ರಾಮುಖ್ಯವಲ್ಲದ ಸಂಗತಿಗಳು ನಮ್ಮ ದಿನನಿತ್ಯದ ಚಟುವಟಿಕೆಯಲ್ಲಿ ಮಧ್ಯಪ್ರವೇಶಿಸಿ ತೊಡಕುಂಟುಮಾಡುವುದನ್ನು ತೊಡೆದುಹಾಕುತ್ತದೆ ಮತ್ತು ಉತ್ತಮ ನೆನಪು ಹಾಗೇ ಉಳಿದುಕೊಳ್ಳಲೂ ಸಹಕರಿಸುತ್ತದೆ.

ಹಾಗಾಗಿ, ನಮ್ಮ ಮನಸ್ಸು ಪ್ರಾಮುಖ್ಯವಲ್ಲದ ಸಂಗತಿಗಳನ್ನು ಸೋಸಿ ಅವುಗಳು ತನ್ನಷ್ಟಕ್ಕೇ ತಾನೇ ಮರೆತು ಹೊಸದಾದ ಮತ್ತು ಪ್ರಮುಖವಾದ ಸಂಗತಿಗಳನ್ನು ನೆನಪಿನಲ್ಲಿಟ್ಟುಕೊಳ್ಳುವಂತೆ ಮಾಡಲು ನಮ್ಮ ಮನಸ್ಸಿಗೆ ತರಬೇತಿ ನೀಡುವುದು ಬಹು ಪ್ರಾಮುಖ್ಯವಾಗಿದೆ. ಇದು ಬುದ್ಧಿವಂತರು ಮತ್ತು ನಿಧಾನ ಕಲಿಕೆಯವರ ನಡುವೆ ಇರುವ ಮೂಲ ಭಿನ್ನತೆಯಾಗಿದೆ. ಎಲ್ಲ ಬುದ್ಧಿ ಜೀವಿಗಳು ಮತ್ತು ಕಲಿತ ಜನರು ಎರಡು ಸಂಗತಿಗಳನ್ನು ಸಾಮಾನ್ಯವಾಗಿ ಹೊಂದಿರುತ್ತಾರೆ. ಒಂದೆಂದರೆ, ಅವರು ಮನಸ್ಸು ವೇಗವಾಗಿ ಕಲಿಯಲು ಮತ್ತು ಹಳೆಯ ಸಂಗತಿಗಳನ್ನು ಸೋಸಿಸಲು ತರಬೇತಿ ನೀಡಿರುತ್ತಾರೆ. ಎರಡನೇಯದಾಗಿ ಅವರಿಗೆ ಅಗತ್ಯವಿರುವ ಕೌಶಲ್ಯ ಕಲಿಯುವ ವರೆಗೆ ಅವರು ಹೆಚ್ಚು ಅಭ್ಯಾಸ ಮತ್ತು ಕಠಿಣ ಪರಿಶ್ರಮ ಪಡುತ್ತಾರೆ.

ಮರೆಯುವಿಕೆಗೆ ಕಾರಣಗಳು

ಮರೆವಿಗೆ ಅಪಾರ ಕಾರಣಗಳಿವೆ. ಆದರೆ, ದಿನನಿಷಿಕ್ಟಿದ ಚಟುವಟಿಕೆಯನ್ನು ಸ್ವಲ್ಪ ಪ್ರಯತ್ನ ಮತ್ತು ಎಚ್ಚರಿಕೆಯಿಂದ ನಿರ್ವಹಿಸಿದರೆ ಮರೆವು ಮತ್ತು ಬಡವಾದ ನೆನಪನ್ನು ಯಶಸ್ವಿಯಾಗಿ ಎದುರಿಸಬಹುದಾಗಿದೆ. ಬಹಳಷ್ಟು ಜನ ಅಂದುಕೊಂಡಷ್ಟು ಅದು ಕಷ್ಟಕರವಲ್ಲ. ಮಕ್ಕಳು ಅವರ ಪರೀಕ್ಷಾ ವೇಳೆಯಲ್ಲಿ ಹಲವು ಸಣ್ಣ ಸಂಗತಿಗಳನ್ನು ಮರೆಯುತ್ತಾರೆ. ಸಂದರ್ಶನಕ್ಕೆ ಆಗಮಿಸಿರುವ ಅಭ್ಯರ್ಥಿಗಳ ಕಾಲು ತಂಪಾಗುತ್ತದೆ, ನಡುಗಲು ಅಥವಾ ತೊದಲಲು ಆರಂಭಿಸುತ್ತಾರೆ. ಮನಃಶಾಸ್ತ್ರಜ್ಞರು ಕೆಳಗಿನ ಕಾರಣಗಳನ್ನು ಪತ್ತೆ ಮಾಡಿದ್ದಾರೆ.

- ಕೆಲವು ವಿಷಯ ಅಥವಾ ವಿವಾದಗಳ ಕುರಿತು ಆಸಕ್ತಿ ಇಲ್ಲದಿರುವುದು ಅಥವಾ ಕಾಳಜಿ ವಹಿಸದಿರುವುದು ಬಡವಾದ ನೆನಪು ಮತ್ತು ಬಸವಳಿದ ಪುನಃ ನೆನಪಿಸಿಕೊಳ್ಳದಿರುವಿಕೆಗೆ ಕಾರಣ.
- ಕೆಲವನ್ನು ನೆನಪಿನಲ್ಲಿಟ್ಟುಕೊಳ್ಳಲು ಆಸಕ್ತಿ ಇಲ್ಲದಿರುವುದು.
- ವಿಷಯವನ್ನು ಅಲ್ಪ ಆಸಕ್ತಿ, ಸರಿಯಾದ ಕೇಂದ್ರೀಕರಣ ಮತ್ತು ಸೂಕ್ತ ಏಕಾಗ್ರತೆ ಇಲ್ಲದೇ ಓದುವುದು ಅಥವಾ ಅರ್ಥೈಸಿಕೊಳ್ಳುವುದು.
- ನಿರಂತರ ಚಿಂತೆ, ಒತ್ತಡ ಮುಂತಾದವುಗಳು ಸಹ ವಿಷಯವನ್ನು ಸರಿಯಾಗಿ ನೆನಪಿನಲ್ಲಿಟ್ಟುಕೊಳ್ಳುವ ಮನಸ್ಸಿನ ಸಾಮರ್ಥ್ಯದ ಮೇಲೆ ಪ್ರಭಾವ ಬೀರುತ್ತವೆ.
- ಪರೀಕ್ಷೆಯಲ್ಲಿ ಉತ್ತಮ ಅಂಕ ಗಳಿಸಲು ಮತ್ತು ಸ್ಪರ್ಧೆ ಎದುರಿಸಲು ಮಕ್ಕಳ ಮೇಲೆ ಭಾರೀ ಮತ್ತು ನಿರಂತರ ಒತ್ತಡವೂ ಅವರ ಪರೀಕ್ಷೆ ಫಲಿತಾಂಶ ಮತ್ತು

ಭವಿಷ್ಯದ ಮೇಲೆ ಚಿಂತೆಗೆ ಕಾರಣವಾಗುತ್ತದೆ.

- ಮಕ್ಕಳು ಮುಗ್ಧ ಮತ್ತು ಮೃದು ಹೃದಯವುಳ್ಳವರು. ತರಗತಿಯಲ್ಲಿ ಮುಂದುವರಿದಂತೆ ಪರೀಕ್ಷೆ ತಯಾರಿಯಲ್ಲಿ ಹೆಚ್ಚಿನ ಒತ್ತಡ ಅವರಿಗೆ ಯಾವುದೇ ಅಹಿತಕರ ಘಟನೆ ಅಥವಾ ಕುಟುಂಬದ ಯಾವುದೇ ವ್ಯಕ್ತಿಯ ಸಾವು ಅವರಿಗೆ ದೊಡ್ಡ ತೊಡಕಾಗಿ ಪರಿಣಮಿಸುತ್ತದೆ.
- ನಿರಂತರ ಅನಾರೋಗ್ಯ ಅಥವಾ ಯಾವುದೇ ಅಪಘಾತ ಪರೀಕ್ಷಾ ಸಂದರ್ಭದ ಸೂಕ್ತ ಸಿದ್ಧತೆ ಮತ್ತು ಏಕಾಗ್ರತೆಗೆ ತೊಡಕಾಗಿ ಪರಿಣಮಿಸುತ್ತದೆ.
- ಕುಟುಂಬದಲ್ಲಿನ ಅಡಚಣೆ ವಾತಾವರಣ ಸಹ ಮಕ್ಕಳ ಏಕಾಗ್ರತೆ ಮತ್ತು ಅರ್ಥೈಸಿಕೊಳ್ಳುವಿಕೆ ಮೇಲೆ ಪರಿಣಾಮ ಉಂಟುಮಾಡುತ್ತದೆ.
- ಮಕ್ಕಳ ಕೆಲವು ಆಸಕ್ತಿ ಮೇಲೆ ವಂಶಪಾರಂಪರ್ಯ ಅಂಶಗಳೂ ಪ್ರಭಾವ ಉಂಟುಮಾಡುತ್ತವೆ. ಒಂದುವೇಳೆ ಅಂತಹ ಆಸಕ್ತಿ ಅಭ್ಯಾಸದ ಹೊರತಾದ 'ದ್ದಾಗಿದ್ದರೆ ಅದು ಅಭ್ಯಾಸದ ಮೇಲೆ ಕಡಿಮೆ ಆಸಕ್ತಿ ಹೊಂದುವಂತೆ ಮಾಡುತ್ತದೆ. ಹಾಗಾಗಿ ನೆನಪು ಕಡಿಮೆಯಾಗುತ್ತದೆ. ಸಂಕ್ಷಿಪ್ತವಾಗಿ ಹೇಳುವುದಾದರೆ ಓದು ಅಥವಾ ಕೆಲವು ವಿಷಯಗಳ ಮೇಲಿನ ಆಸಕ್ತಿ ಮತ್ತು ಏಕಾಗ್ರತೆ ಕಡಿಮೆಯಾದರೆ ಅದು ಕಡಿಮೆ ಅರ್ಥೈಸಿಕೊಳ್ಳುವಿಕೆ, ನೆನಪಿನಲ್ಲಿಟ್ಟುಕೊಳ್ಳುವಿಕೆ ಮತ್ತು ಅದರಿಂದ ನೆನಪಿಸಿಕೊಳ್ಳುವ ಶಕ್ತಿಗುಂದುತ್ತದೆ.

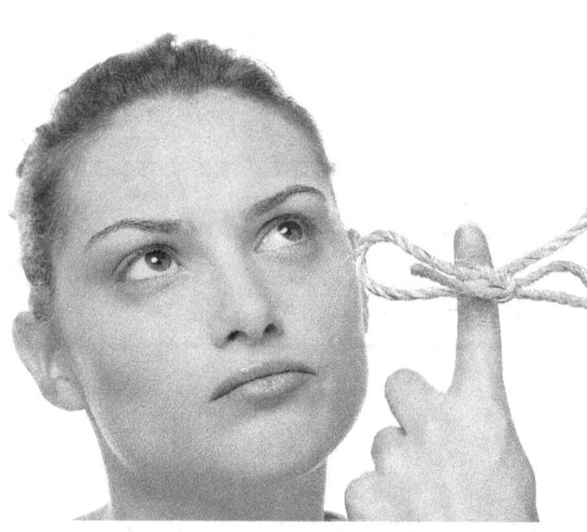

ಮರೆಯುವುದನ್ನು ಹೋಗಲಾಡಿಸಿ

ಕಲವು ವೇಳೆ ಕೆಲವು ಮಕ್ಕಳು ತಮ್ಮ ದುರ್ಬಲ ನೆನಪಿನ ಶಕ್ತಿ, ಆಳವಾಗಿ ಅರ್ಥೈಸಿಕೊಳ್ಳಲು ಸಾಧ್ಯವಾಗದೇ ಇರುವುದು ಮತ್ತು ಪಾಠವನ್ನು ಪದೇ ಪದೇ ಮರೆಯುವುದನ್ನು ಪುನರಾವರ್ತಿಸುತ್ತಾರೆ. ಇದು ಹೆಚ್ಚಾಗಿ ಪರೀಕ್ಷೆ ಮತ್ತು ಪರೀಕ್ಷಾ ಸಿದ್ಧತೆ ಸಂದರ್ಭ ಕಂಡುಬರುತ್ತದೆ. ಇಲ್ಲಿ ಉತ್ತಮ ಕಲಿಕೆ ಮತ್ತು ನೆನಪಿನ ಶಕ್ತಿ ವೃದ್ಧಿಸಿಕೊಳ್ಳಲು ಕೆಲವು ಟಿಪ್ಸ್‌ಗಳಿವೆ. ಇವು ವಿದ್ಯಾರ್ಥಿಗಳು ಇತರರಿಗಿಂತ ಮುಂದೆ ಬರಲು ಸಹಕಾರಿಯಾಗಿವೆ. ಅವುಗಳೆಂದರೆ:

- ಈ ಕೆಲವು ದಿನಗಳು ಹೇಗೆ ಬಳಕೆಯಾದವು ಎಂಬುದು ಭಾರೀ ಪ್ರಮುಖವಾಗುತ್ತದೆ. ಇದು ಕಲಿಯುವಿಕೆ ಮತ್ತು ಅಂಕ ಗಳಿಕೆಯಲ್ಲಿ ಪ್ರಮುಖ

ಬದಲಾವಣೆ ಮಾಡುತ್ತದೆ. ವರ್ಷ ಪೂರ್ತಿ ನೀವು ಉತ್ತಮವಾಗಿಯೇ ಇದ್ದಿರಿ. ಆದರೆ, ಪರೀಕ್ಷೆ ವೇಳೆ ಕಳಾಹೀನರಾದಿರಿ ಅಥವಾ ಕಾಳಜಿರಹಿತರಾದಿರಿ ಎಂದಾದರೆ ನಿಮ್ಮ ಪ್ರಯತ್ನ ವ್ಯರ್ಥವಾಗುತ್ತದೆ. ಹಾಗಾಗಿ ನಿಮ್ಮ ಸಿದ್ಧತೆ ಕುರಿತ ರೀತಿಯಲ್ಲಿ ನೀವು ಕಾಳಜಿ ಮತ್ತು ಎಚ್ಚರಿಕೆ ವಹಿಸಿ.

- ನಿಮ್ಮ ಮನಸ್ಸಿನ ಮೇಲೆ ಹೆಚ್ಚಿನ ಹೊರೆ ಅಥವಾ ತುರುಕುವಿಕೆ ಮಾಡಬೇಡಿ. ಪ್ರತಿಯೊಬ್ಬ ವ್ಯಕ್ತಿಯೂ ವಿಶಿಷ್ಟವಾದ ಮಾನಸಿಕ ಸಾಮರ್ಥ್ಯ, ಕಲಿಕೆ ಮತ್ತು ನೆನಪಿನ ಶಕ್ತಿ ಹೊಂದಿರುತ್ತಾನೆ. ನಾವು ಇನ್ನೊಬ್ಬರೊಂದಿಗೆ ಹೋಲಿಸಿಕೊಳ್ಳಲು ಮತ್ತು ಅವರೊಂದಿಗೆ ಸ್ಪರ್ಧೆಗಿಳಿಯಲು ಆರಂಭಿಸಿದಾಗ ನಿಜವಾದ ಸಮಸ್ಯೆ ಆರಂಭವಾಗುತ್ತದೆ.
- ಅಧ್ಯಯನದಲ್ಲಿ ಆಗಾಗ ಬಿಡುವು ಇರಲಿ. ನಿಮ್ಮ ಮಿದುಳು ಮುಕ್ತವಾಗಲು ಯತ್ನಿಸಿ. ಅದು ಏನು ಬಯಸುತ್ತದೆಯೋ ಅದನ್ನು ಕೊಡಿ. ಇದು ನಿಮ್ಮ ಮೌಲ್ಯಯುತವಾದ ಸಮಯ ಮತ್ತು ಪ್ರಯತ್ನ ಉಳಿಸಲು ಸಹಕಾರಿಯಾಗುತ್ತದೆ.
- ಬಿಡುವು 10–15 ನಿಮಿಷವನ್ನು ಮೀರಬಾರದು. ಇದು ಕಣ್ಣಿಗೆ ಪಟ್ಟಿ ಹಾಕಿಕೊಂಡು ಕೆಲವು ಹೊತ್ತು ಕಳೆಯುವುದೇ ಇರಬಹುದು ಅಥವಾ ಸಂಗೀತ ಕೇಳುವುದಿರಬಹುದು ಅಥವಾ ಆಸಕ್ತಿಯ ಹಾಡು ಕೇಳುವುದಿರಬಹುದು, ನಡಿಗೆ ಮಾಡುವುದು, ಸ್ವಚ್ಛತೆ, ಶೀಘ್ರ ಸ್ನಾನ ಅಥವಾ ಮುಖ ತೊಳೆದುಕೊಳ್ಳುವುದು, ಹಲವು ಬಾರಿ ಕೈ ಅಥವಾ ಕಾಲನ್ನು ತೊಳೆದುಕೊಳ್ಳುವುದು, ಖಾಲಿ ನೀರನ್ನು ಸೇವಿಸಿ ದೇಹ ಹೈಡ್ರೇಟ್ ಆಗುವಂತೆ ನೋಡಿಕೊಂಡು ನರವ್ಯೂಹ ಉತ್ತಮವಾಗಿ ಕಾರ್ಯನಿರ್ವಹಿಸುವಂತೆ ನೋಡಿಕೊಳ್ಳುವುದು. ಆ ಮೂಲಕ ಮಾನಸಿಕ ಒತ್ತಡದಿಂದ ದೂರಾಗುವುದು ಇತ್ಯಾದಿ.
- ಆದರೆ, ಈ ಬಿಡುವು ಟಿವಿ ನೋಡುವುದು ಅಥವಾ ಅರ್ಥಹೀನ ಇಂಟರ್‌ನೆಟ್ ಹಡುಕಾಟ, ಸುತ್ತುವುದು ಅಥವಾ ಮಿತ್ರರೊಂದಿಗೆ ಅನಗತ್ಯವಾಗಿ ಮಾತನಾಡುವುದು, ಸಾಂಬಾರ ಪದಾರ್ಥಗಳು ಅಥವಾ ಎಣ್ಣೆಯಲ್ಲಿ ಕರಿದ ಪದಾರ್ಥ, ಸ್ನಾಕ್ಸ್ ಅಥವಾ ಫಾಸ್ಟ್‌ಫುಡ್ ಸೇವನೆ, ಹೆಚ್ಚು ತಿನ್ನುವುದು ಅಥವಾ ನಿಮ್ಮನ್ನು ಓದಿನಿಂದ ದೂರ ಇಡುವ ಇನ್ನಾವುದೇ ಚಟುವಟಿಕೆ ಇರಬಹುದು.
- ಟೀ, ಕಾಫೀ ಮತ್ತು ತಂಪು ಪಾನೀಯ ಮುಂತಾದವುಗಳು ನಿಮ್ಮ ಮನಸ್ಸನ್ನು ಉಲ್ಲಸಿತವಾಗಿ ಮತ್ತು ದೀರ್ಘ ಕಾಲದ ತನಕ ಎಚ್ಚರಿಕೆಯಿಂದಿರುವಂತೆ ಮಾಡುತ್ತದೆ ಎಂಬುದು ಸುಳ್ಳು. ಇದು ನರಮಂಡಳಕ್ಕೆ ಉತ್ತೇಜನ ನೀಡಿದರೂ ಅದು ಕೇವಲ ಕೆಲವು ನಿಮಿಷ ಮಾತ್ರ. ಇದು ದೇಹ ಡಿಹೈಡ್ರೇಟ್‌ಗೊಳ್ಳುವಂತೆ ಮಾಡಿ ದೇಹಕ್ಕೆ ಅನುಕೂಲ ಮಾಡುವುದಕ್ಕಿಂತ ಅನಾನುಕೂಲವನ್ನೇ ಮಾಡುತ್ತದೆ. ಹಲವು ಸಂದರ್ಭಗಳಲ್ಲಿ ಈ ಪಾನೀಯಗಳು ಹೃದಯ ಸುಟ್ಟಂತೆ, ಆಸಿಡಿಟಿ, ಬಾಯಿ ಒಡೆಯುವುದು ಮತ್ತು ಅಲರ್ ಮುಂತಾದವುಗಳಿಗೂ ಕಾರಣವಾಗುತ್ತವೆ. ಹಾಗಾಗಿ ಇವುಗಳಿಂದ ದೂರವಿರಬೇಕು ಅಥವಾ ನಿಯಂತ್ರಿತವಾಗಿ ಸೇವಿಸಬೇಕು.
- ತಂಬಾಕಿನ ಉತ್ಪನ್ನಗಳ ಸೇವನೆ, ಸಿಗರೇಟ್ ಸೇದುವುದು ಮತ್ತು ಅಲ್ಕೋಲಾಹ್‌ಗಳನ್ನು ಸ್ಕೂಲ್ ಮತ್ತು ಕಾಲೇಜುಗಳ ಅವಧಿಯಲ್ಲಿ ಸೇವಿಸಲೇ ಬಾರದು. ಇದು ಮನಸ್ಸು ಮತ್ತು ದೇಹ ಬೆಳವಣಿಗೆಯ ಪ್ರಮುಖ ಅವಧಿ. ಇವುಗಳ ಸೇವನೆ ಮನಸ್ಸಿನ ಬೆಳವಣಿಗೆ ಮತ್ತು ಕಾರ್ಯನಿರ್ವಹಣೆಯ ಮೇಲೆ ಭಾರೀ ಪರಿಣಾಮ ಉಂಟುಮಾಡಬಲ್ಲುದು.
- ವಿದ್ಯಾರ್ಥಿಗಳು ತಲೆ ಕೂದಲನ್ನು ಸಣ್ಣದಾಗಿ ಕತ್ತರಿಸಿಕೊಳ್ಳಬೇಕು. ಇದು ಮನಸ್ಸನ್ನು ನೈಸರ್ಗಿಕವಾಗಿ ಶಾಂತಿ ಮತ್ತು ಉಲ್ಲಾಸದಿಂದ ಇರುವಂತೆ ನೋಡಿಕೊಳ್ಳಲು ಸಹಕಾರಿಯಾಗಿದೆ. ಇದೇ ಅವಧಿಯಲ್ಲಿ ಅಧ್ಯಯನದ ಮೇಲೆ ಏಕಾಗ್ರತೆ ವಹಿಸುವುದು ಮತ್ತು ಉತ್ತಮ ಅಂಕ ಗಳಿಸುವುದು ಮುಖ್ಯವಾದುದು.

ಜತೆಗೆ ಕಠಿಣ ಪರಿಶ್ರಮ ಮತ್ತು ಪ್ರಾಮಾಣಿಕತೆಗೆ ಮೆಚ್ಚುಗೆಯನ್ನು ಹೇಳುವುದು ಪ್ರಮುಖ. ಪ್ರಾಚೀನ ಭಾರತದಲ್ಲಿ ವಿದ್ಯಾರ್ಥಿಗಳ ತಲೆ ಬೋಳಿಸಿ ಹಿಂಭಾಗದ ಮೇಲ್ತುದಿಯಲ್ಲಿ ಸಣ್ಣ ಜುಟ್ಟ ಬಿಡಲಾಗುತ್ತಿತ್ತು.

- ಒಮ್ಮೆ ಅಭ್ಯಾಸ ಸರಿಯಾಗಿ ಮುಂದುವರಿಯಲಾರಂಭಿಸಿದರೆ ಒಂದು ವಿಷಯದ ಅರ್ಥೈಸಿಕೊಳ್ಳುವಿಕೆ ಮತ್ತು ಕಲಿಕೆ ಉತ್ತಮವಾಗುತ್ತ ಸಾಗುತ್ತದೆ. ಇದು ಉತ್ತಮ ನೆನಪಿಗೂ ಕಾರಣವಾಗುತ್ತದೆ. ಹಾಗಾಗಿ ಹಂತ ಹಂತವಾಗಿ ಆತ್ಮವಿಶ್ವಾಸವೂ ಬೆಳೆಯುತ್ತದೆ. ಇದು ಮುಂದೆ ಹೆಚ್ಚಿನ ಪ್ರಯತ್ನ, ಅಂಕ ಗಳಿಕೆ ಮತ್ತು ಪ್ರತಿಭಾವಂತರಾಗಲು ಸ್ಫೂರ್ತಿ ಮತ್ತು ಪ್ರೇರಣೆ ನೀಡುತ್ತದೆ.
- ಫಲಿತಾಂಶ, ಭವಿಷ್ಯ ಕುರಿತು ಹೆಚ್ಚು ಚಿಂತೆ ಮಾಡಬೇಡಿ. ಪ್ರಸ್ತುತ ಅಭ್ಯಾಸದ ಕಡೆಗೊಂದೇ ಲಕ್ಷ್ಯ ವಹಿಸಿ. ಒಮ್ಮೆ ಒಂದು ವಿಷಯವನ್ನು ಮಾತ್ರ ಓದಿ. ನೀವೇ ನಿಮ್ಮ ವೇಳಾ ಪಟ್ಟಿ ಸಿದ್ಧಪಡಿಸಿಕೊಳ್ಳಿ. ಅವುಗಳಲ್ಲಿ ವಿವಿಧ ವಿಷಯಗಳನ್ನು, ಪ್ರಾಜೆಕ್ಟ್ ಮತ್ತು ಇತರ ಚಟುವಟಿಕೆಗಳನ್ನು ಹಂಚಿಹಾಕಿ.

ಕಲಿಕೆ ಸುಧಾರಿಸಿಕೊಳ್ಳಿ ಮತ್ತು ಮರೆವು ಕಡಿಮೆ ಮಾಡಿ

ಈ ಕೆಳಗಿನ ಸಲಹೆಗಳು ನಿಮಗೆ ನಿಮ್ಮ ಕಲಿಕಾ ಸಾಮರ್ಥ್ಯ ವೃದ್ಧಿಸಿಕೊಂಡು ಮರೆವಿನ ಅಂಶಗಳನ್ನು ಕಡಿಮೆ ಮಾಡಲು ಮಾರ್ಗದರ್ಶನ ನೀಡುತ್ತವೆ. ಅವುಗಳೆಂದರೆ:

- **ಆಸಕ್ತಿ ಮತ್ತು ಕಲಿಕೆಗೆ ಕುತೂಹಲ**

  ಯಾವುದೇ ವಿಷಯವನ್ನು ಕಲಿಯಲು ಆಸಕ್ತಿ ಇರುವಾಗ ಮನಸ್ಸು ವಿಷಯವನ್ನು ಗ್ರಹಿಸುತ್ತದೆ ಮತ್ತು ವೇಗವಾಗಿ ಕಲಿಯು ನೈಸರ್ಗಿಕ ಪ್ರಕ್ರಿಯೆಯಾಗಿದೆ. ಕಲಿಕೆಗೆ ಆಸಕ್ತಿ ಇರುವಾಗಿ ಮನಸ್ಸು ಅಂತಹ ಸಂಗತಿಗಳನ್ನು ನೆನಪಿನಲ್ಲಿಟ್ಟುಕೊಳ್ಳುತ್ತದೆ.

- **ಏಕಾಗ್ರತೆ**

  ಹಲವು ಸಂದರ್ಭಗಳಲ್ಲಿ ಮನಸ್ಸು ಆಲಸಿ ಎನಿಸಿದರೂ ಯಾವುದೇ ಕೆಲಸದಲ್ಲಿ ಕಠಿಣ ಪರಿಶ್ರಮ ಹಾಕಿದಾಗ ವಿಶೇಷ ಅಚ್ಚರಿದಾಯಕ ಫಲಿತಾಂಶ ನೀಡುತ್ತದೆ. ಅಂತಹ ಸಂದರ್ಭದಲ್ಲಿ ಮನಸ್ಸನ್ನು ನಿಯಂತ್ರಣದಲ್ಲಿಟ್ಟುಕೊಳ್ಳಬೇಕು, ಪ್ರೇರಣೆ ನೀಡಬೇಕು ಮತ್ತು ಶಕ್ತಿಯನ್ನು ಕೆಲಸದ ಕಡೆಗೇ ಕೇಂದ್ರೀಕರಿಸಬೇಕು. ಇದು ಸಾಧ್ಯವಾಗಬೇಕಾದರೆ ನಿರೀಕ್ಷಿತ ಫಲಿತಾಂಶಕ್ಕಾಗಿ ಏಕಾಗ್ರತೆಯ ಪ್ರಯತ್ನ ಅಗತ್ಯ.

- **ಉದಾಹರಣೆ ಮತ್ತು ಕಲ್ಪನೆಗಳು**

  ಯಾವುದೇ ವಿಷಯವನ್ನು ಚಿತ್ರ, ನಕ್ಷೆ, ವಿಡಿಯೋ ಅಥವಾ ಕೆಲವು ಉದಾಹರಣೆಗಳು ಅಥವಾ ಹೇಳಿಕಗಳೊಂದಿಗೆ ವಿವರಿಸಿದಾಗ ನಮ್ಮ ಮನಸ್ಸು ಅಂತಹ ಸಂಗತಿಗಳನ್ನು ವೇಗವಾಗಿ ಕಲಿಯುತ್ತದೆ. ಪ್ರಾಥಮಿಕ ಶಾಲೆ ವಿದ್ಯಾರ್ಥಿಗಳಿಗೆ ಇದೇ ಮಾದರಿಯಲ್ಲಿ ಶಿಕ್ಷಣ ನೀಡಲಾಗುತ್ತದೆ. ಏಕೆಂದರೆ ಅವರು ಆಗ ತಾನೆ ಕಲಿಕೆ ಆರಂಭಿಸಿರುತ್ತಾರೆ.

  ಆದರೆ, ನಿಮ್ಮ ಅಭ್ಯಾಸದ ಉಪಕರಣದೊಂದಿಗೆ ಅಂತಹ ಸಂಗತಿಗಳನ್ನು ಪೂರೈಸದೇ ಇದ್ದಾಗ ನಿಮ್ಮ ಕಲ್ಪನೆ ಬಳಸಿಕೊಂಡು ಅಂತಹುದನ್ನು ಸೃಷ್ಟಿಸಲು ಯತ್ನಿಸಿ. ಇದರಿಂದ ವಿಷಯವನ್ನು ಅರ್ಥೈಸಿಕೊಳ್ಳಲು ಕಡಿಮೆ ಸಮಯ ಸಾಲುತ್ತದೆ ಮತ್ತು ಮುಂದೆ ವಿಷಯ ನೆನಪಿಸಿಕೊಳ್ಳಲೂ ಕಡಿಮೆ ಕಾಲಾವಧಿ ಸಾಲುತ್ತದೆ. ಈ ವಿಷಯಗಳು ದೀರ್ಘ ಕಾಲದ ತನಕ ನೆನಪಿನಲ್ಲುಳಿಯುತ್ತವೆ.

  ಉದಾಹರಣೆಗೆ, ಒಂದು ಇಲಿ ಬಡಿಗೆ ಹಿಡಿದು ಬೆಕ್ಕನ್ನು ಎದುರಿಸಿತು, ಬೆಕ್ಕು

ನಾಯಿಯನ್ನು ಮತ್ತು ನಾಯಿ ಮನುಷ್ಯನನ್ನು ಎದುರಿಸಿತು. ಕಲ್ಪನೆಯಿಂದ ಇದನ್ನು ನಾವು ದೃಶ್ಯೀಕರಿಸಲು ಆರಂಭಿಸಿದರೆ ಆಗ ಅದು ಭಾರಿ ಸುಲಭವಾಗುತ್ತದೆ. ಹಾಗಾಗಿ ನಾವು ಮುಂಬರುವ ದಿನಗಳಲ್ಲಿ ಅದಕ್ಕೆ ಸಂಪರ್ಕ ಕಲ್ಪಿಸಲು ಮತ್ತು ಸುಲಭವಾಗಿ ನೆನಪು ಮಾಡಿಕೊಳ್ಳಲೂ ಸಹಕಾರಿಯಾಗುತ್ತದೆ.

ಸಂಪರ್ಕ ಕಲ್ಪಿಸುವುದು ಮತ್ತು ತಾರ್ಕಿಕವಾಗಿ ಚಿಂತನೆ ನಡೆಸುವುದು

ಈ ಹಿಂದೆ ನಾವು ಕಲಿಯದೇ ಇರುವ ಸಂಗತಿಯೊಂದಿಗೆ ಸಂಪರ್ಕ ಕಲ್ಪಿಸಿದರೆ ವಿಷಯವನ್ನು ನೆನಪಿನಲ್ಲಿಟ್ಟುಕೊಳ್ಳುವುದು ಹೆಚ್ಚು ಸುಲಭ. ಇಂತಹ ಸಂಬಂಧಗಳು ಮನಸ್ಸು ತಾರ್ಕಿಕವಾಗಿ ಒಂದು ಹಳೆಯ ಮತ್ತು ಹೊಸ ಸಂಗತಿಯೊಂದಿಗೆ ಸಂಪರ್ಕ ಕಲ್ಪಿಸಿದಾಗ ಸಾಧ್ಯವಾಗುತ್ತದೆ. ಈ ರೀತಿಯಲ್ಲಿ ಮನಸ್ಸು ದೀರ್ಘಾವಧಿ ವರೆಗೆ ವಿಷಯವನ್ನು ನೆನಪಿನಲ್ಲಿಟ್ಟುಕೊಂಡು ನಿಖರವಾಗಿ ಮತ್ತು ವೇಗವಾಗಿ ನೆನಪಿಸಿಕೊಳ್ಳಲು ಸಹಕಾರಿಯಾಗುತ್ತದೆ.

ಯಾವುದೇ ವಿಷಯವನ್ನು ನೀವು ತಾರ್ಕಿಕವಾಗಿ ಅರ್ಥೈಸಿಕೊಳ್ಳಲು ಆರಂಭಿಸಿದ ತಕ್ಷಣ ಅದನ್ನು ನೆನಪಿನಲ್ಲಿಟ್ಟುಕೊಳ್ಳುವುದು ಸುಲಭವಾಗುತ್ತದೆ. ಅದೇ ರೀತಿ ನೀವು ವಿವಿಧ ವಿಷಯಗಳು ಮತ್ತು ಬದುಕಿನ ಆಂತರಿಕ ಸಂಬಂಧವನ್ನು ಅರ್ಥೈಸಿಕೊಳ್ಳಲು ಆರಂಭಿಸಿದಾಕ್ಷಣ ನೆನಪಿನ ಪ್ರಕ್ರಿಯೆ ತಾರ್ಕಿಕಗೊಂಡು ಸುಲಭವಾಗುತ್ತದೆ. ಹಾಗಾಗಿ ಒಂದು ಸಂಬಂಧ ಕಲ್ಪಿಸಲು ಯತ್ನಿಸಿ.

ಅವಾಸ್ತವಿಕ ಸಂಗತಿಗಳ ಬಗ್ಗೆ ಆಸಕ್ತಿ

ನಮ್ಮ ಮನಸ್ಸು ಯಾವುದೇ ಅವಾಸ್ತವಿಕ ರೀತಿ ಸಂಭವಿಸಿದ್ದು ಮತ್ತು ಹೊಸ ಸಂಗತಿ ನಮ್ಮ ಎದುರಾಗಿದ್ದರಿಂದ ಆಕರ್ಷಿತಗೊಳ್ಳುತ್ತದೆ. ಕೆಲವು ಉದಾಹರಣೆಗಳೆಂದರೆ– ಹೊಸ ಸಂಶೋಧನೆ ಅಥವಾ ಪತ್ತೆ, ಹೊಸ ವಿನ್ಯಾಸ ಅಥವಾ ಉದಾಹರಣೆ, ಹಳೆಯ ಹಾಡನ್ನು ಹೊಸ ರೀತಿಯಲ್ಲಿ ಮತ್ತು ಭಿನ್ನವಾಗಿ ಹಾಡಿದಾಗ, ವ್ಯಕ್ತಿ ಕಷ್ಟದ ಕ್ರೀಡೆಯನ್ನು, ಊಟ ಅಥವಾ ಇತರ ಚಟುವಟಿಕೆಯನ್ನು ಎಡಗೈ ಬಳಸಿ ಮಾಡಿದಾಗ, ಓರ್ವ ಮಹಿಳೆ ಭಾರೀ ವಾಣಿಜ್ಯ ವಾಹನವನ್ನು ಚಾಲನೆ ಮಾಡಿದಾಗ, ವ್ಯಕ್ತಿ ಸೈಕಲ್ ಅನ್ನು ಹಿಮ್ಮುಖವಾಗಿ ನೋಡುತ್ತ ಓಡಿಸಿದಾಗ ಅಥವಾ ಕೈ ಮಡಿಸಿ ಓಡಿಸಿದಾಗ ಇತ್ಯಾದಿ. ಅಂತಹ ಸಂಗತಿಗಳು ಮನಸ್ಸಿನಲ್ಲಿ ದೀರ್ಘ ಕಾಲದ ತನಕ ಹಾಗೇ ಉಳಿಯುತ್ತದೆ.

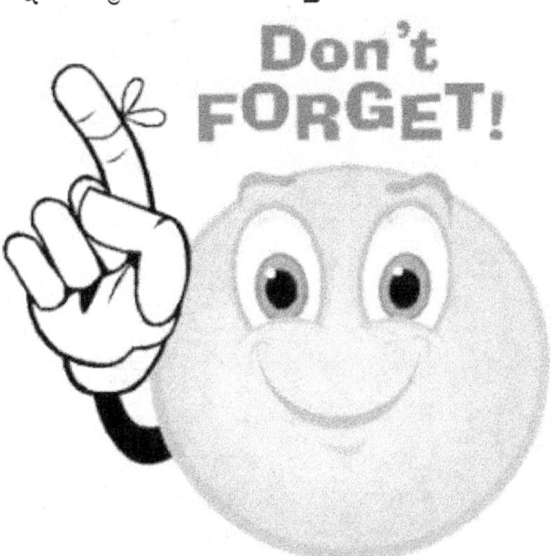

ಸಮಾನಾರ್ಥಕ ಮತ್ತು ವಿರುದ್ಧಾರ್ಥಕ ಪದಗಳು

ಶಬ್ದಗಳು ಒಂದೇ ರೀತಿಯ ಅರ್ಥ ಹೊಂದಿದ್ದರೆ ಸಮಾನಾರ್ಥಕ ಎಂದೂ ವಿರುದ್ಧಾರ್ಥಕ ಅರ್ಥ ಹೊಂದಿದ್ದರೆ ವಿರುದ್ಧಾರ್ಥಕ ಪದ ಎಂತಲೂ ಕರೆಯುತ್ತಾರೆ.

ಇದು ಸಹ ವಿಷಯವನ್ನು ನೆನಪಿನಲ್ಲಿಟ್ಟುಕೊಳ್ಳಲು ಸಹಕಾರಿ.

ಸಮಾನಾರ್ಥಕ ಪದಕ್ಕೆ ಕೆಲವು ಉದಾಹರ ಣೆಗಳೆಂದರೆ: ಸಂತೋಷ-ಆನಂದ, ಬೇಸರ-ಚಿಂತೆ, ಹತ್ತು-ಏರಿಕೆ, ಕಡಿಮೆಯಾಗು-ಇಳಿ, ಪಡೆದುಕೊಳ್ಳು-ಸ್ವೀಕರಿಸು, ಕೊಡು-ಬಿಡು ಇತ್ಯಾದಿ.

ವಿರುದ್ಧಾರ್ಥಕ ಪದಕ್ಕೆ ಕೆಲವು ಉದಾಹ ರಣೆ ಗಳೆಂದರೆ: ಬಿಸಿ-ತಂಪು, ಚಳಿ-ಬೇಸಿಗೆ, ಒಳಗೆ-ಹೊರಗೆ, ಹೆಚ್ಚು-ಕಡಿಮೆ, ಶ್ರೀಮಂತ-ಬಡವ, ಉತ್ತಮ-ಕೆಟ್ಟವ, ಸಂತೋಷ-ಬೇಸರ, ಪರಿಶ್ರಮ-ಆಲಸ್ಯ ಇತ್ಯಾದಿ.

- **ಸಣ್ಣ ಬಿಡುವು ಮತ್ತು ವಿಶ್ರಾಂತಿ** ನಿಯಮಿತ ಬಿಡುವಿನ ಮೂಲಕ ನಿಮ್ಮ ಮನಸ್ಸಿಗೆ ಸೂಕ್ತ ವಿಶ್ರಾಂತಿ ಮತ್ತು ಬಿಡುಗಡೆಯನ್ನು ಖಾತ್ರಿಪಡಿಸಿ. ಇದು ನಿಮ್ಮ ನೆನಪಿನ ಶಕ್ತಿಯನ್ನು ಭಾರಿ ಪ್ರಮಾಣದಲ್ಲಿ ಹೆಚ್ಚಿಸುತ್ತದೆ ಹಾಗೂ ನೀವು ವಿಶ್ರಾಂತಿ ಪಡೆಯುವ ತನಕ ಓದಿದ ವಿಷಯವನ್ನು ಕಾಯ್ದಿಕೊಳ್ಳುತ್ತದೆ. ಇಂತಹ ಬಿಡುಗಡೆ ನಿಮ್ಮ ಮನಸ್ಸಿಗೆ ಸೂಕ್ತ ವಿಶ್ರಾಂತಿ ನೀಡಿ ಮುಂದಿನ ಓದು ಮತ್ತು ನೆನಪಿನ ಸಾಮರ್ಥ್ಯ ವೃದ್ಧಿಸುತ್ತದೆ.

ಸಂಗೀತ

ಓದು ಅಥವಾ ಕೆಲಸದ ಅವಧಿಯಲ್ಲಿ ಸಣ್ಣದಾಗಿ ಸಂಗೀತ ಕೇಳುವುದು ಮನಸ್ಸನ್ನು ಶಾಂತವಾಗಿಡುವುದರ ಜತೆಗೆ ಕೆಲಸದ ಮೇಲೆ ಹೆಚ್ಚು ಗಮನ ಕೇಂದ್ರೀಕರಿಸಲು ಸಹಾಯವಾಗುತ್ತದೆ. ಗದ್ದಲ ಮತ್ತು ಕೂಗಿನಿಂದುಂಟಾಗುವ ಅಡಚಣೆಯನ್ನು ಹೋಗಲಾಡಿಸಲು ಇದು ಸಹಕಾರಿಯಾಗುತ್ತದೆ. ನಿಮ್ಮ ಮನಸ್ಸಿನ ಏಕಾಗ್ರತೆ ಕಾಯ್ದುಕೊಳ್ಳುವ ನಿಮ್ಮ ಆಯ್ಕೆಯ ಮ್ಯೂಸಿಕ್ ಕೇಳಬಹುದು. ನಿಮ್ಮ ಬಿಡುವಿನ ಅವಧಿಯಲ್ಲಿ ಸಂಗೀತದ ಉಪಕರಣ ನುಡಿಸಲು ಯತ್ನಿಸುವ ಮೂಲಕ ನೀವು ಒತ್ತಡದದಿಂದ ದೂರ ಉಳಿಯಬಹುದು.

ದೊಡ್ಡ ಅಧ್ಯಾಯವನ್ನು ಉಪವಿಭಾಗ ಮಾಡುವುದು

ಒಂದು ಅಧ್ಯಾಯವನ್ನು ಒಂದೇ ಹಂತದಲ್ಲಿ ಅಧ್ಯಯನ ಮಾಡಿ ಮುಗಿಸುವುದು ಉತ್ತಮವಾದರೂ ದೊಡ್ಡ ಅಧ್ಯಾಯವಾಗಿದ್ದರೆ ಅದನ್ನು ಎರಡು ಅಥವಾ ಅದಕ್ಕಿಂತ ಹೆಚ್ಚಿನ ವಿಭಾಗ ಮಾಡಬಹುದಾಗಿದೆ. ಇದಕ್ಕೆ ಸಾಮಾನ್ಯ ಓದನ್ನು ಆರಂಭಿಸಬೇಕು. ಮತ್ತು ಬಳಿಕ ಅವುಗಳ ಪ್ರಸ್ತುತತೆ ಮತ್ತು ಅನ್ವಯಿಕೆ ಆಧಾರದ ಮೇಲೆ ಅದನ್ನು ವಿಭಾಗಿಸಬೇಕು. ಈ ರೀತಿಯಲ್ಲಿ ಅಧ್ಯಾಯವನ್ನು ಹೆಚ್ಚು ಪರಿಣಾಮಕಾರಿಯಾಗಿ ಮತ್ತು ಮುಖ್ಯ ಅಧ್ಯಾಯಕ್ಕೆ ಸಂಬಂಧವಿರುವ ರೀತಿಯಲ್ಲೇ ಕಲಿಕೆ ನಡೆಸಬಹುದು.

ಪುನರಾವರ್ತನೆ ಮತ್ತು ಅಭ್ಯಾಸ

ಇದು ಜಗತ್ತಿನಾದ್ಯಂತ ಬಳಸುವ ಸಾಮಾನ್ಯ ಮತ್ತು ಪ್ರಭಾವಶಾಲಿ ವಿಧಾನವಾಗಿದೆ. ಯಾವುದನ್ನಾದರೂ ಪುನರಾವರ್ತನೆ ಮಾಡಿದಾಗ ಕಲಿಕೆ, ನೆನಪಿನಲ್ಲಿಟ್ಟುಕೊಳ್ಳುವುದು ಮತ್ತು ಕಾಯ್ದುಕೊಳ್ಳುವುದು ಸುಲಭವಾಗಲಿದೆ. ನಿರಂತರ ಅಭ್ಯಾಸ ಮಾಡುವುದರಿಂದ ಪ್ರತಿ ಬಾರಿ ಪುನರಾವರ್ತನೆ ಮಾಡಿದಾಗಲೂ ಅದು ಉತ್ತಮವಾಗಿ ನೆನಪಿನಲ್ಲುಳಿಯುತ್ತದೆ.

ವಿಷಯವನ್ನು ನಾವು ಮುಂದೆ ನಿರ್ದಿಷ್ಟ ರೀತಿಯಲ್ಲಿ ಬಳಸಬೇಕು ಎಂದಾಗ ಪುನರಾವರ್ತನೆ ಮಾಡುವುದು ಪ್ರಮುಖವಾಗುತ್ತದೆ. ಕಲಿಕೆ ಮುಂದುವರಿದಂತೆ ಪ್ರತಿಯೊಂದು ಪುನರಾವರ್ತನೆಯೂ ಕಡಿಮೆ ಪ್ರಯತ್ನ ಮತ್ತು ಕಡಿಮೆ

ಸಮಯ ತೆಗೆದುಕೊಳ್ಳುತ್ತದೆ. ಈ ರೀತಿಯಲ್ಲಿ ನಮ್ಮ ಮನಸ್ಸು ಉತ್ತಮವಾಗಿ ಕಾರ್ಯನಿರ್ವಹಿಸುತ್ತದೆ.

ಓದು, ಬರವಣಿಗೆ, ಕೇಳುವುದು ಅಥವಾ ಅದನ್ನು ಪ್ರಾಯೋಗಿಕವಾಗಿ ಅಭ್ಯಾಸ ಮಾಡುವ ಮೂಲಕ ಪುನರಾವರ್ತನೆ ಕೈಗೊಳ್ಳಬಹುದಾಗಿದೆ. ಈ ನಾಲ್ಕೂ ವಿಧಾನದಲ್ಲಿ ಮನಸ್ಸು ಅಥವಾ ಬಾಯಾಡಸುವ ಮೂಲ ಹೇಳುವ ಪುನರಾವರ್ತನೆ ಕೈಗೊಳ್ಳಬಹುದಾಗಿದೆ. ಅದನ್ನು ದೊಡ್ಡ ಧ್ವನಿಯಲ್ಲಿ ಕೈಗೊಳ್ಳಲು ಸಲಹೆ ನೀಡಲಾಗುತ್ತದೆ. ಏಕೆಂದರೆ ಇದರಿಂದ ನೆನಪಿನಲ್ಲಿಟ್ಟುಕೊಳ್ಳುವುದು ಮತ್ತು ಅದರ ಉಳಿಸಿಕೊಳ್ಳುವುದು ವೃದ್ಧಿಸಲ್ಪಡುತ್ತದೆ.

ಉದಾಹರಣೆಗೆ, ಪ್ರಾಥಮಿಕ ಶಾಲೆಯ ವಿದ್ಯಾರ್ಥಿಗಳು ಅವರ ವಿಷಯವನ್ನು ದೊಡ್ಡ ಧ್ವನಿಯಲ್ಲಿ ಪುನರಾವರ್ತಿಸುತ್ತಿರುತ್ತಾರೆ. ಈಗತಾನೆ ಕಲಿಕೆ ಆರಂಭಿಸಿರುವವರಿಗೆ ಇದು ಉತ್ತಮ ವಿಧಾನವಾಗಿದೆ. ಇದು ನಿಧಾನ ಕಲಿಕೆಯವರಿಗೆ ಮತ್ತು ಯಾರಿಗೆ ವಿಷಯದ ಮೇಲೆ ಏಕಾಗ್ರತೆ ಸಾಧ್ಯವಾಗುವುದಿಲ್ಲವೋ ಅವರಿಗೆ ಇದು ಅನುಕೂಲಕರ. ಪರೀಕ್ಷಾ ವೇಳೆಯಲ್ಲಿ ಸಮಯ ಕಡಿಮೆ ಇದ್ದು ಅಭ್ಯಾಸ ನಡೆಸಬೇಕಾದ ವಿಷಯ ಹೆಚ್ಚಿದ್ದಾಗಲೂ ಇದು ಸಹಕಾರಿಯಾಗಿದೆ.

ಇಲ್ಲಿ ಪುನರಾವರ್ತನೆಯ ಕಾಣುವ ಪ್ರಯತ್ನದ ಸಾಮಾನ್ಯ ಉದಾಹರಣೆ ಇಲ್ಲಿದೆ. ಮುಖ್ಯ ರಸ್ತೆಯಿಂದ ಶಾರ್ಟ್‌ಕಟ್ ಇರುವ ಕೆಲವು ದಾರಿಗಳನ್ನು ನೀವು ನೋಡಿರಬಹುದು. ನಿರಂತರವಾಗಿ ಬಳಸಿದ್ದರಿಂದ ಈ ಕಾಲು ದಾರಿಗಳು ನಿರ್ಮಾಣವಾಗಿರುತ್ತದೆ. ನಿರಂತರವಾಗಿ ನೀರು ಬೀಳುವ ಮೈದಾನ ಅಥವಾ ಕಲ್ಲಿನ ಮೇಲೆ ಒಂದು ಖಾಲಿ ಜಾಗ ನಿರ್ಮಾಣವಾಗುತ್ತದೆ. ಹಾಗಾಗಿ ಪುನರಾವರ್ತನೆ ಉತ್ತಮ ಕಲಿಕೆ ಮತ್ತು ನೆನಪಿನಲ್ಲಿಟ್ಟುಕೊಳ್ಳುವಿಕೆಗೆ ಸಹಕಾರಿಯಾಗಿದೆ.

ಸ್ಫೂರ್ತಿ ಮತ್ತು ಪ್ರೇರಣೆ

ವ್ಯಕ್ತಿ ಸ್ವಯಂ ಸ್ಫೂರ್ತಿ ಮತ್ತು ಪ್ರೇರಣೆ ಪಡೆದ ತಕ್ಷಣ ನಮ್ಮ ಉಪಜಾಗೃತ ಮನಸ್ಸು ಕ್ರಿಯಾಶೀಲವಾಗಿ ಚಟುವಟಿಕೆಯಲ್ಲಿ ಆಸಕ್ತಿ ವಹಿಸುತ್ತದೆ. ಇದು ಮುಂದೆ ವೇಗದ ಕಲಿಕೆ, ಉತ್ತಮ ನೆನಪು ಹಾಗೂ ಉತ್ತಮವಾಗಿ ಕಾಯ್ದಿಟ್ಟುಕೊಳ್ಳುವಿಕೆ ಜತೆಗೆ ಮುಂದೆ ಪುನಃ ನೆನಪಿಸಿಕೊಳ್ಳಲೂ ಸಹಕಾರಿಯಾಗುತ್ತದೆ.

ಸಲಹೆ: ಇಂದು ನೀವು ಈ ಅಧ್ಯಾಯವನ್ನು ಕನಿಷ್ಠ 3–4 ಬಾರಿಯಾದರೂ ಓದಿ. ಇದು ಭಿನ್ನ ರೀತಿಯ ಕಲಿಕೆ ಮತ್ತು ಮನಸ್ಸಿನಿಂದ ಕೈಗೊಂಡಿರುವ ವಿವಿಧ ವಿಧಾನ ನೆನಪಿನಲ್ಲಿಟ್ಟುಕೊಳ್ಳಲು ಸಹಕಾರಿಯಾಗುತ್ತದೆ.

***

ದಿನ –18

ನಿಮ್ಮ ನೆನಪು ಸುಧಾರಿಸಿಕೊಳ್ಳಿ ಭಾಗ–1

ಒಂದು ಸಣ್ಣ ಪರೀಕ್ಷೆ ಮೂಲಕ ನಾವು ಇಂದು ನಿಮ್ಮ ನೆನಪಿನ ಶಕ್ತಿಯನ್ನು ಪರೀಕ್ಷಿಸುತ್ತೇವೆ. ಈ ಪರೀಕ್ಷೆಯನ್ನು ಸಣ್ಣ ಸಣ್ಣ ವಿಭಾಗಗಳಾಗಿ ವಿಭಜಿಸಲಾಗಿದೆ. ಹಿಂದಿನ ಅಧ್ಯಾಯ ನಿಮಗೆ ನಿಮ್ಮ ಮನಸ್ಸು ಕಾರ್ಯನಿರ್ವಹಿಸುವ ವಿಧಾನದ ಮಾಹಿತಿ ನೀಡಿದ್ದರೂ ಈ ಕೆಳಗಿನ ಪರೀಕ್ಷೆ ಮೂಲಕ ನಿಮ್ಮ ಮನಸ್ಸಿನ ವಾಸ್ತವಿಕ ಕಾರ್ಯನಿರ್ವಹಣೆ ಸಾಮರ್ಥ್ಯ ಅರಿವಿಗೆ ಬರುತ್ತದೆ. ಇದು ನಿಮ್ಮ ದಿನನಿತ್ಯ ಕೈಗೊಳ್ಳುವ ವಿಧಾನದಲ್ಲಿ ಸಹಕಾರ ನೀಡಲಿದೆ.

ಚಟುವಟಿಕೆ 1: ಕೆಳಗೆ ಕೆಲವು ಶಬ್ದಗಳನ್ನು ನೀಡಲಾಗಿದೆ. ನೀವು ನಿಧಾನವಾಗಿ ಓದಬೇಕು ಮತ್ತು ಗ್ರಹಿಸಬೇಕು, ಅರ್ಥೈಸಿಕೊಳ್ಳಬೇಕು ಮತ್ತು ಮನಸ್ಸಿನಲ್ಲಿ ಅವುಗಳಿಗೆ ಸಂಬಂಧ ಕಲ್ಪಿಸಬೇಕು. ಮುಗಿದ ಬಳಿಕ ಪುಸ್ತಕವನ್ನು ಮುಚ್ಚಿ ಒಂದು ಹಾಳೆಯ ಮೇಲೆ ಅವುಗಳನ್ನು ಬರೆಯಿರಿ. ಬರೆಯುವ ಮುನ್ನ ಇಂದಿನ ದಿನಾಂಕ ಬರೆಯಲು ಮಾತ್ರ ಮರೆಯಬೇಡಿ.

ಬಾಳೆಹಣ್ಣು, ಚಂದ್ರ, ಬೀರ್, ಇಲಿ, ಗ್ಯಾಲಕ್ಸಿ, ಬಿಸ್ಕಿಟ್, ಪಾತರಗಿತ್ತಿ, ಕುರ್ಚಿ, ಇಂಟರ್‌ನೆಟ್, ಪೆನ್, ಆಕಳು, ಜಿರಾಫೆ, ಟೊಮ್ಯಾಟೊ, ಪೆನ್ಸಿಲ್, ಪ್ಲಾನೆಟ್, ಚಾಕ್, ರಾಬಿಟ್, ಪೊಟೆಟ್, ಸ್ಪೇಸ್‌ಶಿಫ್, ಅಸ್ಟ್ರೋನಾಟ್, ಝೀಬ್ರಾ, ಉಪ್ಪು, ನವಿಲು, ರಾಕೆಟ್, ನವಿಲು, ಇ–ಮೇಲ್, ಹುಲಿ, ನೋಟ್‌ಬುಕ್, ಸಕ್ಕರೆ, ಜ್ಯುಪಿಟರ್, ಬಾದಾಮಿ, ಭೂಮಿ, ಸ್ಟ್ರಾಬೆರಿ, ಬರ್ಗರ್, ಮೊಬೈಲ್, ವಿಮಾನ, ಫ್ರೆಂಚ್, ಪ್ಯಾರಿಸ್, ಟಿಕೆಟ್, ಲ್ಯಾಪ್‌ಟಾಪ್.

(ಟಿಪ್: ಈ ಮೇಲಿನ ಎಲ್ಲ ಶಬ್ದಗಳನ್ನು ಅವುಗಳಲ್ಲಿನ ಸಾಮ್ಯತೆ ಅನುಸಾರ ಭಿನ್ನ ಕಾಲಂಗಳಲ್ಲಿ ನಿರೂಪಿಸಿ)

ಇಂದಿನ ದಿನಾಂಕ: ....../......./
(ದಯವಿಟ್ಟು ಪೆನ್ಸಿಲ್‌ನಲ್ಲಿ ಬರೆಯಿರಿ)

ಅ.ಸಂಖ್ಯೆ	I	II	III	IV
1	ಸೇಬುಹಣ್ಣು	ಮೀನು	ನಕ್ಷತ್ರಗಳು	ಟೇಬಲ್ಲು
2	ಬಾಳೆಹಣ್ಣು	ಬೀರ್	ಗ್ಯಾಲಕ್ಸಿ	ಖುರ್ಚಿ
3	ಟೊಮ್ಯಾಟೊ	ಜಿರಾಫ	ಪ್ಲಾನೆಟ್	ಚಾಕ್
4	ಬಟಾಟೆ	ಝೀಬ್ರಾ	ಚಂದ್ರ	ಪೆನ್ಸಿಲ್
5	ಸ್ಟ್ರಾಬೆರಿ	ರಾಬಿಟ್	ವ್ಯೋಮನೌಕೆ	ನೋಟ್‌ಬುಕ್
6	ಬಿಸ್ಕತ್ತು	ಇಲಿ	ಅಸ್ಟ್ರೋನಾಟ್	ಪೆನ್
7	ಸಕ್ಕರೆ	ಪಾತರಗಿತಿ	ರಾಕೆಟ್	ಲ್ಯಾಪ್‌ಟಾಪ್
8	ಉಪ್ಪು	ನವಿಲು	ವಿಮಾನ	ಇಂಟರ್‌ನೆಟ್
9	ಫ್ರೆಂಚ್ ಫ್ರಿಸ್	ಹುಲಿ	ಜ್ಯುಪಿಟರ್	ಮೊಬೈಲ್
10	ಬರ್ಗರ್	ಆಕಳು	ಭೂಮಿ	ಇ–ಮೇಲ್
11	ಬಾದಾಮಿ		ಟಿಕೆಟ್	

ಚಟುವಟಿಕೆ 2: ಈ ಕೆಳಗೆ ನಮ್ಮ ಪ್ರೀತಿಯ ಮತ್ತು ಪ್ರಮುಖ ವ್ಯಕ್ತಿಗಳ ಕೆಲವು ಹುಟ್ಟಿದ ದಿನಾಂಕಗಳನ್ನು ನಮೂದಿಸಲಾಗಿದೆ. ಉತ್ತಮ ವ್ಯಕ್ತಿಗಳನ್ನು ಇದಕ್ಕೆ ಸೇರಿಸುತ್ತಲೇ ಸಾಗಲಾಗುವುದು. ನಾನು ನಿಮಗೆ ಅವುಗಳನ್ನು ನೆನಪಿನಲ್ಲಿಟ್ಟುಕೊಳ್ಳುವ ಸುಲಭ ವಿಧಾನಗಳನ್ನು ಸೂಚಿಸುತ್ತೇನೆ. ಅದರಂತೆ ನಿಮ್ಮದೇ ಆದ ಯಾದಿಯನ್ನು ನೀವು ತಯಾರಿಸಬೇಕು. ದಯವಿಟ್ಟು ಟಿಪ್ಸ್‌ಗಳನ್ನು ಅನುಸರಿಸಿ. ಇದು ವ್ಯಕ್ತಿಗಳೊಂದಿಗೆ ಉತ್ತಮ ಸಂಬಂಧ ಹೊಂದಲು ಸಹಕಾರಿಯಾಗುತ್ತದೆ.

ವೀರೇಂದ್ರ ಅಗರವಾಲ್	24 ಜನವರಿ 19	ವಿಮಲಾ ಜೈಟಿ	9 ಜನವರಿ 1974
ಅರುಣ ಸಾಗರ್	20 ನವೆಂಬರ್ 1968	ಪಿಯುಷ್ ಅಗರವಾಲ್	6 ಫೆಬ್ರವರಿ 1977
ವಿಶಾಲ್ ಮಣಿ	15 ಏಪ್ರಿಲ್ 1975	ಹೀರೇಂದರ್ ಸಿಂಗ್	24 ಜನವರಿ 1954
ಡಾ.ಪಿ.ಕೆ. ಗುಪ್ತಾ	22 ಅಕ್ಟೋಬರ್ 1956	ಮಮೊದೇವಿ	2 ಜನವರಿ 19
ಬಾಬಿ ಅನನ್ಯ ಸಿಂಘಾಲ್	2 ಆಗಸ್ಟ್ 2011	ಆದಿತ್ಯ ಗುಪ್ತಾ	2 ಫೆಬ್ರವರಿ 1989
ವಿಭು ಅಗರವಾಲ್	9 ಮಾರ್ಚ್ 1995	ಮಧುಬಾಲಾ ನಗರ	9 ಫೆಬ್ರವರಿ 19
ಸಂಜಯ ಸಿಂಘಾಲ್	5 ಜನವರಿ 1973	ಸುನಿಲ್ ಮದನ್	7 ಮಾರ್ಚ್ 1961
ಅಶಿಶ್ ಗೋಯೆಲ್	2 ಫೆಬ್ರವರಿ 1982	ರಾಮನ್ ನಾಗಪಾಲ್	1 ಮಾರ್ಚ್ 1975
ರಮಣ್ ದುವಾ	25 ಸೆಪ್ಟೆಂಬರ್ 1979	ನಿಕಿತಾ ಗುಪ್ತಾ	21 ಅಕ್ಟೋಬರ್ 19
ರಂಜನ್ ಅಗರವಾಲ್	18 ಏಪ್ರಿಲ್ 19	ಸಪ್ತಾಲ್ ಸಿಂಗ್ ಭಾಟಿಯಾ	25 ಮೇ 1961
ಗೌತಮ್ ಸಿಂಘಾಲ್	12 ಮಾರ್ಚ್ 1981	ಸಂಜಯ ವರ್ಮಾ	1 ಜುಲೈ 1971
ಬೇಬಿ ದೀಕ್ಷಾ ಬಜಾಜ್	5 ಮೇ 2005	ಸುನಿಲ್ ವಾಡ್ವಾ	18 ಡಿಸೆಂಬರ್ 19

ಅವಿನಾಶ ಗುಪ್ತಾ	1 ಮೇ 1987	ಅಭಿಷೇಕ ಸಕ್ಸೇನಾ	5 ಜುಲೈ 1980
ರಂಜೀತ್ ಸಿಂಗ್ ಬಿಸ್ಟ್	14ಜೂನ್ 1980	ನ ರೇ ಶ್ ಕು ವು ಾ ರ್ ಬಜಾಜ್	25 ಮೇ 1979
ಸ ತೀ ಶ್ ಕು ವು ಾ ರ್ ಅಗರವಾಲ್	25 ಜೂನ್ 1974	ನೇಹಾ ಚಾಂಡೆಲ್	27 ಜುಲೈ 19
ವಿಕಾಸ್ ಗುಪ್ತಾ	8 ಜುಲೈ 1985	ಆಯುಷ್ ಅಗ ರವಾಲ್	3 ಆಗಸ್ಟ್ 1996
ಸಂಜಯ ಧಮಾ	1 ಜುಲೈ 1973	ಕರಣ್ ಚಾವಾ	12 ಆಗಸ್ಟ್ 1984
ಉಮೇಶ್ ಶರ್ಮಾ	20 ಡಿಸೆಂಬರ್ 1956	ಲಲಿತಾ ಸೈನಿ	22 ಸೆಪ್ಟೆಂಬರ್ 1981
ಕಮಲ್ ಕಾಂತ್ ಕಲ್ರಾ	4 ಡಿಸೆಂಬರ್ 1979	ಡಾ. ಹಿಮಾಂಶಿ ವರ್ಮಾ	21 ಡಿಸೆಂಬರ್ 19
ಚಂದನ್ ಪವಾರ್	23 ಸೆಪ್ಟೆಂಬರ್ 1975	ಗೌರವ್ ಚಾವಾ	31 ಅಕ್ಟೋಬರ್ 1979
ಗಿರೀಶ್ ಭಂಡಾರಿ	26ಆಗಸ್ಟ್ 19	ಕಮಲ್ ಕುಮಾರ್	2 ಡಿಸೆಂಬರ್ 1974
ಸಂಜೀವ್ ಕುಮಾರ್	27 ಡಿಸೆಂಬರ್19	ಅಮಿತ್ ಗಿರಿಧರ್	15 ಜನವರಿ 1975
ಅಮಿತ್ ಸಕ್ಸೇನಾ	31 ಡಿಸೆಂಬರ್ 1983	ವಿಕ್ರಂ ಶರ್ಮಾ	27 ಡಿಸೆಂಬರ್ 1975
ರಾಜೇಂದ್ರ ಅಹ್ಲುವಾಲಿಯ	26 ಆಗಸ್ಟ್ 1966	ಸು ರೇ ಶ್ ಕು ವು ಾ ರ್ ಗಾರ್ಗ್	15 ಮಾರ್ಚ್ 1957
ನಿತಿನ್ ಗುಪ್ತಾ	1 ಡಿಸೆಂಬರ್ 19	ಪ್ರಶಾಂತ್ ಕಪೂರ್	6 ನವೆಂಬರ್ 1995
ಅಮಿತ್ ಪುರಿ	1 ಏಪ್ರಿಲ್ 1978	ಅನಿಲ್ ಕುಮಾರ್	14 ಏಪ್ರಿಲ್ 1975

ಟಿಪ್ 1: ಮೇಲಿನ ದಿನಾಂಕಗಳನ್ನು ತಿಂಗಳವಾರು ವಿಭಾಗ ಮಾಡಿದರೆ ಉತ್ತಮ ನೆನಪು ಸಾಧ್ಯ. ಮತ್ತು ವೇಗವಾದ ನೆನಪಿಸಿಕೊಳ್ಳಬಹುದು. ಮತ್ತು ಏರಿಕೆ ರೀತಿಯಲ್ಲಿ ಬರೆಯಿರಿ.

ಟಿಪ್ 2: ಹುಟ್ಟಿದ ದಿನಗಳ ದಿನಾಂಕ, ತಿಂಗಳು ಮತ್ತು ಇಸ್ವಿಗಳು ನಿಮ್ಮ ಹುಟ್ಟಿದ ದಿನಾಂಕದೊಂದಿಗೆ ಸಾಮ್ಯತೆ ಹೊಂದಿದ್ದರೆ ನೆನಪಿನಲ್ಲಿಟ್ಟುಕೊಳ್ಳುವುದು ಸುಲಭ. ಉದಾಹರಣೆಗೆ, ಎಲ್ಲ ವ್ಯಕ್ತಿಗಳ ದಿನಾಂಕ 24ರಿಂದ ಆರಂಭಗೊಂಡರೆ ಅಥವಾ ಜನವರಿಯಲ್ಲಿ ಆರಂಭಗೊಂಡರೆ ನನ್ನಂತೆ. ಇಲ್ಲಿ ಒಂದೇ ರೀತಿಯ ವಿಚಾರ ಹೊಂದಿರುವ ಕೆಲವು ಒಂದೇ ರೀತಿಯ ಹುಟ್ಟಿದ ದಿನಾಂಕಗಳೆಂದರೆ ಸಲಹೆ ನೀಡಬಲ್ಲವುಗಳಾಗಿವೆ. : (3) 3, 6, 9, 12. . . (6) 6, 12, 18, 24 . . . ಇತ್ಯಾದಿ. ಒಟ್ಟು ಅಥವಾ ಆರಂಭದ ಸಂಖ್ಯೆಗಳು ಒಂದೇ ಆಗಿದ್ದರೆ. ಉದಾಹರಣೆಗೆ (1, 10, 19, 1+9=10=1+0=1,28) (3, 13, 21, 30), (4, 13, 22, 31), (5, 14, 23), (8, 17, 24); ಇದೇ ರೀತಿ.

ಟಿಪ್ 3: ಪ್ರತಿ ವರ್ಷ ಅವರ ವಿಶೇಷ ದಿನದಲ್ಲಿ ಶುಭಾಶಯ ಹೇಳುವುದು ಉತ್ತಮ ವಿಧಾನವಾಗಿದೆ. ಇದು ಇ–ಮೇಲ್, ಮೆಸೇಜ್, ಅಥವಾ ಕರೆ ಮಾಡಿ ಅಥವಾ ಪೋಸ್ಟ್ ಕಾರ್ಡ್, ಇ–ಕಾರ್ಡ್, ಅಥವಾ ಹೂವಿನ ಬೊಕ್ಕೆ ನೀಡುವ ಮೂಲಕ, ಕೊಡುಗೆ, ಚಾಕಲೇಟ್, ಸಿಹಿ ಇತ್ಯಾದಿ ಕೊಡುವ ಮೂಲಕ. ವರ್ಷ ಕಳೆದಂತೆ ನಿಮ್ಮ ಬಾಂಧವ್ಯ ವೃದ್ಧಿಗೊಳ್ಳಲಿದೆ.

ಜನವರಿ		ಫೆಬ್ರವರಿ	
ಮಮೋ ದೇವಿ	2 ಜನವರಿ 19	ಆದಿತ್ಯ ಗುಪ್ತಾ	2 ಫೆಬ್ರವರಿ 1989
ಸಂಜಯ ಸಿಂಘಾಲ್	5 ಜನವರಿ 1973	ಅಶಿಶ್ ಗೋಯೆಲ್	2 ಫೆಬ್ರವರಿ 1982
ವಿಮಲ್ ಜೈಟ್ಲಿ	9 ಜನವರಿ 1974	ಪಿಯುಷ್ ಅಗರವಾಲ್	6 ಫೆಬ್ರವರಿ 1977
ಅಮಿತ್ ಗಿರಿಧರ್	15 ಜನವರಿ 1975	ಮಧುಬಾಲ ನಗರ	9 ಫೆಬ್ರವರಿ 19
ವಾರಿಂದರ್ ಅಗರವಾಲ್	24 ಜನವರಿ 19		
ಹರಿಂದರ್ ಸಿಂಗ್	24 ಜನವರಿ 1954		
ಪುಷ್ಪೇಷ್ ದಿಂಘ್ರಾ	24 ಜನವರಿ 1973		

ಮಾರ್ಚ್		ಏಪ್ರಿಲ್	
ರಮೇಶ್ ನಾಗಪಾಲ	1 ಮಾರ್ಚ್ 1975	ಅಮಿತ್ ಪುರಿ	1 ಏಪ್ರಿಲ್ 1978
ಸುನಿಲ್ ಮದನ್	7 ಮಾರ್ಚ್ 1957	ಅನಿಲ್‌ಕುಮಾರ್	14 ಏಪ್ರಿಲ್ 1975
ವಿಭು ಅಗರವಾಲ್	9 ಮಾರ್ಚ್ 1995	ವಿಶಾಲ್ ಮಣಿ	15 ಏಪ್ರಿಲ್ 1975
ಗೌತಮ್ ಸಿಂಘಾಲ್	12 ಮಾರ್ಚ್ 1981	ರಂಜನ್ ಅಗರವಾಲ್	18 ಏಪ್ರಿಲ್ 19
ಸುರೇಶ್ ಕುಮಾರ್	15 ಮಾರ್ಚ್ 1957		

ಮೇ		ಜೂನ್	
ಅವಿನಾಶ್ ಗುಪ್ತಾ	1 ಮೇ 1987	ರಂಜೀತ್ ಸಿಂಗ್ ಬಿಸ್ಟ್	14 ಜೂನ್ 1980
ಬೇಬಿ ದೀಕ್ಷಾ ಬಜಾಜ್	5 ಮೇ 2005	ಸತಿಶ್ ಕುಮಾರ್ ಅಗರವಾಲ್	25 ಜೂನ್ 1974
ಸಪ್ತಾಲ್ ಸಿಂಘ್ ಬಾಟಿಯಾ	25 ಮೇ 1961		
ನರೇಶಕುಮಾರ್ ಬಜಾಜ್	25 ಮೇ 1979		

ಜುಲೈ		ಆಗಸ್ಟ್	
ಸಂಜಯ್ ವರ್ಮಾ	1 ಜುಲೈ 1971	ಬೇಬಿ ನಯನಾ ಸಿಂಘಾಲ್	2 ಆಗಸ್ಟ್ 2011
ಸಂಜಯ್ ಧಾಮಾ	1 ಜುಲೈ 1973	ಆಯುಷ್ ಅಗರವಾಲ್	3 ಆಗಸ್ಟ್ 1996
ಅಭಿಷೇಕ್ ಸಕ್ಸೇನ್	5 ಜುಲೈ 1980	ಕರಣ್ ಚಾವ್ಲಾ	12 ಆಗಸ್ಟ್ 1984
ನೇಹಾ ಚಾಂಡೆಲ್	27 ಜುಲೈ 19	ರಾಜೀಂದರ್ ಅಹ್ಲುವಾಲಿಯಾ	26 ಆಗಸ್ಟ್ 1966
ವಿಕಾಸ್ ಗುಪ್ತಾ	8 ಜುಲೈ 1985	ಗಿರೀಶ್ ಭಂಡಾರಿ	26 ಆಗಸ್ಟ್ 19
		ಮಂಜೀತ್ ಸಿಂಗ್ ಬಿಸ್ಟ್	30 ಆಗಸ್ಟ್ 1978

ಸೆಪ್ಟೆಂಬರ್		ಅಕ್ಟೋಬರ್	
ಲಲಿತಾ ಸೈನಿ	22 ಸೆಪ್ಟೆಂಬರ್ 1981	ನಿಕಿತಾ ಗುಪ್ತಾ	22 ಅಕ್ಟೋಬರ್ 19
ಚಂದನ್ ಪವಾರ್	23 ಸೆಪ್ಟೆಂಬರ್ 1975	ಡಾ.ಪಿ.ಕೆ. ಗುಪ್ತಾ	22 ಅಕ್ಟೋಬರ್ 1956
ರಮಣ್ ದುವಾ	25 ಸೆಪ್ಟೆಂಬರ್ 1979	ಅನಿಲ್‌ಕುಮಾರ್ ಮಹಾಜನ್	25 ಅಕ್ಟೋಬರ್ 1965
		ಗೌರವ್ ಚಾವ್ಲಾ	31 ಅಕ್ಟೋಬರ್ 1979

ನವೆಂಬರ್		ಡಿಸೆಂಬರ್	
ಪ್ರಶಾಂತ್ ಕಪೂರ್	6 ನವೆಂಬರ್ 1995	ನಿತಿನ್ ಗುಪ್ತಾ	1 ಡಿಸೆಂಬರ್ 19
ಅರುಣ್ ಸಾಗರ್	20 ನವೆಂಬರ್ 1968	ಡಾ. ಕಮಲ್‌ಕುಮಾರ್ ಕಪೂರ್	2 ಡಿಸೆಂಬರ್ 1974
ರಾಜೀವ್ ಗೋಯೆಲ್	26 ನವೆಂಬರ್ 1984	ಕಮಲ್‌ಕಾಂತ್ ಕಲ್ರಾ	4 ಡಿಸೆಂಬರ್ 1979
		ಸುನಿಲ್ ವಾಡ್ವಾ	18 ಡಿಸೆಂಬರ್ 19
		ಉಮೇಶ್ ಶರ್ಮಾ	20 ಡಿಸೆಂಬರ್ 1956
		ಹಿಮಾಂಶಿ ವರ್ಮಾ	21 ಡಿಸೆಂಬರ್ 1973
		ಸಂಜೀವ್ ಕುಮಾರ್	27 ಡಿಸೆಂಬರ್ 19
		ವಿಕ್ರಂ ಶರ್ಮಾ	27 ಡಿಸೆಂಬರ್ 1975
		ಅಮಿತ್ ಸಕ್ಸೇನಾ	31 ಡಿಸೆಂಬರ್ 1983

ದಿನ–19

ನಿಮ್ಮ ನೆನಪು ಸುಧಾರಿಸಿಕೊಳ್ಳಿ ಭಾಗ–2

ವಿವಿಧ ಶಬ್ದಗಳನ್ನು ಸೃಷ್ಟಿಸುವುದು

ಕೆಳಗೆ ನಮೂದಿಸಿದ ಅಕ್ಷಗಳನ್ನು ಬಳಸಿ ಸಾಧ್ಯವಿರುವಷ್ಟು ಶಬ್ದಗಳನ್ನು ಸೃಷ್ಟಿಸಿ. ನೀವು ಭಿನ್ನವಾದ ಅಕ್ಷರಗಳನ್ನು ಒಮ್ಮೆ ಮಾತ್ರ ಬಳಸಬೇಕು. ಈಗ ಆರಂಭಿಸಿ.

ಅಭ್ಯಾಸ 1: U A B T I R T S E

BETTER	BET	BEST	BITTER	BUTTER	BAT
BED	BELT	TEST	TESTER	TESTED	TREAT
SET	SETTLE	SEAT	.....	.....	.....

ಅಭ್ಯಾಸ 2:

CARE	RACE	EAR	ACE	ARE	CAR
CASH	ASH	HAS	HAT	RAT	CAT
TEAR	SEAT	TEACH	....	....	....

ಅಭ್ಯಾಸ 3:

GOAT	GATE	TAG	STAGE	STAG	SAGE
GET	ATE	GOT	OATS	.....	.....

ಉದಾಹರಣೆ 4:

ಈ ಕೆಳಗಿನ ಭಿನ್ನವಾದ ಶಬ್ದಗಳ ಗುಂಪಿನಲ್ಲಿ ಆವರಣ ಮಾಡಲಾದ ಅಥವಾ ಒತ್ತು ಕೊಡಲಾದ ಶಬ್ದಗಳಲ್ಲಿ ತಿನ್ನಬಹುದಾದ ಉತ್ಪನ್ನಗಳನ್ನು ಗುರುತು ಮಾಡಿ. ಅವಳನ್ನ ನೇರವಾಗಿ, ಕೆಳಮುಖವಾಗಿ, ಲಂಬವಾಗಿ ಕೆಳಮುಖವಾಗಿ ಬರೆಯಲಾಗಿದೆ. ನೀವು ಅವುಗಳನ್ನು ಪ್ರತ್ಯೇಕವಾಗಿ ಕೂಡ ಬರೆಯಬಹುದಾಗಿದೆ.

ಇಂದಿನ ದಿನಾಂಕ: ....../......./
(ದಯವಿಟ್ಟು ಪೆನ್ಸಿಲ್‌ನಲ್ಲಿ ಬರೆಯಿರಿ)

A	P	B	E	T	C	V	X	Z	B	F	I	T	O	P	O	S	A	A	L
C	A	T	F	I	S	H	K	U	P	T	Y	O	G	U	R	T	Y	R	I
Y	N	W	B	C	U	I	P	M	L	I	C	A	S	V	Z	W	O	U	N
N	C	Y	B	A	N	A	N	A	R	O	B	S	P	I	N	A	C	H	O
Q	A	X	U	R	P	S	P	A	G	H	E	T	T	I	I	F	T	A	P
A	K	E	R	V	B	J	L	P	O	I	R	R	U	S	P	E	R	M	S
V	E	G	G	S	M	I	J	N	L	C	T	P	N	M	S	R	I	B	E
E	S	I	E	B	P	E	A	C	H	E	S	O	T	E	P	S	U	U	K
A	S	N	R	P	A	I	R	A	G	U	T	S	R	I	O	F	L	R	E
P	L	G	U	T	O	N	Z	E	P	T	R	U	I	N	T	E	A	G	L
E	V	E	U	L	T	U	R	Z	E	R	A	N	C	G	A	T	I	E	B
Y	E	R	E	L	L	O	W	P	A	U	W	H	E	A	T	R	P	R	E
L	A	M	U	F	F	I	N	S	B	L	B	E	A	R	O	L	Y	B	I
R	D	E	N	W	I	N	E	J	O	O	E	Y	T	H	E	D	A	Y	W
I	T	H	M	E	S	O	K	A	Y	B	R	E	W	I	L	M	E	A	G
A	I	N	O	C	H	I	P	S	F	O	R	A	A	L	M	O	N	D	S
X	H	E	N	H	B	L	E	A	C	H	Y	Y	N	E	W	F	O	L	D
G	A	R	L	I	C	R	A	N	E	A	G	L	E	G	D	Y	O	W	L
A	R	E	B	C	D	U	R	E	S	T	O	F	B	R	E	A	D	E	O
U	W	T	H	K	A	M	S	N	P	C	H	E	E	S	E	G	L	I	V
G	R	A	P	E	S	I	N	G	K	I	U	B	E	H	O	N	E	Y	L
E	W	A	L	N	U	T	S	A	L	T	T	V	F	E	A	S	S	T	Y

ಅವುಗಳಲ್ಲಿ ಕೆಲವುಗಳೆಂದರೆ

ಬ್ರೆಡ್, ಎಗ್ಸ್, ಬನಾನಾ, ಪೀಯರ್ಸ್, ಬೀಫ್, ಪಿಜ್ಜಾ, ಆ್ಯಪಲ್, ಮತ್ತು . . .

....

....

(ದಯವಿಟ್ಟು ಮೃದುವಾದ ಪೆನ್ಸಿಲ್ ಬಳಸಿ)

ಸಲಹೆ: ಅಭ್ಯಾಸ, ಅಭ್ಯಾಸ ಮತ್ತು ಅಭ್ಯಾಸ ಮಾಡಿ.

***

ದಿನ– 20

ಸಂಜ್ಞಾ ಬಾಷೆ

ಸಂಜ್ಞಾ ಭಾಷೆಯು ವಿಷಯವನ್ನು ನೆನಪಿನಲ್ಲಿಟ್ಟುಕೊಳ್ಳುವ ಸುಲಭ ಮತ್ತು ಅನುಕೂಲಕರ ಮಾರ್ಗವಾಗಿದೆ. ಸಂಜ್ಞೆ ಎಂದರೆ ವಿಷಯವನ್ನು ಇತರ ಹೆಸರು ಅಥವಾ ಸಂಜ್ಞೆ ಆಧಾರದಲ್ಲಿ ನೆನಪಿನಲ್ಲಿಟ್ಟುಕೊಳ್ಳುವುದು. ಹಲವರು ಭಿನ್ನ ವಸ್ತುಗಳನ್ನು ಭಿನ್ನವಾಗಿ ನೆನಪಿನಲ್ಲಿಟ್ಟುಕೊಳ್ಳಲು ಈ ಮಾರ್ಗವನ್ನು ಅನುಸರಿಸುತ್ತಾರೆ. ಇದು ವ್ಯಕ್ತಿಯಿಂದ ವ್ಯಕ್ತಿಗೆ ಭಿನ್ನವಾಗಬಹುದಾಗಿದೆ. ಪ್ರತಿಯೊಬ್ಬ ವ್ಯಕ್ತಿಯೂ ತನ್ನದೇ ಆದ ವಿಚಾರ ರೀತಿಯನ್ನು ಹೊಂದಿರುತ್ತಾರೆ. ನೀವು ಇತರ ವ್ಯಕ್ತಿಗಳ ಸಂಜ್ಞೆಯನ್ನೂ ಬಳಸಬಹುದು. ಆದರೆ, ನಿಮ್ಮದೇ ಆದುದನ್ನು ಬೆಳೆಸಿಕೊಂಡರೆ ಉತ್ತಮ. ಅವುಗಳನ್ನು ನಾವು ಈಗ ಉದಾಹರಣೆಗಳ ಮೂಲಕ ನೋಡೋಣ.

ಉದಾಹರಣೆ 1: ಈ ಕೆಳಗೆ ಶಬ್ದಗಳಲ್ಲಿ ಬರೆದಿರುವ ಸಂಖ್ಯೆಗಳು ಸಂಜ್ಞಾ ಭಾಷೆಯಾಗಿದೆ. ಇದು ನೀವು ಅರ್ಥೈಸಿಕೊಳ್ಳಲು ನೀಡಿರುವ ಉದಾಹರಣೆಗಳಾಗಿವೆ. ನೀವು ನಿಮ್ಮ ಸ್ವಂತ ಸಂಜ್ಞೆಗಳನ್ನು ಸೃಷ್ಟಿಸಬಹುದಾಗಿದೆ. ಇದರ ಹಿಂದಿರುವ ಯೋಜನೆ ಎಂದರೆ ನೀವು ಕೆಲವುಗಳೊಂದಿಗೆ ಸಂಪರ್ಕ ಕಲ್ಪಿಸಿ ನೀವು ಅವುಗಳನ್ನು ನೆನಪಿನಲ್ಲಿಟ್ಟುಕೊಳ್ಳುವುದಾಗಿದೆ. ನೀವು ಸಂಖ್ಯೆ ಮತ್ತು ಸಂಜ್ಞೆಗಳಲ್ಲಿರುವ ಒಂದು ಟ್ಯೂನ್ ಮತ್ತು ಪ್ರಾಸವನ್ನು ನೋಡಬಹುದಾಗಿದೆ.

ಸಂಖ್ಯೆ	ಶಬ್ದಗಳಲ್ಲಿ ಸಂಖ್ಯೆ	ಸಂಖ್ಯೆಗಳಿಗೆ ಸಂಜ್ಞೆಗಳು
1	ONE	RUN
2	TWO	WHO
3	THREE	TREE
4	FOUR	FLOOR
5	FIVE	HIVE
6	SIX	FIX
7	SEVEN	HEAVEN
8	EIGHT	WEIGHT
9	NINE	MINE

ಇಂದಿನ ದಿನಾಂಕ: ....../......./
(ದಯವಿಟ್ಟು ಪೆನ್ಸಿಲ್‌ನಲ್ಲಿ ಬರೆಯಿರಿ)

10	TEN	DEN
11	ELEVEN	EVEN
12	TWELVE	SHELVE
13	THIRTEEN	HURTING
14	FOURTEEN	FLOORING
15	FIFTEEN	LIFTING
16	SIXTEEN	SEEING
17	SEVENTEEN	EVENING
18	EIGHTEEN	EIGHT LANE (ROAD)
19	NINETEEN	NINTH INN
20	TWENTY	HEFTY

ಅಭ್ಯಾಸ 1: ಈಗ ನಾವು ಮೇಲಿನ ಸಂಜ್ಞಾ ಭಾಷೆಯನ್ನು ಅಭ್ಯಾಸ ಮಾಡೋಣ. ಶಬ್ದ ಮತ್ತು ಸಂಖ್ಯೆಯನ್ನು ಅವುಗಳ ನಿರ್ದಿಷ್ಟ ಸಂಜ್ಞೆಗೆ ಗೆರೆ ಎಳೆಯುವ ಮೂಲಕ ಹೊಂದಿಸೋಣ.

ಸಂಖ್ಯೆಗಳು		ಸಂಖ್ಯೆಗಳ ಸಂಜ್ಞೆ
ಟು		ಹೈವ್
3		ಹೇವನ್
ಫೈವ್		ಸೀಯಿಂಗ್
ಸಿಕ್ಸ್		ಲಿಫ್ಟಿಂಗ್
7		ಈವನ್
ಏಟ್		ಟ್ರೀ
10		ಡೆನ್
11		ಹೂ
ಟ್ವೆಲ್ವ್		ಶೆಲ್ವ್
ಫಿಫ್ಟೀನ್		ವೇಟ್
16		ನೈಂತ್ ಇನ್
ನೈಂಟೀನ್		ಫಿಕ್ಸ್

ಉದಾಹರಣೆ 2: ಸಂಖ್ಯೆಗಳನ್ನು ಸಂಜ್ಞೆಗೊಳಪಡಿಸುವ ಇನ್ನೊಂದು ವಿಧಾನ

z=0, A=1, B=2, C=3, D=4, E=5, F=6, G=7, H=8,I=9,

Numbers	Codes	Numbers	Codes	Numbers	Codes
21	BA	36	CF	51	EA
22	BB	37	CG	52	EB
23	BC	38	CH	53	EC
24	BD	39	CI	54	ED
25	BE	40	DZ	55	EE

26	BF	41	DA	56	EF
27	BG	42	DB	57	EG
28	BH	43	DC	58	EH
29	BI	44	DD	59	EI
30	CZ	45	DE	60	FZ
31	CA	46	DF	61	FA
32	CB	47	DG	62	FB
33	CC	48	DH	63	FC
34	CD	49	DI	64	FD
35	CE	50	EZ	65	FE

!ಮುಂದುವರಿದು ನೀವು ಸಂಜ್ಞೆಗಳನ್ನು ಈ ಕೆಳಗಿನ ರೀತಿಯಲ್ಲಿ ಆರಂಭದ ಶಬ್ದಗಳಿಗೆ ಸಂಪರ್ಕ ಕಲ್ಪಿಸಬಹುದಾಗಿದೆ.

BA- British Airways
CA- Chartered Accountant
BE-Bachelor of Electronics
CH-Holiday in Canada
BF-Boy Friend
CD-CD Player
DA-Delhi Airport
FA-First Attempt
CG-College Girl
FD-Fixed Deposit
EZ-Easy
ಇದೇ ರೀತಿ

ಉದಾಹರಣೆ 3 : ನಿಮ್ಮ ಖರೀದಿ ವಸ್ತುಗಳನ್ನು ಇತರ ವಸ್ತುಗಳೊಂದಿಗೆ ಜೋಡಿಸಿ. ಸಂಪರ್ಕ ಹೆಚ್ಚು ತಾರ್ಕಿಕವಾದಂತೆ ನಿಮ್ಮ ನೆನಪಿನ ಶಕ್ತಿ ಉತ್ತಮವಾಗಿರುತ್ತದೆ.

ಖರೀದಿ ವಸ್ತುಗಳು	**ಸಂಜ್ಞೆ**	**ನೆನಪಿನಲ್ಲಿಟ್ಟುಕೊಳ್ಳುವುದಕ್ಕೆ**
ಕನ್ನಡಿ	ನನ್ನ ಉತ್ತಮ ತಲೆಕೂದಲು (ದಿನಾಲು ಬೆಳಗ್ಗೆ ನಾ ನೋಡಿದಂತೆ)	ಕಾರ್‌ನ ಕನ್ನಡಿಯಲ್ಲಿನ ಪ್ರತಿಬಿಂಬ
ಸೋಪು	ಉಲ್ಲಸಿತರಾದ ಅನುಭವ	ಹತ್ತಿರ ಸುಳಿದು ಹೋದ ಮಿನುಗುವ ಬಿಳಿ ಅಂಗಿ
ಹಲ್ಲುಜ್ಜುವ ಬ್ರಷ್	ನನ್ನ ಹೊಳೆಯುವ ಹಲ್ಲು	ಅಂಗಡಿಯವನ ಹುಳುಕು ಹಲ್ಲು
ಕೀ	ನನ್ನ ನಿತ್ಯ ಬೆಳಗ್ಗಿನ ಪರಿಮಳ	ಕಿರಾಣಿ ಅಂಗಡಿ ಮಾಲೀಕನ ಸಿಪ್ಪಿಂಗ್ ಟೀ
ಚಾಕಲೇಟು	ನನ್ನ ಪ್ರೀತಿಯ ರುಚಿಕರ ಸಿಹಿ	ದಾರಿಯಲ್ಲಿ ಚಾಕಲೇಟ್ ತಿನ್ನುತ್ತಿರುವ ಮಗು
ಶಾರ್ಪನರ್ ಔಷಧ ಮೊಬೈಲ್	ಪೆನ್ಸಿಲ್‌ನ ಚೂಪಾದ ತುದಿ ನನ್ನ ಅಜ್ಜನ ಜೀವ ರಕ್ಷಕ ನಾನು ಮೊಬೈಲ್ ಇಲ್ಲದೇ ಕಾಲ್ ಮಾಡಲಾರೆ	ನನ್ನ ಜಾಮೆಟ್ರಿ ಪೆಟ್ಟಿಗೆಯಲ್ಲಿರುವ ಮುರಿದ ತುದಿ ಮುರಿದ ಪೆನ್ಸಿಲ್ ಹತ್ತಿರ ಕೆಮ್ಮುತ್ತಿರುವ ಮುದುಕ ನನ್ನ ಮೊಬೈಲ್‌ನ ಚಾರ್ಜ್ ಕಡಿಮೆಯಾದ ಬೀಪ್

ದಿನ–21

ವಿದ್ಯಾರ್ಥಿಗಳಿಗೆ ಟಿಪ್ಸ್‌ಗಳು

ವಿದ್ಯಾರ್ಥಿಗಳು ಅಭ್ಯಾಸದಲ್ಲಿ ಮುಂದೆ ಬರಬೇಕಾದರೆ ಮತ್ತು ಪರೀಕ್ಷೆಯಲ್ಲಿ ಉತ್ತಮ ಅಂಕ ಗಳಿಸಲು ಅವರು ಉತ್ತಮ ನೆನಪಿನ ಶಕ್ತಿಯನ್ನು ಹೊಂದಿರಬೇಕು. ವರ್ಷಗಳಿಂದ ಪ್ರಶ್ನೆ ಪತ್ರಿಕೆ ಮಾದರಿ ಭಾರೀ ಪ್ರಮಾಣದಲ್ಲಿ ಬದಲಾಗಿದ್ದು, ದೊಡ್ಡ ಪ್ರಶ್ನೆ ಬದಲಿಗೆ ಸಣ್ಣ ಮತ್ತು ಬಹು ಆಯ್ಕೆಯ ಪ್ರಶ್ನೆಗಳನ್ನು ಕೇಳಲಾಗುತ್ತದೆ. ಎಲ್ಲ ಸ್ಪರ್ಧಾತ್ಮಕ ಪರೀಕ್ಷೆಯಲ್ಲೂ ಈ ಮಾದರಿಯನ್ನು ಅನುಸರಿಸಲಾಗುತ್ತದೆ.

ಹೊಸ ಮಾದರಿ ಈಗ ಮನಸ್ಸಿನ ಹೆಚ್ಚಿನ ಚುರುಕುತನ ಮತ್ತು ಜಾಗೃತಾವಸ್ಥೆಯನ್ನು ಬಯಸುತ್ತದೆ. ಜತೆಗೆ ಉತ್ತಮ ವೇಗ ಮತ್ತು ನಿಖರತೆ ಮೂಲಕ ಎಲ್ಲ ಪ್ರಶ್ನೆಗಳನ್ನು ಉತ್ತರಿಸಬೇಕಾಗುತ್ತದೆ. ಹೆಚ್ಚಿನ ಪ್ರಶ್ನೆಗೆ ಉತ್ತರಿಸಿದ ಆಧಾರದ ಮೇಲೆ ಅಂಕ ದೊರೆಯುತ್ತದೆ. ಹಾಗಾಗಿ ವಿದ್ಯಾರ್ಥಿಗಳ ಅಂಕ ಗಳಿಕೆ ನಡುವೆ ಅಂತರ ಕಿರಿದಾಗುತ್ತಿದೆ. ಸಣ್ಣ ತಪ್ಪು ಸಹ ನಿಮ್ಮನ್ನು ಇತರರಿಂದ ಹಿಂದುಳಿಯುವಂತೆ ಮಾಡಬಲ್ಲುದು. ಸಿಲೆಬಸ್ ಹೆಚ್ಚಾದಂತೆ ದಿನದಿಂದ ದಿನಕ್ಕೆ ಸ್ಪರ್ಧೆಯೂ ಹೆಚ್ಚುತ್ತಿದೆ. ಇದು ಮನಸ್ಸಿನ ಮೇಲೆ ಒತ್ತಡ ಮತ್ತು ಕೆಲಸದ ಮೇಲೆ ಪ್ರತಿಕೂಲ ಪರಿಣಾಮ ಉಂಟುಮಾಡುತ್ತಿದೆ.

ಪರೀಕ್ಷೆ ಮತ್ತು ಸ್ಪರ್ಧೆ ಹೊರತಾಗಿಯೂ ಬದುಕಿನ ಇತರ ವಿಷಯದಲ್ಲೂ ಯಶಸ್ವಿಯಾಗಲು ಉತ್ತಮ ನೆನಪು ಅಗತ್ಯ. ಜಗತ್ತಿನ ಎಲ್ಲ ಯಶಸ್ವಿ ಮತ್ತು ವಿಶೇಷ ವ್ಯಕ್ತಿಗಳು ವಿಶೇಷ ನೆನಪಿನ ವಿಶಿಷ್ಟ ಗುಣ ಮತ್ತು ಆ ಕ್ಷಣದಲ್ಲಿ ನಿರ್ಧಾರ ಕೈಗೊಳ್ಳುವ ಸಾಮರ್ಥ್ಯ ಹೊಂದಿರುತ್ತಾರೆ.

ಮನಃಶಾಸ್ತ್ರಜ್ಞರ ಪ್ರಕಾರ ಬಹುತೇಕ ವಿದ್ಯಾರ್ಥಿಗಳು ಒಂದೇ ರೀತಿಯಾದ ಸರಾಸರಿ ವಿಚಾರ ಸಾಮರ್ಥ್ಯ ಹೊಂದಿರುತ್ತಾರೆ. ಕೆಲವರು ಮಾತ್ರ ವಿಚಾರಶಕ್ತಿಯಲ್ಲಿ ನಿಧಾನ ಅಥವಾ ವಿಶೇಷ ಉತ್ತಮ ಬುದ್ಧಿಮತ್ತೆ ಹೊಂದಿರುತ್ತಾರೆ. ವೈದ್ಯರ ಅಭಿಪ್ರಾಯದ ಅನುಸಾರ ಸಂಯಮ ಇಲ್ಲದಿರುವಿಕೆ, ಚಿಂತೆ, ಕೆಲಸದ ಹೆಚ್ಚಿನ ಹೊರೆ ಮತ್ತು ಒತ್ತಡ ಮನಸ್ಸಿನ ನೆನಪಿನ ಸಾಮರ್ಥ್ಯದ ಮೇಲೆ ವ್ಯತಿರಿಕ್ತ ಪರಿಣಾಮ ಉಂಟುಮಾಡುತ್ತದೆ. ಒಂದೇ ರೀತಿಯ ಮತ್ತು ಹೆಚ್ಚಿನ ಕೆಲಸದ ಅವಧಿ ಜತೆಗೆ ಒಂಟಿತನ ಮತ್ತು ಬೇಸರ ವ್ಯಕ್ತಿಗಳ ಉತ್ತಮ ನೆನಪಿನ ಮೇಲೆ ವ್ಯತಿರಿಕ್ತ ಪರಿಣಾಮ ಉಂಟುಮಾಡುತ್ತದೆ.

ಇಂದಿನ ದಿನಾಂಕ: ....../......./

(ದಯವಿಟ್ಟು ಪೆನ್ಸಿಲ್‌ನಲ್ಲಿ ಬರೆಯಿರಿ)

ನಾವು ಸಾಮಾನ್ಯವಾಗಿ ಹೆಚ್ಚು ಮಹತ್ವ ಇಲ್ಲದ ಸಂಗತಿಗಳನ್ನು ಮರೆಯುತ್ತೇವೆ ಅಥವಾ ನಾವು ಅದನ್ನು ನೆನಪಿನಲ್ಲಿಟ್ಟುಕೊಳ್ಳಲು ಬಯಸುವುದಿಲ್ಲ. ಆದರೆ, ನಾವು ನಮ ಆಸಕ್ತಿಯ ಮತ್ತು ಇಷ್ಟವಾದ ವಿಷಯವನ್ನು ಮರೆಯುವುದಿಲ್ಲ. ಹಾಗಾಗಿ ಮನಃಶಾಸ್ತ್ರಜ್ಞರು ನಮ್ಮ ಆಸಕ್ತಿ ಮತ್ತು ನೆನಪಿನ ನಡುವೆ ಬಲವಾದ ಸಂಬಂಧವನ್ನು ಪತ್ತೆ ಮಾಡಿದ್ದಾರೆ.

ಆಸಕ್ತಿ ಮತ್ತು ವಿಷಯದ ಮೇಲಿನ ಏಕಾಗ್ರತೆ ಹಾಗೂ ಉತ್ತಮ ಗ್ರಹಿಕೆಯೇ ಬುದ್ಧಿವಂತ ವಿದ್ಯಾರ್ಥಿಗಳ ಲಕ್ಷಣ. ಪರೀಕ್ಷೆಯಲ್ಲಿ ಕಡಿಮೆ ಅಂಕ ಗಳಿಸುವುದು ಅಥವಾ ನಪಾಸ್ ಆಗುವುದು ಅಭ್ಯಾಸದಲ್ಲಿ ಅವರಿಗೆ ಆಸಕ್ತಿ ಇಲ್ಲ ಎಂಬುದನ್ನು ತೋರಿಸುತ್ತದೆ. ಉತ್ತಮ ನೆನಪಿನ ಶಕ್ತಿ ಹೊಂದುವುದು ಹೆಚ್ಚು ವಿಚಾರಶಕ್ತಿ ಮತ್ತು ಬುದ್ಧಿವಂತಿಕೆ ಹೊಂದಿರುವುದರ ಲಕ್ಷಣವಾಗಿದೆ. ಹಾಗಾಗಿ ಉತ್ತಮ ವ್ಯಕ್ತಿತ್ವ ಹೊಂದಲು ಉತ್ತಮ ನೆನಪು ಹೊಂದುವುದು ಕೂಡ ಅಷ್ಟೇ ಮುಖ್ಯವಾಗಿದೆ. ಹಾಗಾಗಿ ಮರೆಯುವ ವಿದ್ಯಾರ್ಥಿಗಳು ಅವರ ಪಾಠವನ್ನು ಉತ್ತಮವಾಗಿ ನೆನಪಿನಲ್ಲಿಟ್ಟುಕೊಳ್ಳಲಾರರು ಮತ್ತು ಜೀವನದ ಪ್ರಮುಖ ಸಂಗತಿಗಳನ್ನೂ ಅವರು ಮರೆಯುತ್ತಾರೆ.

ಕೆಳಗಿನ ಕೆಲವು ವಿಧಾನಗಳು ಉತ್ತಮ ಕಲಿಕೆ ಮತ್ತು ನೆನಪಿನ ಶಕ್ತಿ ವೃದ್ಧಿಸಿಕೊಳ್ಳಲು ಸಹಕರಿಸಲಿವೆ :

ನಿಮ್ಮ ಗುರಿ ಮೇಲೆ ಗಮನ ಕೇಂದ್ರೀಕರಿಸಿ

ಮೊದಲು ಗುರಿಯನ್ನು ನಿಗದಿಪಡಿಸುವುದು ಬುದ್ಧಿವಂತರಾಗಿ ಯೋಜಿಸುವುದು ಮತ್ತು ಕಾರ್ಯನಿರ್ವಹಿಸುವುದರ ಮೊದಲ ಹಂತವಾಗಿದೆ. ಯಾವಾಗ ನಮ್ಮ ಗಮನವೆಲ್ಲವೂ ನಮ್ಮ ಗುರಿಯೊಂದಿಗೆ ಉತ್ಸಾಹದೊಂದಿಗೆ ಕೇಂದ್ರೀಕೃತಗೊಂಡಾಗ ಸಮಯ ಮತ್ತು ಪರಿಶ್ರಮವನ್ನು ಪರೀಕ್ಷೆ ಸಿದ್ಧತೆಗೆ ತೊಡಗಿಸಿಕೊಳ್ಳಲು ಸಹಕಾರಿ. ಉತ್ಸಾಹವು ನಮ್ಮ ಮೂಡ್‌ಅನ್ನು ಎತ್ತಿ ಹಿಡಿಯಲು ಸಹಕಾರಿ. ಉತ್ಸಾಹ ಹೊಂದಿರುವ ವ್ಯಕ್ತಿ ಯಾವಾಗಲೂ ಆತನ ವಿಚಾರ ಮತ್ತು ಕಾರ್ಯವಿಧಾನದಲ್ಲಿ ಶಕ್ತಿಯುತವಾಗಿ ಮತ್ತು ಕ್ರೀಯಾಶೀಲವಾಗಿ ಇರುತ್ತಾನೆ. ಹಾಗಾಗಿ ಅಪೇಕ್ಷಿತ ಫಲಿತಾಂಶಕ್ಕೆ ಅಂತಹ ಒಂದು ವಿಧಾನ ಅಗತ್ಯ.

ಅಭ್ಯಾಸದಲ್ಲಿ ಆಸಕ್ತಿ ಬೆಳೆಸಿಕೊಳ್ಳಿ

ಅಭ್ಯಾಸದಲ್ಲಿ ಆಳವಾದ ಆಸಕ್ತಿ ಬೆಳೆಸಿಕೊಳ್ಳುವುದರಿಂದ ಪಾಠವನ್ನು ಉತ್ತಮವಾಗಿ ಅರ್ಥೈಸಿಕೊಳ್ಳುವಿಕೆ ಮತ್ತು ಆ ಮೂಲಕ ಉತ್ತಮ ನೆನಪಿಗೆ ಸಹಕಾರಿಯಾಗುತ್ತದೆ. ವಿಷಯದಲ್ಲಿ ಆಸಕ್ತಿ ಬೆಳೆಸಿಕೊಳ್ಳುವುದರಿಂದ ವಿಷಯದ ಕುರಿತು ಪ್ರೇರಣೆ ದೊರೆಯುತ್ತದೆ. ಇದು ಮುಂದೆ ಆಳವಾದ ಅಧ್ಯಯನಕ್ಕೆ ಸಹಕಾರಿಯಾಗುತ್ತದೆ. ಯಾವುದೇ ವಿಷಯವನ್ನು ಅರ್ಥೈಸಿಕೊಂಡಾಗ ಅದನ್ನು ಕಲಿಯುವುದು ಸುಲಭವಾಗುತ್ತದೆ. ಇದು ಮುಂದೆ ನಿರಂತರವಾಗಿ ಹೆಚ್ಚಿನ ಗಂಟೆಗಳ ಕಾಲ ಕಲಿಯಲು ಮತ್ತು ಪ್ರಸ್ತುತ ವಿಷಯದ ಕುರಿತು ಹೆಚ್ಚು ಸಂವೇದನಾ ಶೀಲರಾಗಲು ಸಹಕಾರಿಯಾಗುತ್ತದೆ. ಇದು ಪುಸ್ತಕದೊಂದಿಗೆ ನಿರಂತರ ಸಂಪರ್ಕ ಹೊಂದಿ ಉಳಿದ ಅನಪೇಕ್ಷಿತ ವಿಷಯದತ್ತ ಆಸಕ್ತಿ ವಹಿಸುವುದನ್ನು ಕಡಿಮೆ ಮಾಡುತ್ತದೆ. ಈ ರೀತಿ ಅಧ್ಯಯನದಲ್ಲಿ ತೊಡಗಿಕೊಳ್ಳುವುದರಿಂದ ವಿದ್ಯಾರ್ಥಿ ಬುದ್ಧಿವಂತನಾಗುವುದರ ಜತೆಗೆ ಅವರ ವೃತ್ತಿಯಲ್ಲಿ ಯಶಸ್ವಿಯಾಗುತ್ತಾನೆ.

ನಿಮ್ಮ ಮನಸ್ಸನ್ನು ಶಾಂತವಾಗಿಡಿ

ಮನಸ್ಸು ಭಾರೀ ಸಂಕೀರ್ಣವಾದ ಮತ್ತು ಲಭ್ಯವಿರುವ ವಿಶೇಷ ನೈಸರ್ಗಿಕ ಸೂಪರ್ ಕಂಪ್ಯೂಟರ್ ಆಗಿದೆ. ಇದು ಪ್ರತಿ ಕ್ಷಣವೂ ದಾಖಲಿಸುತ್ತದೆ, ಜವಾಬ್ದಾರಿ ವಹಿಸುತ್ತದೆ ಮತ್ತು

ಅಸಂಖ್ಯಾತ ಕಾರ್ಯವನ್ನು ನಿರ್ವಹಿಸುತ್ತದೆ. ಮನಸ್ಸು ಯಾವುದೇ ರೀತಿಯ ವಿಶ್ರಾಂತಿ ಅಥವಾ ಒಂದು ಕ್ಷಣವೂ ಬಿಡುವು ಇಲ್ಲದೇ ಕಾರ್ಯನಿರ್ವಹಿಸುತ್ತದೆ. ಪರಿಗಣಿಸಬೇಕಾದ ಪ್ರಮುಖ ವಿಷಯ ಎಂದರೆ ನಾವು ಮನಸ್ಸಿನಿಂದ ಏನನ್ನು ಪಡೆದುಕೊಳ್ಳುತ್ತೇವೆಯೋ ಅದು ನಮ್ಮ ವಿಚಾರ ಮತ್ತು ಕ್ರಿಯೆಯ ಫಲಿತಾಂಶವಾಗಿದೆ. ನಮ್ಮ ಮನಸ್ಸಿಗೆ ಉತ್ತಮ ಮತ್ತು ಗುಣಾತ್ಮಕ ಅಂಶವನ್ನು ತುಂಬಿದರೆ ನಾವು ಉತ್ತಮ ಫಲಿತಾಂಶ ಪಡೆಯಬಹುದು. ನಾವು ಋಣಾತ್ಮಕ ಮತ್ತು ಕೆಟ್ಟ ಆಲೋಚನೆಗಳನ್ನು ತುಂಬಿದರೆ ನಾವು ಋಣಾತ್ಮಕ ಫಲಿತಾಂಶವನ್ನೇ ಪಡೆಯುತ್ತೇವೆ.

ನಮ್ಮ ಮನಸ್ಸಿನ ವಿವರವಾದ ಮಾಹಿತಿ ಕೊಡಲು ಕಾರಣವೇಂದರೆ ಮನಸ್ಸು ಅದರ ಸಾಮರ್ಥ್ಯ, ಕ್ರಿಯಾವಿದಾನ ಮತ್ತು ಬಳಕೆ ಮೇಲೆ ಒತ್ತು ನೀಡುವ ಸಲುವಾಗಿ. ಹಾಗಾಗಿ ನಮ್ಮ ಕರ್ತವ್ಯವೇನೆಂದರೆ ಕೌಶಲ್ಯ ಮತ್ತು ಬುದ್ಧಿವಂತಿಕೆಯನ್ನು ಬೆಳೆಸಿಕೊಳ್ಳಲು ಮನಸ್ಸನ್ನು ಪರಿಣಾಮಕಾರಿಯಾಗಿ ಬಳಸಿಕೊಳ್ಳುವುದು. ಇದು ಮುಂದೆ ನಮ್ಮ ಅಧ್ಯಯನ ಮತ್ತು ಸಿಲೆಬಸ್‌ಅನ್ನು ಉತ್ತಮವಾಗಿ ಕೈಗೊಳ್ಳಲು ಹಾಗೂ ಪರೀಕ್ಷಾ ಸಂದರ್ಭ ಸರಿಯಾಗಿ ಬಳಸಿಕೊಂಡು ಬುದ್ಧಿವಂತರಾಗಲು ಇದು ಸಹಕಾರಿ.

ಮನಸ್ಸನ್ನು ಯಾವಾಗಲೂ ಸಂತೋಷದಿಂದ ಮತ್ತು ಆನಂದದಿಂದ, ವಿಶ್ರಾಂತ ಮತ್ತು ಶಾಂತ ರೀತಿಯಲ್ಲಿ ಇಡಬೇಕು. ಇದರಿಂದ ಅದಕ್ಕೆ ಅಗತ್ಯ ರೀತಿಯ ವಿಶ್ರಾಂತಿ ದೊರೆಯುತ್ತದೆ. ಇಲ್ಲದೇ ಹೋದಲ್ಲಿ ನೇರವಾಗಿ ಅದರ ಸಾಮರ್ಥ್ಯ ಮತ್ತು ಕೆಲಸದ ಮೇಲೆ ನೇತ್ಯಾತ್ಮಕ ಪರಿಣಾಮ ಉಂಟುಮಾಡುತ್ತದೆ. ಮತ್ತು ಯಾವಾಗ ಮನಸ್ಸು ಮುಕ್ತ ಸ್ಥಿತಿಯಲ್ಲಿರುತ್ತದೆಯೋ ಆಗ ಕಲಿಕೆ ಮತ್ತು ನೆನಪಿನಲ್ಲಿಟ್ಟುಕೊಳ್ಳುವಿಕೆ ಹೆಚ್ಚು ಸುಲಭವಾಗಿ ಮತ್ತು ಪರಿಣಾಮಕಾರಿಯಾಗಿರುತ್ತದೆ. ಮತ್ತು ಪ್ರಮುಖ ಅಂಶಗಳನ್ನು ನಿಮ್ಮ ಡೈರಿಯಲ್ಲಿ ಬರೆದಿಡುವ ಹವ್ಯಾಸ ರೂಢಿಸಿಕೊಳ್ಳಿ, ಇದು ಈ ಹಿಂದೆ ನಿಮ್ಮ ಮನಸ್ಸಿನಿಂದ ಹೆಚ್ಚಿನ ಒತ್ತಡವನ್ನು ನಿಯಂತ್ರಿಸಿದ್ದು ನಿಮಗೆ ಸಹಕಾರಿಯಾಗಲಿದೆ. ಪರಿಣಾಮವಾಗಿ ಈಗ ನೀವು ದಿನದಿಂದ ದಿನಕ್ಕೆ ಹೆಚ್ಚು ಪ್ರಸನ್ನಚಿತ್ತರಾಗುವುದನ್ನು ಅನುಭವಿಸುತ್ತೀರಿ.

ವಿಷಯವನ್ನು ಮೊದಲು ಅರ್ಥೈಸಿಕೊಳ್ಳಿ

!ವಿಷಯವನ್ನು ಸರಿಯಾಗಿ ಅರ್ಥೈಸಿಕೊಂಡು ಓದಿದಾಗ ಕಲಿಕೆ ಮತ್ತು ನೆನಪಿನಲ್ಲಿಟ್ಟುಕೊಳ್ಳುವಿಕೆ ಸರಳವಾಗಿ ಸಾಧ್ಯವಾಗುತ್ತದೆ. ಮತ್ತು ನಾವು ಯಾವಾಗ ಆ ಮಾಹಿತಿಯನ್ನು ಅಪೇಕ್ಷಿಸುತ್ತೇವೆಯೋ ಅದು ಸಿದ್ಧವಾಗಿ ಸಿಗುತ್ತದೆ. ನಾವು ಮನಸ್ಸಿನ ಮೇಲೆ ಹೆಚ್ಚಿನ ಒತ್ತಡ ನೀಡುವ ಅಗತ್ಯ ಉಂಟಾಗುವುದಿಲ್ಲ. ಯಾವಾಗ ನಾವು ಪುನರಾವರ್ತನೆಯಿಂದ ವಿಷಯವನ್ನು ಕಲಿಯುತ್ತೇವೆಯೋ ಅದು ತಾತ್ಪೂರ್ತಿಕ ನೆನಪು ಮಾತ್ರ. ನಂತರ ನಾವು ಅದನ್ನು ನಾವು ಹೆಚ್ಚು ನೆನಪಿನಲ್ಲಿಟ್ಟುಕೊಳ್ಳಲು ಅಥವಾ ಅದನ್ನು ನಾವು ಪುನಃ ನೆನಪಿಸಿಕೊಳ್ಳಲು ಸಾಧ್ಯವಾಗುವುದಿಲ್ಲ. ಅದಕ್ಕಿಂತ ಹೆಚ್ಚಾಗಿ ಅದನ್ನು ನಾವು ಇತರ ಸಂಬಂಧಿಸಿದ ವಿಷಯಗಳೊಂದಿಗೆ ಸಂಬಂಧ ಕಲ್ಪಿಸಲು ಸಾಧ್ಯವಾಗುವುದಿಲ್ಲ ಇದರಿಂದ ಇತರರಿಂದ ಹಿಂದೆ ಬೀಳುವಂತಾಗುತ್ತದೆ. ಹಾಗಾಗಿ, ವಿಷಯವನ್ನು ಸರಿಯಾಗಿ ಅರ್ಥೈಸಿಕೊಳ್ಳುವುದು ಭಾರಿ ಪ್ರಮುಖವಾಗುತ್ತದೆ.

ವಿಚಾರ ಮಾಡಿ ಮತ್ತು ಆಳವಾಗಿ ಮೌಲ್ಯಮಾಪನ ಮಾಡಿ

ನೀವು ಓದಿದ, ಅಧ್ಯಯನ ಮಾಡಿದ ವಿಷಯವನ್ನು ಯಾವತ್ತೂ ವಿಚಾರ ಮಾಡಿ ಮತ್ತು ಮೌಲ್ಯಮಾಪನ ಮಾಡಿ. ಅದು ಮುದ್ರಣ ಅಥವಾ ಇಲೆಕ್ಟ್ರಾನಿಕ್ ಮಾಧ್ಯಮ ಇರಬಹುದು, ಸೆಮಿನಾರ್, ಪ್ರಸೆಂಟೇಷನ್, ಲೆಕ್ಚರ್, ಚರ್ಚಾ ಸ್ಪರ್ಧೆ ಅಥವಾ ಸಾಮಾನ್ಯ ಸಂವಾದ

ಇರಬಹುದು. ಇದು ಮನಸ್ಸಿನ ಫಲವತ್ತತೆ ಭಾರಿ ಪ್ರಮಾಣದಲ್ಲಿ ಸಹಕರಿಸುತ್ತದೆ. ಇದು ವಿಷಯವನ್ನು ಅರ್ಥೈಸಿಕೊಳ್ಳಲು ಮತ್ತು ವಿಷಯವನ್ನು ಮತ್ತು ಅದರ ಹಿಂದಿನ ತಾರ್ಕಿಕತೆಯನ್ನು ನೆನಪಿನಲ್ಲಿಟ್ಟುಕೊಳ್ಳಲು ಸಹಕಾರಿಯಾಗುತ್ತದೆ.ಯಾವಾಗ ತಾರ್ಕಿಕತೆ ಸ್ಪಷ್ಟವಾಗಿರುತ್ತದೆಯೋ ಆವಾಗ ಮನಸ್ಸಿನಲ್ಲಿ ಯಾವುದೇ ರೀತಿಯ ಸಂಶಯ ಇರುವುದಿಲ್ಲ ಮತ್ತು ಕಲಿಕೆಯ ಪ್ರಕ್ರಿಯೆ ಸರಳವಾಗಿರುತ್ತದೆ.

ಉತ್ತಮ ನೆನಪಿನಲ್ಲಿಟ್ಟುಕೊಳ್ಳುವಿಕೆಯ ತಂತ್ರಗಳು

ಈ ಮೇಲೆ ಹೇಳಿದ ವಿಧಾನಗಳ ಹೊರತಾಗಿ, ಈ ಪುಸ್ತಕದ ಇತರೆಡೆ ಹೇಳಿದ ವಿಧಾನ ಮತ್ತು ತಂತ್ರಗಳನ್ನು ನೀವು ಅಭ್ಯಾಸ ಮಾಡಬೇಕು. ಪರೀಕ್ಷೆಗೆ ಬಹು ದಿನಗಳ ಮುನ್ನವೇ ಅದನ್ನು ಪುನರಾವರ್ತನೆಗೊಳಿಸಿದರೆ ಇನ್ನೂ ಉತ್ತಮ. ಇದು ನಿಮ್ಮ ಮನಸ್ಸನ್ನು ನಿಯಂತ್ರಣದಲ್ಲಿಟ್ಟುಕೊಳ್ಳುವುದರ ಜತೆಗೆ ಅದಕ್ಕೆ ತರಬೇತಿ ನೀಡಲು ಕೂಲ ಅನುಕೂಲ. ಇದರಿಂದ ನೀವು ಮುಂದೆ ಒತ್ತಡಕ್ಕೊಳಗಾಗುವುದು ತಪ್ಪುತ್ತದೆ ಮತ್ತು ನೀವು ಅಧ್ಯಯನದ ಮೇಲೆ ಸಂಪೂರ್ಣ ನಿಯಂತ್ರಣ ಸಾಧಿಸಲು ಸಾಧ್ಯವಾಗುತ್ತದೆ. ಇದರಿಂದ ನೀವು ಉತ್ತಮ ಅಂಕ ಗಳಿಸಿ ಇತರರಿಂದ ಮುಂದೆ ಬರಲು ಸಾಧ್ಯ.

ಚರ್ಚೆ ಮೂಲಕ ನೆನಪನ್ನು ಸುಧಾರಿಸಿಕೊಳ್ಳಿ

ಒಂದು ಅಧ್ಯಾಯದ ಕುರಿತು ಇನ್ನೊಬ್ಬರೊಂದಿಗೆ ಮಾತನಾಡುವ ಅಥವಾ ಚರ್ಚೆ ಮಾಡುವುದರಿಂದ ಆ ವಿಷಯದ ಕುರಿತ ನಿಮ್ಮ ಜ್ಞಾನ ಹೆಚ್ಚುತ್ತದೆ. ಇದು ಉತ್ತಮ ಕಲಿಕೆ ಮತ್ತು ನೆನಪಿನಲ್ಲಿಟ್ಟುಕೊಳ್ಳಲೂ ಸಹಕಾರಿ. ಇಲ್ಲಿನ ಯೋಜನೆ ಎಂದರೆ ಪುನರಾವರ್ತನೆಯೇ ಆಗಿದೆ. ಕೇವಲ ಓದುವುದು, ನೋಡುವುದು ಅಥವಾ ಕೇಳುವುದು ಹಲವು ಸಂದರ್ಭಗಳಲ್ಲಿ ಬೋರಿಂಗ್ ಎನಿಸಬಹುದು. ಆದರೆ, ಇನ್ನೊಬ್ಬರೊಂದಿಗೆ ಚರ್ಚಿಸುವುದು ಹೆಚ್ಚು ಲಾಭದಾಯಕ ಎನಿಸಲಿದೆ. ನೀವು ನಿಮ್ಮದೇ ರೀತಿಯ ವೇವ್‌ಲೆಂತ್ ಇರುವವರೊಂದಿಗೆ ಸಂವಾದ ನಡೆಸಿದರೆ ಹೆಚ್ಚು ಆಸಕ್ತಿದಾಯಕ ಎನಿಸಲಿದೆ.

ಮುನಿಗಳು ಮತ್ತು ಬುದ್ಧಿವಂತರು ಯಾವಾಗಲೂ ಆರೋಗ್ಯಕರ ಮತ್ತು ಉತ್ತಮ ವಿಚಾರಗಳನ್ನು ಮಾತ್ರ ಇತರರೊಂದಿಗೆ ಹಂಚಿಕೊಳ್ಳಲು ಸೂಚಿಸಿದ್ದಾರೆ. ಈ ರೀತಿಯಾಗಿ ಸುತ್ತೆಲ್ಲ ಸಕಾರಾತ್ಮಕ ಪರಿಸರ ಸೃಷ್ಟಿಯಾಗುತ್ತದೆ. ಧನಾತ್ಮಕ ವೈಬ್ರೇಷನ್ ಮನಸ್ಸನ್ನು

ಪ್ರೇರೇಪಿಸಿ ಪ್ರತಿಯೊಬ್ಬರಿಗೂ ಉತ್ತಮ ಮತ್ತು ಆನಂದದಾಯಕ ಅನುಭವ ನೀಡುತ್ತದೆ.

ಸ್ವಂತ ಸೃಷ್ಟಿಶೀಲತೆ

ಒಂದು ವ್ಯಕ್ತಿಯ ಕ್ರಿಯಾಶೀಲತೆ ವಿಷಯವನ್ನು ಅರ್ಥೈಸಿಕೊಳ್ಳಲು ಮತ್ತು ಅದನ್ನು ಆತನಿಗಿಷ್ಟವಾದ ರೀತಿಯಲ್ಲಿ ಸಂಬಂಧ ಕಲ್ಪಿಸಿಕೊಳ್ಳಲು ಸಾಧ್ಯವಾಗುತ್ತದೆ. ಹಾಗಾಗಿ ಹೆಚ್ಚು ಕೇಂದ್ರೀಕರಿಸಿ ಮತ್ತು ಏಕಾಗ್ರತೆಯಿಂದ ಓದುವುದು ಹೆಚ್ಚು ಸಹಕಾರಿ. ಯಾವಾಗ ಮನಸ್ಸು ಬಿಡುಗಡೆಯಾದಾಗ ಮತ್ತು ಸಂತಸದಿಂದ ಇದ್ದಾಗ ಕ್ರಿಯಾಶೀಲತೆ ಉತ್ತಮ ರೀತಿಯಲ್ಲಿ ಕೆಲಸ ಮಾಡುತ್ತದೆ. ಮತ್ತೆ ಉತ್ತಮ ನೆನಪು ಸಾಧ್ಯವಾಗುತ್ತದೆ.

ಒಂದು ಡೈರಿ ನಿರ್ವಹಿಸಿ

ದಿನನಿತ್ಯದ ಚಟುವಟಿಕೆಯನ್ನು ಟಿಪ್ಸ್ ರೂಪದಲ್ಲಿ ಒಂದು ಡೈರಿಯಲ್ಲಿ ಬರೆದಿಟ್ಟರೆ ಮನಸ್ಸು ಮುಕ್ತ ಸ್ಥಿತಿಯಲ್ಲಿರಲು ಸಾಧ್ಯವಾಗುತ್ತದೆ. ಇದು ಕಚೇರಿ ಮತ್ತು ಮನೆಯಲ್ಲಿ ಮನಸ್ಸಿನ ಮೇಲೆ ಉಂಟಾಗುವ ಹೆಚ್ಚಿನ ಒತ್ತಡವನ್ನು ಕಡಿಮೆ ಮಾಡುತ್ತದೆ.

ಇದರ ಹೊರತಾಗಿ, ಮನಸ್ಸನ್ನು ನಿಮ್ಮ ವೃತ್ತಿ ಮತ್ತು ವೈಯಕ್ತಿಕ ಬದುಕನ್ನು ಉತ್ತಮವಾಗಿ ನಡೆಸಿಕೊಂಡು ಹೋಗಲು ಅಗತ್ಯವಿರುವ ಮಾಹಿತಿಯನ್ನು ಮಾತ್ರ ರಕ್ಷಿಸಿಡುತ್ತದೆ. ಪರೀಕ್ಷಾ ವೇಳೆಯಲ್ಲಿ, ಮನುಷ್ಯ ತನ್ನ ಮನಸ್ಸಿನ ಸಾಮರ್ಥ್ಯವನ್ನು ಮಾತ್ರ ಅವಲಂಬಿಸುತ್ತಾನೆ. ಆತನ ಕಾರ್ಯನಿರ್ವಹಣೆ, ಸಿಲೆಬಸ್ ಕಲಿಕೆ ಮತ್ತು ನೆನಪಿನಲ್ಲಿಟ್ಟುಕೊಳ್ಳುವ ಪ್ರಕ್ರಿಯೆಯಲ್ಲಿ ಮನಸ್ಸಿಗೆ ಹೇಗೆ ತರಬೇತಿ ನೀಡಿದ್ದಾನೆ ಎಂಬುದನ್ನು ಅವಲಂಬಿಸುತ್ತದೆ.

ಓದಿ ಮತ್ತುದೊಡ್ಡದಾಗಿ ಪುನರಾವರ್ತನೆ ಮಾಡಿ

ಕಲಿಕೆ ಮತ್ತು ನೆನಪಿನಲ್ಲಿಟ್ಟುಕೊಳ್ಳುವಿಕೆ ಓದು, ಬರಹ ಮತ್ತು ಕೇಳುವಿಕೆಯಿಂದ ಉಂಟಾಗುತ್ತದೆ. ಹಾಗಾಗಿ, ಓದುವ ಪ್ರಕ್ರಿಯೆಯಲ್ಲಿ ಸ್ಪಷ್ಟವಾಗಿ ಕೇಳುವ ರೀತಿಯಲ್ಲಿ ದೊಡ್ಡದಾಗಿ ಉಚ್ಚರಿಸಬೇಕು. ಈ ರೀತಿಯಲ್ಲಿ ಮನಸ್ಸು ಸುಲಭವಾಗಿ ಅದನ್ನು ಗ್ರಹಿಸುತ್ತದೆ. ಅದೇ ರೀತಿ, ನೀವು ಯಾವುದನ್ನೋ ಬರೆಯುವಲ್ಲಿ ತೊಡಗಿಕೊಂಡಿದ್ದರೆ, ಅದನ್ನೂ ಸಹಿತ ದೊಡ್ಡದಾಗಿ ಹೇಳಿ. ಇದರಿಂದ ಮನಸ್ಸು ಸ್ಪಷ್ಟವಾಗಿ ಕೇಳಿಸುತ್ತದೆ. ಹಾಗಾಗಿ ಕಲಿಯುವಿಕೆ ಮತ್ತು ನೆನಪಿನಲ್ಲಿಟ್ಟುಕೊಳ್ಳುವ ಪ್ರಕ್ರಿಯೆ ಹೆಚ್ಚು ಪ್ರಭಾವಶಾಲಿ ಮತ್ತು ಆಳವಾಗಿರುತ್ತದೆ.

ಒಂದೇ ಹಂತದಲ್ಲಿ ಅಧ್ಯಾಯ ಮುಗಿಸಿ

ವಿದ್ಯಾರ್ಥಿಗಳು ಒಂದು ಅಧ್ಯಾಯವನ್ನು ಒಂದೇ ಹಂತದಲ್ಲಿ ಓದಿ ಮುಗಿಸಲು ಯತ್ನಿಸಬೇಕು. ಇದರಿಂದ ಉತ್ತಮ ಸೂಕ್ಷ್ಮತೆ ಮತ್ತು ಸಂಪರ್ಕ ಕಲ್ಪಿಸಲು ಸಾಧ್ಯವಾಗುತ್ತದೆ. ಇದರಿಂದ ಉತ್ತಮ ನೆನಪು ಹಾಗೂ ಪುನಃ ನೆನಪಿಸಿಕೊಳ್ಳುವುದು ಸಾಧ್ಯವಾಗುತ್ತದೆ. ಯಾವುದೇ ಅಧ್ಯಾಯವನ್ನು ಹಂತ ಹಂತವಾಗಿ ಓದಿದ್ದರೆ ಇದನ್ನು ನೆನಪಿಸಿಕೊಳ್ಳಲು ಹೆಚ್ಚಿನ ಪರಿಶ್ರಮ ಬೇಕಾಗುತ್ತದೆ. ಇದು ಹೆಚ್ಚಿನ ಸಮಯ ತೆಗೆದುಕೊಳ್ಳುವ ಜತೆಗೆ ಪಾಠದ ಜತೆಗೆ ಸಂಪರ್ಕ ಕಲ್ಪಿಸಲೂ ಅಡ್ಡಿಯಾಗುತ್ತದೆ. ಇದರಿಂದ ಮೌಲ್ಯಯುತವಾದ ಸಮಯ ಮತ್ತು ಪ್ರಯತ್ನ ವ್ಯರ್ಥವಾಗುತ್ತದೆ.

!ಸಲಹೆ: ಇಂದು ನೀವು ಈ ಅಧ್ಯಾಯವನ್ನು 2-3 ಬಾರಿ ಅಧ್ಯಯನ ಮಾಡಿ. ಇದು ಉಪಜಾಗೃತ ಮನಸ್ಸಿನಲ್ಲಿರುವ ಉತ್ತಮ ವಿಧಾನವನ್ನು ಪಡೆದುಕೊಳ್ಳಲು ಸಹಕರಿಸುತ್ತದೆ. ಇದು ನಿಧಾನ ಪ್ರಕ್ರಿಯೆ. ಹಾಗಾಗಿ ಎಷ್ಟು ಸಾಧ್ಯವೋ ಅಷ್ಟು ಹೆಚ್ಚಿನ **ಸಮಯ ನೀಡಿ.**

ದಿನ–22

ಅಭ್ಯಾಸದ ಒತ್ತಡದೊಂದಿಗೆ ಏಗುವುದು ಹೇಗೆ?

ಈ ಅಧ್ಯಾಯವು ಸಾಮಾನ್ಯ ಮನುಷ್ಯನ ಮನಸ್ಸಿನ ಮೇಲೆ ಉಂಟಾಗುವ ಒತ್ತಡದ ಕಾರಣಗಳ ಕುರಿತು ವಿವರಿಸುತ್ತದೆ. ಇದು ವಿದ್ಯಾರ್ಥಿಗಳ ಬದುಕಿನ ಮೇಲೆ ಉಂಟುಮಾಡುವ ನೇತ್ಯಾತ್ಮಕ ಪರಿಣಾಮಗಳ ಕುರಿತೂ ವಿಶ್ಲೇಷಣೆ ನಡೆಸಿದೆ. ಒಮ್ಮೆ ನಾವು ನಮಗೆ ತೊಂದರೆ ಉಂಟುಮಾಡುವ ಅಂಶಗಳ ಕುರಿತು ಅರಿತುಕೊಂಡರೆ ನಂತರ ನಾವು ಅವುಗಳನ್ನು ನಿರ್ವಹಿಸುವುದು ಸುಲಭವಾಗಲಿದೆ. ನಾವು ಮುಂದೆ ನಮಗೆ ಉಪಯುಕ್ತವಲ್ಲದ ಪರಿಸ್ಥಿತಿಯನ್ನು ನಿರ್ವಹಿಸುವುದು ಮತ್ತು ನಾವು ಮುಕ್ತ ಸ್ಥಿತಿಯಲ್ಲಿರಲು ಅನುಸರಿಸೇಕಾದ ಇತರ ಪರಿಹಾರ ಮಾರ್ಗಗಳ ಕುರಿತೂ ಚಿಂತನೆ ನಡೆಸೋಣ.

ಈಗ ನಾವು ವಿದ್ಯಾರ್ಥಿಗಳು ಅನಗತ್ಯವಾಗಿ ಕಷ್ಟ ಎಂದು ಪರಿಭಾವಿಸಿ ನಿಲ್ಲುವ ವಿವಿಧ ಸಣ್ಣ ಸಮಸ್ಯೆಗಳನ್ನು ಪರಿಶೀಲಿಸೋಣ. ಅವುಗಳೆಂದರೆ:

ಸಮಯ ನಿರ್ವಹಣೆ

ಶಾಲೆಯ ಎಲ್ಲ ಚಟುವಟಿಕೆಗಳು ಮತ್ತು ಸಾಮರ್ಥ್ಯ ದೊಡ್ಡ ಪ್ರಮಾಣದಲ್ಲಿ ವೇಳಾಪಟ್ಟಿಯನ್ನು ಅವಲಂಬಿಸಿದೆ. ಅದೇ ರೀತಿ ಫಲಿತಾಂಶ ಗುರಿಯಾಗಿಟ್ಟುಕೊಂಡು ಓದುವ ವಿದ್ಯಾರ್ಥಿಗಳು ವ್ಯವಸ್ಥಿತವಾದ ಓದುವ ವಿಧಾನವನ್ನು ರೂಪಿಸಿಕೊಂಡು ಅದನ್ನು ಕಟ್ಟುನಿಟ್ಟಾಗಿ ಅನುಸರಿಸುತ್ತಾರೆ. ಈ ವಿದ್ಯಾರ್ಥಿಗಳು ಅವರ ನಿರಂತರ ಅಧ್ಯಯನದಲ್ಲಿ ಮುಂದೆ ಬಂದು ಅವರ ಗುರಿಯನ್ನು ತಲುಪುತ್ತಾರೆ ಮತ್ತು ಬುದ್ಧಿವಂತ ವಿದ್ಯಾರ್ಥಿಗಳು ಎನಿಸಿಕೊಳ್ಳುತ್ತಾರೆ. ಇದೊಂದೇ ಹೆಚ್ಚಿನ ಅವಧಿ ಓದಲು ಇರುವ ದಾರಿ ಮತ್ತು ಹಂತಹಂತವಾಗಿ ಸಿಲೆಬಸ್ ಪೂರ್ಣಗೊಳಿಸುವ ಮಾರ್ಗ. ಯಾವಾಗ ಒಂದು ವಿಧಾನವನ್ನು ಅನುಸರಿಸುತ್ತೇವೆಯೋ ಆಗ ಮನಸ್ಸು ಮುಕ್ತವಾಗಿ ಮತ್ತು ಒತ್ತಡದಿಂದ ರಹಿತವಾಗಿ ಪ್ರಭಾವಶಾಲಿಯಾಗಿ ಕಾರ್ಯನಿರ್ವಹಿಸುತ್ತದೆ.

ಇಂದಿನ ದಿನಾಂಕ: ....../......./
(ದಯವಿಟ್ಟು ಪೆನ್ಸಿಲ್‌ನಲ್ಲಿ ಬರೆಯಿರಿ)

ಸಂಘಟಿತರಾಗಿ

ನಿಮ್ಮ ಓದಿನ ವಿಧಾನ ಸೂಕ್ತವಾಗಿ ಸಂಘಟಿತವಾಗಿರಬೇಕು. ಸುತ್ತಮುತ್ತ ಶಾಂತತೆ, ನೀಟುತನ ಮತ್ತು ಸ್ವಚ್ಛತೆ ಇರಬೇಕು. ನಿಮ್ಮ ಮನಸ್ಸಿನ ಮೇಲೆ ನೇರ ಮತ್ತು ಧನಾತ್ಮಕ ಪ್ರಭಾವವನ್ನು ಇದು ಉಂಟುಮಾಡುತ್ತದೆ. ನೀವು ಅಧ್ಯಯನ ಕೈಗೊಳ್ಳುವ ಕೋಣೆ, ನಿಮ್ಮ ಅಧ್ಯಯನದ ಟೇಬಲ್, ನಿಮ್ಮ ಪುಸ್ತಕ, ನೋಟ್‌ಪುಸ್ತಕ ಮತ್ತು ಇತರ ಪ್ರಮುಖ ಉಪಕರಣಗಳಾದ ಪೆನ್ಸಿಲ್ ಬಾಕ್ಸ್, ಕ್ಯಾಲ್ಕುಲೇಟರ್, ಕಂಪ್ಯೂಟರ್, ಸ್ಟೇಷನರಿ ಇತ್ಯಾದಿ ಸೂಕ್ತ ಸ್ಥಳದಲ್ಲಿಟ್ಟು ಬೇಕಾದಾಗ ತಕ್ಷಣ ದೊರೆಯುವಂತಿರಬೇಕು. ಈ ಸಣ್ಣ ಸಂಗತಿಗಳೆಲ್ಲ ಸರಿಯಾಗಿ ಸರಿಯಾಗಿ ಮುಂಚಿತವಾಗಿ ಸಿದ್ಧಗೊಳ್ಳದೇ ಇದ್ದರೆ ಇದು ಮುಂದೆ ಮನಸ್ಸಿಗೆ ಅನಗತ್ಯ ಕಿರಿಕಿರಿ ಉಂಟುಮಾಡುತ್ತದೆ. ಇದು ಅಗತ್ಯವಿರುವ ಮಾನಸಿಕ ಸಾಮರ್ಥ್ಯವನ್ನು ಬ್ಲಾಕ್ ಮಾಡುತ್ತದೆ ಮತ್ತು ಓದಿಗೆ ಅಗತ್ಯವಿರುವ ಸಂಪನ್ಮೂಲವನ್ನು ಮತ್ತು ನೆನಪಿನಲ್ಲಿಟ್ಟುಕೊಳ್ಳುವ ಅಗತ್ಯ ಸಾಮರ್ಥ್ಯವನ್ನು ಪಡೆಯಲು ತೊಡಕುಂಟುಮಾಡುತ್ತದೆ.

ಉತ್ತಮ ಪರಿಸರ

ಇನ್ನೊಂದು ಪ್ರಮುಖ ಅಂಶವೆಂದರೆ ಉತ್ತಮ ಪರಿಸರ. ಇದು ಮನೆಯ ಸದಸ್ಯರ ನಡುವಿನ ಶಾಂತತೆ ಮತ್ತು ಸೌಹಾರ್ದತೆ, ನಿಮ್ಮ ಸುತ್ತಮುತ್ತಲಿನವರೊಂದಿಗೆ, ಸ್ನೇಹಿತರೊಂದಿಗೆ ಮತ್ತು ಸಂಬಂಧಿಕರೊಂದಿಗೆ ಸ್ನೇಹಯುತ ಬಾಂಧವ್ಯ, ಸಮಾಜದಲ್ಲಿ ಪ್ರೀತಿ ಮತ್ತು ಸ್ವಗೌರವ ಇತ್ಯಾದಿ ಇದರಲ್ಲಿ ಒಳಗೊಂಡಿದೆ. ಇದು ನೀಟುತನ, ಸ್ವಚ್ಛತೆ ಉಳ್ಳ ಉತ್ತಮ ಪರಿಸರ. ಅಲ್ಲಿ ಉತ್ತಮ ಬೆಳಕು ಮತ್ತು ಗಾಳಿಯ ಸೌಲಭ್ಯ ಇರಬೇಕು. ಈ ಎಲ್ಲ ಅಂಶಗಳು ಮನಸ್ಸಿಗೆ ಧನಾತ್ಮಕ ಉತ್ತೇಜನವನ್ನು ನೀಡುತ್ತವೆ. ಈ ರೀತಿಯಲ್ಲಿ ಮನಸ್ಸು ಹೆಚ್ಚು ವೇಗವಾಗಿ ಮತ್ತು ಹೆಚ್ಚು ಸುಸಮರ್ಥವಾಗಿ ದೀರ್ಘ ಕಾಲದ ತನಕ ಕಾರ್ಯನಿರ್ವಹಿಸುತ್ತದೆ. ಅಲ್ಲಿ ಕಡಿಮೆ ಪ್ರಮಾಣದ ಬಳಲಿಕೆ ಇರುತ್ತದೆ.

ಕಲಿಕೆಯ ವಿಭಿನ್ನ ವಿಧಾನಗಳು

ಪ್ರತಿಯೊಬ್ಬ ವ್ಯಕ್ತಿಯೂ ತನ್ನದೇ ಆದ ಓದಿನ, ಕಲಿಕೆಯ ಮತ್ತು ನೆನಪಿನಲ್ಲಿಟ್ಟುಕೊಳ್ಳುವ ಸಾಮರ್ಥ್ಯ ಮತ್ತು ಸಾಧ್ಯತೆ ಹೊಂದಿರುತ್ತಾನೆ. ಜತೆಗೆ ಈ ಕುರಿತು ತನ್ನದೇ ಆದ ರೀತಿಯ ವಿಧಾನವನ್ನು ಹಲವು ವರ್ಷಗಳಿಂದ ವೃದ್ಧಿಗೊಳಿಸಿಕೊಂಡಿರುತ್ತಾನೆ. ಕೆಲವು ವಿದ್ಯಾರ್ಥಿಗಳು ಓದುತ್ತಾರೆ ಮತ್ತು ವಿಷಯವನ್ನು ಅವರಷ್ಟಕ್ಕೇ ಪುನರಾವರ್ತಿಸುತ್ತಾರೆ. ಕೆಲವರು ಸಣ್ಣದಾಗಿ ಓದುತ್ತಾರೆ. ಆದರೆ ಕೆಲವರು ದೊಡ್ಡದಾಗಿ ಓದುತ್ತಾರೆ. ಇನ್ನು ಕೆಲವರು ಕೆಲವರು ಓದುವುದು ಮತ್ತು ಅದೇ ಕಾಲಕ್ಕೆ ಬರೆಯುವುದನ್ನು ರೂಢಿ ಮಾಡಿಕೊಂಡಿರುತ್ತಾರೆ. ಕೆಲವರು ಓದಿ ಇತರರಿಗೆ ಹೇಳಿಕೊಳ್ಳುತ್ತಾರೆ.

ಹಾಗಾಗಿ ವಿದ್ಯಾರ್ಥಿ ತನ್ನಷ್ಟಕ್ಕೆ ತಾನೇ ಯಾವ ವಿಧಾನ ಹೆಚ್ಚು ಹೊಂದುತ್ತದೆ ಎಂಬುದನ್ನು ನಿರ್ಧರಿಸಿಕೊಳ್ಳಬೇಕು. ಕೆಲವು ವಿಭಿನ್ನ ವಿಷಯಗಳಿಗೆ ಲಭ್ಯವಿರುವ ಸಮಯದ ಆಧಾರದ ಮೇಲೆ ಭಿನ್ನ ಮಾರ್ಗಗಳೂ ಅಗತ್ಯವಾದೀತು. ಏಕೆಂದರೆ ಇಂದಿನ ಸ್ಪರ್ಧಾತ್ಮಕ ಮತ್ತು ವೇಗದ ಯುಗದಲ್ಲಿ ಸಮಯದ ಲಭ್ಯತೆ ಪ್ರಮುಖ ಸಮಸ್ಯೆಯಾಗಿದೆ. ಹಾಗಾಗಿ ವಿದ್ಯಾರ್ಥಿಗಳು ತಮಗೆ ಅನುಕೂಲವಾಗುವ ಮತ್ತು ಸೂಕ್ತವಾದ ವಿಧಾನವನ್ನು ಅನ್ವಯಿಸಿಕೊಳ್ಳಬೇಕು.

ಸಾಧನೆಯನ್ನು ದೃಶ್ಯೀಕರಿಸಿಕೊಳ್ಳಿ

ವಿದ್ಯಾರ್ಥಿಗಳು ಅವರ ಪಾಲಕರು ಮತ್ತು ಶಿಕ್ಷಕರ ಸಹಕಾರದೊಂದಿಗೆ ಸ್ಪರ್ಧಾತ್ಮಕ ಪರೀಕ್ಷೆಗಳು, ಅಭ್ಯಾಸ ಮತ್ತು ಇತರ ಪರೀಕ್ಷೆಯ ಸಾಧಕ ವಿದ್ಯಾರ್ಥಿಗಳನ್ನು ಭೇಟಿಯಾಗುತ್ತಲೇ

ಇರಬೇಕು. ಜತೆಗೆ ಅವರ ವೃತ್ತಿಯಲ್ಲಿ ಯಶಸ್ವಿಯಾದ ವಿದ್ಯಾರ್ಥಿಗಳನ್ನು ಕೂಡ ಭೇಟಿಯಾಗುತ್ತಲಿರಬೇಕು. ಇದು ವಿದ್ಯಾರ್ಥಿಗಳಿಗೆ ಒಂದು ಹೆಮ್ಮೆಯ ಯೋಜನೆ ಮತ್ತು ಯಶಸ್ವಿಯಾದರೆ ದೊರೆಯುವ ಗೌರವ ಕುರಿತು ಅರಿವು ಮೂಡಿಸುತ್ತದೆ. ಈ ರೀತಿಯ ಚರ್ಚೆ ಅವರಲ್ಲಿ ಇತರರಿಗಿಂತ ಮುಂದಿದ್ದರೆ ದೊರೆಯುವ ಸಂತಸ ಮತ್ತು ಹೆಮ್ಮೆ ಕುರಿತು ಸಹಕಾರಿಯಾಗುತ್ತದೆ. ನಿಧಾನವಾಗಿ ಅವರೂ ಸಮಾಜದಲ್ಲಿ ಗೌರವ ಗಳಿಸುವ ಕುರಿತು ದೃಶ್ಯೀಕರಿಸಲು, ಕನಸು ಕಾಣಲು ಆರಂಭಿಸುತ್ತಾರೆ.

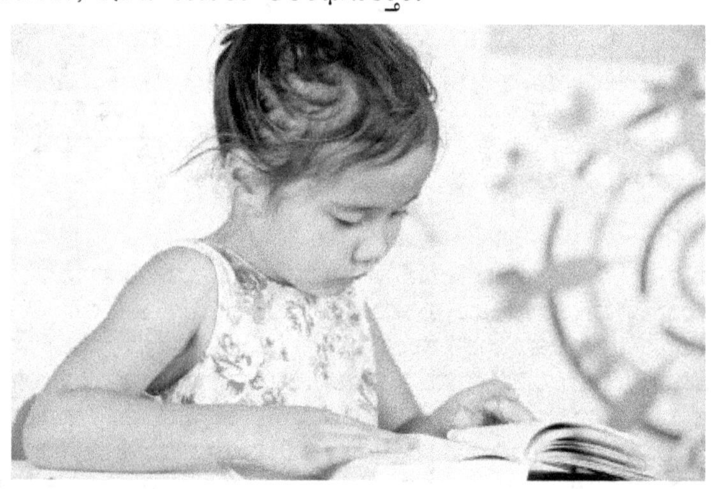

ಇದು ಒಂದು ಸ್ವಪ್ರೇರಣೆ ಮತ್ತು ವಿದ್ಯಾರ್ಥಿಗಳಿಗೆ ಸ್ಫೂರ್ತಿ ತುಂಬುಲು ಭಾರಿ ಉತ್ತಮ ವಿಧಾನವಾಗಿದೆ. ಬಳಿಕ ವಿದ್ಯಾರ್ಥಿಗಳು ತಮ್ಮ ಗುರಿ ಸಾಧಿಸುವ ನಿಟ್ಟಿನಲ್ಲಿ ಗಂಭೀರವಾಗಿ ಹೆಚ್ಚಿನ ಸಮಯ ಮತ್ತು ಪರಿಶ್ರಮವನ್ನು ತೊಡಗಿಸಿಕೊಳ್ಳುತ್ತಾರೆ. ಪ್ರೇರಣೆ ಮಕ್ಕಳಿಗೆ ಉತ್ತೇಜನ ನೀಡುತ್ತದೆ. ಆತ್ಮವಿಶ್ವಾಸವನ್ನು ಮತ್ತು ಶಕ್ತಿಯನ್ನು ಅವರಲ್ಲಿ ತುಂಬುತ್ತದೆ. ಆರಂಭದಲ್ಲಿ ಅದು ಅವರ ಮಾನಸಿಕ ಹಂತದಲ್ಲಿ ಬೆಳೆಯುತ್ತದೆ. ನಂತರ ದೈಹಿಕ ಮಟ್ಟದಲ್ಲಿ ಬೆಳೆದು ಅವರ ಪರಿಶ್ರಮವನ್ನು ಅವರ ಗುರಿಯತ್ತ ಸಾಗಲು ಪ್ರೇರಣೆ ನೀಡುತ್ತಿರುತ್ತದೆ. ಇದು ಮಾನಸಿಕ ಅಥವಾ ದೈಹಿಕ ಮಟ್ಟದಲ್ಲಿ ಮಧ್ಯೆ ಕಡಿತ ಉಂಟಾಗುವುದನ್ನು ತಡೆಯುತ್ತದೆ. ಇದು ಪ್ರತಿಭಾಶಾಲಿಯಾಗಿ ಹೊರಹೊಮ್ಮಲು ಹೆಚ್ಚಿನ ಒತ್ತಡ ಇದ್ದಾಗ ತಯಾರಿ ನಡೆಸಲು ಸಹಕಾರಿಯಾಗುತ್ತದೆ.

ನಾನು ಇದನ್ನು ಮಾಡಬಲ್ಲೆ ಎಂಬ ಕುರಿತು ವಿಶ್ವಾಸ ಇರಲಿ

ವಿದ್ಯಾರ್ಥಿಗಳಲ್ಲಿ ಅವರ ಯಶಸ್ಸಿನ ಕುರಿತು ಆಶಾವಾದ ಇರದೇ ಹೋದಲ್ಲಿ ಎಷ್ಟೇ ರೀತಿಯ ಪ್ರೇರಣೆ ನೀಡಿದರೂ ಅದು ವ್ಯರ್ಥವಾಗುತ್ತದೆ. ನಾನು ಇದನ್ನು ಮಾಡಬಲ್ಲೆ ಎಂಬ ಮನೋಭಾವ ಬದುಕಿನಾದ್ಯಂತ ಪ್ರಮುಖವಾಗುತ್ತದೆ. ಇದನ್ನು ವಿದ್ಯಾರ್ಥಿ ದಿಶೆಯಲ್ಲೇ ಬೆಳೆಸಬೇಕಾಗುತ್ತದೆ. ಏಕೆಂದರೆ ಈ ಅವಧಿಯಲ್ಲಿ ವಿದ್ಯಾರ್ಥಿಗಳು ಉತ್ತಮ ಶಕ್ತಿ, ,ಆಮರ್ಥ್ಯ ಮತ್ತು ಮುನ್ನುಗ್ಗುವ ಮನೋಭಾವ ಹೊಂದಿರುತ್ತಾರೆ. ಅವರು ತಮ್ಮ ಯೋಜನೆಯನ್ನು ಕಾರ್ಯಗತಗೊಳಿಸಬಲ್ಲರು ಮತ್ತು ಹೊಸ ಸವಾಲನ್ನು ಅನಾಷ್ಠಗೊಳಿಸಲು ಮುಂದಾಗಬಲ್ಲರು. ಮತ್ತು ಅವರ ಯಶಸ್ಸನ್ನು ಪ್ರತಿ ಹಂತದಲ್ಲೂ ಗುರುತಿಸಬಹುದು.

ಮೇಲ್ದರ್ಜೆಗೇರಿಸುತ್ತಲೇ ಇರಿ

ಶಾಲೆಯಲ್ಲಿ ವಿದ್ಯಾರ್ಥಿಗಳಿಗೆ ಹಲವು ರೀತಿಯಲ್ಲಿ ತರಬೇತಿ ನೀಡಲಾಗುತ್ತದೆ. ಇದು ವಿದ್ಯಾರ್ಥಿಗಳಿಗೆ ಶಿಕ್ಷಕರಲ್ಲಿರುವ ಸಂಪನ್ಮೂಲವನ್ನು, ಸೌಲಭ್ಯವನ್ನು, ಬುದ್ಧಿವಂತಿಕೆಯನ್ನು ಮತ್ತು ಜ್ಞಾನವನ್ನು ಬಳಸಿಕೊಳ್ಳಲು ಅವಕಾಶ ನೀಡುತ್ತದೆ. ಈಗ ಹೊಸ ವಿಷಯಗಳಿಗೆ ತೆರೆದುಕೊಳ್ಳುವುದು, ಪ್ರಯೋಗ ಮಾಡುವುದು ಮತ್ತು ಹೊಸ ವಿಷಯವನ್ನು ಕಲಿಯುವುದು ವಿದ್ಯಾರ್ಥಿಗಳಿಗೆ ಬಿಟ್ಟಿದ್ದು. ಈ ಎಲ್ಲ ರೀತಿಯ ಸಾಧನೆಗಳು ವಿದ್ಯಾರ್ಥಿಗಳಿಗೆ ಇತರರಿಗಿಂತ ಮುಂದೆ ಬರಲು ಸಹಕಾರಿಯಾಗುತ್ತದೆ. ಆ ಎಲ್ಲ ರೀತಿಯ ಸಾಧನೆಗಳು ವಿದ್ಯಾರ್ಥಿಗೆ ತೃಪ್ತಿಯನ್ನು ಮತ್ತು ಮುಂದಿನ ಪ್ರೇರಣೆಯನ್ನು ನೀಡಿ ಅವರು ಕಠಿಣ ಪರಿಶ್ರಮ ಮತ್ತು ಸೂಕ್ಷ್ಮವಾಗಿ ಕಾರ್ಯನಿರ್ವಹಿಸುವುದನ್ನು ಮುಂದುವರಿಸಿ ಹೆಚ್ಚು ಯಶಸ್ಸು ಸಾಧಿಸಲು ಸಾಧ್ಯವಾಗುತ್ತದೆ.

ಸೂಕ್ತವಾದ ವಿಶ್ರಾಂತಿ ಮತ್ತು ನಿದ್ದೆ

ನಿಮ್ಮಷ್ಟಕ್ಕೆ ನೀವು ಪರಿಪೂರ್ಣವಾದ ನಿದ್ದೆ ಮತ್ತು ವಿಶ್ರಾಂತಿಯನ್ನು ಖಾತ್ರಿಪಡಿಸಿಕೊಳ್ಳಿ. ಸಾಮಾನ್ಯವಾಗಿ 6–8 ಗಂಟೆ ಕಾಲ ಅಡಚಣೆ ರಹಿತ ಮತ್ತು ಉತ್ತಮ ನಿದ್ದೆ ಮನಸ್ಸು ಮತ್ತು ದೇಹ ಬಿಡುಗಡೆ ಹೊಂದಲು ಸಾಮಾನ್ಯ ಮನುಷ್ಯನಿಗೆ ಸಾಕು. ಆದರೆ, ನಿದ್ದೆಯ ಅವಧಿ ವ್ಯಕ್ತಿಯಿಂದ ವ್ಯಕ್ತಿಗೆ ಭಿನ್ನವಾಗುತ್ತದೆ. ಹಾಗಾಗಿ ನೀವು ನಿಮ್ಮ ದೇಹದ ಅಗತ್ಯಕ್ಕೆ ಅನುಗುಣವಾಗಿ ಬಿಡುಗಡೆ ಮತ್ತು ನಿದ್ದೆಯನ್ನು ಹೊಂದಬೇಕು ಹೊರತು ಇನ್ನೊಬ್ಬರು ಹೇಳಿದ ಅನುಸಾರ ಅಲ್ಲ. ನೀವು ಅತಿಯಾದ ನಿದ್ದೆ ಮತ್ತು ಕಡಿಮೆ ಅಭ್ಯಾಸ ಮಾಡುತ್ತಿದ್ದೀರಿ ಎಂಬುದನ್ನೂ ನೀವು ಪರೀಕ್ಷಿಸಿಕೊಳ್ಳಿ. ಅತಿಯಾದ ನಿದ್ದೆ ಮನಸ್ಸನ್ನು ಕ್ಷೀಣಗೊಳಿಸುತ್ತದೆ ಮತ್ತು ಆಲಸಿಯಾಗಿಸುತ್ತದೆ. ಹಾಗಾಗಿ ಸಮತೋಲನಗೊಳಿಸುವುದು ಭಾರಿ ಪ್ರಮುಖವಾಗುತ್ತದೆ.

ಸೂಕ್ತ ರೀತಿಯ ವಿಶ್ರಾಂತಿ ಮತ್ತು ನಿದ್ದೆ ಮನಸ್ಸಿನ ಸಾಮರ್ಥ್ಯ ಮತ್ತು ಶಕ್ತಿಯನ್ನು ವೃದ್ಧಿಸಿ ದೀರ್ಘ ಕಾಲದ ತನಕ ಓದಿನಲ್ಲಿ ತೊಡಗಿಕೊಳ್ಳಲು, ಕಲಿಯಲು ಮತ್ತು ನೆನಪಿನಲ್ಲಿಟ್ಟುಕೊಳ್ಳಲು ಸಹಕರಿಸುತ್ತದೆ. ಇದು ಪರೀಕ್ಷಾ ಸಂದರ್ಭ ಸ್ಪಷ್ಟವಾಗಿ ಮತ್ತು ವೇಗವಾಗಿ ಪುನಃ ನೆನಪಿಸಿಕೊಳ್ಳಲು ಅನುಕೂಲವಾಗಲಿದೆ. ಇದು ಒತ್ತಡವನ್ನು ಹೋಗಲಾಡಿಸುವ ಮಾಧ್ಯಮವೂ ಹೌದು. ವಿದ್ಯಾರ್ಥಿಗಳು ಕಡಿಮೆ ನಿದ್ದೆ ಮಾಡಿದಾಗ ಒತ್ತಡ ಮತ್ತು ಚಿಂತೆ ಉಂಟಾಗುತ್ತದೆ. ನಿದ್ದೆ ಆರಂಭವಾಗುವುದಕ್ಕೂ ಮುನ್ನ ಹಾಸಿಗೆಯಲ್ಲಿ ಕಳೆದ ಸಮಯ ನಿದ್ದೆ ಅವಧಿ ಎಣಿಸುವಾಗ ಪರಿಗಣಿಸಬಾರದು. ವಿದ್ಯಾರ್ಥಿಗಳು ಶಾಂತವಾಗಿ, ಮುಕ್ತವಾಗಿ ಮತ್ತು ಎಲ್ಲ ಚಿಂತೆಗಳಿಂದ ಮುಕ್ತವಾಗಿದ್ದರೆ ಉತ್ತಮ ನಿದ್ದೆ ಹೊಂದಲು ಸಾಧ್ಯವಾಗುತ್ತದೆ.

ಬಿಡುಗಡೆ ಮತ್ತು ಒತ್ತಡ ಹೋಗಲಾಡಿಸುವುದು

ವಿದ್ಯಾರ್ಥಿಗಳಲ್ಲಿ ಮುಖ್ಯವಾದ ಅಂಶವೆಂದರೆ ದೀರ್ಘಕಾಲದ ವರೆಗೆ ಮುಕ್ತವಾಗಿ ಮತ್ತು ಶಾಂತ ಮನಃಸ್ಥಿತಿಯಲ್ಲಿ ಓದುವುದು. ಆ ಮೂಲಕ ವೇಗವಾದ ಮತ್ತು ಉತ್ತಮವಾದ ನೆನಪನ್ನು ಹೊಂದುವುದು. ಇದಕ್ಕಾಗಿ ಅವರು ಸಣ್ಣ ಸಣ್ಣ ಬಿಡುವಿನೊಂದಿಗೆ ಓದುವುದನ್ನು ರೂಢಿಸಿಕೊಳ್ಳಬೇಕು. ಇಲ್ಲದೇ ಹೋದಲ್ಲಿ ಚಿಂತೆ ಅಡ್ಡಬರಲಿದೆ ಮತ್ತು ನಿತ್ಯ ಚಟುವಟಿಕೆಯ ಮೇಲೆ ಅದು ಕೆಟ್ಟ ರೀತಿಯ ಪರಿಣಾಮ ಉಂಟುಮಾಡಲಿದೆ. ಇದು ಅವರನ್ನು ಗೊಂದಲದಲ್ಲಿ ಮತ್ತು ವಿಹ್ವಲ ಸ್ಥಿತಿಗೆ ದೂಡಲಿದೆ. ಇಲ್ಲಿ ಕೆಲವು ವಿಚಾರಗಳನ್ನು ನೀಡಲಾಗಿದ್ದು, ಅದು ವಿದ್ಯಾರ್ಥಿಗಳಿಗೆ ಭಾರೀ ಸಹಾಯ ಮಾಡಲಿದೆ. ನೀವು ಬಳಿಕ ಅದನ್ನು ಶೀಘ್ರ ಗುರುತಿಸಲು ಅಂಡರ್‌ಲೈನ್ ಕೂಡ ಮಾಡಿಕೊಳ್ಳಬಹುದು.

ಮಾಡಬೇಕಿರುವುದು

- ನಿಮ್ಮ ಓದಿನ ಕೋಣೆಯ ಬಾಗಿಲು ಹಾಕಿಕೊಂಡು ಓದಿ. ಸಾಧ್ಯವಾದಷ್ಟು ಕಡಿಮೆ ರೀತಿಯ ತೊಡಕು ಮತ್ತು ಗದ್ದಲ ಇರಲಿ.
- ಬೆಳಕಿನ ಮೂಲ ಮತ್ತು ನಿರ್ದೇಶನ ನಿಮ್ಮ ಕಣ್ಣಿನ ಮೇಲೆ ನೇರವಾಗಿ ಯಾವುದೇ ಪರಿಣಾಮ ಉಂಟುಮಾಡುವಂತಿರಬಾರದು. ಇದು ಕಣ್ಣಿಗೆ ಉಂಟಾಗುವ ಬಳಲಿಕೆಯನ್ನು ಕಡಿಮೆ ಮಾಡುತ್ತದೆ.
- ಪೇಪರ್‌ಮತ್ತು ಮುದ್ರಣ ಗುಣಮಟ್ಟ ಉತ್ತಮವಾಗಿರಬೇಕು. ಆಗ ಮನಸ್ಸಿನ ಸ್ವೀಕಾರ ವೇಗವಾಗಿ ಮತ್ತು ಸ್ಪಷ್ಟವಾಗಿ ಇರುತ್ತದೆ. ವಿಶೇಷವಾಗಿ ಓದಲು ಮತ್ತು ಬರೆಯಲು ಬಳಸುವ ಹಾಳೆ ಬಿಳಿಯದ್ದಾಗಿರಬೇಕು. ಇದು ಸಾಧ್ಯವಾದಷ್ಟು ದಪ್ಪವಾಗಿರಬೇಕು. ಏಕೆಂದರೆ ಒಂದು ಬದಿ ಬರೆದಿದ್ದು, ಇನ್ನೊಂದು ಬದಿ ಕಾಣುವಂತಾಗಬಾರದು. ಪ್ರತಿಯೊಂದು ಶಬ್ದವೂ ಸ್ಪಷ್ಟವಾಗಿ ಮುದ್ರಿತವಾಗಿರಬೇಕು. ಇದರಿಂದ ಸ್ಪಷ್ಟ ಮತ್ತು ವೇಗವಾದ ಓದು ಸಾಧ್ಯವಾಗುತ್ತದೆ. ಜತೆಗೆ ತಪ್ಪು ಓದು ಮತ್ತು ಅರ್ಥೈಸಿಕೊಳ್ಳುವಿಕೆಯೂ ಇರುವುದಿಲ್ಲ.
- ನಿಮ್ಮ ಕುಟುಂಬದ ಜವಾಬ್ದಾರಿಯನ್ನು ನಿರ್ವಹಿಸಿದ ಬಳಿಕವಷ್ಟೇ ನಿಮ್ಮ ಅಧ್ಯಯನ ಆರಂಭಿಸಿ. ಇದರಿಂದ ನೀವು ಮಧ್ಯೆ ಅನಗತ್ಯ ದೀರ್ಘ ಬಿಡುವನ್ನು ಹೋಗಲಾಡಿಸಬಹುದು.
- ಓದಿನ ಮಧ್ಯೆ ನೀವು ಹೊರೆಯಾದಂತೆ, ಕಣ್ಣು ಬಳಲಿದಂತೆ, ಬೋರಾದಂತೆ ಅಥವಾ ಆಸಕ್ತಿ ಕಡಿಮೆ ಆದಂತೆ, ಅಧ್ಯಾಯ ಆಸಕ್ತಿ ಮೂಡಿಸುತ್ತಿಲ್ಲದಿದ್ದರೆ ಅಥವಾ ಮನಸ್ಸು ತೂಕಡಿಸುತ್ತಿದ್ದರೆ 3–5 ನಿಮಿಷದ ಸಣ್ಣ ವಿರಾಮ ತೆಗೆದುಕೊಳ್ಳಿ.
- ಮನಸ್ಸಿನಲ್ಲಿ ಒಂದು ಗುರಿ ಇಟ್ಟುಕೊಂಡು, ಸಣ್ಣ ಬಿಡುವಿನ ವೇಳೆಯಲ್ಲಿ ವಿದ್ಯಾರ್ಥಿಗಳು ಮುಕ್ತರಾಗುವ ರಹದಾರಿಗಳನ್ನು ಕಂಡುಕೊಳ್ಳಬೇಕು. ಅವರ ಆಸಕ್ತಿಕರ ತಿಂಡಿ ಸೇವಿಸಿ, ಕೆಲವು ಬಿಸಿ ಅಥವಾ ತಂಪಾದ ಪಾನೀಯ ಸೇವಿಸಿ. ಆದರೆ ಸಾದಾ ನೀರು ಅಥವಾ ಹಣ್ಣಿನ ರಸ ಅಥವಾ ತರಕಾರಿ ರಸ ಉತ್ತಮ. ಅವರು ಯೋಗಾ ಅಥವಾ ಕೆಲವು ಒತ್ತುವ ವ್ಯಾಯಾಮವನ್ನು ಕೈಗೊಳ್ಳಬಹುದು. ಅಂದರೆ ಅವರ ಪಾದವನ್ನು ಮುಟ್ಟುವ, ಅರ್ಧಕ್ಕೆ ಬಾಗುವುದು ಅಥವಾ ಕೋಣೆಯಲ್ಲಿ ಅಥವಾ ಸುತ್ತ ಸಣ್ಣ ನಡಿಗೆ ಕೈಗೊಳ್ಳಬಹುದು. ನೀವು ನಿಮ್ಮ ಕೈ, ಕಾಲು ಮತ್ತು ಮುಖವನ್ನು ಶುದ್ಧ ನೀರಿಗೆ ಒಡ್ಡಿ ಮುಕ್ತರಾಗಬಹುದು.
- ಇನ್ನೊಂದು ಸಣ್ಣ ಮತ್ತು ಪ್ರಭಾವಶಾಲಿ ವಿಧಾನವೆಂದರೆ ಶಾಂತವಾಗಿ 10–12 ಬಾರಿ ದೀರ್ಘ ಉಸಿರಾಟ ಕೈಗೊಳ್ಳುವುದು. ಇದನ್ನು 5–10 ಸೆಕೆಂಡುಗಳಷ್ಟು ಕಾಲ ಒಳಕ್ಕೆ ಹಿಡಿದುಕೊಂಜು ನಿಧಾನವಾಗಿ ಅದನ್ನು ಬಿಡುಗಡೆ ಮಾಡಬೇಕು. ಉಸಿರು ಹೊರಬಿಡುವ ಸಂದರ್ಭ ನೀವು ನಿಮ್ಮ ಉಪಜಾಗ್ರತ ಮನಸ್ಸಿನಲ್ಲಿ ಒತ್ತಡ, ಟೆನ್ಷನ್, ಚಿಂತೆ, ಬಳಲಿಕೆಯನ್ನೂ ಬಿಟ್ಟಂತೆ ಕಲ್ಪಿಸಿಕೊಳ್ಳಿ.
- ಈ ತಂತ್ರದಿಂದ ನಮ್ಮ ಮನಸ್ಸು ಮತ್ತು ದೇಹಕ್ಕೆ ಹೆಚ್ಚಿನ ಆಮ್ಲಜನಕ ತೆಗೆದುಕೊಂಡಂತಾಗುತ್ತದೆ. ಇದರಿಂದ ರಕ್ತ ಪರಿಚಲನೆ ಸುಧಾರಿಸುತ್ತದೆ.
- ಇನ್ನೊಂದು ಪ್ರಮುಖ ವಿಧಾನವೆಂದರೆ ದೊಡ್ಡದಾಗಿ ಮತ್ತು ನಿಯಂತ್ರಣವಿಲ್ಲದ ರೀತಿಯಲ್ಲಿ 10–12 ಬಾರಿ ನಗುವುದು. ಈ ಸಂದರ್ಭ ನಿಮ್ಮ ಕೈಯನ್ನು ಮೇಲೆತ್ತಿ ಹಿಡಿದುಕೊಂಡಿರಬೇಕು.
- ಆರಂಭದಲ್ಲಿ ಇದು ಹಾಸ್ಯಾಸ್ಪದ ಮತ್ತು ಕೆಲವು ವ್ಯಕ್ತಿಗಳಿಗೆ ಅಸಮಂಜಸ ಎನಿಸಬಹುದು. ಆದರೆ, ಫಲಿತಾಂಶ ಭಾರೀ ಭಿನ್ನವಾಗಿರುತ್ತದೆ.ಯಾವಾಗ ವ್ಯಕ್ತಿ ಸಂತೋಷದಾಯಕವಾಗಿ ಮತ್ತು ದೊಡ್ಡದಾಗಿ ನಗುತ್ತಾನೋ ಆಗ ಮಿದುಳು ಕೆಲವು ಹಾರ್ಮೋನ್‌ಗಳನ್ನು ಸೃಜಿಸುತ್ತದೆ. ಮಿದುಳಿಗೆ ಹೆಚ್ಚಿನ ಪ್ರಮಾಣದ

ಆಮ್ಲಜನಕ ಹೋದಾಗಲೂ ಅದನ್ನು ಚಿಂತೆ ಮತ್ತು ಬಳಲಿಕೆಯಿಂದ ಮನಸ್ಸನ್ನು ಬಿಡುಗಡೆ ಮಾಡುತ್ತದೆ.

- ನಗುವನ್ನು ಕೃತಕವಾಗಿ ಮೂಡಿಸಿದ್ದರೂ ಆ ಪ್ರಕ್ರಿಯೆ ನೈಸರ್ಗಿಕವಾಗಿಯೇ ಅನುಷ್ಠಾನಗೊಂಡಿರುತದೆ. ಎರಡನೇಯದಾಗಿ ಇದು ನಮ್ಮ ಶ್ವಾಸಕೋಶವನ್ನು ಸ್ವಚ್ಛಗೊಳಿಸಿ ಆಮ್ಲಜನೆಕ ಒಳಗೆ ತೆಗೆದುಕೊಳ್ಳುವುದನ್ನು ಹೆಚ್ಚಿಸಿ ಹೆಚ್ಚಿನ ಅನಗತ್ಯ ಉಸಿರನ್ನು ನಮ್ಮ ದೇಹದಿಂದ ಹೊರಹಾಕುತ್ತದೆ. ಉದ್ಯಾನದ ಉತ್ತಮ ಹಸಿರು ಮರದ ಕೆಳಗೆ ಈ ಕ್ರಿಯೆ ಕೈಗೊಂಡಾಗ ಉತ್ತಮ ಫಲಿತಾಂಶ ಪಡೆಯಬಹುದು.
- ಸಣ್ಣ ಸ್ನಾನವೂ ಮನಸ್ಸು ಮತ್ತು ದೇಹಕ್ಕೆ ಏಕಕಾಲದಲ್ಲಿ ಶಕ್ತಿ ನೀಡುತದೆ. ನೀರಿನಲ್ಲಿ ಆಮ್ಲಜನಕವಿದ್ದು, ಇದು ಮನುಷ್ಯನ ದೇಹಕ್ಕೆ ಜೀವದಾನ ನೀಡುತ್ತೆದೆ. ಹಾಗಾಗಿ ಸ್ನಾನದ ನಂತರ ದೇಹ ಮತ್ತು ಮನಸ್ಸು ಉಲ್ಲಸಿತವಾಗುತ್ತದೆ. ಎರಡೆನೇಯದಾಗಿ ಬೆವರು, ಕೊಳೆ ಮತ್ತು ಇತರ ಯಾವುದೇ ರೀತಿಯ ಹೊಲಸಿನಿಂದ ದೇಹವನ್ನು ಸುದ್ಧಗೊಳಿಸುತ್ತದೆ. ಮೂರನೇಯದಾಗಿ ಇದು ದೇಹದ ಗ್ರಂಥಿಗಳನ್ನು ಸಡಿಲಗೊಳಿಸಿ ಉತ್ತಮ ಉಸಿರಾಟ ಮತ್ತು ಉಲ್ಲಸಿತರಾಗಲು ಸಹಕರಿಸುತ್ತದೆ.
- !ಬೋರ್ ಆಗುವುದರಿಂದ ಹೊರಬರಲು ವಿಷಯ, ಅಧ್ಯಾಯ ಮತ್ತು ವಿಭಾಗವನ್ನು ನಿರ್ದಿಷ್ಟ ಅಂತರದ ನಂತರ ಬದಲಾವಣೆ ಮಾಡಬೇಕು. ಹಲವು ಸಂದರ್ಭಗಳಲ್ಲಿ ಒಂದೇ ವಿಷಯವನ್ನು ದೀರ್ಘಕಾಲ ಓದುವುದರಿದ ಮನಸ್ಸು ತೂಕಡಿಸಲು ಆರಂಭಿಸುತದೆ. ಹಾಗಾಗಿ ವಿಷಯವನ್ನು ಬದಲಾಯಿಸಿ ಕ್ರೀಯಾಶೀಲವಾಗಿ, ಸಮಯವನ್ನು ಸರಿಯಾಗಿ ಬಳಸಿಕೊಂಡು, ಬೋರಾಗುವುದನ್ನು ತಪ್ಪಿಸಿ ಆಸಕ್ತಿ ಮತ್ತು ಪ್ರೇರಣೆ ಪ್ರಮಾಣವನ್ನೂ ಕಾಯ್ದುಕೊಳ್ಳಬಹುದಾಗಿದೆ.

ಮಾಡಬಾರದವುಗಳು

- ಬಹುತೇಕ ಸಂದರ್ಭಗಳಲ್ಲಿ ರಿಫ್ರೆಷ್ ಆಗುವ ಬಿಡುವು 5 ನಿಮಿಷಕ್ಕಿಂತ ಹೆಚ್ಚಿರಬಾರದು. ಇಲ್ಲದೇ ಹೋದಲ್ಲಿ ಈ ಹಿಂದೆ ಓದಿದಂ ವಿಷಯದೊಂದಿಗೆ ಸಂಪರ್ಕ ಕಡಿದುಹೋಗುತ್ತದೆ.
- ದೀರ್ಘ ಕಾಲದ ವರೆಗೆ ಭಾರೀ ವ್ಯಾಯಾಮದಲ್ಲಿ ತೊಡಗಿಕೊಳ್ಳಬೇಡಿ. ಇಲ್ಲದೇ ಹೋದಲ್ಲಿ ದೇಹ ಬಳಲಿಕೆಗೊಂಡು ಮನಸ್ಸು ಮಂದವಾದೀತು.
- ಎಂದೂ ತಂಬಾಕು, ಸಿಗರೇಟ್, ಅಲ್ಕೋಹಾಲ್, ಡ್ರಗ್ಸ್ ಇತ್ಯಾದಿ ಸೇವನೆ ಕುರಿತು ಚಿಂತನೆ ನಡೆಸಬೇಡಿ. ಇದು ನಿಮ್ಮ ಮನಸ್ಸಿನ ಬೆಳವಣಿಗೆಯ ಅವಧಿ. ಇದನ್ನು ಉತ್ತಮ ವಿಷಯದೊಂದಿಗೆ ಪೋಷಣೆ ಮಾಡಬೇಕು. ಆದರೆ, ಆ ಎಲ್ಲ ಅಂಶಗಳೂ ನಿಮ್ಮ ದೇಹವನ್ನು ಭಾರೀ ಪ್ರಮಾಣದಲ್ಲಿ ಹಾನಿಗೀಡುಮಾಡುತ್ತವೆ. ಅದು ಬದುಕಿನ ಮುಂದಿನ ಹಂತದಲ್ಲಿ ಅರಿವಿಗೆ ಬರುತ್ತದೆ. ದಯವಿಟ್ಟು ದೂರಮಾಡಿ.
- ಟೀ, ಕಾಫೀ ಅಥವಾ ತಂಪು ಪಾನೀಯ ಸೇವಿಸುವುದನ್ನೂ ನಿಯಂತ್ರಣದಲ್ಲಿಡಿ ಮತ್ತು ಕಡಿಮೆ ಮಾತ್ರ ಸೇವಿಸಿ.
- ಇವುಗಳು ದೇಹವನ್ನು ಡಿಹೈಡ್ರೇಟ್ ಮಾಡುತ್ತವೆ ಮತ್ತು ರಕ್ತದಲ್ಲಿ ಆಮ್ಲಜನಕದ ಹರಿವನ್ನು ಕಡಿಮೆ ಮಾಡುತ್ತವೆ.

ವಿದ್ಯಾರ್ಥಿಗಳು ಮಾಡಬೇಕಾದದ್ದು ಮತ್ತು ಮಾಡಬಾರದ್ದರ ಕುರಿತು ಅವರೇ ಕಾಳಜಿ ವಹಿಸಬೇಕು. ಅವರೇ ಯಾವುದೇ ರೀತಿಯಲ್ಲಿ ತೊಡಗಿಸಿಕೊಳ್ಳುವುದು ಅದು ಅವರಿಗೇ ಹಾನಿ ಉಂಟುಮಾಡಬಲ್ಲುದು. ಅವರನ್ನು ಯಾವುದೇ ರೀತಿಯಲ್ಲಿ ಒಂದು ವಿಧಾನಕ್ಕೆ ಒತ್ತಡಪಡಿಸಬಾರದು. ಏಕೆಂದರೆ ಅವರು ಅವರದ್ದೇ ಆದ ಮಾದರಿಯಲ್ಲಿ ಅವರು ಉತ್ತಮವಾಗಿರಬಲ್ಲರು. ನಮ್ಮ ದೇಹ ಮತ್ತು ಮನಸ್ಸು ಸೂಪರ್ ಕಂಪ್ಯೂಟರ್ ಆಗಿದ್ದು, ಅದು

ನಮಗೆಲ್ಲರಿಗೆ ದೇವರ ಕೊಡುಗೆಯಾಗಿದೆ. ಅದರ ಪಾವಿತ್ರ್ಯತೆಯನ್ನು ಕಾಯ್ದುಕೊಳ್ಳಬೇಕು ಮತ್ತು ಆ ಕುರಿತು ಕಾಳಜಿ ವಹಿಸಬೇಕು. ಆಗ ಮಾತ್ರ ನಾವು ಪರಿಪೂರ್ಣ ಏಕಾಗ್ರತೆಯನ್ನು ನಮ್ಮ ಅಧ್ಯಯನದಲ್ಲಿ ತೋರಿಸಿ, ಉತ್ತಮ ಗ್ರೇಡ್ ಪಡೆಯಬಹುದು.

ಅಲ್ಪ ಆಹಾರ ಸೇವಿಸಿ

ಹಲವು ಸಂದರ್ಭಗಳಲ್ಲಿ, ನಾವು ಸೇವಿಸುವ ಆಹಾರವೂ ನಾವು ಆಲಸಿಗಳಾಗುವಂತೆ, ಮಂದವಾಗುವಂತೆ ಮತ್ತು ನಿರುತ್ಸಾಹಿಗೊಳ್ಳುವಂತೆ ಮಾಡುತ್ತದೆ. ಹೆಚ್ಚಿನ ಪ್ರಮಾಣದಲ್ಲಿ ಮತ್ತು ದೀರ್ಘಕಾಲ ಆಹಾರ ಸೇವಿಸಿದರೆ ಹೀಗಾಗುತ್ತದೆ. ಹಾಗಾಗಿ ಲಘುವಾದ ಊಟವನ್ನು 2–3 ಬಾರಿಯ ಭಾರೀ ಬದಲು, ದಿನದಲ್ಲಿ 4–5 ಬಾರಿ ಹಗುರಾಗಿ ತೆಗೆದುಕೊಳ್ಳಲು ಯತ್ನಿಸಿ. ಈ ರೀತಿಯ ವ್ಯವಸ್ಥೆ ನೀವು ದಿನ ಪೂರ್ತಿ ಉಲ್ಲಸಿತರಾಗಿ ಮತ್ತು ಚಾರ್ಜ್ ಹೊಂದಿದವರಾಗಿ ಇರಲು ಸಹಕರಿಸುತ್ತದೆ. ಇದು ಉತ್ತಮ ಪಚನಕ್ರಿಯೆ, ಆ ಮೂಲಕ ಹೊಟ್ಟೆಯಲ್ಲಿ ಯಾವುದೇ ರೀತಿಯ ತೊಂದರೆ ಅಥವಾ ಆಸಿಡಿಟಿ, ಎದೆ ಸುಡುವುದನ್ನು ಇಲ್ಲವಾಗಿಸುತ್ತದೆ.

ಜತಗೆ, ಮನೆಯಲ್ಲಿ ಮಾಡಿದ ಆಹಾರವನ್ನೇ ಸೇವಿಸಿ. ಇದು ನಮ್ಮ ಮನಸ್ಸು ಮತ್ತು ದೇಹ ಸೂಕ್ತವಾಗಿ ಕಾರ್ಯನಿರ್ವಹಿಸಲು ಅಗತ್ಯವಿರುವ ಎಲ್ಲ ರೀತಿಯ ಪೋಷಕಾಂಶಗಳನ್ನು ಹೊಂದಿರುತ್ತದೆ. ದಯವಿಟ್ಟು ಎಲ್ಲ ರೀತಿಯ ಫಾಸ್ಟ್‌ಫುಡ್, ಜಂಕ್ ಆಹಾರ, ದಾರಿ ಪಕ್ಕದವರಿಂದ ಮಾರಾಟವಾಗುವುದು ಅಥವಾ ಹೋಟೆಲ್ ಮತ್ತು ರೆಸ್ಟೋರೆಂಟ್ ಇತ್ಯಾದಿಗಳ ಆಹಾರವನ್ನು ಕಡಿಮೆ ಮಾಡಿ. ಅಪರೂಪಕ್ಕೆ ಅದು ಅಡ್ಡಿಲ್ಲ. ಅದು ಮೂಡ್ ಬದಲಾಯಿಸಲು ಸಹಕಾರಿ.

ಇದರ ಜತೆಗೆ ದೇಹಕ್ಕೆ ಸಕ್ಕರೆ ಮತ್ತು ಉಪ್ಪಿನ ಸೇವನೆ ಪ್ರಮಾಣವನ್ನೂ ಪರಿಶೀಲಿಸಿ. ಇವುಗಳನ್ನು ಹೆಚ್ಚಿನ ಪ್ರಮಾಣದಲ್ಲಿ ಸೇವಿಸಿದರೆ ನಮ್ಮ ಆರೋಗ್ಯದ ಮೇಲೆ ವ್ಯತಿರಿಕ್ತ ಪರಿಣಾಮ ಉಂಟಾಗುತ್ತದೆ. ನೀವು ಯಾವುದೇ ಅತಿಯಾದರೂ ಒಳ್ಳೆಯದಲ್ಲ ಎಂಬ ಮಾತನ್ನು ಕೇಳಿರಬಹುದು. ಹೆಚ್ಚು ಟಾಫೀಸ್, ಚಾಕಲೇಟು, ಸಿಹಿ, ಮಾಂಸ, ಜಂಕ್ ಆಹಾರ ಸೇವಿಸುವುದು ಎಲ್ಲ ವಯಸ್ಸಿನವರಿಗೂ ಅಪಾಯವೇ. ಅದೇ ರೀತಿ ಫಾಸ್ಟ್‌ಫುಡ್, ಜಂಕ್ ಆಹಾರ ಮತ್ತು ಉಪ್ಪು ಇನ್ನಿತ್ತರ ಅಂಶಗಳೊಂದಿಗೆ ಕಾಯ್ದಿಟ್ಟ ಆಹಾರಗಳನ್ನು ಹೆಚ್ಚಿನ ಪ್ರಮಾಣದಲ್ಲಿ ಸೇವಿಸುವುದು ಅಪಾಯಕಾರಿ. ಹಾಗಾಗಿ ಅವುಗಳ ಸೇವನೆಯನ್ನು ನಿಯಂತ್ರಿಸಿ.

10–15 ನಿಮಿಷದ ಹಗುರಾದ ದೈಹಿಕ ವ್ಯಾಯಾಮ

ದೇಹದ ಕಾರ್ಯಶೈಲಿಯನ್ನು ನಿಯಂತ್ರಿಸಲು ದೈಹಿಕ ವ್ಯಾಯಾಮ ಪ್ರಮುಖವಾಗಿದೆ. ಇದು ದೇಹ ಮತ್ತು ಮನಸ್ಸಿಗೆ ರಕ್ತ ಪರಿಚಲನೆಗೊಳ್ಳಲು ಸಹಕಾರಿಯಾಗಿದೆ. ಈ ರೀತಿಯ ವ್ಯಾಯಾಮ ದೇಹದ ಎಲ್ಲಾ ಭಾಗಕ್ಕೂ ಚಾಲನೆ ನೀಡುವಂತಿರಬೇಕು. ವಿಶೇಷವಾಗಿ ಅದನ್ನು ದಿನದ 15–30 ನಿಮಿಷ ಕೈಗೊಳ್ಳಬೇಕು. ಅದು ದಿನಾಲೂ ನಡೆಯಬಹುದು ಅಥವಾ ದಿನ ಬಿಟ್ಟು ದಿನ ನಡೆಯಬಹುದು. ಆದರೆ ಅದು ಯಾವುದೇ ರೀತಿಯ ದೈಹಿಕ ಒತ್ತಡ ಅಥವಾ ಬಳಲಿಕೆ ಉಂಟುಮಾಡಬಾರದು. ಇಲ್ಲದೇ ಹೋದಲ್ಲಿ ಮುಕ್ತರಾಗಲು ಮನಸ್ಸಿನ ಶಕ್ತಿ ಬಳಕೆಯಾಗಿ ಓದಿನ ಯೋಜನೆಗೆ ಅಡ್ಡಿಯಾಗಲಿದೆ.

ಅರೋಬಿಕ್‌ಮತ್ತು ಈಜನ್ನು ವಾರದಲ್ಲಿ ಒಮ್ಮೆ ಅಥವಾ ಎರಡು ಬಾರಿ ಕೈಗೊಳ್ಳಬೇಕು. ಇದನ್ನು ರಜಾ ದಿನ ಅಥವಾ ಅರ್ಧ ದಿನದ ರಜಾ ವೇಳೆಯಲ್ಲಿ ಒಂದು ತಾಸು

ಕೈಗೊಳ್ಳಬೇಕು. ಇವೆರಡೂ ವ್ಯಾಯಾಮವನ್ನು ಹೊಂದಿವೆ ಮತ್ತು ಮನಸ್ಸು ಮುಕ್ತವಾಗಲು ಭಾರೀ ಕೊಡುಗೆ ನೀಡುತ್ತವೆ. ಇವೆರಡೂ ಒತ್ತಡವನ್ನು ಹೋಗಲಾಡಿಸುತ್ತವೆ. ಶಾಂತ ಮತ್ತು ಮುಕ್ತ ಸ್ಥಿತಿಯಲ್ಲಿ ಈಜಾಡುವುದೂ ಧ್ಯಾನವೇ ಆಗಿದೆ.

10–15 ನಿಮಿಷದ ಸಣ್ಣ ನಿದ್ದೆ

10–15 ನಿಮಿಷದ ಸಣ್ಣ ನಿದ್ದೆ ಮನಸ್ಸನ್ನು ಉಲ್ಲಸಿತಗೊಳಿಸಿ ದೇಹ ಮತ್ತು ಮನಸ್ಸಿಗೆ ಶಕ್ತಿ ನೀಡುತ್ತದೆ. ಇದು ಸಣ್ಣ ಅವಧಿಗೆ ಮಾತ್ರ ಇದ್ದು, ವ್ಯಕ್ತಿ ಬಳಿಕ ಆಲಸ್ಯಕ್ಕೆ ಅಥವಾ ನಿದ್ದೆಗೆ ಒಳಗಾಗುವುದಿಲ್ಲ. ಇದನ್ನು ಮಧ್ಯಾಹ್ನದ ಊಟದ ಬಳಿಕ ಕೈಗೊಳ್ಳಬೇಕು. ಏಕೆಂದರೆ ಆಗ ಸಾಮಾನ್ಯವಾಗಿ ಮಂದತನ ಆವರಿಸಿರುತ್ತದೆ. ಇದು ನೈಸರ್ಗಿಕವಾಗಿ ನಿದ್ದೆಯ ಅಗತ್ಯ ಪೂರೈಸಿ, ಬರುವ ತೂಕಡಿಕೆಯನ್ನು ತಡೆಯುತ್ತದೆ.

ಈ ಸಣ್ಣ ನಿದ್ದೆ ದೇಹ ಮತ್ತು ಮನಸ್ಸಿನಲ್ಲಿ ಅಚ್ಚರಿಗಳನ್ನು ಮಾಡುತ್ತದೆ. ವ್ಯಕ್ತಿ ಬೆಳಗ್ಗಿನ ವೇಳೆ ಅನುಭವಿಸಿದಷ್ಟೇ ಆಹ್ಲಾದತೆಯನ್ನು ಈಗಲೂ ಅನುಭವಿಸುತ್ತಾನೆ. ಈಗ ಆತ ಅಷ್ಟೇ ಉತ್ಸಾಹ ಮತ್ತು ಶಕ್ತಿಯಿಂದ ದಿನದ ಉಳಿದ ಅವಧಿಯೂ ಕಾರ್ಯನಿರ್ವಹಿಸುತ್ತಾನೆ. ಇದನ್ನು ನಾವು ವಿದ್ಯಾರ್ಥಿಗಳಿಗೂ ಸಲಹೆ ಮಾಡುತ್ತೇವೆ. ಜಗತ್ತಿನ ಹಲವು ಕಚೇರಿಗಳಲ್ಲಿ ಸಿಬ್ಬಂದಿಯ ಮಧ್ಯಾಹ್ನದ ಲಘು ನಿದ್ದೆಗಾಗಿ ಪ್ರತ್ಯೇಕ ಕೋಣೆಯನ್ನು ಮೀಸಲಿಡಲಾಗುತ್ತದೆ. ಇದು ಕಂಪನಿಯ ಉತ್ತಮ ಉತ್ಪಾದಕತೆ ಮತ್ತು ಸಿಬ್ಬಂದಿ ಮೇಲೆ ಕಡಿಮೆ ಒತ್ತಡಕ್ಕೆ ಕಾರಣವಾಗುತ್ತದೆ.

ಆತ್ಮವಿಮರ್ಶೆ

ಆತ್ಮವಿಮರ್ಶೆ ಎಂದರೆ ಸ್ವ–ವಿಮರ್ಶೆ. ತಪ್ಪು ಮಾಡುವುದು ಮಾನವನ ಸಹಜ ಗುಣ. ಆದರೆ, ಅದನ್ನು ಅರಿತುಕೊಂಡು ತಿದ್ದಿಕೊಳ್ಳುವುದು ಮನುಷ್ಯನ ಜವಾಬ್ದಾರಿ. ಇದಕ್ಕೆ ಆತ್ಮವಿಮರ್ಶೆ

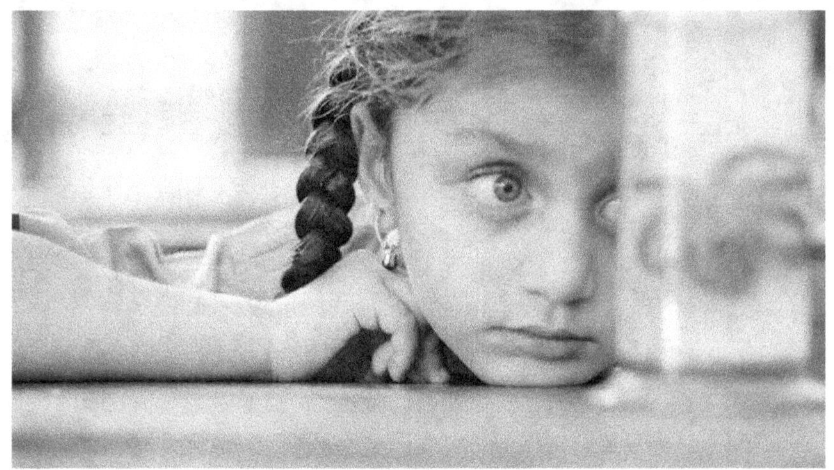

ಅಗತ್ಯ. ವ್ಯಕ್ತಿ ತನ್ನ ವಿಚಾರಗಳೊಂದಿಗೆ ಒಬ್ಬನೇ ಕುಳಿತಾಗ, ಆಳವಾಗಿ ವಿಚಾರ ಮಾಡಿದಾಗ ಮತ್ತು ಆತನ ಚಟುವಟಿಕೆಯನ್ನು ನಿಜವಾಗಿ ವಿಶ್ಲೇಷಿಸಿದಾಗ ಅದು ಸಾಧ್ಯ.

ಇನ್ನೂ ಕೆಲವು ವಿಧಾನಗಳಿದ್ದು, ಅವು ವಿದ್ಯಾರ್ಥಿಗಳು ಅಭ್ಯಾಸದ ಕಡೆ ಗಮನಹರಿಸಲು ಸಹಕರಿಸುತ್ತವೆ.

- നംಬಿಕೆಗೆ ಅರ್ಹರಿರುವವರ ಬಳಿ ನಿಮ್ಮ ಚಿಂತೆಯನ್ನು ಹಂಚಿಕೊಳ್ಳಿ : ನಿಮ್ಮ ವಿಚಾರಗಳನ್ನು, ಚಿಂತೆಯನ್ನು, ಯೋಜನೆಯನ್ನು ಮತ್ತು ದಿನನಿತ್ಯದ ಚಟುವಟಿಕೆಯನ್ನು ನಿಮ್ಮ ವಿಶ್ವಾಸಾರ್ಹರೊಂದಿಗೆ ಹಂಚಿಕೊಂಡರೆ ನಿಮಗೆ ಭಾರೀ ಬಿಡುವು ದೊರೆಯುತ್ತದೆ. ನೀವು ಭಾವನಾತ್ಮಕವಾಗಿ ಉತ್ತಮವಾಗಿರಲು ಅದು ಸಹಕರಿಸುತ್ತದೆ. ಪರಿಣಾಮವಾಗಿ ನಿಮಗೆ ಟೆನ್ಷನ್ ಮತ್ತು ಆತಂಕ ಕಡಿಮೆಯಾಗುತ್ತದೆ. ಇದು ಸಮಸ್ಯೆಗೆ ಸಂಬಂಧಿಸಿದಂತೆ ನಿಮಗೆ ಹೊಸ ನಿರ್ದೇಶನ ಮತ್ತು ಹೊಸ ದೃಷ್ಟಿಕೋನವನ್ನು ನೀಡಬಲ್ಲುದು. ಇದು ನಿಮ್ಮ ವಿಚಾರದಲ್ಲಿನ ವ್ಯತ್ಯಾಸದಿಂದಾಗಿ ಅನಗತ್ಯವಾಗಿ ಚಿಂತೆಗೀಡಾಗಿರುವುದನ್ನು ಅರ್ಥ ಮಾಡಿ ಕೊಟ್ಟೀತು. ಇದರಿಂದ ನೀವು ತಿಳಿವಳಿಕೆಯುಳ್ಳ ವಿಚಾರಶಕ್ತಿಯನ್ನು ಮತ್ತು ನಿಮ್ಮ ಬದುಕಿನ ಕುರಿತು ಧನಾತ್ಮಕ ಚಿಂತನೆ ರೂಪಿಸಿಕೊಳ್ಳಲು ಸಹಕಾರಿಯಾಗುತ್ತದೆ.
- **ದೀರ್ಘ ಕಾಲದ ವರೆಗೆ ಒಬ್ಬರೇ ಖಾಲಿ ಕುಳಿತುಕೊಳ್ಳಬೇಡಿ :** ಈ ರೀತಿಯ ಸಂದರ್ಭಗಳು ನಿಮ್ಮ ಸಮಸ್ಯೆಯನ್ನು ವೃದ್ಧಿಗೊಳಿಸುತ್ತದೆ ಮತ್ತು ಅನಗತ್ಯ ಚಿಂತೆಗೆ ಕಾರಣವಾಗುತ್ತದೆ. ಇದರಿಂದ ಗೊಂದಲ ಮತ್ತು ಅನಾನುಕೂಲತೆ ಉಂಟಾಗುತ್ತದೆ. ಯ ಇದು ನಿಮ್ಮ ಓದನ್ನು ಭಾರೀ ಪ್ರಮಾಣದಲ್ಲಿ ಹಾಳುಮಾಡುತ್ತದೆ. ಹಾಗಾಗಿ ಕೆಲವು ಸಮಯವನ್ನು ಮಿತ್ರರು, ಹತ್ತಿರದ ಉದ್ಯಾನ, ಆಟದ ಮೈದಾನ ಅಥವಾ ಸಾಮಾಜಿಕ ಸಮಸ್ಯೆ ಪರಿಹರಿಸುವ ದಿಶೆಯಲ್ಲಿ ಕಳೆಯಿರಿ.

  ಇದರ ಹಿಂದಿನ ಆಲೋಚನೆ ಎಂದರೆ ಇತರರೊಂದಿಗೆ ಕಾಲ ಕಳೆಯುತ್ತ ಖಾಲಿ ಕುಳಿತುಕೊಳ್ಳುವುದನ್ನು ತಡೆಯುವುದು. ಇದು ನೀವು ಕೆಲವು ಚಟುವಟಿಕೆಯಲ್ಲಿ ತೊಡಗಿಸಿಕೊಂಡು ಬ್ಯುಸಿ ಆಗುವಂತೆ, ಸಂತಸದಿಂದಿರುವಂತೆ ಮತ್ತು ತೃಪ್ತರಾಗುವಂತೆ ಮಾಡುತ್ತದೆ. ಇದು ನಿಮ್ಮ ಮನಸ್ಸು ಯಾವುದಾದರೊಂದರಲ್ಲಿ ತೊಡಗಿಸಿಕೊಳ್ಳುವಂತೆ ಮಾಡುತ್ತದೆ. ಆಹ್ಲಾದತೆ, ಸುದ್ದಿ, ವಿಚಾರ ಮತ್ತು ಯೋಜನೆ ಹರಿದಾಡುವಂತಾಗುತ್ತದೆ.
- **ಮುಕ್ತರಾಗುವುದು :** ಯಾವಾಗ ಒಂದು ಸಮಸ್ಯೆ ಅಥವಾ ಚಿಂತೆ ನಿಮ್ಮ ಮನಸ್ಸನ್ನು ಆವರಿಸಿ ಸಮಸ್ಯೆ ಉಂಟುಮಾಡಲಾರಂಭಿಸಿತೋ ಆಗ ಸ್ವಲ್ಪ ವಿಶ್ರಾಂತಿ ಪಡೆಯುವುದು ಉತ್ತಮ. ಇದು ಸಣ್ಣ ಸ್ನಾನ ಅಥವಾ ಈಜಿನ ರೀತಿಯಲ್ಲಿರಬಹುದು. ಕೆಲವು ವೇಳೆ ಮಲಗುವುದನ್ನೂ ಸಲಹೆ ಮಾಡಲಾಗುತ್ತದೆ. ಇದು ಉತ್ತಮ ಮತ್ತು ತಕ್ಷಣದ ಬಿಡುಗಡೆ ಮತ್ತು ಮತ್ತು ಮುಕ್ತತೆಯನ್ನು ಮನಸ್ಸಿಗೆ ಒದಗಿಸುತ್ತವೆ. ಇದು ನರಮಂಡಳಕ್ಕೆ ಶಕ್ತಿ ನೀಡಿ ಭಾರೀ ಪ್ರಮಾಣದಲ್ಲಿ ಟೆನ್ಷನ್ ಮುಕ್ತವಾಗಿಸುತ್ತವೆ.

  ಯಾವಾಗ ಮನಸ್ಸು ಮುಕ್ತವಾಯಿತೋ ಕಾರ್ಯನಿರ್ವಹಿಸಬಲ್ಲ ಪರಿಹಾರ ತನ್ನಷ್ಟಕ್ಕೆ ತಾನೇ ಗೊತ್ತಾಗುತ್ತದೆ. ಅಂತಹ ಸಂದರ್ಭಗಳಲ್ಲಿ ಕೆಲವರು ಸಿಗರೇಟ್ ಸೇದುತ್ತಾರೆ ಅಥವಾ ವೈನ್ ಅಥವಾ ವಿಸ್ಕಿಯನ್ನೂ ಸೇವಿಸುತ್ತಾರೆ. ಅದು ಅವರಿಗೆ ಮುಕ್ತತೆ ನೀಡುತ್ತದೆ ಎಂಬುದು ಅವರ ಭಾವನೆ. ಆದರೆ, ಇದರಿಂದ ಸಮಸ್ಯೆ ಮತ್ತಷ್ಟು ಉಲ್ಬಣವಾಗುತ್ತದೆ. ಎಲ್ಲಕ್ಕಿಂತ ಹೆಚ್ಚಾಗಿ ಅದು ಅವರ ಆರೋಗ್ಯಕ್ಕೆ ಹಾನಿ ಉಂಟುಮಾಡುತ್ತದೆ. ಅಮಲು ಮನಸ್ಸನ್ನು ಮತ್ತಷ್ಟು ಗೊಂದಲಕ್ಕೆ ತಳ್ಳುತ್ತದೆ. ಇದು ತಪ್ಪು ನಿರ್ಧಾರಕ್ಕೂ ಕಾರಣವಾದೀತು.
- **ರಜಾ ಅನುಭವಿಸುವುದು :** ಕೆಲವು ಸಮಸ್ಯೆ ಮತ್ತು ವಿಷಯಕ್ಕೆ ಹೆಚ್ಚಿನ ಸಮಯ ಮತ್ತು ವಿಶ್ಲೇಷಣೆ ಅಗತ್ಯವಿರುತ್ತದೆ. ದೀರ್ಘ ಬಿಡುವು ಅದಕ್ಕೆ ಸೂಕ್ತವಾಗುತ್ತದೆ. ನಿಮ್ಮ ಅನುಕೂಲಕ್ಕೆ ಅನುಸಾರ ಸಣ್ಣ ಟ್ರಿಪ್ ಅಥವಾ ಪಿಕ್ನಿಕ್‌ನಿಮ್ಮ ಕುಟುಂಬ ಸದಸ್ಯರು ಮತ್ತು ಮಿತ್ರರೊಂದಿಗೆ ಒಂದು ಅಥವಾ ಎರಡು ದಿನ ಹೋಗಿ ಬರಬಹುದು. ಇದು ನೈಸರ್ಗಿಕ ನಿಯಮವಾಗಿದ್ದು, ನಮಗೆಲ್ಲರಿಗೂ ಅಚ್ಚರಿಗಳನ್ನು

ಸೃಷ್ಟಿಮಾಡೀತು. ಇದರಿಂದ ನಿಮ್ಮ ನಿತ್ಯದ ಚಟುವಟಿಕೆಗಳಿಂದ 3–4 ದಿನ ದೂರ ಇರುವುದೂ ಉತ್ತಮವಾದೀತು. ಈ ರೀತಿಯಲ್ಲಿ ನಿಮ್ಮ ಮನಸ್ಸು ಪ್ರಸ್ತುತ ಸಮಸ್ಯೆಯಿಂದ ಮುಕ್ತವಾಗಲು ಸಾಕಷ್ಟು ಸಮಯ ಪಡೆದಂತಾಗುತ್ತದೆ. ಹಿನ್ನೆಲೆಯಲ್ಲಿ ನಿಮ್ಮ ಉಪಜಾಗೃತ ಮನಸ್ಸು ಸ್ಥಿತಿಯನ್ನು ವಿಶ್ಲೇಷಿಸಿ ಸಾಧ್ಯವಿರುವ ಪರಿಹಾರವನ್ನು ಕಂಡುಹಿಡಿಯುತ್ತದೆ.

- **ಒಂದು ಅವಧಿಯಲ್ಲಿ ಒಂದೇ ಕಾರ್ಯ ಕೈಗೊಳ್ಳಿ:** ಹಲವು ಸಂದರ್ಭಗಳಲ್ಲಿ ಒಂದು ಕೆಲಸದ ಹಿಂದೆ ಒಂದು ಕೆಲಸ ಸೇರಿಕೊಳ್ಳುತ್ತದೆ ಮತ್ತು ಪ್ರಸ್ತುತ ಕೈಯ್ಯಲ್ಲಿರುವ ಕೆಲಸ ಹಿಂದೆ ಸೇರುತ್ತದೆ. ಇಂತಹ ಸಂದರ್ಭಗಳಲ್ಲಿ, ನಿಮ್ಮ ಸಂಯಮ ಮತ್ತು ಶಕ್ತಿ ಕಳೆದುಕೊಳ್ಳಬೇಡಿ ಮತ್ತು ಸಮಸ್ಯೆಗೆ ಸಿಲುಕಿಕೊಳ್ಳಬೇಡಿ. ಕೆಲವು ಯೋಜನೆಗಳು ಮತ್ತು ನಿರ್ವಹಣೆ ಮೂಲಕ ಎಲ್ಲ ಕೆಲಸಗಳೂ ಶೀಘ್ರ ಮುಕ್ತಾಯಗೊಳ್ಳುವಂತೆ ಮಾಡಬಹುದಾಗಿದೆ.

  ಯಾವಾಗ ನಿಮ್ಮ ಕೈಗೆ ಹೊಸ ಕೆಲಸವನ್ನು ನೀಡಲಾಗುತ್ತೋ ಆಗ ಧನಾತ್ಮಕ ಆಲೋಚನೆಯೊಂದಿಗೇ ಅದನ್ನು ಸ್ವೀಕರಿಸಿ. ಇದು ಮನಸ್ಸಿಗೆ ತೃಪ್ತಿಕರ ಮಾಹಿತಿಯನ್ನು ರವಾನಿಸುತ್ತದೆ. ಮೊದಲು ಕೆಲಸದ ಅಗತ್ಯಗಳು ಮತ್ತು ನಿರ್ದೇಶನದ ಅನುಸಾರ ಮುನ್ನಡೆಯಿರಿ. ಅವುಗಳ ಆದ್ಯತೆಯನ್ನು ಪತ್ತೆ ಮಾಡಿ ಮತ್ತು ಒಂದಾದ ಬಳಿಕ ಒಂದರಂತೆ ಆರಂಭಿಸಿ. ಈ ರೀತಿಯಲ್ಲಿ ಮನಸ್ಸು ಶಾಂತವಾಗಿ ಕಾರ್ಯನಿರ್ವಹಿಸುತ್ತದೆ ಮತ್ತು ಎಲ್ಲ ಕೆಲಸವೂ ಶೀಘ್ರ ಮುಗಿದಿರುತ್ತದೆ.

- **ಪ್ರಾಮುಖ್ಯವಲ್ಲದ ಸಂಗತಿಗಳು ಮತ್ತು ಗಾಸಿಪ್‌ಗಳನ್ನು ನಿರ್ಲಕ್ಷಿಸಿ:** ಈ ಸಂಗತಿಗಳು ಅಡೆತಡೆಗಳಾಗುತ್ತವೆ, ಮನಸ್ಸಿಗೆ ಕೆಟ್ಟದಾಗಿ ಅಡಚಣೆ ಉಂಟುಮಾಡುತ್ತವೆ. ಹಾಗಾಗಿ ಎಷ್ಟು ಸಾಧ್ಯವೋ ಅಷ್ಟರ ಮಟ್ಟಿಗೆ ಅವುಗಳಿಂದ ದೂರವಿರಬೇಕು. ಅದರ ಬದಲು ಇಂತಹ ಸಂಗತಿಗಳು ನಿಮ್ಮ ಎದುರು ಬಂದರೆ ಪ್ರಾಮಾಣಿಕ ಮತ್ತು ಮಾಗಿದ ಮಾರ್ಗದ ಮೂಲಕ ಮುನ್ನಡೆಯೇಕು.

- **ಇನ್ನೊಬ್ಬರ ವಿಷಯದಲ್ಲಿ ತಲೆಹಾಕಬೇಡಿ:** ಇದು ಹಲವು ಜನರಲ್ಲಿ ಕಂಡುಬರುವ ಸಮಸ್ಯೆ. ಅವರು ಅರಿವಿಲ್ಲದೇ ಅದರಲ್ಲಿ ಸೇರಿಕೊಳ್ಳುತ್ತಾರೆ ಮತ್ತು ಇದು ಅವರ ಬದುಕಿಗೇ ಹಾನಿ ಉಂಟುಮಾಡುತ್ತದೆ. ಇದು ಒಂದು ರೀತಿಯ ಚೈನ್ ಪ್ರತಿಕ್ರಿಯೆಯಾಗಿದ್ದು, ಅದು ದ್ವಿಗುಣಗೊಳ್ಳುತ್ತಾ ಸಾಗುತ್ತದೆ. ಇದು ಮುಂದೆ ಅನಗತ್ಯವಾಗಿ ಅವರ ಮನಸ್ಸಿಗೆ ಸಮಸ್ಯೆ ಉಂಟುಮಾಡುತ್ತಿದ್ದು, ಅವುಗಳಿಂದ ಹೊರಬರಲು ಕೆಲವು ಸಮಯ ಹಿಡಿಯುತ್ತದೆ. ಇದು ನೈಸರ್ಗಿಕ ಕ್ರಿಯೆಯಾಗಿದೆ. ಹಾಗಾಗಿ ಯಾವುದೇ ರೀತಿಯಲ್ಲಿ ಇನ್ನೊಬ್ಬರ ಬದುಕಿನ ಮಧ್ಯವರ್ತಿ ಅಥವಾ ಬೋಧಕ ಅಥವಾ ಮಧ್ಯಪ್ರವೇಶ ಮಾಡಬೇಡಿ. ಅದರ ಬದಲು ನಿಮ್ಮ ಗುರಿ ಕುರಿತು ಗಮನಹರಿಸಿ ಅದರ ಸಾಧನೆಗೆ ಯತ್ನಿಸಿ.

  ಕಡಿಮೆ ಮಾತಾಡಿ ಮತ್ತು ಹೆಚ್ಚು ಕೇಳಿ: ಇನ್ನೊಂದು ಪ್ರಮುಖ ಪಾಠವಾಗಿದ್ದು, ನಿಮ್ಮ ಬದುಕಿನುದ್ದಕ್ಕೂ ಉಪಯುಕ್ತವಾಗಿದೆ. ಮೊದಲು ಅಂತ್ಯವಿಲ್ಲದ ಮಾತನಾಡದೇ ಇರುವುದರಿಂದ ನಿಮ್ಮ ಶಕ್ತಿ ಉಳಿಯುತ್ತದೆ. ಎರಡನೇಯದಾಗಿ ಇದು ಮನಸ್ಸಿನ ಮೇಲೆ ಅನಗತ್ಯ ಹೊರೆಯನ್ನು ಉಂಟುಮಾಡುತ್ತದೆ. ಇದರಿಂದ ಮನಸ್ಸು ಕಳಾಹೀನವಾಗುತ್ತದೆ ಆ ಮೂಲಕ ಅಧ್ಯಯನ ಅಥವಾ ಕಲಿಕೆ ಮೇಲೆ ಕೆಲ ಕಾಲ ಪ್ರತಿಕೂಲ ಪರಿಣಾಮ ಉಂಟುಮಾಡುತ್ತದೆ.

  ಮೂರನೇಯದಾಗಿ ಇನ್ನೊಬ್ಬರಿಗೆ ಹೇಳಬಾರದ ಆಳವಾದ ವಿಚಾರ ಮತ್ತು ರಹಸ್ಯಗಳನ್ನು ಹೇಳಿಬಿಡುತ್ತೀರಿ. ನಾಲ್ಕನೇಯದಾಗಿ ಹೆಚ್ಚು ಕೇಳುವುದರಿಂದ

ನೀವು ನಿಮಗೆ ಉಳಿದವರಿಂದ ಉತ್ತಮ ವಿಚಾರ, ಜ್ಞಾನ ಮತ್ತು ಅನುಭವವನ್ನು ಕಲಿಯಲು ಅವಕಾಶ ನೀಡುತ್ತೀರಿ. ಕೊನೆಯದಾಗಿ ಉತ್ತಮ ಕೇಳುಗ ಇತರರಿಗೆ ಗೌರವ ಮತ್ತು ಮಹತ್ವ ನೀಡುತ್ತಾನೆ.

ದೇವರು ಸಹ ನಾವು ಹೆಚ್ಚು ಕೇಳಿ ಕಡಿಮೆ ಮಾತನಾಡಲು ಅಪೇಕ್ಷಿಸುತ್ತಾನೆ. ಹಾಗಾಗಿ ದೇವರು ಹೆಚ್ಚು ಕೇಳಲು ನಮಗೆ ಎರಡು ಕಿವಿ ಮತ್ತು ಕಡಿಮೆ ಮಾತನಾಡಲು ಒಂದೇ ಬಾಯಿ ನೀಡಿದ್ದಾನೆ.

- **ಧನಾತ್ಮಕವಾಗಿ ಚಿಂತಿಸಿ, ಧನಾತ್ಮಕವಾಗಿ ಕಾರ್ಯ ಮಾಡಿ:** ಪ್ರತಿಯೊಬ್ಬ ವ್ಯಕ್ತಿಯೂ ಅವರ ಬದುಕಿನ ಉತ್ತಮ ಮತ್ತು ಕೆಟ್ಟ ಘಟನೆಗಳನ್ನು ಹಾದು ಬಂದಿರುತ್ತಾನೆ. ಇದು ನಿರಂತರ ಪ್ರಕ್ರಿಯೆ. ಕೆಟ್ಟ ಘಟನೆಗಳು ಉತ್ತಮ ಕೆಲಸ ಸಿಗುವುದು ಮುಂದೂಡುತ್ತಾ ಅಥವಾ ಬದಲಾಗುತ್ತಾ ಆರಂಭಿಸಿ ಕುಟುಂಬದ ವ್ಯಕ್ತಿ ಆಕಸ್ಮಿಕವಾಗಿ ಸಾವನ್ನಪ್ಪುವುದು ಸಹ ಆಗಿರಬಹುದು. ನೀವು ಅದರಲ್ಲಿ ಒಬ್ಬರು. ಇದರಿಂದ ನಿಮಗೆ ದೊರೆಯುವ ಸಂದೇಶ ಎಂದರೆ ನೀವೂ ನಿತ್ಯ ಬದುಕನ್ನು ಸಾಮಾನ್ಯ ರೀತಿಯಲ್ಲಿ ಕೊಂಡೊಯ್ಯಬೇಕು ಎಂಬುದು. ಬದುಕು ನಿಲ್ಲಬಾರದು ಅಥವಾ ಸ್ಥಗಿತಗೊಳ್ಳಬಾರದು. ನೀವು ಬದುಕಿನ ಕುರಿತು ಧನಾತ್ಮಕ ಆಲೋಚನೆಯನ್ನು ಮತ್ತು ಉತ್ತಮ ವಿಧಾನವನ್ನು ಅನುಸರಿಸಬೇಕು. ನಿಧಾನವಾಗಿ ನೋವು ಮತ್ತು ಬೇಸರ ಮಾಯವಾಗುತ್ತದೆ.
- **ಸಮಸ್ಯೆಯನ್ನು ಶಾಂತತೆ ಮತ್ತು ಸಂಯಮದಿಂದ ಎದುರಿಸಿ:** ಈ ಜಗತ್ತಿನ ಯಾವುದೇ ರೀತಿಯ ಸಮಸ್ಯೆ ಅಥವಾ ಸವಾಲನ್ನು ನಮಗೆ ಉತ್ತಮವಾಗುವ ರೀತಿಯಲ್ಲಿ ಎದುರಿಸಬಹುದಾಗಿದೆ. ಆದರೆ, ವ್ಯಕ್ತಿ ಎರಡು ಅಂಶಗಳನ್ನು ಹೊಂದಿರಬೇಕಾಗುತ್ತದೆ. ಅವುಗಳೆಂದರೆ ಶಾಂತಿ ಮತ್ತು ಸಂಯಮ. ಯಾವುದೇ ವ್ಯಕ್ತಿ ಸಮಸ್ಯೆಯನ್ನು ಸಂಯಮದಿಂದ ಎದುರಿಸಿದರೆ, ಮತ್ತು ವಿಚಾರಮಾಡಿ ಶಾಂತತೆಯಿಂದ ಕೆಲಸ ಮಾಡಿದರೆ ಇದರಿಂದ ಉಂಟಾಗಬಹುದಾದ ನೇತ್ಯಾತ್ಮಕ ಪರಿಸ್ಥಿತಿಯ ಮೇಲೆ ನಿಯಂತ್ರಣ ಸಾಧಿಸಬಹುದಾಗಿದೆ. ಸಂಯಮ ರಹಿತವಾಗಿ ಮತ್ತು ವಿಹ್ವಲತೆಯಿಂದ ನಿರ್ಧಾರ ತೆಗೆದುಕೊಳ್ಳುವುದರಿಂದ ಉಂಟಾಗುವ ಹಾನಿಗಿಂತ ಇಲ್ಲಿ ಉತ್ತಮ ಫಲ ನಿರೀಕ್ಷಿಸಬಹುದು ಮತ್ತು ಆತನ ಮನಸಿಗೆ ನೋವು ಉಂಟಾಗುವುದಿಲ್ಲ. ಹಾಗಾಗಿ ಅಂತಹ ವ್ಯಕ್ತಿಗಳು ಬದುಕಿನಲ್ಲಿ ಯಶಸ್ಸು ಸಾಧಿಸುತ್ತಾರೆ.
- **ಸಣ್ಣ ಮನಸ್ಸಿನ ವ್ಯಕ್ತಿಗಳಾಗಬೇಡಿ:** ಯಾವುದೇ ವ್ಯಕ್ತಿ ಹೊಟ್ಟೆಕಿಚ್ಚಿನ, ಅಹಂಕಾರದ ಅಥವಾ ಸಣ್ಣ ಮನಸ್ಸು ಹೊಂದಿದ್ದರೆ ಆತ ನಿಜವಾದ ಅರ್ಥದಲ್ಲಿ ಬದುಕು ಅನುಭವಿಸಲು ಸಾಧ್ಯವಿಲ್ಲ. ಆತ ಯಶಸ್ಸು ಮತ್ತು ಹಣದ ಹೊರತಾಗಿಯೂ ಬದುಕಿನ ಸಣ್ಣ ಸಂತಸದ ಕ್ಷಣವನ್ನೂ ಕಳೆದುಕೊಳ್ಳುತ್ತಾನೆ. ಅದೆಲ್ಲವೂ ಮನಸ್ಸಿನಲ್ಲಿದೆ. ತೃಪ್ತಿ ಮತ್ತು ಉತ್ತಮ ಬದುಕಿಗೆ ಧನಾತ್ಮಕ ಮನೋಭಾವ ವಿಶೇಷ ಕೊಡುಗೆ ನೀಡುತ್ತದೆ. ಆತನ ಮನಸ್ಸು ಯಾವತ್ತೂ ಕ್ರಿಯಾಶೀಲವಾಗಿ, ಆರೋಗ್ಯಕರವಾಗಿ ಮತ್ತು ಸಂತಸದಿಂದ ಇರುತ್ತದೆ. ಇದು ಉತ್ತಮ ಕಾರ್ಯನಿರ್ವಹಣೆ ಮತ್ತು ಉತ್ತಮ ಫಲಿತಾಂಶಕ್ಕೆ ಸಹಕಾರ ನೀಡುತ್ತದೆ.

ಸಲಹೆ: ಇಲ್ಲಿನ ಪಾಯಿಂಟ್ಸ್‌ಗಳನ್ನು ಇಂದು ಕನಿಷ್ಠ 3–4 ನಾಲ್ಕು ಬಾರಿ ಓದಿ. ಅವು ನಿಮ್ಮ ಬದುಕನ್ನು ಎಂದೆಂದಿಗೂ ಬದಲಾಯಿಸುತ್ತವೆ.

***

ದಿನ –23

ಅಭ್ಯಾಸ ಅಧಿವೇಶನ–3

ನಿಮ್ಮ ಕಲ್ಪನಾ ಶಕ್ತಿಯನ್ನು ವೃದ್ಧಿಸಿಕೊಳ್ಳಿ

- ಈಗ ಅಸ್ತಿತ್ವದಲ್ಲಿರುವ ನಿಮ್ಮ ಆಸಕ್ತಕರ ಹಾಡಿಗೆ ಸಂಗೀತ ಉಪಕರಣದಲ್ಲಿ ಹೊಸ ಟ್ಯೂನ್ ಸೃಷ್ಟಿಸಿ.
- ನಿಮ್ಮ ಕಲ್ಪನೆ ಅನುಸಾರ ಹೊಸ ಅಡುಗೆ ಮಾಡಲು ಯತ್ನಿಸಿ.
- ರಸ್ತೆಯಲ್ಲಿ ಮಂಜು ಕವಿದಾಗ ಹಾರಾಟ ನಡೆಸುವ ಕಾರ್‌ಅನ್ನು ಕಲ್ಪಿಸಿಕೊಳ್ಳಿ.
- ನೈಸರ್ಗಿಕ ವಿಕೋಪಗಳ ಸಂದರ್ಭ ಅಧಿಕ ಸಂಖ್ಯೆಯ ಜನರನ್ನು ಸಂರಕ್ಷಿಸಬಲ್ಲ ದೊಡ್ಡ ಮತ್ತು ಹಗುರವಾದ ಜಾಕೆಟ್ ಅಭಿವೃದ್ಧಿಗೊಳಿಸುವ ಕುರಿತು ವಿಚಾರ ಮಾಡಿ.
- ಮೊಬೈಲ್, ಟಿವಿ ರಿಮೋಟ್ ಅಥವಾ ಅವುಗಳ ಬ್ಯಾಟರಿಗಳ ಇತರ ಉಪಯೋಗಗಳನ್ನು ಅಭಿವೃದ್ಧಿಗೊಳಿಸುವ ಕುರಿತು ವಿಚಾರ ಮಾಡಿ.
- ಬಳಸಿದ ಬಟ್ಟೆ, ಶೂ, ಕಟ್ಟಿಗೆ ಮತ್ತು ಪೇಪರ್‌ನಿಂದ ಮಾಡಿದ ವಸ್ತುಗಳ ಪುನಃ ಬಳಕೆ ಮಾಡಬಲ್ಲ ಹೊಸ ವಿಧಾನಗಳ ಕುರಿತು ಯೋಚನೆ ಮಾಡಿ.

ನಿಮ್ಮ ನಿರ್ಧಾ ಕೈಗೊಳ್ಳುವ ಸಾಮರ್ಥ್ಯ ವೃದ್ಧಿಸುವ ವಿಧಾನಗಳು

- ಒಂದು ಸಣ್ಣ ನೋಟ್‌ಪ್ಯಾಡ್ ಅಥವಾ ಪಾಕೆಟ್ ಡೈರಿ ನಿರ್ವಹಿಸಲು ಆರಂಭಿಸಿ.
- ಒಂದು ನಿರ್ದಿಷ್ಟ ದಿನಕ್ಕಾಗಿ ನಮೂದಿಸಿದ ಕೆಲಸಗಳನ್ನು ಅದೇ ದಿನದಲ್ಲಿ ಕೈಗೊಳ್ಳಿ.
- ನಿರ್ಧಾರ ಕೈಗೊಳ್ಳುವ ಸಂದರ್ಭ ನಿಮ್ಮ ಹಿಂದಿನ ನಿರ್ಧಾರ ಮತ್ತು ಅನುಭವವನ್ನು ಬಳಸಿಕೊಳ್ಳಿ.
- ಮೊದಲು, ವಾಸ್ತವವಾಗಿ ನಿಮ್ಮ ಸಮಸ್ಯೆಯ ಮೂಲವನ್ನು ಪತ್ತೆಮಾಡಿ. ಬಳಿಕ ಅದಕ್ಕೆ ಪರಿಹಾರ ಕಂಡುಹಿಡಿಯಲು ಯತ್ನಿಸಿ.

ನಿರ್ಧಾರ ಕೈಗೊಳ್ಳುವ ಮುನ್ನ ತೆಗೆದುಕೊಳ್ಳಬೇಕಾದ ಎಚ್ಚರಿಕೆಗಳು

- ಯಾವಾಗಲೂ ಗಡಿಬಿಡಿ ಅಥವಾ ಸಮಯದ ಅಭಾವದಲ್ಲಿ ನಿರ್ಧಾರ ಕೈಗೊಳ್ಳಬೇಡಿ.
- ಇತರರಿಂದ ಒತ್ತಡಕ್ಕೆ ಒಳಗಾದ ವೇಳೆ ಯಾವತ್ತೂ ನಿರ್ಧಾರ ಕೈಗೊಳ್ಳಬೇಡಿ.
- ವಿಷಯಕ್ಕೆ ಸಂಬಂಧಿಸಿದ ಪ್ರತಿಯೊಂದೂ ಅಂಶವನ್ನು ಅವಲೋಕಿಸದೆ ನಿರ್ಧಾರ ಕೈಗೊಳ್ಳಬೇಡಿ.
- ನೀವು ಮದ್ಯ ಸೇವಿಸಿದ ವೇಳೆ, ಸುಸ್ತಾದಾಗ ಅಥವಾ ಮಂದಮತಿಯಾಗಿದ್ದಾಗ ಎಂದೂ ನಿರ್ಧಾರ ಕೈಗೊಳ್ಳಬೇಡಿ.

ನಿಮ್ಮ ಏಕಾಗ್ರತೆ ಮತ್ತು ಕೇಂದ್ರೀಕರಣ ಸುಧಾರಿಸುವ ವಿಧಾನಗಳು

- ನೀವು ಒಬ್ಬರೇ ಇದ್ದಾಗ ನಿಮ್ಮ ಕಣ್ಣನ್ನು ಮುಚ್ಚಿ, ನಿಧಾನವಾಗಿ ಆಳವಾಗಿ ಉಸಿರು ಎಳೆದುಕೊಳ್ಳಿ ಮತ್ತು ನಿಧಾನವಾಗಿ ಬಿಡಿ. ಇದನ್ನು 5–10 ಬಾರಿ ಪುನರಾವರ್ತಿಸಿ.

ಇಂದಿನ ದಿನಾಂಕ: ....../......./

(ದಯವಿಟ್ಟು ಪೆನ್ಸಿಲ್‌ನಲ್ಲಿ ಬರೆಯಿರಿ)

- ಸಾಧ್ಯವಿರುವಷ್ಟು ಕಾಲ ಒಂದು ಸಮಯದಲ್ಲಿ ಒಂದೇ ಕಾರ್ಯ ಕೈಗೊಳ್ಳಿ.
- ನಿಮ್ಮ ಕೈಯ್ಯಲ್ಲಿರುವ ಚಟುವಟಿಕೆಯನ್ನು ಬಿಟ್ಟು ಬೇರೆಡೆ ಮನಸ್ಸು ಹರಿಯದಂತೆ ನೋಡಿಕೊಳ್ಳಿ.
- ಅನುಕೂಲಕರ ಎನಿಸಲು ಯಾವಾಗಲೂ ನೀಟಾದ ಮತ್ತು ಸ್ವಚ್ಛವಾದ ಬಟ್ಟೆ ಧರಿಸಿ.
- ಯಾವಾಗಲೂ ಹಗುರ ಆಹಾರ ಸೇವಿಸಿ.
- ಹೆಚ್ಚು ಎಣ್ಣೆಯ, ಸಾಂಬಾರ ಪದಾರ್ಥಗಳ, ತಣ್ಣಗಿರುವ ಅಥವಾ ಫಾಸ್ಟ್‌ಫುಡ್ ಸೇವಿಸಬೇಡಿ.
- ನಿಯಮಿತವಾದ ಸ್ನಾನವೂ ಮನಸ್ಸು ಮತ್ತು ದೇಹವನ್ನು ಉಲ್ಲಾಸಭರಿತಗೊಳಿಸುತ್ತದೆ.
- ಬಹುತೇಕ ಸಂದರ್ಭದಲ್ಲಿ ನೈಸರ್ಗಿಕ ಬೆಳಕನ್ನು ಉಪಯೋಗಿಸಿ.
- ನಿಮ್ಮ ನಿದ್ದೆಯ ಅವಧಿಗೆ ಸಂಬಂಧಿಸಿದಂತೆ ರಾಜಿ ಮಾಡಿಕೊಳ್ಳಬೇಡಿ.
- ಬದುಕಿನ ಕುರಿತು ಸರಳ ಮತ್ತು ಗುಣಾತ್ಮಕ ಮನೋಭಾವವನ್ನು ರೂಢಿಸಿಕೊಳ್ಳಿ.
- ಯಾವಾಗಲೂ ನೇರವಾಗಿ ಕುಳಿತುಕೊಳ್ಳಿ. ಯಾವುದೇ ಕೆಲಸ ಮಾಡುವಾಗ ಅಥವಾ ಓದುವಾಗ ಸ್ಥಿರವಾದ ಟೇಬಲ್ ಮತ್ತು ಖುರ್ಚಿ ಬಳಸಿ.

ನಿಮ್ಮ ಗೃಹಿಕೆಯನ್ನು ವೃದ್ಧಿಸಿಕೊಳ್ಳುವ ವಿಶೇಷ ವಿಧಾನಗಳು

ಧ್ಯಾನ

- ಕಣ್ಣು ತೆರೆದುಕೊಂಡು ಧ್ಯಾನ ಮಾಡುವುದು: ನಿಮ್ಮ ಕಣ್ಣಿನಿಂದ 2–3 ಮೀಟರ್ ದೂರದಲ್ಲಿರುವ ಒಂದು ವಸ್ತುವಿನ ಮೇಲೆ ಗಮನವನ್ನು ಕೇಂದ್ರೀಕರಿಸಿ.
- ಕಣ್ಣು ಮುಚ್ಚಿದ ಸ್ಥಿತಿಯಲ್ಲಿ ಧ್ಯಾನ: ನೇರವಾಗಿ ಕುಳಿತುಕೊಳ್ಳಿ. ಈಗ ನಿಧಾನವಾಗಿ ಆಳವಾಗಿ ಉಸಿರು ಎಳೆದುಕೊಳ್ಳಿ. ಈಗ ನಿಧಾನವಾಗಿ ಉಸಿರು ಬಿಡಿ. ಅದನ್ನು 3–5 ಬಾರಿ ಪುನರಾವರ್ತಿಸಿ. ಈಗಲೂ ಶಾಂತವಾಗಿ ಮತ್ತು ಏನೂ ಮಾಡದೇ ಹಾಗೇ ಕುಳಿತುಕೊಳ್ಳಿ. ಈ ಅವಧಿಯಲ್ಲಿ ನೀವು ಏನನ್ನೂ ಮಾತನಾಡಬೇಡಿ ಅಥವಾ ಏನನ್ನೂ ಮಾಡಬೇಡಿ ಮತ್ತು ವಿಚಾರವನ್ನೂ ಮಾಡಬೇಡಿ. ಒಳಗಡೆ ಕೇವಲ ಕತ್ತಲೆ ಮತ್ತು ಶಾಂತತೆ ಮಾತ್ರ ಇರಲಿ.
- ಕಡಿಮೆ ಅಥವಾ ಯಾವುದೇ ರೀತಿಯ ಗದ್ದಲವೇ ಇಲ್ಲದ ಸ್ಥಳವನ್ನು ಧ್ಯಾನಕ್ಕಾಗಿ ಆಯ್ಕೆ ಮಾಡಿಕೊಳ್ಳಿ. ಇದು ಆರಂಭಿಕ ದಿನಗಳಲ್ಲಿ ವಿಶೇಷ ಪ್ರಾಮುಖ್ಯತೆ ಹೊಂದಿರುತ್ತದೆ. ಒಂದುವೇಳೆ ಅಲ್ಲಿ ಗದ್ದಲ ಇದ್ದರೆ ತೊಡಕುಂಟಾದಂತೆ ಅಥವಾ ತೊಂದರೆ ಆದಂತೆ ಅಂದುಕೊಳ್ಳಬೇಡಿ. ನಿಮ್ಮ ಧ್ಯಾನದೊಂದಿಗೆ ಈ ಗದ್ದಲವನ್ನೂ ಅನುಭವಿಸಲು, ಹೀರಿಕೊಳ್ಳಲು ಆರಂಭಿಸಿ. ಅದು ನಿಮ್ಮ ಮನಸ್ಸಿನಲ್ಲಿ ತನ್ನಷ್ಟಕ್ಕೆ ತಾನೆ ಹಾದುಹೋಗುತ್ತಿರಲಿ. ನಿಮ್ಮ ಮನಸ್ಸಿನಲ್ಲಿ ಅದು ಹಾದುಹೋಗದಂತೆ ತಡೆಯುವ ಪ್ರಯತ್ನವನ್ನೂ ಮಾಡಬೇಡಿ. ಈ ರೀತಿಯಲ್ಲಿ ನೀನು ನಿಮ್ಮನ್ನು ಹೆಚ್ಚು ಬಿಡುಗಡೆ ಹೊಂದಿದ ಹಾಗೂ ಅಡೆತಡೆಗೀಡಾಗದ ರೀತಿಯಲ್ಲಿ ಆಂತರಿಕ ಶಕ್ತಿ ಬಳಸಿಕೊಳ್ಳಲು ಸಾಧ್ಯವಾಗುತ್ತದೆ.
- ಈ ಹಿಂದಿನ ಹಂತವನ್ನು ನೀವು ರೂಢಿ ಮಾಡಿಕೊಂಡರೆ ನೀವು ಯಾವುದೇ ಸ್ಥಳದಲ್ಲಿ ಧ್ಯಾನ ಮಾಡಲು ಮನಸ್ಸಿಗೆ ತರಬೇತಿ ನೀಡಿದಂತಾಗುತ್ತದೆ.

ವಿವಿಧ ಶಬ್ದಗಳನ್ನು ಸೃಷ್ಟಿಸುವುದು

ಕೆಳಗೆ ನಮೂದಿಸಿದ ಅಕ್ಷಗಳನ್ನು ಬಳಸಿ ಸಾಧ್ಯವಿರುವಷ್ಟು ಶಬ್ದಗಳನ್ನು ಸೃಷ್ಟಿಸಿ. ನೀವು ಭಿನ್ನವಾದ ಅಕ್ಷರಗಳನ್ನು ಒಮ್ಮೆ ಮಾತ್ರ ಬಳಸಬೇಕು. ಈಗ ಆರಂಭಿಸಿ

ಅಭ್ಯಾಸ 1: R A H C E S O K T N

SEARCH	REACH	CARE	RACE	CAKE	TAKE
TOKEN	.....	.....	.....	.....	.....

ಅಭ್ಯಾಸ 2: A P P R O P R I A T E

RATE	PIRATE	ATE	TEAR	ROPE	EAR
REAR	.....	.....	.....	.....	.....

ಸಂಜ್ಞಾ ಬಾಷೆ

ಸಂಜ್ಞಾ ಭಾಷೆಯು ವಿಷಯವನ್ನು ನೆನಪಿನಲ್ಲಿಟ್ಟುಕೊಳ್ಳುವ ಸುಲಭ ಮತ್ತು ಅನುಕೂಲಕರ ಮಾರ್ಗವಾಗಿದೆ. ಸಂಜ್ಞೆ ಎಂದರೆ ವಿಷಯವನ್ನು ಇತರ ಹೆಸರು ಅಥವಾ ಸಂಜ್ಞೆ ಆಧಾರದಲ್ಲಿ ನೆನಪಿನಲ್ಲಿಟ್ಟುಕೊಳ್ಳುವುದು.

ಅಭ್ಯಾಸ 1: ನೀವು ಈ ಹಿಂದಿನ ಅಧ್ಯಾಯದಲ್ಲಿ ಕಲಿತ ಸಂಜ್ಞಾ ಭಾಷೆಯನ್ನು ಈಗ ಅಭ್ಯಾಸ ಮಾಡೋಣ. ಶಬ್ದ ಮತ್ತು ಸಂಖ್ಯೆಗಳನ್ನು ಅವುಗಳ ಸಂಜ್ಞೆಗಳ ಆಧಾರದ ಮೇಲೆ ಲೈನ್ ಎಳೆದು ಸೇರಿಸಿ.

Numbers		Codes for Numbers
TWO		HIVE
3		EVEN
FIVE		SEEING
SIX		HEAVEN
7		LIFTING
EIGHT		TREE
10		DEN
11		NINTH INN
TWELVE		SHELVE
FIFTEEN		WEIGHT
16		WHO
NINETEEN		FIX

ಅಭ್ಯಾಸ 2: ಇಲ್ಲಿ ನೀವು ಕಳೆದಿರುವ ಶಬ್ದ ಅಥವಾ ಕೋಡ್ ಬರೆಯಬೇಕಾಗುತ್ತದೆ.

Numbers	Codes for Numbers	Numbers	Codes for Numbers
	TREE	SEVEN	
FOUR		EIGHT	
	WHO		MINE
ONE		5	
	HURTING		EVENING
	FIX		SHELVE
TEN			SEEING
	FLOORING	FIFTEEN	
NINETEEN		18	

ಅಭ್ಯಾಸ 3 : ಇಲ್ಲಿ ನೀವು ಸಂಜ್ಞೆಗೆ ಸಂಬಂಧಿಸಿದಂತೆ ಮಾಯವಾದ ಸಂಖ್ಯೆಗಳನ್ನು ಬರೆಯಬೇಕು. ಅಥವಾ ಸಂಖ್ಯೆಗಳಿಗೆ ಸಂಬಂಧಿಸಿದ ಕೋಡ್‌ಗಳನ್ನು ಬರೆಯಬೇಕು. ಮುಗಿದ ನಂತರ ನಿಗದಿತ ಅಧ್ಯಾಯಕ್ಕೆ ಹೋಲಿಕೆ ಮಾಡಿ ಪರಿಶೀಲನೆ ನಡೆಸಿ.

Numbers	Codes	Numbers	Codes	Numbers	Codes
38	CH		CF	BD	
	BB	55			EB
40	DZ		BE	CG	
54		38		53	EC
	BG		EA	42	
43		23	BC		FA
39	CI		44	EF	
26		30	CZ		33
	EG	FC		41	
45		58	EH	34	CD
29	BI		47		FZ
	EZ	FE		DI	
28		32	CB		35
	CA		46	FD	
62	FB	EI			48

ಉದಾಹರಣೆ 3 : ನಿಮ್ಮ ಖರೀದಿ ವಸ್ತುಗಳನ್ನು ಇತರ ವಸ್ತುಗಳೊಂದಿಗೆ ಜೋಡಿಸಿ. ಇಲ್ಲಿ ನಾಪತ್ತೆಯಾಗಿರುವುದನ್ನು ತುಂಬಿ.

ಖರೀದಿ ವಸ್ತುಗಳು	ಸಂಜ್ಞೆ	ನೆನಪಿನಲ್ಲಿಟ್ಟುಕೊಳ್ಳುವುದಕ್ಕೆ
	ನನ್ನ ಉತ್ತಮ ತಲೆಕೂದಲು (ದಿನಾಲು ಬೆಳಗ್ಗೆ ನಾ ನೋಡಿದಂತೆ)	ಕಾರ್‌ನ ಕನ್ನಡಿಯಲ್ಲಿನ ಪ್ರತಿಬಿಂಬ
ಸೋಪು	ಉಲ್ಲಸಿತರಾದ ಅನುಭವ	
ಹಲ್ಲುಜ್ಜುವ ಬ್ರಷ್		ಅಂಗಡಿಯವನ ಹುಳುಕು ಹಲ್ಲು
ಟೀ	ನನ್ನ ನಿತ್ಯ ಬೆಳಗ್ಗಿನ ಪರಿಮಳ	
ಚಾಕಲೇಟು		ದಾರಿಯಲ್ಲಿ ಚಾಕಲೇಟ್ ತಿನ್ನುತ್ತಿರುವ ಮಗು
	ಪೆನ್ಸಿಲ್‌ನ ಚೂಪಾದ ತುದಿ	ನನ್ನ ಜಾಮೆಟ್ರಿ ಪೆಟ್ಟಿಗೆಯಲ್ಲಿರುವ ಮುರಿದ ತುದಿ ಮುರಿದ ಪೆನ್ಸಿಲ್
ಔಷಧ	ನನ್ನ ಅಜ್ಜನ ಜೀವ ರಕ್ಷಕ	
	ನಾನು ಮೊಬೈಲ್ ಇಲ್ಲದೇ ಕಾಲ್ ಮಾಡಲಾರೆ	ನನ್ನ ಮೊಬೈಲ್‌ನ ಚಾರ್ಜ್ ಕಡಿಮೆಯಾದ ಬೀಪ್

***

ದಿನ–24

ನೋಟ್ಸ್ ತಯಾರಿಸುವುದು

.ಧ್ಯಾನವು ಅತ್ಯಂತ ನೈಸರ್ಗಿಕ ವಿಧಾನದಲ್ಲಿ ಮನಸ್ಸಿಗೆ ವಿಶ್ರಾಂತಿ ನೀಡುವ ವಿಶಿಷ್ಟವಾದ ಮತ್ತು ಸರಳವಾದ ವಿಧಾನವಾಗಿದೆ. ಇತ್ತೀಚಿನ ದಿನಗಳಲ್ಲಿ ಧ್ಯಾನವು ಎಲ್ಲರಿಂದಲೂ ಸ್ವೀಕಾರಾರ್ಹವಾಗುತ್ತಿರುವ ಪರಿಹಾರ ಮಾರ್ಗವಾಗಿದೆ. ಆದರೆ, ಇದು ಅಸಂಖ್ಯ ಸ್ವಯಂಘೋಷಿತ ಗುರುಗಳಿಂದ ಅಪಾರ್ಥಕ್ಕೆ ಮತ್ತು ತಪ್ಪು ವ್ಯಾಖ್ಯಾನಕ್ಕೆ ಒಳಗಾದ ರೀತಿಯಲ್ಲಿ ಬೋಧಿಸಲ್ಪಡುತ್ತಿದೆ. ದಯವಿಟ್ಟು ಈ ರೀತಿಯ ಆಸೆಬುರುಕು ವ್ಯಕ್ತಿಗಳಿಂದ ತಪ್ಪು ಮಾರ್ಗದರ್ಶನಕ್ಕೆ ಒಳಗಾಗಬೇಡಿ. ಅದರ ಬದಲು ಈ ದಿಶೆಯಲ್ಲಿ ನೀವೇ ಸಂಶೋಧನೆ ಕೈಗೆತ್ತಿಕೊಳ್ಳಿ ಮತ್ತು ಅವುಗಳ ಸಾಚಾತನ ಕಂಡುಕೊಳ್ಳಿ. ಜತೆಗೆ ಯಾವುದೇ ಗುಂಪು ಅಥವಾ ಸಂಸ್ಥೆಗೆ ಸೇರಿಕೊಳ್ಳುವ ಮುನ್ನ ಅದು ನಿಮಗೆ ಸೂಕ್ತವೇ ಎಂಬುದನ್ನು ಪರೀಕ್ಷಿಸಿಕೊಳ್ಳಿ.

ಪ್ರತಿಯೊಬ್ಬ ಮನುಷ್ಯನೂ ವಿಶಿಷ್ಟ ಮನಸ್ಸು, ವಿಶೇಷ ಆಂತರಿಕ ಶಕ್ತಿ ಮತ್ತು ಸಾಮರ್ಥ್ಯದ ಆಶೀರ್ವಾದ ಪಡೆದಿರುತ್ತಾನೆ. ಧ್ಯಾನ ಕೈಗೊಂಡ ಬಳಿಕ ಇದು ಮತ್ತೂ ವೃದ್ಧಿಗೊಳ್ಳುತ್ತದೆ.

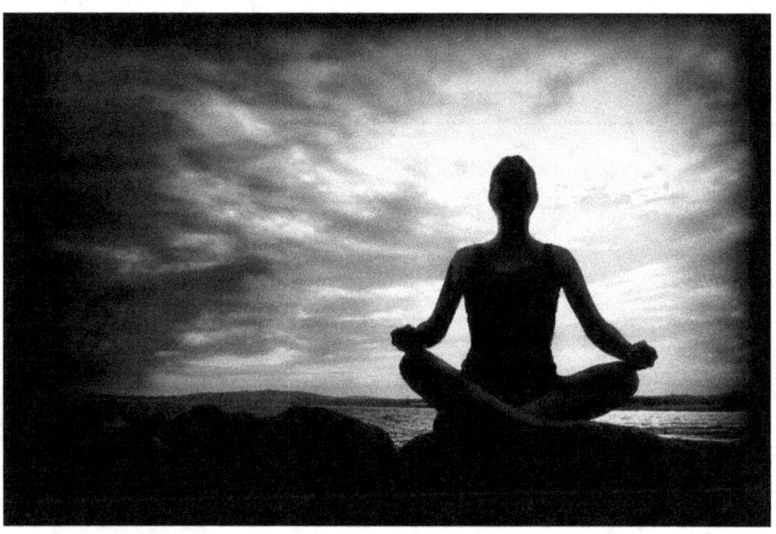

ಇದು ಮುಂದುವರಿಯುವ ಪ್ರವಾಸದಲ್ಲಿ ಮಾರ್ಗದರ್ಶನ ಮಾಡಲಿದೆ. ಹಾಗಾಗಿ, ವಿಳಂಬ ಮಾಡದೇ ಅಥವಾ ಗುರು ಇಲ್ಲವೇ ಸನ್ಯಾಸಿಗೆ ಕಾಯದೇ ಸಾಧ್ಯವಾದಷ್ಟು ಶೀಘ್ರ ಧ್ಯಾನ ಆರಂಭಿಸಿ. ವಾಸ್ತವವಾಗಿ ಇದಕ್ಕೆ ಯಾರ ಸಹಾಯವೂ ಬೇಕಿಲ್ಲ. ಇದನ್ನು ಅಭ್ಯಾಸ ಮಾಡಲು ತುಂಬ ಸರಳ ಮತ್ತು ಸುಲಭವಾಗಿದೆ.

ಹೇಗೆ ಧ್ಯಾನ ಮಾಡಬೇಕು

ಪ್ರತಿದಿನ ವಿಶೇಷವಾಗಿ ಸ್ನಾನ, ಈಜು ಅಥವಾ

ಇಂದಿನ ದಿನಾಂಕ: ....../......./
(ದಯವಿಟ್ಟು ಪೆನ್ಸಿಲ್‌ನಲ್ಲಿ ಬರೆಯಿರಿ)

ವ್ಯಾಯಾಮ ಆದ ಬಳಿಕ ಕದಲದಂತೆ ಕುಳಿಕೊಳ್ಳಬೇಕು. ಕಣ್ಣು ಮುಚ್ಚಿಕೊಂಡು ಏನನ್ನೂ ಮಾಡಬಾರದು ಮತ್ತು ಯಾವುದೇ ವಿಷಯ ಕುರಿತು ಚಿಂತನೆ ನಡೆಸಬಾರದು. ಉತ್ತಮ ಸ್ನಾನದ ಬಳಿಕ ದೇಹ ಮತ್ತು ಮನಸ್ಸು ಉಲ್ಲಾಸಗೊಳ್ಳುತ್ತವೆ ಮತ್ತು ನೈಸರ್ಗಿಕ ಸ್ಥಿತಿಯಲ್ಲಿರುತ್ತವೆ. ನೀವು ಕುರ್ಚಿ ಮೇಲೆ ಕುಳಿತುಕೊಳ್ಳಬಹುದು, ಅಥವಾ ನೆಲದ ಮೇಲೆ ಕಾಲು ಮಡಚಿ ಕುಳಿತುಕೊಳ್ಳಬಹುದು ಅಥವಾ ನಿಂತೇ ಮಾಡಬಹುದು. ನೀವು ಧ್ಯಾನ ಮಾಡುವಾಗ ನಿಮ್ಮ ಬೆನ್ನು ನೇರವಾಗಿರಬೇಕು ಎಂಬುದನ್ನು ಮಾತ್ರ ಮರೆಯಬೇಡಿ.

ಇಡೀ ದೇಹ ಯಾವುದೇ ರೀತಿಯ ಒತ್ತಡಕ್ಕೆ ಒಳಗಾಗಿರಬಾರದು ಆದರೆ ಯೋಗ್ಯ ಭಂಗಿಯಲ್ಲಿ ಮುಕ್ತ ಸ್ಥಿತಿಯಲ್ಲಿ ಇರಬೇಕು. ಧ್ಯಾನ ಅಭ್ಯಾಸದ ಆರಂಭಿಕ ದಿನಗಳಲ್ಲಿ ತನ್ನಷ್ಟಕ್ಕೇ ತಾನೇ ಸ್ವವಿಮರ್ಶೆ ನಡೆಯುತ್ತದೆ. ಅದು ನಿಸರ್ಗ ಸಹಜ ಕ್ರಿಯೆ. ಯಾವುದೇ ರೀತಿಯ ಗದ್ದಲ ಅಥವಾ ಚಟುವಟಿಕೆ ಇಲ್ಲದ ಸ್ಥಳದಲ್ಲಿ ಧ್ಯಾನ ಕೈಗೊಂಡರೆ ಅದರ ಪ್ರಭಾವ ಹೆಚ್ಚು. ಇತರ ಹಲವು ವಿಧಧ ಧ್ಯಾನಗಳಿದ್ದರೂ ಇದು ಹೆಚ್ಚು ಪ್ರಭಾವಶಾಲಿ, ಕಡಿಮೆ ಸಮಯ ಪಡೆದುಕೊಳ್ಳುವ ಮತ್ತು ಜೀವನದಾದ್ಯಂತ ಉತ್ತಮ ಫಲ ನೀಡುವ ಧ್ಯಾನದ ವಿಧಾನ ಇದಾಗಿದೆ.

ಧ್ಯಾನ ಮತ್ತು ಆತ್ಮವಿಮರ್ಶೆ ಪರಸ್ಪರ ಆಂತರಿಕ ಸಂಬಂಧ ಹೊಂದಿವೆ. ಆತ್ಮವಿಮರ್ಶೆ ಎಂದರೆ ಉಪಜಾಗೃತ ಮನಸ್ಸಿನಲ್ಲಿ ತನ್ನ ವಿಚಾರ ಮತ್ತು ಕ್ರಿಯೆಗಳ ಕುರಿತು ತಾನೇ ವಿಶ್ಲೇಷಣೆ ಕೈಗೊಳ್ಳುವುದು. ನಿರಂತರವಾಗಿ ಧ್ಯಾನವನ್ನು ಮುಂದುವರಿಸಿದಾಗ ಆರಂಭದ ಕೆಲವು ನಿಮಿಷ ಮಾತ್ರ ಆತ್ಮವಿಮರ್ಶೆ ನಡೆಯುತ್ತದೆ. ಉಪಯೋಗಕಾರಿ ಸಂಗತಿಯನ್ನು ಸಂರಕ್ಷಿಸಿಡುವುದು ಮತ್ತು ಬೇಡದ ವಿಚಾರಗಳನ್ನು ಹೊರಹಾಕುವ ಕ್ರಿಯೆ ತನ್ನಷ್ಟಕ್ಕೆ ತಾನೇ ನಡೆಯುತ್ತದೆ. ಅದು ಮನಸ್ಸಿನ ಜಾದು ಆಗಿದೆ.

ಒಮ್ಮೆ ಮನಸ್ಸು ಅದರ ವಿಚಾರ ಮತ್ತು ಚಿಂತೆಗಳಿಂದ ಸ್ವಚ್ಛವಾದಾಗ ತಿಳಿಯದ ಸಂಗತಿಗಳ ಕುರಿತು ಸಾಗಲು ನೇರವಾದ ಮತ್ತು ನಾಜೂಕಾದ ದಾರಿಯನ್ನು ಮಾಡಿಕೊಡುತ್ತದೆ. ಈ ರೀತಿಯಲ್ಲಿ ತನ್ನಷ್ಟಕ್ಕೆ ತಾನೇ ಆಳವಾದ ಧ್ಯಾನ ಸಾಧ್ಯವಾಗುತ್ತದೆ. ಇದು ನೈಸರ್ಗಿಕ ಚಟುವಟಿಕೆಯಾಗಿದೆ. ಕೇವಲ ಏನೂ ಮಾಡದೆ ಕುಳಿತುಕೊಳ್ಳಿ, ಏನನ್ನೂ ನೋಡಬೇಡಿ ಮತ್ತು ಏನನ್ನೂ ಮಾಡಬೇಡಿ. ಕೇವಲ ಗಮನಕ್ಕೆ ಬಂದಿದ್ದನ್ನು ಗಮನಿಸಿ ಮತ್ತು ಹಾಗೇ ಇರಿ. ಮುಕ್ತರಾಗಿ ಮತ್ತು ಪ್ರತಿ ಕ್ಷಣವನ್ನು ಅನುಭವಿಸಿ. ಈಗ ನೀವು ಹೊಸ ಶಕ್ತಿಯನ್ನು ಕಾಣುತ್ತೀರಿ. ಈ ಶಕ್ತಿಯನ್ನು ತಲುಪಲು ಇದೊಂದೇ ದಾರಿ. ಇದನ್ನು ಮನಸ್ಸಿನ ಗೊಂದಲ, ವಿಚಾರ, ಚಿಂತೆ ಅಥವಾ ಒತ್ತಡ ದಾಟದೇ ನೇರವಾಗಿ ತಲುಪಲು ಸಾಧ್ಯವಿಲ್ಲ.

ಧ್ಯಾನವು ಮನಸ್ಸಿನ ಉಪಜಾಗೃತ ಮನಸ್ಸಿಗೆ ನಿರ್ದೇಶನ ನೀಡಿ ಹಂತ ಹಂತವಾಗಿ ಅದು ನಮ್ಮ ಮನಸ್ಸಿಗೆ ಸಂಬಂಧಿಸಿದ ತನ್ನ ಕಾರ್ಯವನ್ನು ನಿಧಾನಗೊಳ್ಳುವಂತೆ ಮಾಡುತ್ತದೆ. ನಾವು ನಿತ್ಯ ಧ್ಯಾನ ಕೈಗೊಂಡರೆ ನಮ್ಮ ಮನಸ್ಸಿಗೆ ಅನಗತ್ಯವಾದ ವಿಷಯವನ್ನು ನಾವು ದಿನಾವೂ ತೊಡೆದುಹಾಕಬಹುದಾಗಿದೆ. ಮುಕ್ತವಾಗುವ ಸ್ಥಿತಿ ಕೆಲವು ಸೆಕೆಂಡುಗಳಿಂದ ಕೆಲವು ನಿಮಿಷಗಳ ತನಕ ನಡೆಯಬಹುದು. ಆದರೆ ಇದು ದೊಡ್ಡ ಬದಲಾವಣೆಯ ನ್ನುಂಟುಮಾಡಬಲ್ಲದು. ನಮ್ಮ ಮನಸ್ಸು ನಾಜೂಕಾಗಿ ಮತ್ತು ಪ್ರಭಾವಶಾಲಿಯಾಗಿ ಕಾರ್ಯನಿರ್ವಹಿಸಲು ಅಡ್ಡಿಯಾದ ಅಸಂಖ್ಯಾತ ಚಿಂತೆ ಮತ್ತು ವಿಚಾರಗಳ ಬ್ಲಾಕ್‌ಗಳನ್ನು ಇದು ಹೋಗಲಾಡಿಸುತ್ತದೆ.

ನೀವು ನಿತ್ಯ ಧ್ಯಾನ ಕೈಗೊಂಡರೆ ನಿಮ್ಮ ಬದುಕಿನಲ್ಲಿ ಉಂಟಾದ ಧನಾತ್ಮಕ ವ್ಯತ್ಯಾಸಗಳನ್ನು ನೀವು ಶೀಘ್ರ ಕಾಣಬಲ್ಲಿರಿ. ಇದು ನಿಮ್ಮ ವಿಚಾರದ ಸ್ಪಷ್ಟತೆ ಅಥವಾ ಅಭ್ಯಾಸ ಮತ್ತು ಹೊಸ ಸಂಗತಿ ಕಲಿಕೆಗೆ ಸಂಬಂಧಿಸಿದ್ದಾಗಿರಬಹುದು. ಇದು ಮಾಹಿತಿಯನ್ನು ನೆನಪಿನಲ್ಲಿಟ್ಟುಕೊಳ್ಳುವ

ಮತ್ತು ನೆನಪಿಸಿಕೊಳ್ಳುವ, ಸಮಸ್ಯೆಗಳನ್ನು ವಿಶ್ಲೇಷಿಸುವ ಮತ್ತು ನಿರ್ವಹಿಸುವ, ವೈಯಕ್ತಿಕ ಕೌಶಲ್ಯ ಮತ್ತು ಸಂಬಂಧ ಇತ್ಯಾದಿ ವಿಷಯಗಳಲ್ಲಿ ಇದು ಭಾರಿ ಕೊಡುಗೆ ನೀಡುತ್ತದೆ.

ಇನ್ನೊಂದು ರೀತಿಯ ಧ್ಯಾನ ಇದ್ದು ಅದನ್ನೂ ಸಹ ವ್ಯಕ್ತಿಗಳಿಗೆ ಸೂಚಿಸಲಾಗುತ್ತದೆ. ಈ ವಿಧಾನದಲ್ಲಿ ನಿಮ್ಮ ಕಣ್ಣನ್ನು ತೆರೆದುಕೊಂಡೇ ಒಂದು ವಿಷಯದ ಮೇಲೆ ಗಮನ ಕೇಂದ್ರೀಕರಿಸಲು ಸೂಚಿಸಲಾಗುತ್ತದೆ. ಯಾವ ವ್ಯಕ್ತಿಗಳಿಗೆ ಕಣ್ಣು ಮುಚ್ಚಿ ಧ್ಯಾನ ಮಾಡಲು ಸಾಧ್ಯವಾಗುವುದಿಲ್ಲವೋ ಅವರಿಗೆ ಈ ರೀತಿ ಕಣ್ಣನ್ನು ತೆರೆದುಕೊಂಡು ಧ್ಯಾನ ಮಾಡುವುದನ್ನು ಸಲಹೆ ಮಾಡಲಾಗುತ್ತದೆ.

ಇಲ್ಲಿ ನಿರ್ದಿಷ್ಟ ವಸ್ತುವಿನ ಮೇಲೆ ಗಮನ ಕೇಂದ್ರೀಕರಿಸಲು ಸೂಚಿಸಲಾಗುತ್ತದೆ. ಇದು ಉರಿಯುತ್ತಿರುವ ಮೋಂಬತ್ತಿ ಇರಬಹುದು ಅಥವಾ ಗೋಡೆ ಮೇಲಿನ ಕಪ್ಪು ಚುಕ್ಕೆ ಇರಬಹುದು. ಈ ಎಲ್ಲವುಗಳೂ ಕಣ್ಣಿನಿಂದ 2–3 ಮೀಟರ್ ಅಂತರದಲ್ಲಿರಬೇಕು ಮತ್ತು ಕಣ್ಣಿಗೆ ಸ್ಪಷ್ಟವಾಗಿ ಕಾಣುವಂತಿರಬೇಕು. ಅಲ್ಲಿ ಯಾವುದೇ ರೀತಿಯ ಸಂಚಾರ ಅಥವಾ ಸಮೀಪ ಯಾವುದೇ ಗದ್ದಲ ಇರಬಾರದು. ಇದರಿಂದ ಸೂಕ್ತವಾದ ಗಮನ ಕೇಂದ್ರೀಕರಣ ಸಾಧ್ಯ. ಸ್ವಲ್ಪ ಅಧ್ಯಯನದಿಂದ ಇದು ಸುಲಭವಾಗುತ್ತದೆ.

ಇಲ್ಲಿನ ಮುಖ್ಯ ಯೋಜನೆ ಎಂದರೆ ನೀವು ಇತರ ಚಟುವಟಿಕೆಯಲ್ಲಿ ತೊಡಗಿಕೊಳ್ಳುವುದನ್ನು ತಡೆಯುವುದು. ಒಂದು ನಿರ್ದಿಷ್ಟ ಭಂಗಿಯಲ್ಲಿ ಕುಳಿತುಕೊಳ್ಳಿ ಮತ್ತು ಒಂದು ವಸ್ತುವಿನ ಮೇಲೆ ಗಮನ ಕೇಂದ್ರೀಕರಿಸಿ. ಇದು ಪ್ರಭಾವಶಾಲಿ ವಿಧಾನ ಎನಿಸಿದರೂ ಮನಸ್ಸು ಇಲ್ಲಿ ಕಾರ್ಯನಿರ್ವಹಿಸುತ್ತಲೇ ಇರುತ್ತದೆ. ಎರಡನೇಯದಾಗಿ ಮನಸ್ಸಿನ ಸಂಪರ್ಕವನ್ನು ಕಡಿತಗೊಳಿಸುವ ಕೆಲಸ ಆಗಿರುವುದಿಲ್ಲ. ಆರಂಭದಲ್ಲಿ ಇದು ಕಾರ್ಯನಿರ್ವಹಿಸುತ್ತಿದೆ ಎನಿಸುತ್ತದೆ. ಆದರೆ, ಹಂತ ಹಂತವಾಗಿ ಜನರು ಇದರಲ್ಲಿ ಆಸಕ್ತಿ ಕಳೆದುಕೊಳ್ಳುತ್ತಾರೆ ಏಕೆಂದರೆ ಅದರಲ್ಲಿ ಅವರು ಧನಾತ್ಮಕ ಬದಲಾವಣೆ ಕಾಣುವುದಿಲ್ಲ. ಇದು ನೈಸರ್ಗಿಕವಾದುದಾಗಿದೆ. ಈ ಚಟುವಟಿಕೆಯಿಂದ ಯಾವಾಗ ನೀವು ಧನಾತ್ಮಕ ಫಲಿತಾಂಶವನ್ನು ಕಾಣುತ್ತೀರೋ ಆಗ ನಿಮ್ಮ ಮನಸ್ಸು ಅದರಲ್ಲಿ ಹೆಚ್ಚು ತೊಡಗಿಕೊಳ್ಳುತ್ತದೆ ಮತ್ತು ಅದನ್ನು ಮುಂದುವರಿಸಲು ಪ್ರೇರಣೆ ದೊರೆಯುತ್ತದೆ.

ಧ್ಯಾನವನ್ನು ಪೂರ್ಣಗೊಳಿಸಲು ನಾಲ್ಕು ಹಂತಗಳಿವೆ:

ಮೊದಲು, ಮನಸ್ಸನ್ನು ಕೆಲವು ನಿಮಿಷಗಳ ಕಾಲ ದಿನನಿತ್ಯದ ಚಟುವಟಿಕೆಗಳ ಸಂಪರ್ಕದಿಂದ ಕಡಿತಗೊಳಿಸಿ.

ಎರಡನೇಯದಾಗಿ, ಇದರಿಂದ ಅನಗತ್ಯ ಸಂಗತಿಗಳಿಂದ ಮನಸ್ಸಿನ ಸಂಪರ್ಕವನ್ನು ಕಡಿತಗೊಳಿಸುತ್ತದೆ ಮತ್ತು ಇದರಿಂದ ಮನಸ್ಸಿನ ಶಕ್ತಿ ವ್ಯರ್ಥವಾಗುವುದನ್ನು ತಡೆಯುತ್ತದೆ.

ಮೂರನೇಯದಾಗಿ, ಇದು ಮನಸ್ಸನ್ನು ಮುಕ್ತಗೊಳಿಸುತ್ತದೆ ಮತ್ತು ಮನಸ್ಸಿನ ಶಕ್ತಿ ಉಪಯುಕ್ತ ದಿಶೆಯಲ್ಲಿ ಬಳಕೆಯಾಗಲು ನಿರ್ದೇಶಿಸುತ್ತದೆ.

ನಾಲ್ಕನೇಯದಾಗಿ ಇದು ಹಂತಹಂತವಾಗಿ ದೇಹದ ಶಕ್ತಿ ಕೇಂದ್ರಗಳಾದ ಏಳು ಚಕ್ರಗಳನ್ನು ಸ್ವಚ್ಛಗೊಳಿಸಿ, ಕ್ರಿಯಾಶೀಲಗೊಳಿಸಿ ಶಕ್ತಿ ತುಂಬುತ್ತದೆ.

ಈ ರೀತಿಯಲ್ಲಿ ದೇಹ ಮತ್ತು ಮನಸ್ಸಿನ ಪ್ರಾಸ ಹೊಂದಾಣಿಕೊಂಡು ಪರಿಪೂರ್ಣವಾಗಿ,

ಕೇಂದ್ರೀಕೃತವಾಗಿ ಕಾರ್ಯನಿರ್ವಹಿಸುವಂತಾಗುತ್ತದೆ. ಇದು ಮುಂದುವರಿದು ವರ್ಷಾಂತರಗಳಿಂದ ಇದ್ದ ವಿವಿಧ ಮಾನಸಿಕ ಮತ್ತು ದೈಹಿಕ ಸಮಸ್ಯೆ ಬಗೆಹರಿಸಲು ಸಹಕರಿಸುತ್ತದೆ. ನರರೋಗದ ಸಮಸ್ಯೆಯಿಂದ ಬಳಲುತ್ತಿರುವವರು ಅತಿ ಹೆಚ್ಚು ಲಾಭ

ಪಡೆಯುತ್ತಾರೆ ಮತ್ತು ಕೆಲವೇ ದಿನಗಳಲ್ಲಿ ಫಲಿತಾಂಶ ಕಾಣುತ್ತಾರೆ.

ಧ್ಯಾನವು ಯಾವುದೇ ರೀತಿಯ ಧಾರ್ಮಿಕ ಚಟುವಟಿಕೆ ಅಥವಾ ಪದ್ಧತಿ ಆಗಿರದೇ ಇರುವುದರಿಂದ ಅಲ್ಲಿ ಯಾವುದೇ ನೀತಿ, ನಿಯಮಗಳಿಲ್ಲ. ಆದರೆ, ಇಲ್ಲಿ ಕೆಲವು ಸರಳ ಎಚ್ಚರಿಕೆಗಳಿವೆ. ಇದರಿಂದ ಅದರ ಅನುಭವ ಮತ್ತು ಭಾವನೆಗಳು ಹೆಚ್ಚು ಧನಾತ್ಮಕವಾಗಿ ತೋರುತ್ತದ. ಅವುಗಳೆಂದರೆ:

- ನಿಮ್ಮ ವೈದ್ಯರನ್ನು ಸಂಪರ್ಕಿಸಿ ನೀವು ಯಾವುದೇ ದೈಹಿಕ ಸಮಸ್ಯೆಗಳಿಂದ ಬಳಲುತ್ತಿದ್ದರೆ. ಅಥವಾ ನೀವು ದೀರ್ಘಕಾಲ ಒಂದು ಸ್ಥಿತಿಯಲ್ಲಿ ಕುಳಿತುಕೊಳ್ಳಲು ಅಥವಾ ನಿಂತುಕೊಳ್ಳಲು ಯಾವುದೇ ರೀತಿಯ ಅಸೌಖ್ಯ ಎದುರಿಸುತ್ತಿದ್ದರೆ ನಿಮ್ಮ ವೈದ್ಯರನ್ನು ಸಂಪರ್ಕಿಸಿ. ಆದರೆ, ಧ್ಯಾನ ಕೈಗೊಳ್ಳುವಾಗ ನಿಮ್ಮ ಬೆನ್ನು ನೇರವಾಗಿರಬೇಕು ಎಂಬುದನ್ನು ನೆನಪಿನಲ್ಲಿಡಿ.
- ಈಗಾಗಲೇ ಯಾರು ಧ್ಯಾನ ಕೈಗೊಳ್ಳುತ್ತಿದ್ದಾರೋ ಅವರೊಂದಿಗೆ ಕೆಲ ಸಮಯ ಚರ್ಚೆ ನಡೆಸಿ. ನೀವು ಅದರ ಲಾಭ, ಒಳನೋಟಗಳನ್ನು ನೀವು ಪಡೆದುಕೊಳ್ಳಬಹುದು. ನೀವು ಅದರಿಂದ ಇತರ ದಾರಿಯನ್ನು ಕಂಡುಕೊಳ್ಳಬಹುದು.
- ಧ್ಯಾನವನ್ನು ಅನುಕೂಲಕರ ಸ್ಥಳದಲ್ಲಿ ಕೈಗೊಳ್ಳಬೇಕು: ಅಲ್ಲಿ ಯಾವುದೇ ರೀತಿಯ ವಾಸನೆ ಬರುತ್ತಿರಬಾರದು. ತೀವ್ರ ಸೆಕೆ, ತೀವ್ರ ಚಳಿ, ತಾಳಲಸಾಧ್ಯವಾದ ಹ್ಯುಮಿಡಿಟಿ ಅಥವಾ ತೇಂಪು, ಭಾರೀ ಬೆಳಕು ಅಥವಾ ಕತ್ತಲು ಇರಬಾರದು. ಸಂಕ್ಷಿಪ್ತವಾಗಿ ಧ್ಯಾನಕ್ಕಾಗಿ ಆಯ್ಕೆ ಮಾಡಿಕೊಂಡ ಕೋಣೆ ನಿಮಗೆ ಯೋಗ್ಯವಾಗಿ ಮತ್ತು ಅನುಕೂಲಕರವಾಗಿ ಇರಬೇಕು. ಅಥವಾ ಪಾರ್ಕ್‌ನ ಹೊರಗಿನ ಸ್ಥಳ, ಕೆರೆ ದಡ, ನದಿ ಅಥವಾ ಫಾಲ್ಸ್ ಸಮೀಪದ ಯಾವುದೇ ಗದ್ದಲವಿಲ್ಲದ ಸ್ಥಳ ಇತ್ಯಾದಿ.
- ಅಸೌಖ್ಯವಿದ್ದಾಗ ಧ್ಯಾನ ಮಾಡಬೇಡಿ: ಯಾವುದೇ ರೀತಿಯ ಅನಾರೋಗ್ಯ ಉಂಟಾದಾಗ, ಅಸೌಖ್ಯ ಇದ್ದಾಗ ಅಥವಾ ದೇಹ ಮತ್ತು ಮನಸ್ಸು ಭಾರೀ ಸುಸ್ತಿಗೊಳಪಟ್ಟಾಗ ಸೂಕ್ತ ವಿಶ್ರಾಂತಿ ಅಗತ್ಯ. ಅಂತಹ ಸಂದರ್ಭದಲ್ಲಿನ ಬಿಡುವು ದೀರ್ಘ ಕಾಲದಲ್ಲಿ ಲಾಭದಾಯಕ ಎನಿಸುತ್ತದೆ.

ಸಲಹೆ: ಧ್ಯಾನವು ಯಶಸ್ಸು ಮತ್ತು ಸಂತದ ಜೀವನದ ಕೀಲಿ ಕೈ. ಹಾಗಾಗಿ ಸಂಪೂರ್ಣ ಏಕಾಗ್ರತೆಯಿಂದ ಧ್ಯಾನ ಕೈಗೊಳ್ಳಲು ಕಲಿಯಿರಿ.

***

ದಿನ–25

ನೋಟ್ಸ್ ಸಿದ್ಧಗೊಳಿಸುವುದು

!ದಿನೋಟ್ಸ್‌ಗಳು ಯಾವುದೇ ಅಧ್ಯಾಯ, ಇತರ ಪ್ರಮುಖ ಮತ್ತು ಇತರ ವಿಷಯಗಳ ಭಾವಾನುವಾದವಾಗಿದೆ. ಅದು ವಿಷಯದ ತಿರುಳನ್ನು ಸಂಕ್ಷಿಪ್ತವಾಗಿ ಹೊಂದಿರುತ್ತದೆ. ಪರೀಕ್ಷಾ ಸಂದರ್ಭದಲ್ಲಿ ತಯಾರಿ ಮತ್ತು ಉಜಳನೆ ಸುಲಭವಾಗಲಿ ಎಂಬ ಉದ್ದೇಶದಿಂದ ನೋಟ್ಸ್ ತಯಾರಿಸಲಾಗುತ್ತದೆ. ಆ ವೇಳೆ ಸಮಯ ಮುಖ್ಯ ಮತ್ತು ಮಿತವಾಗಿರುತ್ತದೆ. ನೋಟ್ಸ್‌ಗಳು ಮಿತ ಸಮಯವನ್ನು ಸೂಕ್ತವಾಗಿ ಬಳಸಿಕೊಳ್ಳಲು ಸಹಕರಿಸುತ್ತವೆ. ಪರೀಕ್ಷಾ ಸಂದರ್ಭದಲ್ಲಿ ಪೂರ್ತಿ ವಿಷಯ ಅಧ್ಯಯನ ಕೈಗೊಳ್ಳಲು ಸಾಧ್ಯವಾಗುವುದಿಲ್ಲ.

ಈ ಸಂದರ್ಭದಲ್ಲಿ ಕೆಲವು ಸಿಲೆಬಸ್‌ನಿಂದ ಸಾರ ತೆಗೆದ ಆಯ್ದ ವಿಷಯಗಳನ್ನು, ನೋಟ್ಸ್‌ಗಳನ್ನು ಮಾತ್ರ ಓದಲು ಸಾಧ್ಯವಾಗುತ್ತದೆ. ಇದು ಮನಸ್ಸಿನ ಮೇಲೆ ಹೊರೆಯನ್ನು ಕಡಿಮೆ ಮಾಡುತ್ತದೆ. ಮನಸ್ಸು ತೀವ್ರ ಒತ್ತಡ ಮತ್ತು ಪರೀಕ್ಷಾ ಫಲಿತಾಂಶದ ಕುರಿತು ಆತಂಕಕ್ಕೀಡಾಗಿರುತ್ತದೆ. ಹಾಗಾಗಿ ನೋಟ್ಸ್ ಭಾರೀ ಮಹತ್ವ ಪಡೆದಿರುತ್ತದೆ. ಮತ್ತು ಇದು ಉತ್ತಮ ಕಲಿಕೆ ಮತ್ತು ನೆನಪಿನಲ್ಲಿಟ್ಟುಕೊಳ್ಳಲು ಪ್ರಮುಖ ಪಾತ್ರ ವಹಿಸುತ್ತದೆ. ಇದರಿಂದಾಗಿ ಮಾಹಿತಿಯನ್ನು ವೇಗವಾಗಿ ನೆನಪಿಗೆ ತರಲು ಮತ್ತು ಬರವಣಿಗೆಯಲ್ಲಿ ವೇಗ ಕಾಯ್ದುಕೊಳ್ಳಲು ಸಾಧ್ಯವಾಗುತ್ತದೆ. ಪರೀಕ್ಷೆಯಲ್ಲಿ ಉತ್ತಮ ಅಂಕ ಮತ್ತು ಪ್ರತಿಭಾವಂತ ವಿದ್ಯಾರ್ಥಿಯಾಗಲು ಇದು ಸಹಕರಿಸುತ್ತದೆ.

ನೋಟ್ಸ್ ಸಿದ್ಧಗೊಳಿಸುವುದು

- ಯಾವಾಗಲೂ ಚೂಪಾದ ತುದಿಯುಳ್ಳ ಪೆನ್ಸಿಲ್ ಬಳಸಿ. ಇದರಿಂದ ಆ ಬಳಿಕ ಸರಿಯಾಗಿ ಮತ್ತು ಸುಲಭವಾಗಿ ಓದಲು ಸಾಧ್ಯವಾಗುತ್ತದೆ. ಜತೆಗೆ ಸುಲಭವಾಗಿ ಅಳಿಸಿ ತಿದ್ದುಪಡಿ ಮಾಡಿ ಪುನಃ ಬರೆಯಲು ಸಾಧ್ಯವಾಗುತ್ತದೆ. ಸ್ವಚ್ಛವಾದ ಬಿಳಿ ಬಣ್ಣದ ಹಾಳೆಯಲ್ಲಿ ಬರೆಯುವುದು ಉತ್ತಮ ಎಂಬುದು ಮನಸ್ಸಿನಲ್ಲಿರಲಿ. ಇದರಿಂದ ಕಲಿಕೆ ವೇಗವಾಗುತ್ತದೆ. ಹಾಗಾಗಿ ಕಳಪೆ ಗುಣಮಟ್ಟದ ಮತ್ತು ಬಣ್ಣದ ಹಾಳೆಯನ್ನು ಬಳಸಬಾರದು. ಪೆನ್ ಬಳಸಿ ತಯಾರಿಸಿದ ಮತ್ತು ಚೊರಾದ ಹಾಳೆಯಲ್ಲಿ ಮಾಡಿದ ನೋಟ್ಸ್ ಕಲಿಕೆ ಪ್ರಕ್ರಿಯೆಯ ಮೇಲೆ ಪ್ರತಿಕೂಲ ಪರಿಣಾಮ ಉಂಟುಮಾಡುತ್ತದೆ.
- ನಿಮ್ಮ ಮನಸ್ಸು ಆಹ್ಲಾದಕರವಾಗಿದ್ದು, ಅಧ್ಯಯನಕ್ಕೆ ಸಂಬಂಧಿಸಿರದ ವಿಷಯಗಳಿಂದ ಮುಕ್ತವಾಗಿರಬೇಕು. ಇದರಿಂದ ವೇಗದ ಕಲಿಕೆ ಮತ್ತು ಮುಂದೆ ವಿಷಯವನ್ನು ಪುನಃ ನೆನಪಿಸಿಕೊಳ್ಳಲು ಅನುಕೂಲವಾಗುತ್ತದೆ.
- ಎಲ್ಲಕ್ಕಿಂತ ಮೊದಲು ಪೂರ್ಣ ಅಧ್ಯಾಯವನ್ನು ನಿಧಾನವಾಗಿ ಮತ್ತು ಸ್ಪಷ್ಟವಾಗಿ ಓದಿಕೊಳ್ಳಿ. ಅದರ ಪ್ರತಿ ವಾಕ್ಯವನ್ನೂ ಅರ್ಥೈಸಿಕೊಳ್ಳಿ ಮತ್ತು ಅದರ ಸಂಕೀರ್ಣತೆ ಆಧರಿಸಿ ಎರಡು ಅಥವಾ ಮೂರು ಬಾರಿ ಪುನರಾವರ್ತನೆ ಮಾಡಿ. ಆದರೆ, ಈಗ ನೀವು ಅದರ ತಿರುಳನ್ನು ಅರ್ಥೈಸಿಕೊಂಡಿರುತ್ತೀರಿ. ಈಗ ನೀವು ಮತ್ತೆ ಆರಂಭದಿಂದ ಪರಿಪೂರ್ಣ ಅಧ್ಯಾಯವನ್ನು ಓದಿ ಮತ್ತು ಅಧ್ಯಾಯದ ತಿರುಳನ್ನು ಮನಸ್ಸಿನಲ್ಲಿ ಇಟ್ಟುಕೊಂಡು ಪ್ರಮುಖವಾದ ಅಂಶಗಳನ್ನು ಒಂದಾದ ಮೇಲೊಂದರಂತೆ ಬರೆಯಿರಿ.

ಇಂದಿನ ದಿನಾಂಕ: ....../......./
(ದಯವಿಟ್ಟು ಪೆನ್ಸಿಲ್‌ನಲ್ಲಿ ಬರೆಯಿರಿ)

- ನೋಟ್ಸ್‌ಗಳನ್ನು ಪಾಯಿಂಟ್ಸ್ ರೂಪದಲ್ಲಿ ಬರೆದಿಡಬೇಕು. ಪಾಯಿಂಟ್ಸ್‌ಗಳನ್ನು ಸುಲಭವಾಗಿ ಮೇಲಿಂದ ಮೇಲೆ ಕಣ್ಣಾಡಿಸುತ್ತ ವೇಗವಾಗಿ ಓದಬಹುದು. ಪ್ಯಾರಾಗ್ರಾಫ್‌ಗಳಲ್ಲಿ ನೋಟ್ಸ್ ತಯಾರಿಸಿದಾಗ ಕಲಿಕೆ ನಿಧಾನವಾಗುತ್ತದೆ. ವೇಗವಾಗಿ ಓದಿ ಮುಗಿಸುವಾಗ ಇದು ಗೊಂದಲಕ್ಕೆ ಕಾರಣವಾಗುತ್ತದೆ.
- ನೋಟ್ಸ್‌ಗಳಿಗೆ ಟೈಟಲ್ ಕೊಟ್ಟು, ಅದನ್ನು ಹೆಚ್ಚು ಅಚ್ಚಾಗಿ ಅಥವಾ ಅಂಡರ್‌ಲೈನ್ ಮಾಡಿದರೆ ಇದು ಹೆಚ್ಚು ಪ್ರಭಾವಶಾಲಿಯೂ, ಅನುಕೂಲಕರವೂ ಆಗುತ್ತದೆ.
- ನೋಟ್ಸ್ ನಮಗೆ ಅರ್ಥವಾಗುವ ರೀತಿಯಲ್ಲಿ ತಯಾರಿಸಬೇಕು. ನಂತರ ಪರೀಕ್ಷಾ ಸಂದರ್ಭದಲ್ಲಿ ತಯಾರಿ ಮತ್ತು ಸಿಲೆಬಸ್ ಉಜಳನೆಯನ್ನು ಅಲ್ಪ ಅವಧಿಯಲ್ಲಿ ಕೈಗೊಳ್ಳಲು ಸಾಧ್ಯವಾಗುತ್ತದೆ.
- ನೀವು ನಿಮ್ಮ ಪಠ್ಯಪುಸ್ತಕದಲ್ಲೂ ಪ್ರಮುಖ ಅಂಶಗಳನ್ನು ಅಂಡರ್‌ಲೈನ್ ಅಥವಾ ಹೈಲೈಟ್ ಮಾಡಬಹುದು. ಈ ಪಾಯಿಂಟ್ ಪಕ್ಕ ಸಣ್ಣ ಪ್ರಮುಖ ನೋಟ್ ಕೂಡ ಮಾಡಬಹುದು. ವಿಶೇಷವಾಗಿ ಪೆನ್ಸಿಲ್‌ನಿಂದ ಮಾತ್ರ ಅಂಡರ್‌ಲೈನ್ ಮಾಡಿ. ಇದು ಕಡಿಮೆ ಅಡತಡೆ ಉಂಟುಮಾಡುತ್ತದೆ.
- ಒಂದುವೇಳೆ ಇಡೀ ಪ್ಯಾರಾಗ್ರಾಫ್ ಪ್ರಮುಖವಾಗಿದ್ದರೆ ಅದರ ಪಕ್ಕ ಸಣ್ಣ ಗುರುತು ಮಾಡಿ. ಇದು ಪುಸಕ ಸ್ವಚ್ಛವಾಗಿರಲೂ ಅನುಕೂಲಕರ. ಇದು ಮನಸ್ಸಿಗೆ ಪುನಃ ಮುಖ್ಯ ಅಂಶಗಳನ್ನು ಅದೇ ಅನುಕೂಲಕರ ಸ್ಥಿತಿಯಲ್ಲಿ ಓದಲು ಸಹಕಾರಿ.
- ಗ್ರಂಥಾಲಯ, ಮಿತ್ರರು ಅಥವಾ ಇನ್ನಾವುದೇ ಮೂಲದಿಂದ ಪಡೆದ ಪುಸ್ತಕದ ಮೇಲೆ ಯಾವತ್ತೂ ಮಾರ್ಕ್ ಮಾಡಬಾರದು. ಅದರ ಬದಲು ಆ ಪುಟಗಳ ಝುರಾಕ್ಸ್ ಮಾಡಿಕೊಳ್ಳಿ ಮತ್ತು ನಿಮಗೆ ಅನುಕೂಲಕರ ರೀತಿಯಲ್ಲಿ ನೋಟ್ಸ್ ತಯಾರಿಸಿಕೊಳ್ಳಿ.
- ನೋಟ್ಸ್‌ಗಳನ್ನು ಇನ್ನೊಬ್ಬರಿಂದ ತಂದು ಕಾಪಿ ಮಾಡಿಕೊಳ್ಳುವುದು ವಿದ್ಯಾರ್ಥಿಗಳ ಸಾಮಾನ್ಯ ಗುಣ. ಇದು ಅಧ್ಯಯನ ಕೈಗೊಳ್ಳುವ ಸರಿಯಾದ ಕ್ರಮವಲ್ಲ. ಇದರಿಂದಾಗಿ ನೀವು ಪಠ್ಯವನ್ನು ಸರಿಯಾಗಿ ಅರ್ಥೈಸಿಕೊಳ್ಳದೇ ಪರೀಕ್ಷೆ ಪಾಸಾಗುತ್ತೀರಿ. ಈ ವಿಧಾನ ಉತ್ತಮ ಅಂಕ ಗಳಿಸಲು, ಪ್ರತಿಭಾವಂತ ವಿದ್ಯಾರ್ಥಿಯಾಗಲು ಅಥವಾ ಯಶಸ್ವಿ ಕೆರೀಯರ್ ರೂಪಿಸಿಕೊಳ್ಳಲು ಇದು ಸಹಕಾರಿಯಲ್ಲ.
- ಜ್ಞಾನಿಗಳ ಹೇಳಿಕೆಗಳು, ವ್ಯಾಖ್ಯಾನ ಅಥವಾ ಉದಾಹರಣೆಗಳನ್ನು ಓದಿ, ಅವರು ಹೇಳಿದ ಅರ್ಥದಲ್ಲೇ ಅರ್ಥೈಸಿಕೊಳ್ಳಬೇಕು. ಅದನ್ನು ನೋಟ್ ಸಲುವಾಗಿ ಸಂಕ್ಷಿಪ್ತಗೊಳಿಸುವುದು ಅದರ ವಾಸ್ತವಿಕ ಮತ್ತು ಉದ್ದೇಶಿತ ಅರ್ಥಕ್ಕೆ, ಮೌಲ್ಯಕ್ಕೆ ಧಕ್ಕೆ ಉಂಟುಮಾಡುತ್ತದೆ.
- ನಿಮ್ಮ ನೋಟ್‌ಗಳನ್ನು ಪೂರ್ತಿ ಉತ್ಸಾಹ ಮತ್ತು ಪ್ರೇರಣೆಯಿಂದ ಸಿದ್ಧಪಡಿಸಿ. ಓದುವುದು ಮತ್ತು ಅದರ ಆಳವಾದ ಅರ್ಥ ತಿಳಿದುಕೊಂಡು ಅದರ ಸಾರವನ್ನು ಬರೆದಿಡುವುದು ಆ ಸಂದರ್ಭದಲ್ಲಿಯೇ ಉತ್ತಮ ಕಲಿಕೆಗೆ ಸಹಕಾರಿಯಾಗುತ್ತದೆ. ಈ ಸಂದರ್ಭದಲ್ಲಿ ಮನಸ್ಸೂ ಕ್ರಿಯಾಶೀಲವಾಗಿರುತದೆ. ಈ ನೋಟ್ಸ್‌ಗಳನ್ನು ಉಜಳನೆ ಮಾಡುವುದು ಉತ್ತಮ ಕಲಿಕೆಯನ್ನು ಖಾತ್ರಿಪಡಿಸುತ್ತದೆ.

ಸಲಹೆ: ಪ್ರತಿಭಾವಂತರಾಗಲು ನಿಮ್ಮ ನೋಟ್ಸ್‌ಗಳನ್ನು ಸರಿಯಾಗಿ ಸಿದ್ಧಗೊಳಿಸಿ.

***

ದಿನ–26

ಅಧ್ಯಯನದಲ್ಲಿ ಆಸಕ್ತಿ ವೃದ್ಧಿಸಿಕೊಳ್ಳುವುದು

ಸಮಯ ನಿರ್ವಹಣೆ ಎಂದರೆ ಬಳಸಿದ ಸಮಯ ಮತ್ತು ವ್ಯರ್ಥಗೊಂಡ ಸಮಯದ ನಡುವೆ ಸೂಕ್ತ ಅನುಪಾತ ಕಾಯ್ದುಕೊಳ್ಳುವುದು. ಯಾರು ಸಮಯ ವ್ಯರ್ಥಮಾಡಿಕೊಂಡಿದ್ದಕ್ಕಿಂತ ಹೆಚ್ಚನ್ನು ಬಳಸಿಕೊಳ್ಳುತ್ತಾರೋ ಅವರು ಬದುಕಿನಲ್ಲಿ ಯಶಸ್ಸು ಸಾಧಿಸುತ್ತಾರೆ. ಯಾರು ಸಮಯ ಬಳಕೆ ಮಾಡಿಕೊಂಡಿದ್ದಕ್ಕಿಂತ ಹೆಚ್ಚನ್ನು ವ್ಯರ್ಥ ಮಾಡುತ್ತಾರೋ ಅವರು ಬದುಕಿನಲ್ಲಿ ಹಿಂದುಳಿಯುತ್ತಾರೆ. ಇಂದಿನ ವೇಗದ ಸಮಾಜದಲ್ಲಿ ಸಮಯ ನಿರ್ವಹಣೆ ಸವಾಲಿನ ವಿಷಯವಾಗಿದೆ. ಯಾರು ತಮ್ಮ ಸಮಯವನ್ನು ಉತ್ತಮವಾಗಿ ಬಳಸಿಕೊಳ್ಳಬಲ್ಲರೋ ಅವರು ತಮ್ಮ ಗುರಿಯನ್ನು ಸಾಧಿಸುತ್ತಾರೆ, ಪ್ರತಿಭಾವಂತರಾಗುತ್ತಾರೆ, ಯಶಸ್ವಿಗಳಾಗುತ್ತಾರೆ, ಬದುಕು ಅನುಭವಿಸುತ್ತಾರೆ ಮತ್ತು ಯಾವತ್ತೂ ಸಂತೋಷದಿಂದಿರುತ್ತಾರೆ. ಇದು ಬದುಕಿನಲ್ಲಿ ಯಶಸ್ವಿ ಮತ್ತು ವೈಫಲ್ಯ ಕಾಣಲು ಕಾರಣವಾಗುವ ಪ್ರಮುಖ ಅಂಶವಾಗಿದೆ. ಇದರಿಂದ ವ್ಯಕ್ತಿ ತನ್ನನ್ನು ತಾನೇ ಆಸ್ತಿಯನ್ನಾಗಿ ಸಂಸ್ಥೆಗೆ ಮತ್ತು ದೇಶಕ್ಕೆ ಮಾಡಿಕೊಳ್ಳಬಲ್ಲ. ಆತ ಉತ್ತಮ ಸ್ಥಾನವನ್ನು ಅಲಂಕರಿಸುತ್ತಾನೆ. ಈ ನಂತರ ಆತ ಪ್ರಮುಖ ಅಸೈನ್‌ಮೆಂಟ್‌ಗಳನ್ನು ಮತ್ತು ಯೋಜನೆಗಳನ್ನು ತನ್ನ ಕೌಶಲ್ಯ, ಜ್ಞಾನ ಮತ್ತು ಬುದ್ಧಿಮತ್ತೆಯಿಂದ ಅದನ್ನು ಹೊತ್ತು ಜಾರಿಗೊಳಿಸುತ್ತಾನೆ.

ನೀವು ಒಂದು ಮಾತನ್ನು ಕೇಳಿರಬಹುದು. ಪ್ರತಿಯೊಬ್ಬರೂ ದಿನದಲ್ಲಿ 24 ಗಂಟೆಯನ್ನೇ ಹೊಂದಿರುವುದು. ಇದರ ನಿಜ ಅರ್ಥ ಏನೆಂಬುದು ನಿಮಗೆ ಗೊತ್ತೇ. ಅದನ್ನು ನೀವು ತಿಳಿದಾಗ ಅಚ್ಚರಿ ಅಥವಾ ಸಮಯ ನಿರ್ವಹಣೆ ಅರ್ಥ ತಿಳಿದಾಗ ನೀವು ಬೇಸರಕ್ಕೆ ಒಳಗಾಗಬೇಡಿ. ನಾವು ಯಾವತ್ತೂ ನಮಗೆ ನೀಡಿದ ವಿಷಯದ ಮೂಲ ಅಂಶಗಳನ್ನು ಮೊದಲು ಅರ್ಥೈಸಿಕೊಳ್ಳಬೇಕು. ಇದರಿಂದ ಅರ್ಥೈಸಿಕೊಳ್ಳಲು ಮತ್ತು ಬದುಕಿನಲ್ಲಿ ಅದರ ಮಹತ್ವ ಅರಿತುಕೊಳ್ಳಬೇಕು. ಹಾಗಾದಾಗ ನಮಗೆ ಅದನ್ನು ಅನುಸರಿಸಲು ಮತ್ತು ಅದರ ಲಾಭ ಪಡೆಯಲು ಅನುಕೂಲಕರ.

24 ಗಂಟೆಯ ಹೇಳಿಕೆ ವಿಶೇಷ ಅರ್ಥವನ್ನು ನೀಡುವುದಿಲ್ಲ. ಬದಲಿಗೆ ಅದು ಮನಸ್ಸಿನಲ್ಲಿ ಭಯ ಮತ್ತು ಒತ್ತಡಕ್ಕೆ ಕಾರಣವಾಗುತ್ತದೆ. ಆತ ತನ್ನ ಪರಿಪೂರ್ಣ 24 ಗಂಟೆಯನ್ನು ವ್ಯರ್ಥಮಾಡುತ್ತಿದ್ದೇನೆ ಎಂಬ ಒತ್ತಡ ಉಂಟಾಗಲು ಕಾರಣವಾಗುತ್ತದೆ. ಈ ಸ್ಥಿತಿಯಲ್ಲಿ ಆತ ಏನನ್ನು ಕೈಗೊಂಡರೂ ಚಿಂತಾಜನಕವಾಗಿ ಮತ್ತೆ ಮತ್ತೆ ಸೋಲುತ್ತಾನೆ. ಇದರ ಅರ್ಥವೆಂದರೆ ಒಬ್ಬ ವ್ಯಕ್ತಿಗೆ ಬಳಸಲು ದಿನದಲ್ಲಿ ಬಳಸಲು ಅಥವಾ ವ್ಯರ್ಥಮಾಡಲು ಇರುವುದು ಕೇವಲ 24 ಗಂಟೆ ಮಾತ್ರ. ಉಳಿದ

ಇಂದಿನ ದಿನಾಂಕ: ....../......./

(ದಯವಿಟ್ಟು ಪೆನ್ಸಿಲ್‌ನಲ್ಲಿ ಬರೆಯಿರಿ)

ಸಮಯ ದಿನನಿತ್ಯದ ಚಟುವಟಿಕೆಗಳಾದ ನಿದ್ದೆ, ಶಾಲೆ ಅಥವಾ ಕಚೇರಿಗೆ ತೆರಳಲು ಅಥವಾ ದಿನನಿತ್ಯದ ಇತರ ಕಾರ್ಯ ಕೈಗೊಳ್ಳಬೇಕಾಗುತ್ತದೆ.

ಈಗ ನಾವು ಎರಡು ವಿಭಾಗ ಮತ್ತು ಸಮಯ ನಿರ್ವಹಣೆಯನ್ನು ಉತ್ತಮವಾಗಿ ಕೈಗೊಳ್ಳುವ ಮೂಲಕ ಉತ್ತಮ ಫಲಿತಾಂಶ ಪಡೆಯಪಹುದು. ಮೊದಲನೇಯದಾಗಿ, ಸಮಯದ ಸದ್ಬಳಕೆ ಮತ್ತು ದಿನನಿತ್ಯದ ಚಟುವಟಿಕೆ ಕೈಗೊಳ್ಳಲು ಸಮಯ ಉಳಿಸುವುದು. ಎರಡನೇಯದಾಗಿ ಉಳಿದ ಉತ್ತಮ ಸಮಯದ ಟೈಂ ಟೇಬಲ್ ಸಿದ್ಧಗೊಳಿಸುವುದು. ನಿಮ್ಮ ಮನೋಭಾವ ಮತ್ತು ಹವ್ಯಾಸಗಳು ನಿಮ್ಮ ನಿಯಮಿತ ಸಮಯ, ಸಂಪನ್ಮೂಲ ಬಳಸುವಲ್ಲಿ ಪ್ರಮುಖ ಪಾತ್ರ ವಹಿಸುತ್ತವೆ. ಇದು ಉಳಿದವರಿಂದ ನಿಮ್ಮನ್ನು ಭಿನ್ನವಾಗಿಸುತ್ತದೆ. ಈಗ ನಾವು ಮೂಲ ವ್ಯತ್ಯಾಸವನ್ನು ವಿಶ್ಲೇಷಿಸೋಣ.

ತೆರೆದ ಮತ್ತು ಧನಾತ್ಮಕ ಮನೋಭಾವದಿಂದ ಅಧ್ಯಯನ: ಈ ರೀತಿಯಲ್ಲಿ ನೀವು ದಿನಪೂರ್ತಿ ಕ್ರೀಯಾಶೀಲವಾಗಿರಬಹುದು. ಇದು ಶಾಲೆಯಲ್ಲಿರಬಹುದು, ಮನೆ ಅಥವಾ ನಿಮ್ಮ ಪ್ರಯಾಣದಲ್ಲೂ ಕೂಡ. ನೀವು ಗ್ರಹಿಸಿದ್ದೆಲ್ಲವೂ ಕಲಿಕೆ ಪ್ರಕ್ರಿಯೆಯ ಭಾಗವಾಗಿದ್ದು ಅದು ನಿಮಗೆ ಭವಿಷ್ಯದಲ್ಲಿ ಸಹಾಯ ಮಾಡುತ್ತದೆ. ನೀವು ಜಾಗೃತರಾಗಿರುವ ಮೂಲಕ ನಿಮ್ಮ ಸುತ್ತಮುತ್ತ ನಡೆಯುವ ಘಟನಾವಳಿಗಳ ಮೇಲೆ ಗಮನ ಇಡಬಹುದು. ನೀವು ಯಾವುದೇ ಕಾರ್ಯ ಕೈಗೊಂಡರೂ ನಿಮ್ಮ ಸಮಯವನ್ನು ಉಳಿಸಲು ಸಾಧ್ಯವಿರುವ ಮಾರ್ಗದ ಕುರಿತು ಎದುರುನೋಡುತ್ತಿರುತ್ತೀರಿ.

ಇತರರೂ ಸಹ ಯಾರು ಪ್ರಮಾಣಿಕರು, ಬದ್ಧತೆಯುಳ್ಳವರು ಮತ್ತು ಅವರ ಮಾರ್ಗದಲ್ಲಿ ಕಠಿಣ ಪರಿಶ್ರಮಿಗಳು ಎಂಬುದನ್ನು ಗುರುತಿಸಿ ಬೆಂಬಲ ಅಥವಾ ಅವಕಾಶಗಳನ್ನು ನೀಡುತ್ತಾರೆ. ನಿಮಗೆ ಹಲವು ಅವಕಾಶಗಳ ಕೂಡಿಬರುವಾಗ ನೀವು ಜಾಗೃತರಾಗಿರಬೇಕು ಮತ್ತು ನಿಮಗೆ ಅನುಕೂಲವಾದ ಉತ್ತಮ ಅವಕಾಶವನ್ನು ಸೂಕ್ತ ಸಮಯದಲ್ಲಿ ಆಯ್ಕೆ ಮಾಡಿಕೊಳ್ಳಬೇಕು.

ಮುಚ್ಚಿದ ಮತ್ತು ಋಣಾತ್ಮಕ ಮನೋಭಾವದಿಂದ ಅಧ್ಯಯನ: ಕೈಗೊಳ್ಳುವುದು: ಈ ವಿಧಾನದಿಂದ ಹಲವು ವ್ಯಕ್ತಿಗಳು ತಾವು ಕೈಗೊಳ್ಳುವ ಯಾವುದೇ ಕಾರ್ಯದಲ್ಲಿ ಕ್ರಿಯಾಹೀನರು, ಆಲಸಿಗಳು ಮತ್ತು ತಮ್ಮ ಧೋರಣೆಯಲ್ಲಿ ಸಾಮಾನ್ಯರೂ ಆಗಿರುತ್ತಾರೆ. ಜಾಗೃತರಾಗಿರುವುದು ಅಥವಾ ಕ್ರಿಯಾಶೀಲ ಜೀವನವನ್ನು ನಿರ್ವಹಿಸುವುದು ಅವರ ಚಿಂತನೆ ಅಥವಾ ಬದುಕಿನ ಭಾಗವಾಗಿರುವುದೇ ಇಲ್ಲ. ಅವರು ತಮ್ಮ ಬದುಕನ್ನು ಮಂದ ಮತ್ತು ಸುಲಭವಾಗಿ ಸಾಗುವ ಆ ಮೂಲಕ ತಮ್ಮ ದಾರಿಯಲ್ಲಿ ಬರುವ ಅಪಾರ ಅವಕಾಶಗಳನ್ನು ಕಳೆದುಕೊಳ್ಳುತ್ತಾರೆ. ಅಂತಹ ವ್ಯಕ್ತಿಗಳು ತಮ್ಮ ದಾರಿಯಲ್ಲಿ ಮೌಲ್ಯಯುತ ಸಮಯ ಉಳಿಸುವುದನ್ನೂ ಮರೆಯುತ್ತಾರೆ ಮತ್ತು ದಿನ ನಿತ್ಯದ ಚಟುವಟಿಕೆಯಲ್ಲೇ ಕಾಲ ವ್ಯರ್ಥ ಮಾಡುತ್ತಾರೆ. ಬಳಿಕ ಅವರು ತಮ್ಮ ಅದೃಷ್ಟ ಮತ್ತು ದೇವರನ್ನು ದೂರುತ್ತಾರೆ.

ನಿಮ್ಮ ಮನೋಭಾವ ನಿಮ್ಮ ಬದುಕಿನ ಗತಿಯನ್ನು ನಿರ್ಧರಿಸುತ್ತದೆ

ಈ ಕೆಳಗಿನ ಪಾಯಿಂಟ್‌ಗಳು ಹಲವು ಹಂತಗಳಲ್ಲಿ ಹೇಗೆ ಸಮಯವನ್ನು ಯೋಜನಾಬದ್ಧವಾಗಿ ನಿರ್ವಹಿಸಬಹುದು ಎಂಬುದನ್ನು ತಿಳಿಸಿಕೊಡುತ್ತವೆ. ಅವುಗಳೆಂದರೆ:

- ಎಲ್ಲಕ್ಕಿಂತ ಮೊದಲು ಈ ಅಧ್ಯಾಯವನ್ನು ಓದಿದ ಬಳಿಕ, ತಕ್ಷಣ ಅಥವಾ ಭಾರೀ ಪ್ರಮಾಣದ ಬದಲಾವಣೆಯನ್ನು ನಿಮ್ಮ ಬದುಕು ಮತ್ತು ಅಧ್ಯಯನದಲ್ಲಿ ಮಾಡಬೇಡಿ. ನಿಮ್ಮ ವಿಧಾನದಲ್ಲಿ ನಿಧಾನ ಮತ್ತು ನೇರತನ ಇರಲಿ.
- ಪ್ರತಿಭಾವಂತರಾಗಲು ನೀವು ನಾಳೆ ಪರೀಕ್ಷೆ ಇದೆ ಎನ್ನುವಾಗ ಕೈಗೊಳ್ಳುವ ಸಿದ್ಧತೆಯಂತೆ ಯಾವಾಗಲೂ ಓದುತ್ತಿರಬೇಕು. ನೀವು ನಿಮ್ಮ ಪುಸ್ತಕ ಮತ್ತು

ಅಧ್ಯಯನ ಕುರಿತು ಮಾತ್ರ ಚಿಂತನೆ ನಡೆಸಬೇಕು.

- ದಯವಿಟ್ಟು ಎಲ್ಲ ಮೂಲಸೌಕರ್ಯವಿರುವ ಕೋಣೆ ಅಥವಾ ಸಣ್ಣ ಅಪಾರ್ಟ್‌ಮೆಂಟ್ ವ್ಯವಸ್ಥೆ ಮಾಡಿಕೊಳ್ಳಿ. ಮನೆಯಲ್ಲಿನ ಗದ್ದಲ ಮತ್ತು ಇತರ ತೊಡಕುಗಳಿಗೆ ನೀವು ಈಡಾಗಬಾರದು.
- ಈ ಅಧ್ಯಾಯದ ಅಂತ್ಯದಲ್ಲಿ ತೋರಿಸಿದಂತೆ ಒಂದು ಚಾರ್ಟ್‌ನ ಪೇಪರ್‌ನಲ್ಲಿ ಎಲ್ಲ ಚಟುವಟಿಕೆಗಳ ಒಂದು ಚಾರ್ಟ್ ಮಾಡಿ. ಅದು ನೀವು ಸೋಮವಾರದಿಂದ ಭಾನುವಾರದ ತನಕ ತೊಡಗಿಕೊಳ್ಳುವ ಎಲ್ಲ ಅಂಶಗಳನ್ನು ಒಳಗೊಂಡಿರಲಿ. ಹಾಳೆಯಲ್ಲಿ ಅಡ್ಡಲಾಗಿ ಚಾರ್ಟ್ ಸಿದ್ಧಮಾಡಿ ಮತ್ತು ಪೆನ್ಸಿಲ್‌ನಿಂದ ಎಲ್ಲ ಬಾಕ್ಸ್‌ಗಳನ್ನು ತುಂಬಿ. ಇದರಿಂದ ಮುಂದೆ ಸುಲಭವಾಗಿ ತಿದ್ದುಪಡಿ ಮಾಡಲು ಸಾಧ್ಯವಾಗುತ್ತದೆ. ಇಲ್ಲಿ ತುಂಬಿರುವ ಅಂಶಗಳು ಕೇವಲ ಉದಾಹರಣೆಯೇ ಹೊರತು ಸಲಹೆಗಳಲ್ಲ ಎಂಬುದು ಗಮನದಲ್ಲಿರಲಿ. ನಿಮ್ಮ ಅಗತ್ಯಕ್ಕೆ ಅನುಗುಣವಾಗಿ ಅದನ್ನು ಸಿದ್ಧಗೊಳಿಸಿಕೊಳ್ಳಿ. ಇದು ಆದರ್ಶವಾಗಿರಬೇಕು ಮತ್ತು ಓದಿನ ಹೊರತಾಗಿ ನಿದ್ದೆಗೆ, ಊಟಕ್ಕೆ, ಆಟಕ್ಕೆ, ಬಿಡುವಿಗೂ ಸಾಕಷ್ಟು ಸಮಯ ಒದಗಿಸಬೇಕು.
- ಈಗಲೂ ಅದೇ ರೀತಿಯ ವಾರದ ವರದಿ ಸಿದ್ಧಗೊಳಿಸಿ ಮತ್ತು ನಿದ್ದೆಗೂ ಮುನ್ನ ಅದನ್ನು ಪೆನ್ಸಿಲ್‌ನಿಂದ ಭರ್ತಿ ಮಾಡಿ. ಇಲ್ಲಿ ಮೋಸ ಬೇಡ. ಇದು ನಿಮ್ಮ ಒಳಿತಿಗಾಗಿ ಮತ್ತು ಅದನ್ನು ಬೇರೆಯವರೊಂದಿಗೆ ಹಂಚಿಕೊಳ್ಳುವ ಅಗತ್ಯ ಇಲ್ಲ. ನಿಮ್ಮ ಉತ್ತಮ ಮಿತ್ರನ ಬಳಿಯೂ ಅದನ್ನು ಹಂಚಿಕೊಳ್ಳುವ ಅಗತ್ಯ ಇಲ್ಲ. ನಿಮ್ಮಷ್ಟಕ್ಕೆ ನೀವೇ ಅದರ ಮೌಲ್ಯಮಾಪನ ಮಾಡಿ ಮತ್ತು ನೀವು ಎಲ್ಲಿ ಪ್ರಗತಿ ಸಾಧಿಸಿದ್ದೀರಿ, ಎಲ್ಲಿ ಹಿಂದೆ ಬಿದ್ದಿದ್ದೀರಿ ಮತ್ತು ಎಲ್ಲಿ ಸುಧಾರಣೆ ಮಾಡಬಹುದು ಎಂಬುದನ್ನು ಪರಿಶೀಲಿಸಿ. ನಿಮ್ಮ ಮಾರ್ಗದರ್ಶಕರಲ್ಲಿ ನಿಮ್ಮ ವ್ಯವಸ್ಥೆಯನ್ನು ಬದಲಾಯಿಸುವ ಕುರಿತು ಸಲಹೆ ಪಡೆದುಕೊಳ್ಳಬಹುದು.
- ನಿಮ್ಮ ಸುತ್ತಮುತ್ತಲಿನ ಜನರೊಂದಿಗೆ ನಿರಂತರ ಸಂಪರ್ಕದಲ್ಲಿರಿ. ಈ ರೀತಿಯ ಭೇಟಿ ಮತ್ತು ಚರ್ಚೆ ನಿಮ್ಮನ್ನು ಪ್ರೇರೇಪಿಸುತ್ತದೆ ಮತ್ತು ಅಮೂಲ್ಯ ಸಮಯ ಹಾಳುಮಾಡಿಕೊಳ್ಳುವುದು ತಡೆದು ಉತ್ತಮ ಓದಿಗೆ ಸಹಕರಿಸುತದೆ. ಸಾಕಷ್ಟು ಸ್ಫೂರ್ತಿ ಮತ್ತು ಪ್ರೇರಣೆ ಇಲ್ಲದೇ ಈ ರೀತಿ ವೇಳಾಪಟ್ಟಿ ತಯಾರಿಸುವುದು ಮತ್ತು ತುಂಬುವುದು ಈ ದಿಶೆಯಲ್ಲಿ ಉತ್ತಮವಲ್ಲ.
- ಬಾಲ್ಯಾವಸ್ಥೆಯಲ್ಲಿ ಸಮಯದ ಮಹತ್ವ ಅರಿಯುವುದು ಮತ್ತು ಅದರ ಸಮರ್ಪಕ ಬಳಕೆ ಕಷ್ಟಸಾಧ್ಯ. ಹಾಗಾಗಿ ಸಮಯ ಕಳೆದಂತೆ ಮಕ್ಕಳು ತಮ್ಮಷ್ಟಕ್ಕೆ ತಾವೇ ಅದರ ಅಗತ್ಯ ಮತ್ತು ಮಹತ್ವವನ್ನು ಅರಿತುಕೊಳ್ಳುತ್ತಾರೆ. ನಿಮ್ಮ ಮಾರ್ಗದರ್ಶನದಲ್ಲಿ ಅವರೂ ಪ್ರಭಾವಶಾಲಿಯಾಗಿ ಯೋಜಿಸಲು ಕಲಿತುಕೊಳ್ಳುತ್ತಾರೆ. ಹಾಗಾಗಿ ಅವರು ಮೇಲ್ವರ್ಗಕ್ಕೆ ತೆರಳಿದಂತೆ ಅವರಷ್ಟಕ್ಕೇ ಅವರು ಸುಧಾರಣೆ ಮಾಡಿಕೊಳುತಾರೆ. ನಿರಂತರವಾಗಿ ಹೇಳುವುದು ಮತ್ತು ಶಿಕ್ಷೆ ವಿಧಿಸುವುದಕ್ಕಿಂತ ಸ್ವ-ತಿಳುವಳಿಕೆ ಹೆಚ್ಚು ಸ್ಫೂರ್ತಿ ಮತ್ತು ಫಲಿತಾಂಶ ಸಾಧನೆಗೆ ಸಹಕಾರ ನೀಡುತ್ತದೆ.
- ನಿಮ್ಮ ಓದಿನ ವಿಧಾನ ಹೇಗಿರಬೇಕೆಂದರೆ ವರ್ಗದಲ್ಲಿ ನೀವು ಇತರರೆಲ್ಲರಿಗಿಂತ ಮುಂದಿರುವಂತೆ ಮಾಡಬೇಕು. ನಿಮ್ಮ ವೇಳಾಪಟ್ಟಿಯಲ್ಲಿ ಯಾವಾಗಲೂ ಸ್ಥಿತಿಸ್ಥಾಪಕತೆಯನ್ನು ಕಾಯ್ದುಕೊಳ್ಳಿ. ಇದರಿಂದಾಗಿ ಯಾವುದೇ ತುರ್ತು ಸ್ಥಿತಿ ಅಥವಾ ಜವಾಬ್ದಾರಿ ಹೊರುವ ವೇಳೆ ನಿಮ್ಮ ನಿತ್ಯದ ಓದಿಗೆ ತೊಡಕು ಉಂಟಾಗುವುದಿಲ್ಲ. ಈ ರೀತಿಯ ಕಾಯ್ದಿರಿಸುವಿಕೆ ಹೆಚ್ಚು ಪ್ರತಿಭಾಶಾಲಿಯಾಗಲು ಅನುಕೂಲ. ಬಳಿಕ ಇದು ಸಿದ್ಧತೆಗೆ ಹೆಚ್ಚಿನ ಸಮಯವನ್ನೂ ನೀಡುತ್ತದೆ.
- ಒಂದು ಶಾಲೆ ಶಿಕ್ಷಣ ಸಂಸ್ಥೆಯಾಗಿದ್ದರೂ ಇದು ಇತರ ಹಲವು ಉಪಯೋಗ ಮತ್ತು ಅವಕಾಶವನ್ನೂ ನೀಡುತ್ತದೆ. ಶಾಲೆಯಲ್ಲಿ ಕೈಗೊಳ್ಳುವ ಎಲ್ಲ ಚಟುವಟಿಕೆಗಳಲ್ಲೂ

ತುಂಬು ಮನಸ್ಸಿನಿಂದ ಪಾಲ್ಗೊಳ್ಳಿ. ಉತ್ತಮ ಸ್ಥಾನ ಗಳಿಸಲು ನಿಮ್ಮಿಂದ ಎಷ್ಟು ಸಾಧ್ಯವೋ ಅಷ್ಟು ಉತ್ತಮ ಪ್ರದರ್ಶನ ನೀಡಿ. ಶಾಲಾ ದಿನಗಳು ನಿಮ್ಮ ಬದುಕಿನಲ್ಲಿ ಮತ್ತೆ ಬರುವುದಿಲ್ಲ. ಮನಸ್ಸಿನ ತೊಡಗಿಸಿಕೊಳ್ಳುವಿಕೆ, ಪ್ರೇರಣೆ, ಸ್ಫೂರ್ತಿ ಮತ್ತು ಶಕ್ತಿ ಈ ವರ್ಷಗಳಲ್ಲಿ ಉತ್ತಮ. ಇದರ ಉತ್ತಮ ಬಳಕೆ ಮಾಡಿಕೊಳ್ಳಿ. ಇದೆ ನಿಮ್ಮ ಭವಿಷ್ಯವನ್ನು ಉತ್ತಮ ರೀತಿಯಲ್ಲಿ ರೂಪಿಸಿಕೊಳ್ಳಲು ಸಹಕಾರಿ.

- ಬದುಕಿನ ಒಟ್ಟಾರೆ ಯಶಸ್ಸು ಮತ್ತು ಸಾಧನೆಗೆ ಪುಸ್ತಕದ ಹುಳುವಾಗಬೇಡಿ. ಉತ್ತಮ ಓದು ಮತ್ತು ಕಠಿಣ ಪರಿಶ್ರಮ ಉತ್ತಮ. ಆದರೆ, ಇತರ ಚಟುವಟಿಕೆಗೂ ಸಮಾನ ಮಹತ್ವ ಮತ್ತು ಆದ್ಯತೆ ನೀಡಬೇಕು. ನಿಮ್ಮ ಸಮಯವನ್ನು ಎಲ್ಲ ರೀತಿಯ ಮಿತ್ರರೊಂದಿಗೆ ಕಳೆಯಿರಿ, ಆದರೆ ಅದು ಶಾಲೆಯಲ್ಲಿ ಮಾತ್ರ. ಇದರಿಂದ ನೀವು ನಿಮ್ಮ ನಿತ್ಯದ ಚಟುವಟಿಕೆಯಿಂದ ಭಿನ್ನತೆ ಅನುಭವಿಸಲು ಸಾಧ್ಯವಾಗುತ್ತದೆ. ನೀವು ಶಾಲೆಯಿಂದ ಮನೆಗೆ ಮರಳಿದಾಗ ನೀವು ಹೆಚ್ಚು ಉತ್ಸಾಹ ಅನುಭವಿಸುತ್ತೀರಿ. ಇದರಿಂದ ನೀವು ಮನೆಯಲ್ಲಿ ಸಮಯವನ್ನು ಉಳಿಸಲು ಸಾಧ್ಯವಾಗುತ್ತದೆ. ಇಲ್ಲದೇ ಹೋದರೆ ಮನೆಗೆ ಬಂದ ನಂತರ ಮನರಂಜನೆ ಮತ್ತು ಉಲ್ಲಸಿತರಾಗಲು ಕಳೆಯಬೇಕಾಗುತ್ತದೆ. ಮನೆಗೆ ಬಂದ ತಕ್ಷಣ, ನಿಮ್ಮ ವೇಳಾ ಪಟ್ಟಿ ಅನುಸಾರ ಧನಾತ್ಮಕವಾಗಿ ತೊಡಗಿಕೊಳ್ಳಿ. ಯಾವುದೇ ಆಲಸ್ಯತನ ಬೇಡ. ಯಾವಾಗಲೂ ನಿಮ್ಮ ಆದ್ಯತೆ ಮತ್ತು ಗುರಿ ಮನಸ್ಸಿನಲ್ಲಿರಲಿ.
- ನೀವು ಶಾಲೆಯಲ್ಲಿ ಕೈಗೊಳ್ಳುವ ಮಿತ್ರತ್ವ ಮತ್ತು ಜಾಲ ನಿಮ್ಮ ಬದುಕಿನ ಪೂರ್ತಿ ಸಹಕಾರಿಯಾಗುತ್ತದೆ. ಅಲ್ಲಿ ನೀವು ವಿವಿಧ ಹಿನ್ನೆಲೆಯಿಂದ ಬಂದ ಭಿನ್ನ ವಿದ್ಯಾರ್ಥಿಗಳ ಸ್ನೇಹ ಸಾಧಿಸಲು ಸಾಧ್ಯವಾಗುತ್ತದೆ. ಇದು ವಿಶೇಷವಾಗಿ ವ್ಯವಸ್ಥಾಪಕರಾದಾಗ, ಮಾರುಕಟ್ಟೆ ಉದ್ಯೋಗದಲ್ಲಿದ್ದಾಗೆ ಅಥವಾ ಇನ್ನಾವುದೇ ಕ್ಷೇತ್ರದಲ್ಲಿ ಸಹಾಯಕವಾಗುತ್ತದೆ. ನೀವು ವಿಭಿನ್ನ ಹವ್ಯಾಸ ಮತ್ತು ಮನೋಭಾವ ಇರುವ ವ್ಯಕ್ತಿಗಳು ಮತ್ತು ಅವರೊಂದಿಗೆ ಹೇಗೆ ವ್ಯವಹರಿಸಬೇಕು ಎಂಬುದು ನಿಮ್ಮ ಅರಿವಿಗೆ ಬರುತ್ತದೆ. ಇದು ಮುಂದೆ ಬದುಕಿನಲ್ಲಿ ಸಂಸ್ಥಾಪಿತರಾಗಲು ಮತ್ತು ಸಂಬಂಧ ನಿರ್ವಹಿಸಲೂ ಅನುಕೂಲವಾಗುತ್ತದೆ.
- ಹಲವು ಸಂದರ್ಭಗಳಲ್ಲಿ ನಿಮ್ಮ ಮನಸ್ಸಿಗೆ ಒಪ್ಪುವಂತೆ ಕೆಲವು ವಿಷಯಗಳನ್ನು ಓದುವುದು ಉತ್ತಮ ಅರ್ಥೈಸಿಕೊಳ್ಳುವಿಕೆ ಮತ್ತು ಕಲಿಕೆಗೆ ಸಹಕಾರಿಯಾಗುತ್ತದೆ. ಹಾಗಾಗಿ ಓದುವ ವಿಧಾನ ಈಗಾಗಲೇ ಇರುವ ವೇಳಾಪಟ್ಟಿಗಿಂತ ಭಿನ್ನವಾಗಬಹುದು. ಇದರಿಂದ ಯಾವುದೇ ಸಮಸ್ಯೆ ಇಲ್ಲ. ಇಲ್ಲಿನ ಉದ್ದೇಶ ಎಂದರೆ ಸಮಯದ ಸದ್ಬಳಕೆ ಮಾಡಿಕೊಂಡು ಮನಸ್ಸಿನ ಮೇಲೆ ಒತ್ತಡ ಹೇರದೆ ಹೆಚ್ಚಿನ ಅವಧಿ ಓದುವುದು. ಇದು ಉತ್ತಮ ಕಲಿಕೆ ಮತ್ತು ನೆನಪಿಗೆ ಸಹಕಾರಿಯಾಗುತ್ತದೆ.
- ಇಲ್ಲಿ ಇನ್ನೊಂದು ಸಲಹೆ ಎಂದರೆ, ಮೊದಲು ಕಷ್ಟಕರ ಅಧ್ಯಾಯಗಳ ಓದು ಆರಂಭಿಸಬೇಕು ಮತ್ತು ನಂತರ ಸುಲಭ ವಿಷಯಗಳನ್ನು ಕೈಗೆತ್ತಿಕೊಳ್ಳಬೇಕು. ಹೀಗೆ ಸುಲಭ ವಿಷಯಗಳನ್ನು ನಂತರ ಕೈಗೆತ್ತಿಕೊಳ್ಳುವುದರಿಂದ ಹೆಚ್ಚಿನ ಹೊರೆ ಉಂಟಾಗುವುದಿಲ್ಲ. ಏಕೆಂದರೆ ಸಮಯ ಕಳೆದಂತೆ ಮನಸ್ಸು ಸ್ವಲ್ಪ ಬಳಲಿರುತ್ತದೆ. ಇದರಿಂದ ಓದಿನಲ್ಲಿ ಹೆಚ್ಚಿನ ಬಿಡುವು ಪಡೆಯದೆ ನಿರಂತರ ಓದು ಆ ಮೂಲಕ ಸಮಯದ ಉಳಿಕೆ ಸಾಧ್ಯವಾಗುತ್ತದೆ.
- ಯಾವಾಗಲೂ ನೀವು ಕೈಗೊಳ್ಳುವ ಎಲ್ಲ ಕಾರ್ಯದಲ್ಲೂ ಉತ್ಸಾಹ ಮತ್ತು ಧನಾತ್ಮಕ ಧೋರಣೆ ಇರಲಿ. ಪ್ರಮುಖವಾಗಿ ಇದು ನಿಮ್ಮ ಮನಸ್ಸಿನಲ್ಲಿ ಮೂಡುವ ಯಾವುದೇ ರೀತಿಯ ಚಿಂತೆ ಮತ್ತು ಒತ್ತಡವನ್ನು ದೂರಮಾಡಿ ನಿಮಗೆ ತೊಡಕಾಗದಿರುವಂತೆ ಮಾಡುತ್ತದೆ. ಯಾವುದೇ ರೀತಿಯ ಸಮಸ್ಯೆ ಮತ್ತು ನೇತ್ಯಾತ್ಮಕತೆಯನ್ನು ತಕ್ಷಣ ಬಗೆಹರಿಸಿಕೊಳ್ಳಬೇಕು. ಇದರಿಂದ ನಿರಂತರ ಓದು ಮುಂದುವರಿಸಲು ಸಾಧ್ಯವಾಗುತ್ತದೆ.

- ನಿಮ್ಮ ಕೆಲವು ಹೊಣೆಗಾರಿಕೆಯನ್ನು ಇತರರು ನಿರ್ವಹಿಸಬಹುದು ಎನಿಸಿದರೆ ಅವುಗಳನ್ನು ವರ್ಗಾಯಿಸಿ. ಇದರಿಂದ ನಿಮ್ಮ ಮೇಲಿನ ಹೊರೆ ಕಡಿಮೆಯಾಗಿ ನಿಮ್ಮ ಅಮೂಲ್ಯ ಸಮಯ ಮತ್ತು ಶಕ್ತಿ ಉಳಿತಾಯವಾಗುತ್ತದೆ.
- ನಿರಂತರ ಅಭ್ಯಾಸ ಮತ್ತು ನಿಮ್ಮಲ್ಲಿ ಹೆಚ್ಚಿದ ಆತ್ಮವಿಶ್ವಾಸದಿಂದಾಗಿ ಈಗ ನಿಮ್ಮ ಓದಿನ ವೇಗ ಹೆಚ್ಚಿಸಿಕೊಳ್ಳಬಹುದಾಗಿದೆ. ಇದರಿಂದ ನಿಮ್ಮ ಮನಸ್ಸಿನ ಸಾಮರ್ಥ್ಯ ವೃದ್ಧಿಗೊಳ್ಳುತ್ತದೆ ಈ ಮೂಲಕ ಕಡಿಮೆ ಅವಧಿಯಲ್ಲಿ ಹೆಚ್ಚಿನ ವಿಷಯ ಸಂಗ್ರಹಿಸಿಟ್ಟುಕೊಳ್ಳಬಹುದಾಗಿದೆ. ಇದು ಉತ್ತಮ ಕಲಿಕೆ, ನೆನಪಿನಲ್ಲಿಟ್ಟುಕೊಳ್ಳುವುದು ಮತ್ತು ಸಂಗ್ರಹಿಸಿದ ಮಾಹಿತಿಯನ್ನು ಪುನಃ ಸುಲಭವಾಗಿ ನೆನಪಿಸಿಕೊಳ್ಳುವುದು ಸಾಧ್ಯವಾಗಲಿದೆ. ಈ ಮೇಲಿನ ಎಲ್ಲ ಕ್ರಮಗಳು ಸಮಯ ಉಳಿಕೆಗೆ ಸಹಾಯ ಮಾಡುತ್ತವೆ.

ಈ ಮೇಲೆ ಹೇಳಿದ ಟಿಪ್ಸ್‌ಗಳ ಹೊರತಾಗಿ ಈ ಕೆಳಗಿನ ಅಂಶಗಳನ್ನು ಮನಸ್ಸಿನಲ್ಲಿಡಿ:

- **ಆಗಾಗ, ಆದರೆ ಸಣ್ಣ ಬಿಡುವು ಪಡೆದುಕೊಳ್ಳಿ.** ಈ ಸಂದರ್ಭದಲ್ಲಿ ಶೀಘ್ರ ಸ್ನಾನ, ನೀರು ಕುಡಿಯುವುದು ಆ ಮೂಲಕ ನಿಮ್ಮಷ್ಟಕ್ಕೆ ನೀವು ಉಲ್ಲಸಿತರಾಗಿ ಅಥವಾ ಬಿಡುಗಡೆ ಪಡೆಯಿರಿ. ಇದು ನಿಮ್ಮ ದೇಹಕ್ಕೆ ಒಂದು ಚಲನೆ ಒದಗಿಸುತವೆ. ಈ ಮೂಲಕ ನಿಮ್ಮ ದೇಹ ಕೆಲವು ಸ್ಥಿತಿಯಲ್ಲಿ ನಿರಂತರ ಕುಳಿತು ಸುಸ್ತಾಗಿರುವುದು ಕಡಿಮೆಯಾಗುತ್ತದೆ.
- **ಭಂಗಿ ಸರಿಪಡಿಸಿಕೊಳ್ಳಿ.** ಇದು ಕಲಿಕೆ ಪ್ರಕ್ರಿಯೆಯಲ್ಲಿ ಪ್ರಮುಖ ಪಾತ್ರ ವಹಿಸುತ್ತದೆ. ಇದು ಮನಸ್ಸನ್ನು ಜಾಗ್ರತ ಮತ್ತು ಕ್ರಿಯಾಶೀಲ ಸ್ಥಿತಿಯಲ್ಲಿ ಇಡುತ್ತದೆ. ಆ ಮೂಲಕ ನಿವು ಅಧ್ಯಯನದಲ್ಲಿ ಆಸಕ್ತಿ ಉಳಿಸಿಕೊಳ್ಳಬಹುದು.
- **ಒಂದು ಟೇಬಲ್ ಲ್ಯಾಂಪ್‌ಗಳನ್ನು** ವಿದ್ಯಾರ್ಥಿಗಳು ಅವರ ಪುಸಕದೊಂದಿಗೆ ಕುಳಿತ ಜಾಗದಲ್ಲಿ ಮಾತ್ರ ಹಚ್ಚಬೇಕು. ಇದು ಉತ್ತಮ ಏಕಾಗ್ರತೆಗೆ ಸಹಕರಿಸುತದೆ ಮತ್ತು ಮನಸ್ಸು ಪುಸ್ತಕದಿಂದ ಹೊರ ಹೋಗುವುದನ್ನು ತಡೆಯುತ್ತದೆ. ಏಕೆಂದರೆ ಕೋಣೆಯ ಉಳಿದ ಜಾಗ ಕತ್ತಲು ಮತ್ತು ಅಂಧಕಾರದಿಂದ ಕೂಡಿರುತ್ತದೆ.
- **ಒಂದು ಎಚ್ಚರಿಕೆಯ ಗಡಿಯಾರ.** ಇದು ವಿದ್ಯಾರ್ಥಿ ಜೀವನದ ಉತ್ತಮ ಮಿತ್ರ. ಇದು ಕೇವಲ ಸಮಯವನ್ನು ಮಾತ್ರ ತಿಳಿಸುವುದಿಲ್ಲ. ಜತೆಗೆ ಆತನ ಪೂರ್ವಯೋಜಿತ ಸಮಯದ ಕುರಿತೂ ಎಚ್ಚರಿಸುತ್ತದೆ. ಇದರ ಅಲರಾಂ ಮೂಲಕ ಸಮಯ ನಿಗದಿಗೊಳಿಸುವ ಸಾಧನವಾಗಿಯೊ ಕಾರ್ಯನಿರ್ವಹಿಸುತದೆ. ಈ ಮೂಲಕ ಮುಂದಿನ ಅಸೈನ್‌ಮೆಂಟ್ ಕೈಗೆತ್ತಿಕೊಳ್ಳಲು ಸಹಕಾರಿಯಾಗುತ್ತದೆ.

ಇಲ್ಲಿ ನೀವು ನಿಮ್ಮ ಸಮಯವನ್ನು ಪರಿಣಾಮಕಾರಿಯಾಗಿ ಬಳಸುವುದನ್ನು ಅಧ್ಯಯನ ಮಾಡಿದಿರಿ. ನೀವು ಸಮಯ ಉಳಿಕೆ ಮತ್ತು ಇತರ ರೀತಿಯಲ್ಲಿ ನಿಮಗೆ ಸಹಾಯಕವಾಗುವ ಹಲವು ಅಂಶಗಳ ಕುರಿತೂ ಪರೋಕ್ಷವಾಗಿ ತಿಳಿದುಕೊಂಡಿರಿ.

ಸಲಹೆ: ಇದು ನೀವು ಈ ಅಧ್ಯಾಯವನ್ನು ಎರಡರಿಂದ ಮೂರು ಬಾರಿ ಓದಿ. ಹಾಗಾದರೆ ಮಾತ್ರ ಇದು ನಿಮ್ಮಲ್ಲಿ ಒಂದು ಪರಿಣಾಮವನ್ನು ಉಂಟುಮಾಡೀತು.

***

ಸಮಯ	ಸೋಮವಾರ	ಮಂಗಳವಾರ	ಬುಧವಾರ	ಗುರುವಾರ	ಶುಕ್ರವಾರ	ಶನಿವಾರ	ಭಾನುವಾರ	ನೋಟ್ಸ್‌ಗಳು
5-6 ಎಎಂ	(ಎ) ಅಲಾರಾಂ ಇಟ್ಟುಕೊಂಡು ಎದ್ದುಕೊಳ್ಳಿ , ತಾಜಾತನಗೊಳ್ಳಿ ಮತ್ತು ಓದಿಗೆ ಕುಳಿತುಕೊಳ್ಳಿ						(ಎಂ) ಎದ್ದುಕೊಳ್ಳಿ ಹೋಗಿ	
6-7 ಎಎಂ	(ಬಿ) ಓದಿ ಮತ್ತು ಶಾಲೆಗೆ ತೆರಳಲು ಅಣಿಯಾಗಿ							
7-8 ಎಎಂ	(ಸಿ) ಸಿದ್ಧರಾಗಿ ಮತ್ತು ಶಾಲೆಗೆ ತೆರಳಿ							
8-9 ಎಎಂ	(ಡಿ) ಶಾಲೆಯಲಿ	(ಡಿ) ಶಾಲೆಯಲ್ಲಿ	(ಡಿ) ಶಾಲೆಯಲಿ	(ಡಿ) ಶಾಲೆಯಲಿ	(ಡಿ) ಶಾಲೆಯಲ್ಲಿ	(ಡಿ) ಶಾಲೆಯಲ್ಲಿ	(ಓ) ಓದಿ ಅಥವಾ ಹೋಗಿ	
9-10 ಎಎಂ								
10-11ಎಎಂ							(ಎನ್) ವಾಪಸ್	
11-12ಪಿಎಂ								
12-1 ಪಿಎಂ							(ಪಿ) *	
1-2 ಪಿಎಂ								
2-3 ಪಿಎಂ	(ಇ) ಮನೆಗೆ ಮರಳಿ ಮತ್ತು ನಿಮ್ಮಷ್ಟಕ್ಕೆ ನೀವು ಬಿಡುಗಡೆ ಹೊಂದಿ							
3-4 ಪಿಎಂ	(ಎಫ್) ಮುಕ್ತರಾಗಿ, ಹಗುರಾದ ಊಟ ಸೇವಿಸಿ ಮತ್ತು ಸಣ್ಣ ನಿದ್ದೆ ಮಾಡಿ(15–30 ನಿಮಿಷ ಮಾತ್ರ)							
4-5 ಪಿಎಂ	(ಜಿ) ನಿವಕ್ಷ್ಮಿ ಅಧ್ಯಯನ ಆರಂಭಿಸಿ ಅಥವಾ ಕೋಚಿಂಗ್ ಕ್ಲಾಸ್‌ಗೆ ಹಾಜರಾಗಿ.							
5-6 ಪಿಎಂ								
6-7 ಪಿಎಂ	(ಎಚ್) ಒಂದು ಸ್ನಾನ ಮಾಡಿ, ಸಣ್ಣ ರಿಪ್ರೆಷ್‌ಮೆಂಟ್, ಸ್ನಾಕ್ಸ್ ತಿನ್ನಿ ಮತ್ತು ನಿಮ್ಮ ಅಧ್ಯಯನ ಆರಂಭಿಸಿ							
7-8 ಪಿಎಂ	(ಐ) ನಿಮ್ಮ ಅಧ್ಯಯನ ಕೋಣೆಯಲ್ಲಿ ಅಧ್ಯಯನ ಮುಂದುವರಿಸಿ							
8-9 ಪಿಎಂ								
9-10 ಪಿಎಂ	(ಜೆ) ಮಾತನಾಡಿ ಮತ್ತು ನಿಮ್ಮ ಕುಟುಂಬದವರೊಂದಿಗೆ ಊಟ ಮಾಡಿ, ಅರ್ಧ ಗಕ್ಷಂಟೆ ಬ್ರೇಕ್ ತೆಗೆದುಕೊಳ್ಳಿ.							
10-11ಪಿಎಂ	(ಕೆ) ನಿಮ್ಮ ಅಧ್ಯಯನ ಕೋಣೆಯಲ್ಲಿ ಅಧ್ಯಯನ ಮುಂದುವರಿಸಿ.							

11-12 ಪಿಎಂ	(ಎಲ್) ನಿದ	
12-1 ಎಎಂ		
1-2 ಎಎಂ		
2-3 ಎಎಂ		
3-4 ಎಎಂ		
4-5 ಎಎಂ		

5-8 ಎಎಂ -- (ಎಂ) ಎದ್ದುಕೊಳ್ಳುವುದು, ಪಾರ್ಕಿಗೆ ತೆರಳುವುದು, ದೇಹವನ್ನು ಬೆಚ್ಚಗಾಗಿಸಿಕೊಳ್ಳುವುದು, ವ್ಯಾಯಾಮ ಮತ್ತು ಆಟ. ಅಥವಾ ಸುಮ್ಮನೇ ಮಲಗಿಕೊಂಡು ಕಳೆದ ವಾರದ ಸುಸ್ತು ಕಳೆಯಿರಿ

8-10 ಎಎಂ -- (ಎನ್) ಮನೆಗೆ ಬನ್ನಿ, ರಿಲ್ಯಾಕ್ಸ್ ಆಗಿ, ಸ್ನಾನ ಮಾಡಿ, ಉಪಾಹಾರ ಸೇವಿಸಿ, ಕುಳಿತು ಪಾಲಕರು ಮತ್ತು ಕುಟುಂಬ ಸದಸ್ಯರೊಂದಿಗೆ ಚರ್ಚಿಸಿ.

10-12 ಎಎಂ -- (ಒ) ಇದು ಆಯ್ಕೆಯದ್ದು, ದೈಹಿಕ ಚಟುವಟಿಕೆ ಬಳಿಕ ಬೆಳಗ್ಗೆ ಕೆಲವು ಸಮಯ ನಿದ್ದೆ ಮಾಡಿ. ಅಥವಾ ಆಹ್ಲಾದಕರ ಎನಿಸಿದರೆ ಅಧ್ಯಯನ ಕೈಗೊಳ್ಳಿ.

12-11 ಪಿಎಂ -- (ಪಿ) ಮಿತ್ರ ಅಥವಾ ಸಂಬಂಧಿಕರ ಮನೆಗೆ ತೆರಳಿರಿ, ಮನೆ ಅಥವಾ ಚಿತ್ರ ಮಂದಿರದಲ್ಲಿ ಸಿನಿಮಾ ನೋಡಿ, ಹೋಟೆಲ್‌ನಲ್ಲಿ ವಿಶೇಷ ಅಥವಾ ಸಾದಾ ಊಟ ಮಾಡಿ.

ಎರಡು ದೊಡ್ಡ ಕೆಲಸದ ವಾರದ ನಡುವಿನ ದಿನ ಭಾನುವಾರವಾಗಿದೆ. ಹಾಗಾಗಿ ಅದನ್ನು ನಿಮಗಾಗಿ ಬಳಸಿಕೊಳ್ಳಿ ಮತ್ತು ಇತರರಿಗಿಂತ ಮುಂದಿರಿ.

ಒಂದು ದಿನದ ರಜೆಯಲ್ಲಿ: ಈ ದಿನ ಇತರರನ್ನು ಹಿಂದಿಕ್ಕಿ ಮುಂದುವರಿಯುವ ದಿನವಾಗಿದೆ. ಏಕೆಂದರೆ ಅವರಲ್ಲಿ ಬಹುತೇಕರು ಮುಕ್ತರಾಗುವುದರಲ್ಲಿ ಮತ್ತು ಇತರ ಚಟುವಟಿಕೆಯಲ್ಲಿ ತೊಡಗಿಕೊಳ್ಳುತ್ತಾರೆ. ಇದು ನೀವು ನಿಮ್ಮ ಬದುಕಿನಲ್ಲಿ ಏನನ್ನು ಬಯಸುತ್ತೀರಿ ಎಂಬುದನ್ನು ಅವಲಂಬಿಸಿರುತ್ತದೆ.

ಈ ದಿನದಲ್ಲಿ ನೀವು ನಿಮ್ಮ ಅಧ್ಯಯನದ ವಿಧಾನ ಮತ್ತು ನಿದ್ದೆಯ ಅವಧಿಯಲ್ಲಿ ಕೆಲವು ಬದಲಾವಣೆ ಮಾಡಿಕೊಳ್ಳಬಹುದು. ಇದು ವೇಳಾಪಟ್ಟಿಯಿಂದ ಭಿನ್ನವಾಗಿರಬಹುದು. ಆದರೆ, ನೀವು ನಿಮ್ಮ ನಿದ್ರಾ ಅವಧಿಯನ್ನು ಕಡಿಮೆ ಮಾಡಬಾರದು.

ಒಂದಕ್ಕಿಂತ ಹೆಚ್ಚಿನ ರಜಾ ದಿನ: ನೀವು ಓದಿನಲ್ಲಿ ಹೆಚ್ಚು ಶಿಸ್ತುಬದ್ಧರೂ ಮತ್ತು ಹೆಚ್ಚು ತೊಡಗಿಸಿಕೊಂಡವರೂ ಆಗಿರುವುದರಿಂದ ಒಂದಕ್ಕಿಂತ ಹೆಚ್ಚಿನ ರಜಾದಿನ ಇದ್ದಲ್ಲಿ ಸ್ವಲ್ಪ ಮುಕ್ತತೆಯನ್ನು ಅನುಭವಿಸಿ. ಇದು ಮುಕ್ತವಾಗಲು ಮಾತ್ರ ಹೊರತು ಅನುಭವಿಸುವ ಸಲುವಾಗಿ ಸಮಯ ವ್ಯರ್ಥ ಮಾಡುವುದಲ್ಲ. ವಿದ್ಯಾರ್ಥಿ ಜೀವನ ಎಂದರೆ ಅಧ್ಯಯನ ಮಾತ್ರ. ನೆನಪಿನಲ್ಲಿಡಿ, ಈ ಸಮಯ ಬದುಕಿನಲ್ಲಿ ಮತ್ತೆ ಎಂದೂ ಬರುವುದಿಲ್ಲ. ಹಾಗಾಗಿ, ಇದನ್ನು ಈಗ ಸಾಧ್ಯವಾದಷ್ಟು ಹೆಚ್ಚು ಬಳಸಿ.

ಸಲಹೆ: ಭಾನುವಾರ ಮಾತ್ರ ನಾವು ನಮಗಾಗಿಯೇ ಕಳೆಯಬಹುದು. ಹಾಗಾಗಿ ಸಾಧ್ಯವಾದಷ್ಟು ಹೆಚ್ಚಿನ ಸಮಯವನ್ನು ಕಳೆದ ವಾರ ಹೇಳಿದ ವಿಷಯಗಳ ಅಧ್ಯಯನ, ಪುನರಾವರ್ತನೆ ಮಾಡಿ ಮತ್ತು ಮುಂದಿನ ವಾರಕ್ಕಾಗಿ ಸ್ವ-ಅಧ್ಯಯನ ಕೈಗೊಳ್ಳಿ.

***

ದಿನ–27

ಅಧ್ಯಯನದಲ್ಲಿ ಆಸಕ್ತಿ ಬೆಳೆಸಿಕೊಳ್ಳಿ

ಆಸಕ್ತಿ ಮತ್ತು ಪ್ರೇರಣೆಯಿಂದ ದೀರ್ಘ ಅವಧಿಯ ವರೆಗೆ ಅಧ್ಯಯನ ಕೈಗೊಳ್ಳುವುದು ಯಶಸ್ಸಿನ ಇನ್ನೊಂದು ಕೀಲಿ ಕೈ. ಕೆಲವು ವಿದ್ಯಾರ್ಥಿಗಳು ಆರಂಭದಿಂದಲೂ ಅವರ ಅಧ್ಯಯನದಲ್ಲಿ ಹೆಚ್ಚು ಜಾಗೃತರೂ ಮತ್ತು ಕ್ರಿಯಾಶೀಲರೂ ಆಗಿರುತ್ತಾರೆ. ಅವರ ಅಧ್ಯಯನದಲ್ಲಿ ಹೆಚ್ಚು ಆಸಕ್ತರೂ ಮತ್ತು ಶಾಲೆಯಲ್ಲಿ ಕೈಗೊಳ್ಳುವ ಎಲ್ಲ ಚಟುವಟಿಕೆಯಲ್ಲಿ ಪಾಲ್ಗೊಳ್ಳುವವರೂ ಆಗಿರುತ್ತಾರೆ. ನಿರಂತರ ಅಧ್ಯಯನದ ಹೊರತಾಗಿ, ಕೆಲವು ಪಠ್ಯಪೂರಕ ಚಟುವಟಿಕೆಗಳಾಂದ ಕ್ರೀಡೆ ಮತ್ತು ಆಟ, ಪ್ರದರ್ಶನ, ಚರ್ಚಾಸ್ಪರ್ಧೆ, ನಾಟಕ, ಹಾಡು ಅಥವಾ ನೃತ್ಯ ಸ್ಪರ್ಧೆ ಇತ್ಯಾದಿಗಳೂ ಇರುತ್ತವೆ. ಇನ್ನು ಕೆಲವು ವಿದ್ಯಾರ್ಥಿಗಳಿರುತ್ತಾರೆ ಅವರು ತಮ್ಮ ಧೋರಣೆಯಲ್ಲಿ ನಿಧಾನರೂ ಮತ್ತು ಆಲಸಿಗಳೂ ಆಗಿರುತ್ತಾರೆ. ಅವರು ಹಗಲುಗನಸು ಕಾಣುವುದರಲ್ಲಿ, ಶಾಲೆಯ ಸುತ್ತ ಮತ್ತು ಶಾಲೆ ನಂತರವೂ ವ್ಯರ್ಥವಾಗಿ ತಿರುಗುವದರಲ್ಲೇ ಸಮಯ ವ್ಯರ್ಥಮಾಡುತ್ತಾರೆ.

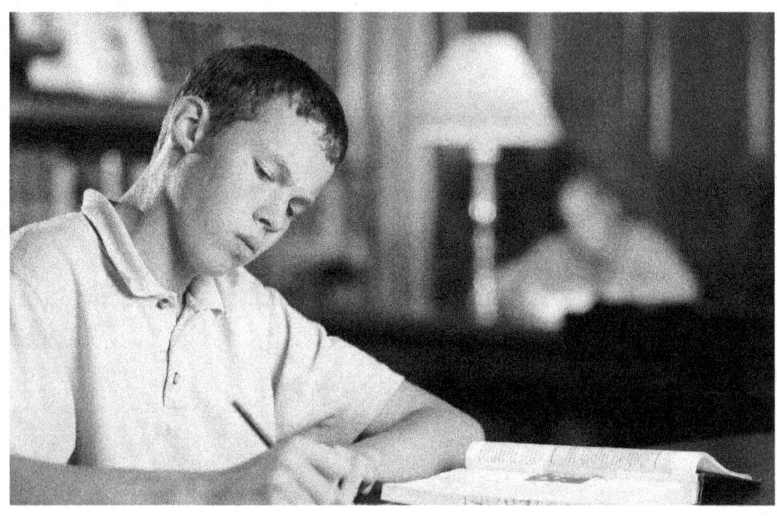

ವಿದ್ಯಾರ್ಥಿಗಳು ಅಧ್ಯಯನದಲ್ಲಿ ಅರ್ಜಿತ ಮತ್ತು ಕಠಿಣ ಪರಿಶ್ರಮದ ಧೋರಣೆ ರೂಪಿಸಿಕೊಳ್ಳುವಂತೆ ಮಾಡಲು ಹಲವು ಅಂಶಗಳು ಪ್ರಭಾವ ಬೀರುತ್ತವೆ. ಇದು ಅವರು ಪರೀಕ್ಷೆಯಲ್ಲಿ ಮತ್ತು ಇತರ ಸ್ಪರ್ಧೆಗಳಲ್ಲಿ ಪ್ರತಿಭಾವಂತರಾಗಲು ಕಾರಣವಾಗುತ್ತದೆ. ವಿದ್ಯಾರ್ಥಿಗಳ ಸಾಮಾಜಿಕ ಮತ್ತು ಆರ್ಥಿಕ ಹಿನ್ನೆಲೆ ಮತ್ತು ಅವರ ಪಾಲಕರು ಅಧ್ಯಯನ ಕುರಿತ ಪಾಲಕರ ಮನಃಶಾಸ್ತ್ರೀಯ ಅರಿವುಗಳು ವಿದ್ಯಾರ್ಥಿಗಳು ಭಿನ್ನವಾಗಲು ಇರುವ ಕಾರಣಗಳಾಗಿವೆ. ಇತರ ಸಾಮಾನ್ಯ ಕಾರಣಗಳೆಂದರೆ ಅವರು ಬೆಳವಣಿಗೆ ಹೊಂದುವಾಗಿನ ಮನೆಯ ಪರಿಸರ, ಮನೆಯಲ್ಲಿನ ಚಿಂತೆ ಮತ್ತು ಒತ್ತಡಗಳು, ಪಾಲಕರ ಪರಸ್ಪರ ಸಂಬಂಧ, ವಿದ್ಯಾರ್ಥಿಗಳಿಗೆ ಹಣಕಾಸಿನ ಮತ್ತು ಭಾವನಾತ್ಮಕ ಬೆಂಬಲ ಇತ್ಯಾದಿ.

ಇಂದಿನ ದಿನಾಂಕ: ....../......./
(ದಯವಿಟ್ಟು ಪೆನ್ಸಿಲ್‌ನಲ್ಲಿ ಬರೆಯಿರಿ)

ಮಕ್ಕಳ ಆರಂಭಿಕ ವಯಸ್ಸಿನಲ್ಲಿ ದೊಡ್ಡದಾಗಿಸುವ ಮತ್ತು ಪ್ರೇರಣೆ ತುಂಬುವ ವಿಧಾನ, ಮೌಲ್ಯ ಮತ್ತು ಮೂಲ ಚಿಂತನೆಗಳನ್ನು ಅವರ ಪಾಲಕರು, ಹಿರಿಯರು ಮತ್ತು ಶಿಕ್ಷಕರು ಹೇಳಿಕೊಡುವ ವಿಧಾನ ಅವರ ಯಶಸ್ಸಿನಲ್ಲಿ ಪ್ರಮುಖ ಪಾತ್ರ ವಹಿಸುತ್ತದೆ. ಇದ-ರಿಂದಾಗಿ ಅವರು ಧನಾತ್ಮಕ ಮತ್ತು ಪಾಲಕರನ್ನು, ಕುಟುಂಬದವರನ್ನು, ಶಿಕ್ಷಕರನ್ನು ಮತ್ತು ಸಮಾಜವನ್ನು ಗೌರವಿಸುವ ಮನೋಭಾವವನ್ನು ರೂಢಿಸಿಕೊಳ್ಳುತ್ತಾರೆ. ಮತ್ತು ಅವರು ಶಿಕ್ಷಣದ ಮಹತ್ವವನ್ನು, ಕಠಿಣ ಪರಿಶ್ರಮವನ್ನು, ಶಿಸ್ತನ್ನು, ಪ್ರಾಮಾಣಿಕತೆಯನ್ನು ಮತ್ತು ಜೀವನದಲ್ಲಿ ಯಶಸ್ಸನ್ನು ಕಾಣುತ್ತಾರೆ.

ಕಲಿಕೆ ಎಂಬುದು ನಿಧಾನ ಮತ್ತು ನಿರಂತರ ಪ್ರಕ್ರಿಯೆ. ಪ್ರತಿ ದಿನ ಸಣ್ಣ ಭಾಗವನ್ನು ಓದಿ, ಅರ್ಥೈಸಿಕೊಂಡು, ಕಲಿತು ನೆನಪಿನಲ್ಲಿಟ್ಟುಕೊಂಡರೆ ಜ್ಞಾನ ಬೆಳೆಯುತ್ತದೆ. ಹಾಗಾಗಿ ಅರ್ಥೈಸಿಕೊಳ್ಳದೇ ಪರೀಕ್ಷೆ ವೇಳೆಯಲ್ಲಿ ಓದುವುದು ಮತ್ತು ಕಲಿಯುವುದು ನಿಮಗೇ ಮಾಡಿಕೊಳ್ಳುವ ಮೋಸ. ಹಲವು ವಿದ್ಯಾರ್ಥಿಗಳು ಪರೀಕ್ಷೆಯಲ್ಲಿ ಉತ್ತಮ ಅಂಕವನ್ನೇ ಪಡೆಯಬಹುದು. ಆದರೆ, ಅಂತಹ ಸಾಧನೆಯಲ್ಲಿ ವಿಷಯವನ್ನು ಸರಿಯಾಗಿ ಅರ್ಥೈಸಿಕೊಳ್ಳುವುದು ನಡೆಯುವುದಿಲ್ಲ.

ಪರೀಕ್ಷೆಗೆ ಕೆಲವು ದಿನಗಳಿರುವಾಗ ಅಧ್ಯಯನ ಕೈಗೊಳ್ಳುವುದು ಆರೋಗ್ಯಕ್ಕೂ ಹಾನಿಕರ. ಈ ಸಂದರ್ಭದಲ್ಲಿ ವಿದ್ಯಾರ್ಥಿಗಳು ಮಾನಸಿಕ ಮತ್ತು ದೈಹಿಕ ಒತ್ತಡಕ್ಕೆ ಒಳಗಾಗುತ್ತಾರೆ. ಇದು ಅವರ ನರಮಂಡಳಕ್ಕೆ ಮತ್ತು ಜೀರ್ಣಕ್ರಿಯೆಯ ವ್ಯವಸ್ಥೆ ಮೇಲೆ ಹಾನಿ ಉಂಟುಮಾಡುತ್ತದೆ. ನರ್ವಸ್ ಆಗುವುದು, ಗೊಂದಲ, ತಲೆನೋವು, ಮೈಗ್ರೇನ್, ಇರಿಟೇಷನ್, ಕಣ್ಣುರಿ, ಪರೀಕ್ಷಾ ಜ್ವರ, ಅಜೀರ್ಣ, ಎಸಿಡಿಟಿ, ಅಲ್ಸರ್ ಇತ್ಯಾದಿ ವಿದ್ಯಾರ್ಥಿಗಳು ಎದುರಿಸುವ ಸಾಮಾನ್ಯ ಸಮಸ್ಯೆಯಾಗಿದೆ. ಇವುಗಳಲ್ಲಿ ಕೆಲವು ಪರೀಕ್ಷೆ ನಂತರವೂ ಮುಂದುವರಿದು ಜೀವನ ಪೂರ್ತಿ ಕಾಡಬಹುದು. ಹಾಗಾಗಿ ಆರಂಭದಿಂದಲೇ ಅಧ್ಯಯನಕ್ಕೆ ಒತ್ತು ನೀಡದೇ ಇರುವುದು ಆರೋಗ್ಯ ಮತ್ತು ಕರೀಯರ್ ಹಾಳುಮಾಡಿಕೊಳ್ಳುವುದಕ್ಕೆ ಕಾರಣವಾಗಬಹುದು.

ಇದೆಲ್ಲಕ್ಕಿಂತ ಹೆಚ್ಚಾಗಿ, ಒಮ್ಮೆ ಸಮಯ ಹಾಳಾದರೆ ಅದು ಎಂದೂ ಹಾಳಾದಂತೆ. ಒಮ್ಮೆ ಕ್ಲಾಸ್ ಮುಗಿದರೆ ಅದನ್ನು ನೀವು ಪುನಃ ಪಡೆಯಲಾರಿರಿ. ಪುನಃ ಆರಂಭಿಸುವುದು ಮತ್ತು ಕಲಿಕೆ ಸಾಧ್ಯವಿಲ್ಲ. ನೀವು ಈ ಹಿಂದಿನ ತರಗತಿಯಲ್ಲಿ ಏನನ್ನು ಪಡೆದಿದ್ದೀರಿ ಅದರಿಂದಲೇ ನೀವು ಮುಂದುವರಿಯಬೇಕು. ಮತ್ತು ಮುಂದಿನ ವರ್ಗದಲ್ಲಿ ನೀವು ಇನ್ನೂ ಹೆಚ್ಚಿನ ಸಮಸ್ಯೆಗೆ ಈಡಾಗುತ್ತೀರಿ. ಇದರಿಂದಾಗಿ ನೀವು ಮುಂದುವರಿದ ಅಧ್ಯಾಯವನ್ನು ಅರ್ಥೈಸಿಕೊಳ್ಳಲು ಸಮಸ್ಯೆ ಎದುರಿಸಬೇಕಾಗುತ್ತದೆ. ಈ ಹಿಂದೆ ನೀವು ಕಲಿಯುವ ತಂತ್ರವನ್ನು, ವಿಧಾನವನ್ನು ಮತ್ತು ಸಮಸ್ಯೆ ಬಗೆಹರಿಸುವ ಮತ್ತು ಪರಿಹಾರದ ವಿಚಾರವನ್ನು ತಪ್ಪಿಸಿಕೊಂಡರೆ ಈ ರೀತಿ ಸಮಸ್ಯೆ ಸೃಷ್ಟಿಯಾಗುತ್ತದೆ. ಹಾಗಾಗಿ, ನಿಮ್ಮ ಪಠ್ಯವನ್ನು ಸರಿಯಾಗಿ ಕಲಿತುಕೊಳ್ಳುವುದಕ್ಕೆ ಪರೀಕ್ಷೆಯಲ್ಲಿ ಹೆಚ್ಚಿನ ಅಂಕಗಳಿಕೆಗಿಂತಲೂ ಹೆಚ್ಚಿನ ಒತ್ತು ನೀಡಬೇಕು.

ಆರಂಭದಿಂದಲೇ ಅಧ್ಯಯನ ಕೈಗೊಳ್ಳುವುದರಿಂದ ವಿದ್ಯಾರ್ಥಿಗಳು ಪರೀಕ್ಷೆಗೂ ಮುನ್ನ ಹಲವು ಬಾರಿ ಅದೇ ಅಧ್ಯಾಯವನ್ನು ಓದಲು ಸಹಕಾರಿಯಾಗುತ್ತದೆ. ಇದು ಪರೀಕ್ಷಾ ಸಿದ್ಧತೆಯ ಸಂದರ್ಭದಲ್ಲಿ ಅತಿ ಕಡಿಮೆ ಒತ್ತಡ ಅನುಭವಿಸಲು ಕಾರಣವಾಗುತ್ತದೆ. ಎರಡನೇಯದಾಗಿ, ಮುಂದಿನ ಅಧ್ಯಾಯಗಳು ಈ ಹಿಂದಿನ ಅಧ್ಯಾಯದ ನೆಲೆಗಟ್ಟನ್ನು ಹೊಂದಿರುತ್ತವೆ. ಹಾಗಾಗಿ, ಅವು ಹೆಚ್ಚಿನ ಪ್ರಭಾವ ಉಂಟುಮಾಡಿ ಉತ್ತಮ ಅರ್ಥೈಸಿಕೊಳ್ಳುವಿಕೆ ಮತ್ತು ಪರೀಕ್ಷೆಯನ್ನು ಉತ್ತಮವಾಗಿ ಎದುರಿಸಲು ಕಾರಣವಾಗುತ್ತದೆ.

ಇಡೀ ವರ್ಷದಲ್ಲಿ ಎಲ್ಲ ವಿಷಯಗಳೂ ಶಾಂತ ಮತ್ತು ಮುಕ್ತ ಮನಸ್ಸಿನ ಸ್ಥಿತಿಯಲ್ಲಿ ಉಜಳಣೆಗೊಳ್ಳುತ್ತವೆ. ಈಗ ನೀವು ನಿಮ್ಮ ಯಶಸ್ಸನ್ನು ದೃಶ್ಯೀಕರಿಸಿಕೊಂಡು, ನಿಮ್ಮ ಮನಸ್ಸು ಆ ಕುರಿತು ವಿಶ್ವಾಸ ಹೊಂದಲು ಸಾಧ್ಯವಾಗುತ್ತದೆ. ಈ ರೀತಿಯ ಧನಾತ್ಮಕ ಮನೋಭಾವದ ತಂತ್ರವನ್ನು ಟಿಲೇಟೆಂಟ್ ಲರ್ನಿಂಗ್‌ಟಿ ಎನ್ನುತ್ತಾರೆ. ಈ ರೀತಿಯಲ್ಲಿ ಮನಸ್ಸು ಜಾಗ್ರತ ಮತ್ತು ಕ್ರಿಯಾಶೀಲವಾಗಿರುತ್ತದೆ ಮತ್ತು ಯಾವುದೇ ರೀತಿಯ ಸುಸ್ತು ಉಂಟಾಗುವುದಿಲ್ಲ. ಇದು ಮುಂದೆ ನಿಮ್ಮ ಬದುಕಿನುದ್ದಕ್ಕೂ ಉತ್ತಮವಾಗಿ ಕಾರ್ಯನಿರ್ವಹಿಸಲು ಸಹಕರಿಸುತ್ತದೆ.

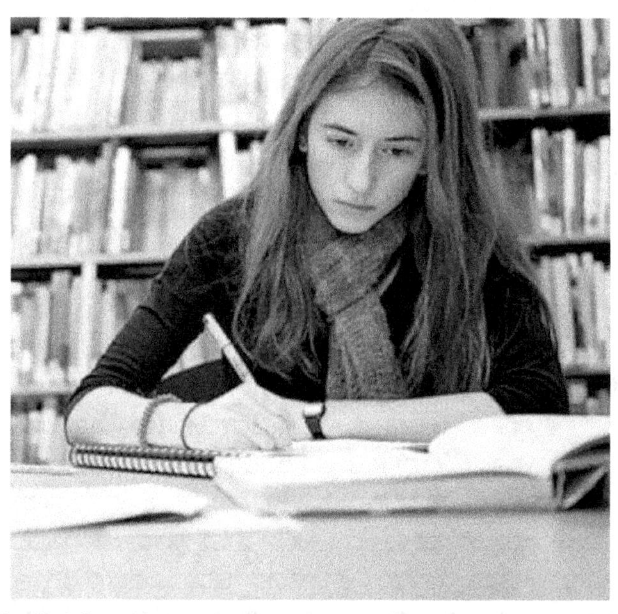

20ನೇ ಶತಮಾನದಲ್ಲೇ ಮನುಷ್ಯನ ಅಸ್ತಿತ್ವದ ಎಲ್ಲ ಕ್ಷೇತ್ರದಲ್ಲಿ ಭಾರೀ ಸಂಶೋಧನೆಗಳು, ಅನ್ವೇಷಣೆಗಳು, ಹುಡುಕಾಟಗಳು ನಡೆದಿವೆ. ಈ ಹಿಂದಿನ ಎಲ್ಲ ಸಂಶೋಧನೆಗಳಿಂತ ಅವು ಅಸಂಖ್ಯಾತವಾಗಿದ್ದು, ಪ್ರತಿ ದಿನವೂ ಅವುಗಳ ಸಂಖ್ಯೆ ವೇಗವಾಗಿ ಹೆಚ್ಚುತ್ತಿದೆ. ಹಾಗಾಗಿ, ಈಗಿನ ವಿದ್ಯಾರ್ಥಿಗಳು ಈ ಹಿಂದಿನವರಿಗಿಂತಲೂ ಹೆಚ್ಚಿನ ಸಮಯ ಮತ್ತು ಪರಿಶ್ರಮವನ್ನು ನೀಡಬೇಕಾಗುತ್ತದೆ. ಏಕೆಂದರೆ, ಅವರು ಈ ವರೆಗಿನ ಹೆಚ್ಚಿನ ಸಂಖ್ಯೆಯ ಸಂಶೋಧನೆ, ಅನ್ವೇಷಣೆ ಮತ್ತು ತಂತ್ರಗಳನ್ನು ಅರ್ಥೈಸಿಕೊಳ್ಳಬೇಕಾಗುತ್ತದೆ. ಆದರೆ, ಪ್ರತಿಯೊಬ್ಬರಿಗೂ ಸಮಯ ಮಿತವಾಗಿರುವುದರಿಂದ ಓದಿನ ವೇಗ, ಬರವಣಿಗೆ ಮತ್ತು ಅರ್ಥೈಸಿಕೊಳ್ಳುವಿಕೆ ಗಣನೀಯವಾಗಿ ಹೆಚ್ಚಬೇಕಾಗುತ್ತದೆ.

ಪ್ರತಿಯೊಬ್ಬ ವಿದ್ಯಾರ್ಥಿಯೂ ಆತನದೇ ಆದ ಓದುವ, ಬರೆಯುವ ಮತ್ತು ಕಲಿಯುವ ಸಾಮರ್ಥ್ಯ ಹೊಂದಿರುತ್ತಾನೆ. ಮನಸ್ಸು ಮುಕ್ತವಾಗಿ ಮತ್ತು ಆಹ್ಲಾದಕರವಾಗಿದ್ದು ಹೊಸ ಮಾಹಿತಿಯನ್ನು ಹೀರಿಕೊಂಡಾಗ ಮಾತ್ರ ವೇಗದ ಓದು ವಿಶೇಷ ಫಲಿತಾಂಶ ನೀಡಬಲ್ಲುದು. ಇಲ್ಲದೇ ಹೋದರೆ ಅದು ಮನಸ್ಸು ವಿಶ್ಲೇಷಿಸಿಕೊಳ್ಳದೇ ಅಥವಾ ಗ್ರಹಿಸಿಕೊಳ್ಳದೇ ಸರಳ ಓದಾಗಿ ಪರಿಣಮಿಸಬಹುದು. ವೇಗವಾಗಿ ಓದುವ ಕಾಲದೊಂದಿಗೆ ಏಗಲು ನೀವು ನಿಮ್ಮ ಮನಸ್ಸಿಗೆ ವೇಗದ ಓದು ಮತ್ತು ಬರವಣಿಗೆಯ

ತರಬೇತಿ ನೀಡಬೇಕಾಗುತ್ತದೆ. ಇದಕ್ಕೆ ನೀವು ಪ್ರತಿ ಶನಿವಾರ ಸಂಜೆ 10–15 ನಿಮಿಷ ಮೀಸಲಿಡಬೇಕಾಗುತ್ತದೆ ಮತ್ತು ನಿಮ್ಮ ಓದಿನ ಮತ್ತು ಬರವಣಿಗೆಯ ವೇಗವನ್ನು ಅಳತೆ ಮಾಡಬೇಕಾಗುತ್ತದೆ. ಜತೆಗೆ, ಮುಂದಿನ ಉಪಯೋಗಕ್ಕಾಗಿ ಒಂದು ದಾಖಲೆಯನ್ನೂ ನಿರ್ವಹಿಸಿ.

ನಿಮ್ಮ ವೇಗವನ್ನು ಪರೀಕ್ಷಿಸುವುದು ಹೇಗೆ

- ಒಂದು ನಿಲ್ಲುವ ಗಡಿಯಾರ ಅಥವಾ ಅಲಾರಾಂ ಬಳಸಿ ಒಂದು ನಿರ್ದಿಷ್ಟ ಭಾಷೆಯ ಕೆಲವು ವಾಕ್ಯಗಳನ್ನು 5 ನಿಮಿಷ ತಡೆಯಿಲ್ಲದೇ ಓದಿ. ನಿಮ್ಮ ಪಠ್ಯ ಯಾವ ಭಾಷೆಯಲ್ಲಿದೆಯೋ ಆ ಭಾಷೆಯನ್ನೇ ಆಯ್ದುಕೊಳ್ಳಿ.
- ಸರಿಯಾಗಿ 5 ನಿಮಿಷಕ್ಕೆ ನಿಲ್ಲಿಸಿ.
- ಈಗ ನೀವು ಓದಿದ ಶಬ್ದಗಳ ಸಂಖ್ಯೆಯನ್ನು ಎಣಿಸಿ ಮತ್ತು ಅದನ್ನು ಐದರಿಂದ ಭಾಗಿಸಿ. ಅಂದರೆ, ಬರಹವನ್ನು ಓದಿದ ನಿಮಿಷದಿಂದ ಭಾಗಿಸಿ.
- ಈ ರೀತಿಯಲ್ಲಿ ನಿಮ್ಮ ವೇಗ ದೊರೆಯುತ್ತದೆ. ಅಂದರೆ ನಿಮಿಷಕ್ಕೆ ನೀವು ಓದುವ ಸರಾಸರಿ ಶಬ್ದಗಳ ಸಂಖ್ಯೆ.
- ಇದೇ ವಿಧಾನವನ್ನು ಬರವಣಿಗೆ ಮತ್ತು ಟೈಪಿಂಗ್‌ಗೂ ಬಳಸಿ.
- ಈ ಅಭ್ಯಾಸವನ್ನು ಪ್ರತಿ ಶನಿವಾರ ಸಂಜೆ ಪುನರಾವರ್ತಿಸಿ. ನಿಮ್ಮ ಪ್ರಗತಿಯನ್ನು ಗಮನಿಸಿ.

ನಿಮ್ಮ ವೇಗವನ್ನು ಹೆಚ್ಚಿಸಿಕೊಳ್ಳುವುದು ಹೇಗೆ

- ಸೋಮವಾರದಿಂದ ಆರಂಭಿಸಿ, ಪ್ರತಿ ದಿನ ಎರಡು ವಿಷಯವನ್ನು ಆಯ್ದುಕೊಳ್ಳಿ.
- ಉದ್ದೇಶಿತ ಟಾಪಿಕ್‌ಅನ್ನು ನೀವು ಸಾಮಾನ್ಯವಾಗಿ ಓದುವ ವೇಗಕ್ಕಿಂತ ವಿಶೇಷ ವೇಗವಾಗಿ ಓದಿ. ನಿಮ್ಮ ವೇಗ ವೃದ್ಧಿಸಿಕೊಳ್ಳುವ ಅಭ್ಯಾಸವಾಗಿ ಇದನ್ನು ಕೈಗೊಳ್ಳಿ.
- ವೇಗವಾಗಿ ಓದುವುದನ್ನು ಮುಗಿಸಿದ ಬಳಿಕ, ಅದೇ ಅಧ್ಯಾಯವನ್ನು ಸಾಮಾನ್ಯ ವೇಗದಲ್ಲಿ ಓದಿ ಅದನ್ನು ಸರಿಯಾಗಿ ಅರ್ಥೈಸಿಕೊಳ್ಳಿ ಮತ್ತು ನಿಮ್ಮ ಸಾಮಾನ್ಯ ಅಧ್ಯಯನದೊಂದಿಗೆ ಮುಂದುವರಿಯಿರಿ.
- ಹಂತ ಹಂತವಾಗಿ ನಿಮ್ಮ ಮನಸು ವಿಷಯವನ್ನು ವೇಗವಾಗಿ ಓದಲು ಮತ್ತು ಅರ್ಥೈಸಿಕೊಳ್ಳಲು ತರಬೇತಿ ಪಡೆಯುತ್ತದೆ. ಹಾಗಾಗಿ ಅದೇ ವಿಷಯವನ್ನು ಮತ್ತೆ ಪುನಃ ಓದುವುದು ಕಡಿಮೆಯಾಗುತ್ತದೆ ಮತ್ತು ನಿಲ್ಲುತ್ತದೆ.
- ದಿನದಿಂದ ದಿನಕ್ಕೆ ವಿವಿಧ ವಿಷಯದ ಪರಿಪೂರ್ಣ ಪಠ್ಯವೂ ವೇಗವಾಗಿ ಓದುವುದು ಮತ್ತು ನೆನಪಿನಲ್ಲಿಟ್ಟುಕೊಳ್ಳುವುದು ನಿಮ್ಮ ಮನಸ್ಸಿಗೆ ಸಾಧ್ಯವಾಗಲಿದೆ. ಇದರಿಂದಾಗಿ ಹೆಚ್ಚಿನ ಪಾಠವನ್ನು ಓದಿ ಮುಗಿಸಲು ಸಾಧ್ಯವಾಗುತ್ತದೆ.
- ಇದರಿಂದಾಗಿ ಅದೇ ಪಠ್ಯವನ್ನು ಕಡಿಮೆ ಅವಧಿಯಲ್ಲಿ ಓದಿ ಸಮಯ ಉಳಿಸಲು ಸಾಧ್ಯವಾಗಲಿದೆ. ಮತ್ತು ಉಳಿದ ಸಮಯವನ್ನು ಇತರ ಮಹತ್ವದ ಯೋಜನೆ ಮತ್ತು ಸಂಶೋಧನೆಗೆ ತೊಡಗಿಸಿಕೊಳ್ಳಲು ಸಾಧ್ಯವಾಗಲಿದೆ.
- ಜತೆಗೆ, ಎಲ್ಲ ವಿಷಯಗಳ ನೋಟ್ಸ್ ಮಾಡಿಕೊಳ್ಳಿ. ಇದು ಸಹ ವಿಶೇಷವಾಗಿ ಸಮಯ ಉಳಿಸುತ್ತದೆ.
- ಈ ವಿಧಾನಗಳು ನಿಮ್ಮನ್ನು ಇತರರಿಗಿಂತ ಮುಂದಕ್ಕೆ ಒಯ್ಯುತ್ತದೆ.
- ಈಗ ನೀವು ಪ್ರತಿಯೊಂದು ವಿಷಯದಲ್ಲಿ ಮುನ್ನಡೆ ಸಾಧಿಸುತ್ತೀರಿ ಮತ್ತು ಪ್ರತಿಭಾವಂತರಾಗುತ್ತೀರಿ.

ವೇಗವಾಗಿ ಓದುವಾಗ ತೆಗೆದುಕೊಳ್ಳಬೇಕಾದ ಎಚ್ಚರಿಕೆ ಕ್ರಮಗಳು

- ವೇಗವಾಗಿ ಓದುವಾಗ ಶಬ್ದಗಳನ್ನು ಬಿಟ್ಟುಬಿಡಬೇಡಿ ಅಥವಾ ತಪ್ಪಾಗಿ ಓದಬೇಡಿ. ಹಾಗಾದರೆ ನಿಮ್ಮ ಕಲಿಕೆ ನಿಧಾನವಾಗುತ್ತದೆ ಮತ್ತು ಸ್ಪೆಲಿಂಗ್, ವ್ಯಾಕರಣ, ಕಾಲ, ಪಂಕ್ಚುವೇಷನ್‌ಗಳಲ್ಲಿ ಮತ್ತು ವಿಷಯದ ಸಾಮಾನ್ಯ ಅರ್ಥೈಸಿಕೊಳ್ಳುವಿಕೆಯಲ್ಲೂ ದೋಷ ಹೆಚ್ಚುತ್ತದೆ.
- ಹಲವು ಸಂದರ್ಭಗಳಲ್ಲಿ ಅಂತಹ ದೋಷಗಳು ಬದುಕಿನಲ್ಲಿ ಮಹಾಪರಾಧಕ್ಕೆ ಮತ್ತು ಅತಿ ಎನಿಸುವ ಪರಿಸ್ಥಿತಿ ನಿರ್ಮಾಣಕ್ಕೆ ಕಾರಣವಾಗಲಿದೆ. ಜತೆಗೆ ವ್ಯಕ್ತಿಯ ಶಿಕ್ಷಣ, ಕಲಿಕೆ ಮತ್ತು ಸಾಮರ್ಥ್ಯ ಕುರಿತು ಪ್ರಶ್ನೆ ಮೂಡಲು ಕಾರಣವಾದೀತು.
- ಹಾಗಾಗಿ ಓದುವಾಗ ಯಾವಾಗಲೂ ಕಾಳಜಿ ವಹಿಸಿ ಮತ್ತು ಪ್ರತಿಯೊಂದು ಶಬ್ದವನ್ನು ಎಚ್ಚರಿಕೆಯಿಂದ ಸರಿಯಾದ ಅರ್ಥ ಮತ್ತು ಹಿನ್ನೆಲೆಯಲ್ಲಿ ಓದಿ.
- ಬರೆಯುವಾಗಲೂ ಶಬ್ದಗಳ ಮತ್ತು ವಾಕ್ಯಗಳ ರಚನೆ ಪರಿಪೂರ್ಣವಾಗಿರಬೇಕು. ಇದರಿಂದಾಗಿ ಸರಿಯಾದ ಅರ್ಥ ಮತ್ತು ತಾರ್ಕಿಕತೆ ಮೂಡುತ್ತದೆ.
- ಇತ್ತೀಚಿನ ದಿನಗಳಲ್ಲಿ ಸ್ವರಗಳಾದ (ಎ, ಇ, ಐ, ಓ, ಯು) ಗಳನ್ನು ಸಮಯ ಉಳಿಸುವ ಸಲುವಾಗಿ ಶಬ್ದಗಳಿಂದ ಬಿಟ್ಟುಬಿಡಲಾಗುತ್ತಿದೆ. ಇದು ವಾಸ್ತವದಲ್ಲಿ

ಮನಸ್ಸನ್ನು ಗೊಂದಲಕ್ಕೀಡುಮಾಡುತ್ತದೆ. ಇಲ್ಲಿ ಒಂದು ಸಣ್ಣ ಉದಾಹರಣೆಯಿದೆ

ಸರಿಯಾದ ದಾರಿ: ಬೇಗ ಮಲಗಿ, ಬೇಗ ಏಳುವುದು ಮನುಷ್ಯನನ್ನು ಆರೋಗ್ಯವಂತ, ಭಾಗ್ಯವಂತ ಮತ್ತು ಬುದ್ಧಿವಂತನನ್ನಾಗಿಸುತ್ತದೆ.

ರಹದಾರಿ ಅಥವಾ ತಪ್ಪು ದಾರಿ: ಎರ್ಲಿ ಬಿಡಿ, ಎರ್ಲಿ ಟಿ ಆರ್‌ಸಿ ಮೆಕ್ಸ್ ಎ ಎಂಎನ್ ಹೆಲ್ತಿ, ವೆಲ್ತಿ ಎನ್‌ಡಿ ಡಬ್ಲ್ಯೂಎಸ್

- ಹಂತ ಹಂತವಾಗಿ ಕೆಲವು ವರ್ಷದ ಬಳಿಕ ನಿಮ್ಮ ಮನಸ್ಸು ಭಾರೀ ಗೊಂದಲಕ್ಕೀಡಾಗುತ್ತದೆ ಮತ್ತು ಆಗ ತಪ್ಪು ಮತ್ತು ಸರಿ ನಡುವೆ ವ್ಯತ್ಯಾಸ ಕಂಡುಹಿಡಿಯಲು ವಿಫಲವಾಗಬಹುದು.

ವೇಗವಾಗಿ ಓದುವುದು ಮನಸ್ಸನ್ನು ಜಾಗೃತಗೊಳಿಸುತ್ತದೆ ಮತ್ತು ಚುರುಕಾಗಿಸುತ್ತದೆ. ವಿದ್ಯಾರ್ಥಿಗಳು ನಿತ್ಯದ ಚಟುವಟಿಕೆಯಲ್ಲೂ ಹೆಚ್ಚು ಕ್ರಿಯಾಶೀಲರಾಗುತ್ತಾರೆ. ಲಭ್ಯವಿರುವ ಸಂಖ್ಯೆಗಳ ಆಧಾರದ ಮೇಲೆ ಮನಸ್ಸಿಗೆ ತರಬೇತಿ ನೀಡಬಾರದು. ಆದರೆ, ಅದನ್ನು ನಿಧಾನವಾಗಿ ಮತ್ತು ನೇರವಾಗಿ ಪ್ರಸ್ತುತ ನಿಮ್ಮ ಮನಸ್ಸಿನ ಸಾಮರ್ಥ್ಯದ ಆಧಾರದ ಮೇಲೆ ಆರಂಭಿಸುವುದು ಭಾರೀ ಪ್ರಮುಖವಾಗುತ್ತದೆ. ಈ ವಿಧದಲ್ಲಿ ಮಾತ್ರ ನಿಮ್ಮ ಕಲಿಕೆ ಪ್ರಕ್ರಿಯೆ ಉತ್ತಮವಾಗುತ್ತದೆ. ಇಲ್ಲದೇ ಹೋದರೆ ಮನಸ್ಸು ಮತ್ತೆ ಒತ್ತಡಕ್ಕೆ ಈಡಾಗುತ್ತದೆ ಮತ್ತು ಅಲ್ಲಿ ಟೆನ್ಷನ್ ಸೃಷ್ಟಿಯಾಗುತ್ತದೆ.

ಸಲಹೆ: ಇಂದು ನೀವು ಈ ಅಧ್ಯಾಯವನ್ನು ಕನಿಷ್ಠ ಎರಡರಿಂದ ಮೂರು ಬಾರಿ ನಿಮ್ಮ ಓದಿನ ವೇಗ ಹೆಚ್ಚಿಸಿಕೊಳ್ಳುವ ದಿಶೆಯಲ್ಲಿ ಒತ್ತು ನೀಡಿ ಓದಿ.

***

ದಿನ–28

ಪರೀಕ್ಷೆ ಪೂರ್ವದ ಸಿದ್ಧತೆಯ ದಿನಗಳು

ಆತ್ಮವಿಶ್ವಾಸವು ಯಶಸ್ಸಿಗೆ ಇನ್ನೊಂದು ಪ್ರಮುಖ ಕೀಲಿಕೈ ಆಗಿದೆ. ಇದು ಸಮಾಜದಲ್ಲಿ ವ್ಯಕ್ತಿಯ ಅಸ್ತಿತ್ವಕ್ಕೆ ಮತ್ತು ಸ್ವ ಗೌರವಕ್ಕೆ ಒಂದು ಪ್ರಮುಖ ಆಧಾರವಾಗಿದೆ. ಕೆಳಗೆ ಹೇಳಿದ ಕೆಲವು ನುಡಿಗಟ್ಟುಗಳನ್ನು ಒಂದು ವ್ಯಕ್ತಿ ಓದಿನಲ್ಲಿ, ಆತನ ಕರೀಯರ್‌ನಲ್ಲಿ ಮತ್ತು ಸಂಬಂಧದಲ್ಲಿ ಯಶಸ್ವಿಯಾದವನಿಗೆ ಸಾಮಾನ್ಯವಾಗಿ ಬಳಸಲಾಗುತ್ತದೆ.

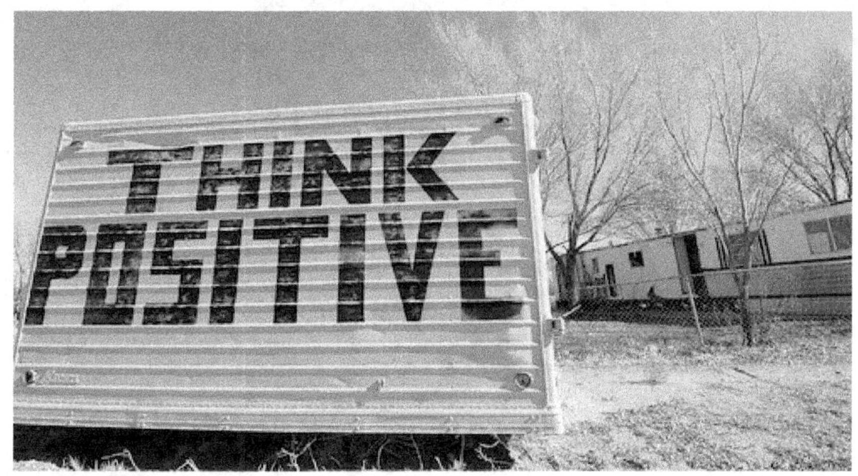

ಯಶಸ್ವಿಯಾಗಲು ನೀವು ಧನಾತ್ಮಕ ಮನೋಭಾವ ಮತ್ತು ಕೆಳಗಿನ ಹೇಳಿಕೆಗಳನ್ನು ಪುನಃ ಪುನಃ ದಿನದಲ್ಲಿ ಹಲವು ಬಾರಿ ಹೇಳಿಕೊಳ್ಳುತ್ತಿರಬೇಕು. ಪುನರಾವರ್ತನೆ ದೊಡ್ಡದಾಗಿರಬಹುದು, ನಿಧಾನವಾಗಿ ಅಥವಾ ಉಪಜಾಗೃತ ಮನಸ್ಸಿನಲ್ಲಿ ಸಣ್ಣದಾಗಿ ಹೇಳಿಕೊಳ್ಳುತ್ತಿರಬಹುದು. ಜಗತ್ತಿನಾದ್ಯಂತ ಬಳಸುತ್ತಿರುವ ಭಾರಿ ಯಶಸ್ವಿ ತಂತ್ರ ಇದಾಗಿದೆ. ಇದು ಒಂದು ನಿರ್ದೇಶಿತ ದಿಕ್ಕಿನಲ್ಲಿ ಮನಸ್ಸಿನ ಶಕ್ತಿ ವೃದ್ಧಿಸಿ ಆತಂಕವನ್ನು ದೂರಮಾಡುತ್ತದೆ

- ✓ ಹೌದು ನಾನು ಇದನ್ನು ಮಾಡಬಲ್ಲೆ
- ✓ ಹೌದು, ನಾನು ರೇಸ್‌ಅನ್ನು ಗೆಲ್ಲಬಲ್ಲೆ
- ✓ ಹೌದು, ನಾನು ನನ್ನ ಗುರಿಯನ್ನು ಸಾಧಿಸಬಲ್ಲೆ.
- ✓ ಹೌದು, ನಾನು ಯಶಸ್ವಿಯಾಗಬಲ್ಲೆ.
- ✓ ಹೌದು, ನಾನು ಉತ್ತಮ ಅಂಕದೊಂದಿಗೆ ಪಾಸಾಗುತ್ತೇನೆ.
- ✓ ಹೌದು, ನಾನು ವರ್ಗದಲ್ಲಿ ಪ್ರಥಮ ಸ್ಥಾನ ಗಳಿಸುತ್ತೇನೆ.
- ✓ ಹೌದು, ನಾನು ಈ ಉದ್ಯೋಗ ಪಡೆಯಬಲ್ಲೆ.
- ✓ ಹೌದು, ನಾನು ವಿರೋಧಿಗಳನ್ನು ಸೋಲಿಸಬಲ್ಲೆ.

ಇಂದಿನ ದಿನಾಂಕ: ....../......./
(ದಯವಿಟ್ಟು ಪೆನ್ಸಿಲ್‌ನಲ್ಲಿ ಬರೆಯಿರಿ)

✓ ಹೌದು, ನಾನು ನನ್ನ ದೇಶವನ್ನು ರಕ್ಷಿಸಬಲ್ಲೆ.
✓ ಹೌದು, ನಾನು ಹೊಸ ಔಷಧವನ್ನು ಸಂಶೋಧಿಸಬಲ್ಲೆ.
✓ ಹೌದು, ನಾನು . . . . ಅದೇ ರೀತಿ.

ಧನಾತ್ಮಕ ಮನೋಭಾವ ಬೆಳೆಸಿಕೊಳ್ಳು, ನೀವು ಪ್ರಮಾಣಿಕ ಮತ್ತು ಸತ್ಯದ ಬದುಕನ್ನೂ ನಡೆಸಬೇಕಾಗುತ್ತದೆ. ಹಾಗೆ ಮಾಡಲು, ನೀವು ಕೆಳಗಿನ ಶಬ್ದಗಳನ್ನು ನಿಮ್ಮಷ್ಟಕ್ಕೆ ನೀವೇ ಹೇಳಿಕೊಳ್ಳಬೇಕು. ಕೆಲವು ಉದಾಹರಣೆಗಳೆಂದರೆ :

✓ ನಾನು ದೇವರನ್ನು ಪ್ರೀತಿಸುತ್ತೇನು ಮತ್ತು ಆತನೂ ನನ್ನನ್ನು ಪ್ರೀತಿಸುತ್ತಾನೆ
✓ ನಾನು ದೇವರು ಮತ್ತು ಆತನ ಕ್ರಮನವನ್ನು ನಂಬುತ್ತೇನೆ
✓ ನಾನು ಯಾವಾಗಲೂ ಸತ್ಯವನ್ನೇ ಹೇಳುತ್ತೇನೆ
✓ ನಾನು ಇಂದಿನಿಂದ ಯಾವತ್ತೂ ಸುಳ್ಳು ಹೇಳುವುದಿಲ್ಲ
✓ ಇಂದಿನಿಂದ ನಾನು ಯಾವತ್ತೂ ಕೋಪಗೊಳ್ಳುವುದಿಲ್ಲ.
✓ ಇಂದಿನಿಂದ ನಾನು ಯಾವತ್ತೂ ಹೊಟ್ಟೆಕಿಚ್ಚು ಪಡುವುದಿಲ್ಲ
✓ ನಾನು ಯಾವತ್ತೂ ಪ್ರಾಮಾಣಿಕವಾಗಿ ಕೆಲಸ ಮಾಡುತ್ತೇನೆ
✓ ನಾನು ಶಾಲೆಗೆ ನಿರಂತರವಾಗಿ ಹಾಜರಾಗುತ್ತೇನೆ
✓ ನಾನು ಕಚೇರಿಗೆ ಸಮಯಕ್ಕೆ ಸರಿಯಾಗಿ ತೆರಳುತ್ತೇನೆ
✓ ನಾನು ಆಹಾರವನ್ನು ಹಾಳುಮಾಡುವುದಿಲ್ಲ
✓ ನಾನು ಆಹಾರ ಬಿಡುವುದಿಲ್ಲ
✓ ನಾನು ಎಲ್ಲ ಹಿರಿಯರನ್ನೂ ಗೌರವಿಸುತ್ತೇನೆ
✓ ನಾನು ನನ್ನ ನೆರೆಹೊರೆಯವರನ್ನು ಗೌರವಿಸುತ್ತೇನೆ
✓ ನಾನು ಮಕ್ಕಳನ್ನು ಪ್ರೀತಿಸುತ್ತೇನೆ
✓ ನಾನು ಯಾವಾಗಲೂ ನೀತಿ ಮತ್ತು ನಿಯಮಗಳನ್ನು ಅನುಸರಿಸುತ್ತೇನೆ
✓ ನಾನು ಎಂದೂ ಪಕ್ಷಿ ಮತ್ತು ಪ್ರಾಣಿಗಳಿಗೆ ಧಕ್ಕೆ ಉಂಟುಮಾಡುವುದಿಲ್ಲ
✓ ನಾನು ಎಂದೂ ಹೂವು, ಸಸಿ ಮತ್ತು ಮರಕ್ಕೆ ಧಕ್ಕೆ ಉಂಟುಮಾಡುವುದಿಲ್ಲ
✓ ನಾನು ಎಂದು ದಾರಿಯಲ್ಲಿ ಕೂಗುವುದಿಲ್ಲ
✓ ನಾನು ಎಂದೂ ಇತರರಿಗೆ ನೋವುಂಟುಮಾಡುವುದಿಲ್ಲ
✓ ನಾನು ಎಂದೂ . . . . ಹೀಗೆ. . .

ಈ ಮೇಲಿನ ಭಾಗವನ್ನು ದೊಡ್ಡದಾಗಿ ಮೂರು ಬಾರಿ ಪ್ರತಿಬಾರಿ ಬೆಳಗ್ಗೆ ಶಾಲೆ ಅಥವಾ ಕಚೇರಿಗೆ ತೆರಳುವ ಮುನ್ನ ಓದಿ ಮತ್ತು ಮೂರು ಬಾರಿ ಮಲಗುವ ಮುನ್ನ ಪುನರಾವರ್ತಿಸಿ. ನಿಮ್ಮ ಬದುಕಿನಲ್ಲಿ ಶೀಘ್ರ ಧನಾತ್ಮಕ ಬದಲಾವಣೆ ಉಂಟಾಗುವುದನ್ನು ಶೀಘ್ರ ಗಮನಿಸಿ.

ನಿಮ್ಮ ಆತ್ಮವಿಶ್ವಾಸ ವೃದ್ಧಿಸಿಕೊಳ್ಳುವ ಮಹತ್ವದ ಟಿಪ್‌ಗಳು

- ಎಲ್ಲಕ್ಕಿಂತ ಮೊದಲು ನಿಮ್ಮ ಎಲ್ಲ ಭಯ ಮತ್ತು ದೌರ್ಬಲ್ಯಗಳನ್ನು ಯಾದಿಮಾಡಿ ಬರೆದಿಟ್ಟುಕೊಳ್ಳಿ. ಆನಂತರವೇ ನೀವು ಅವುಗಳನ್ನು ನಿರ್ವಹಿಸಲು ಸೂಕ್ತ ಕ್ರಮ

ಕೈಗೊಳ್ಳಲು ಸಾಧ್ಯ.

- ಧನಾತ್ಮಕವಾಗಿ ಚಿಂತಿಸಿ, ಧನಾತ್ಮಕವಾಗಿ ಕಾರ್ಯ ಕೈಗೊಳ್ಳಿ ಮತ್ತು ಮುಗುಳ್ನಗುತ್ತಿರಿ. ಇದು ನಿಮ್ಮ ವ್ಯಕ್ತಿತ್ವವನ್ನು ಭಾರೀ ಪ್ರಮಾಣದಲ್ಲಿ ಬದಲಾಯಿಸಲಿದೆ. ಹಂತ ಹಂತವಾಗಿ ನೀವು ಹೊಸ ವ್ಯಕ್ತಿಗಳನ್ನು ಇದೇ ರೀತಿಯ ಧನಾತ್ಮಕ ಯೋಚನೆಯಿಂದ ಭೇಟಿ ಮಾಡುತ್ತೀರಿ. ನಿಮ್ಮ ಸುತ್ತ ಹೆಚ್ಚಿದ ಉತ್ತಮ ಶಕ್ತಿಯಿಂದ ನಿಮ್ಮ ಆತ್ಮವಿಶ್ವಾಸ ತನ್ನಿಂದ ತಾನೇ ಸುಧಾರಿಸುತ್ತದೆ.
- ನಿಮ್ಮ ಚಟುವಟಿಕೆಯಲ್ಲಿ ಸದಾ ಜಾಗ್ರತ ಮತ್ತು ಕ್ರಿಯಾಶೀಲವಾಗಿರಿ. ನಿಧಾನವಾಗಿ ನಿಮ್ಮಲ್ಲಿ ಆತ್ಮವಿಶ್ವಾಸ ಮೂಡುವುದನ್ನು ನೀವು ಗ್ರಹಿಸುತ್ತೀರಿ.
- ಇತ್ತೀಚಿನ ಘಟನಾವಳಿಗಳು ಅದರಲ್ಲೂ ನಿಮ್ಮ ಅಭ್ಯಾಸಕ್ಕೆ ಸಂಬಂಧಿಸಿದ ಹೊಸದನ್ನು ನೀವು ತಿಳಿದುಕೊಳ್ಳುತ್ತಲೇ ಸಾಗಿ. ಇದು ಇಂಟರ್‌ನೆಟ್, ದಿನಪತ್ರಿಕೆ, ವಿವಿಧ ಟಿವಿ ಚಾನೆಲ್ ಅಥವಾ ಅದು ನಿಮ್ಮ ಮಿತ್ರರು ಅಥವಾ ಹಿರಿಯರಿಂದಲೂ ಆಗಬಹುದು.
- ಯಾವಾಗಲೂ ಕಲಿತ ಮತ್ತು ಯಶಸ್ವಿಯಾದ ಎಲ್ಲ ವ್ಯಕ್ತಿಗಳೂ ಆತ್ಮವಿಶ್ವಾಸ ಹೊಂದಿದವರೇ ಆಗಿರುತ್ತಾರೆ. ಅವರು ಯಾವತ್ತೂ ಉತ್ತಮವಾಗಿ, ಶಾಂತಚಿತ್ತದಿಂದ ಮಾತನಾಡುವವರೂ ಮತ್ತು ಉತ್ತಮ ಕೇಳುಗರೂ ಆಗಿರುತ್ತಾರೆ. ಅಂತಹ ಉತ್ತಮ ಹವ್ಯಾಸಗಳನ್ನು ನಿಧಾನವಾಗಿ ಮತ್ತು ಹಂತ ಹಂತವಾಗಿ ಬೆಳೆಸಿಕೊಳ್ಳಲು ಯತ್ನಿಸಿ.
- ಆರಂಭದಲ್ಲಿ ಒಂದೊಂದೇ ಹೆಜ್ಜೆಯಿಂದ ನಿಮ್ಮ ಸಾಮರ್ಥ್ಯ ವೃದ್ಧಿಸಿಕೊಳ್ಳಿ. ಈ ಮೂಲಕ ನಿಮ್ಮಷ್ಟಕ್ಕೆ ನೀವೇ ನಿಮ್ಮ ಪ್ರಗತಿಯನ್ನು ಅಳತೆ ಮಾಡಿಕೊಳ್ಳಬಹುದು. ಈ ಮೂಲಕ ನೀವು ತಕ್ಷಣ ಸರಿಯಾದ ಕ್ರಮ ಕೈಗೊಳ್ಳಲು ಸಾಧ್ಯವಾಗುತ್ತದೆ. ಇದರಿಂದ ಮುಂದೆ ಬೇಸರ ಅಥವಾ ಕಳೆಗುಂದುವಂತಾಗುವುದು ತಪ್ಪುತ್ತದೆ.
- ಸಣ್ಣ ನಡಿಗೆ, ಸರಳ ವ್ಯಾಯಾಮ ಅಥವಾ ಏರೋಬಿಕ್‌ಅನ್ನು ದಿನ ಬಿಟ್ಟು ದಿನ ಅಥವಾ ವಾರಾಂತ್ಯದಲ್ಲಿ ಕೈಗೊಳ್ಳುವುದರಿಂದ ನೀವು ದೈಹಿಕವಾಗಿ ಮತ್ತು ಮಾನಸಿಕವಾಗಿ ಆರೋಗ್ಯದಿಂದಿರಲು ಸಹಕಾರಿಯಾಗುತದೆ. ನಿಮ್ಮ ಅನುಕೂಲಕ್ಕೆ ಅನುಗುಣವಾಗಿ ಇದಕ್ಕೆ ನೀವು ಸಂಜೆ ಅಥವಾ ಬೆಳಗಿನ ವೇಳೆ ಆಯ್ದುಕೊಳ್ಳಬಹುದು.
- ಈಗಾಗಲೇ ಯಶಸ್ಸು ಸಾಧಿಸಿರುವ ಮತ್ತು ಸಮಾಜದಲ್ಲಿ ಉತ್ತಮ ಗೌರವ ಹೊಂದಿರುವವರೊಂದಿಗೆ ಉತಮ ಮತ್ತು ಸ್ನೇಹಪೂರ್ಣ ಸಂಪರ್ಕ ಹೊಂದಿ. ಅವರ ಕಠಿಣ ಪರಿಶ್ರಮವನ್ನು, ತ್ಯಾಗ ಮತ್ತು ಯಶಸ್ಸನು ಮುಕ್ತ ಮನಸ್ಸಿನಿಂದ ಹೊಗಳಿ. ಅವರು ಸಾಮಾನ್ಯವಾಗಿ ಪ್ರಾಮಾಣಿಕ ಮತ್ತು ಉತಮ ಮನುಷ್ಯರಾಗಿರುತ್ತಾರೆ. ಅವರು ನಿಮಗೆ ಮಾರ್ಗದರ್ಶನ ಮಾಡುತ್ತಾರೆ ಮತ್ತು ನೀವು ನಿಮ್ಮ ಗುರಿ ಸಾಧಿಸಲು ಸಾಧ್ಯವಿರುವ ಎಲ್ಲ ಸಹಾಯವನ್ನೂ ಮಾಡುತ್ತಾರೆ.
- ಬಾಕಿ ಇರುವ ಕೆಲಸ ಮನಸ್ಸಿಗೆ ಕಿರಿಕಿರಿ ಉಂಟುಮಾಡುತ್ತದೆ ಮತ್ತು ಆತ್ಮವಿಶ್ವಾಸವನ್ನು ಕುಂದಿಸುತದೆ. ಹಾಗಾಗಿ ದಯವಿಟ್ಟು ಕೆಲಸ ಮುಂದೂಡುವುದನ್ನು ಕಡಿಮೆ ಮಾಡಿ ಮತ್ತು ಎಷ್ಟು ಬೇಗ ಸಾಧ್ಯವೋ ಅಷ್ಟು ಬೇಗ ಕೆಲಸ ಪೂರ್ಣಗೊಳಿಸಿ.
- ಯಾವಾಗಲೂ ಯಾವುದಾದರೂ ಚಟುವಟಿಕೆಯಲ್ಲಿ ನಿಮ್ಮನ್ನು ನೀವು ತೊಡಗಿಸಿಕೊಳ್ಳಿ. ಎಂದೂ ಖಾಲಿ ಕುಳಿತು, ಅರ್ಥಹೀನ ಚಟುವಟಿಕೆಯಲ್ಲಿ ನಿಮ್ಮ ಪ್ರಯತ್ನ, ಸಂಪನ್ಮೂಲ, ಸಮಯ ವ್ಯರ್ಥಮಾಡಬೇಡಿ. ರಚನಾತ್ಮಕವಾಗಿ ಬಳಸಿದ ಸಮಯ ಪ್ರೇರಣೆ ಮತ್ತು ಉತ್ತೇಜನ ನೀಡುತ್ತದೆ. ಪರೋಕ್ಷವಾಗಿ ಮತ್ತು ನಿಧಾನವಾಗಿ ಇದು ಮುಂದೆ ನಿಮ್ಮ ಅಭಿಪ್ರೇರಣೆ ಮತ್ತು ಆತ್ಮವಿಶ್ವಾಸ ವೃದ್ಧಿಸುತ್ತದೆ.

- ಕೆಲಸದಲ್ಲಿ ಉತ್ತಮವಾಗಿರುವುದು ನಿಮ್ಮ ಆತ್ಮವಿಶ್ವಾಸದ ಒಂದು ಅಂಶವೇ ಆಗಿದೆ. ಇದಕ್ಕೆ, ಅಸೈನ್‌ಮೆಂಟ್‌ನ ಸಣ್ಣ ಮತ್ತು ದೊಡ್ಡ ವಿಷಯಕ್ಕೂ ಸೂಕ್ತ ಪ್ರಾಧಾನ್ಯತೆ ನೀಡುವುದನ್ನು ಮನಸ್ಸಿನಲ್ಲಿಟ್ಟುಕೊಳ್ಳಿ.
- ಸ್ವ-ಸುಧಾರಣೆ ಮತ್ತು ನಿಮ್ಮ ಸಾಮರ್ಥ್ಯ ವೃದ್ಧಿಸಿಕೊಳ್ಳುವುದರತ್ತಲೇ ಗಮನ ಕೊಡಿ. ಬದಲಿಗೆ ಸಮಸ್ಯೆಯಲ್ಲಿ ಸಿಲುಕಿಹಾಕಿಕೊಳ್ಳುವುದು, ಚಿಂತೆ ಅಥವಾ

ಒತ್ತಡದಲ್ಲಿ ಸಿಲುಕಿಹಾಕಿಕೊಳ್ಳಬೇಡಿ.
- ನಿಮ್ಮ ಸಾಮರ್ಥ್ಯಕ್ಕೆ ಅನುಗುಣವಾಗಿ ಸಾಧಿಸಲು ಸಾಧ್ಯವಾಗುವ ಸಣ್ಣ ಅಥವಾ ಮಧ್ಯಮದ ಗುರಿ ಮತ್ತು ಗಮ್ಯವನ್ನು ನಿರ್ಧರಿಸಿಕೊಳ್ಳಿ. ಅದು ಇತರರ ಯೋಜನೆ ಮತ್ತು ಗುರಿ ಅನುಸಾರ ಇರುವ ಅಗತ್ಯವಿಲ್ಲ ಅಥವಾ ಅವರೊಂದಿಗೆ ಸ್ಪರ್ಧೆಗಿಳಿಯುವ ಅಗತ್ಯವೂ ಇಲ್ಲ.

ನೀವು ನಿಮ್ಮೊಂದಿಗೇ ಇರಿ. ನೀವು ಹೊರಗಿರುವ ನೂರಾರು, ಸಾವಿರಾರು ವ್ಯಕ್ತಿಗಳಿಗಿಂತ ಉತ್ತಮ. ಪ್ರತಿಯೊಬ್ಬ ವ್ಯಕ್ತಿಯೂ ಭಿನ್ನವಾಗಿ ಜನಿಸುತ್ತಾನೆ ಮತ್ತು ಇತರರಿಗಿಂತ ಭಿನ್ನವಾದ ಕೆಲವು ತನ್ನದೇ ಆದ ಗುಣಗಳನ್ನು ಹೊಂದಿರುತ್ತಾನೆ. ಹಾಗಾಗಿ, ಇತರರೊಂದಿಗೆ ನಿಮ್ಮನ್ನು ಹೋಲಿಸಿಕೊಳ್ಳುವುದನ್ನು ನಿಲ್ಲಿಸಿ ಮತ್ತು ಯಾವುದೇ ರೀತಿಯ ಕೀಳರಿಮೆ ಮನೋಭಾವವನ್ನು ಬಿಡಿ. ಅದರ ಬದಲು ನಿಮ್ಮ ಸಾಮರ್ಥ್ಯ ಮತ್ತು ಬುದ್ಧಿವಂತಿಕೆ ಮೇಲೆ ಗಮನ ಕೇಂದ್ರೀಕರಿಸಿ ಮತ್ತು ನಿಮ್ಮ ದೌರ್ಬಲ್ಯಗಳನ್ನು ಸುಧಾರಿಸಿಕೊಳ್ಳಿ. ಶೀಘ್ರ ನೀವು ಈ ಜಗತ್ತಿನ ಭಾರಿ ಬುದ್ಧಿವಂತ, ಯಶಸ್ವಿ ಮತ್ತು ಆತ್ಮವಿಶ್ವಾಸದ ವ್ಯಕ್ತಿಗಿಂತ ಮುಂದಿರುತ್ತೀರಿ.

ಸಲಹೆ : ಇದು ಒಂದು ವಿಶೇಷ ಅಧ್ಯಾಯವಾಗಿದ್ದು ಯಶಸ್ವಿ ವ್ಯಕ್ತಿಗಳ ವಿಶೇಷ ಮತ್ತು ಹುದುಗಿರುವ ರಹಸ್ಯವನ್ನು ತಿಳಿಸಿಕೊಡುತ್ತದೆ. ಇದನ್ನು ನೀವು ಹೆಚ್ಚು ಬಾರಿ ಪುನರಾವರ್ತನೆ ಮಾಡಿದಂತೆ, ಅಭ್ಯಾಸ ಮಾಡಿದಂತೆ ಉತ್ತಮ ಫಲಿತಾಂಶ ಮತ್ತು ಸಾಧನೆ ಸಾಧ್ಯ.

***

ದಿನ–29

ಬುದ್ಧಿವಂತರಾಗುವುದು ಹೇಗೆ?

ಸಿದ್ಧತೆಯ ದಿನಗಳೆಂದರೆ ಪರಕ್ಷೆಗೂ ಮುನ್ನ ಇರುವ ಕೆಲವು ದಿನಗಳು. ನಿಮ್ಮ ಗುರಿ ಸಾಧನೆಗೆ, ಪ್ರತಿಭಾವಂತರಾಗಲು ಮತ್ತು ನಿಮ್ಮ ಯಶಸ್ವಿ ಬದುಕಿಗೆ ಅಡಿಪಾಯ ಹಾಕುವ ಅತ್ಯಂತ ಮಹತ್ವದ ದಿನಗಳಿವು. ಕೆಳಗಿನ ಹಂತಗಳು ನಿಮಗೆ ನಿಮ್ಮ ಭವಿಷ್ಯ ರೂಪಿಸುವ ಈ ಮಹತ್ವದ ದಿನಗಳನ್ನು ಹೇಗೆ ಕಳೆಯಬೇಕು ಎಂಬುದನ್ನು ತಿಳಿಸಿಕೊಡುತ್ತವೆ.

ಆಹ್ಲಾದಕರವಾಗಿ ಮತ್ತು ಆರೋಗ್ಯದಿಂದಿರಿ

ಆಹ್ಲಾದಕರ ಮತ್ತು ಆರೋಗ್ಯದಿಂದಿರುವ ಮನಸ್ಸು ಹೆಚ್ಚಿನ ಮಾಹಿತಿಯನ್ನು ಮತ್ತು ಪ್ರಮುಖವಾಗಿ ಈ ಹಂತದಲ್ಲಿ ಮಾಹಿತಿಯನ್ನು ಉಳಿಸಿಕೊಳ್ಳುವ ಮತ್ತು ಅದನ್ನು ಪುನಃ ನೆನಪಿಸಿಕೊಳ್ಳುವ ಸಾಮರ್ಥ್ಯ ಭಾರಿ ಪ್ರಮಾಣದಲ್ಲಿ ಸುಧಾರಿಸುತ್ತದೆ. ಅಂದರೆ ಗ್ರಹಿಸುವಿಕೆ ಮತ್ತು ಕಲಿಯುವಿಕೆ ವೇಗವಾಗಿರುತ್ತದೆ ಮತ್ತು ಯಾವಾಗ ಬೇಕಾದರೂ ನೆನಪಿಸಿಕೊಳ್ಳುವ ಮತ್ತು ಅದನ್ನು ಅಭಿವ್ಯಕ್ತಿ ಪಡಿಸುವ ವೇಳೆ ನೀವು ಎಲ್ಲೂ ತಡವರಿಸುವುದಿಲ್ಲ ಅಥವಾ ಹೆಚ್ಚಿನ ಸಮಯವೂ ಹಿಡಿಯುವುದಿಲ್ಲ. ಇದು ಅಂತಿಮವಾಗಿ ಪರೀಕ್ಷೆ ವೇಳೆಯಲ್ಲಿ ಉತ್ತಮ ವೇಗವನ್ನು ನೀಡುತ್ತದೆ. ಇದು ನಿಮ್ಮ ಆತ್ಮವಿಶ್ವಾಸದ ಮಟ್ಟವನ್ನು ಮತ್ತು ಮುಂದೆ ಇದು ಪ್ರೇರಣೆ ನೀಡಿ ಯಾವುದೇ ಪ್ರಮಾಣದ ಉತ್ತಮ ಪ್ರದರ್ಶನಕ್ಕೆ ಕೊಡುಗೆ ನೀಡುತ್ತದೆ.

ಈ ಮೇಲಿನ ಫಲಿತಾಂಶ ಸಾಧನೆಗೆ ದೇಹ ಮತ್ತು ಮನಸ್ಸುಗಳೆರಡೂ ಆರೋಗ್ಯಪೂಣ–ರ್ವಾಗಿರಬೇಕು.ಹಗುರಾದ ವ್ಯಾಯಾಮ ಮತ್ತು ಸೂಕ್ತ ಆಹಾರದ ಮೂಲಕ ನೀಡುವ ಆರೈಕೆಯಿಂದ ಉತ್ತಮ ದೇಹಾರೋಗ್ಯ ಸಾಧ್ಯವಾಗುತ್ತದೆ. ಇದು ವಿಶೇಷವಾಗಿ ಮನೆಯಲ್ಲೇ ತಯಾರಿಸಿದ ಹಗುರಾದ ಆಹಾರವಾಗಿರಬೇಕು. ಜಂಕ್ ಆಹಾರ ಮತ್ತು ಅತಿಯಾಗಿ ತಿನ್ನುವುದರಿಂದ ದೂರವಿರಿ. ಜತೆಗೆ ಸೂಕ್ತ ವಿಶ್ರಾಂತಿ, ಸಣ್ಣ ವಿರಾಮ ಮತ್ತು ಸರಿಯಾದ ಸಮಯಕ್ಕೆ ನಿದ್ದೆ ಮಾಡಿ. ಉತ್ತಮ ಹವ್ಯಾಸ ರೂಢಿಸಿಕೊಳ್ಳುವುದು ಮತ್ತು ಕೆಟ್ಟದ್ದರಿಂದ ದೂರವಿರಿವುದು ಹೆಚ್ಚುವರಿ ಅನುಕೂಲ.

ಇಂದಿನ ದಿನಾಂಕ: ....../......./
.(ದಯವಿಟ್ಟು ಪೆನ್ಸಿಲ್‌ನಲ್ಲಿ ಬರೆಯಿರಿ)

ವಿದ್ಯಾರ್ಥಿಗಳಿಗೆ ಇವುಗಳನ್ನು ಕೊಡಿ

- ಬೆಳಗ್ಗೆ ಬಟರ್ ಟೋಸ್ಟ್ ಅಥವಾ ಚಪಾತಿಯೊಂದಿಗೆ ಬಿಸಿ ಹಾಲಿರುವ ಆರೋಗ್ಯಪೂರ್ಣ ಮತ್ತು ಹಗುರಾದ ಬೆಳಗ್ಗಿನ ಉಪಾಹಾರ ನೀಡಿ. ವಾರದಲ್ಲಿ ಒಂದು ಅಥವಾ ಎರಡು ಬಾರಿ ಒಂದು ಮೊಟ್ಟೆ, ದಿನಾಲೂ ರಾತ್ರಿ ನೀರಿನಲ್ಲಿ ನೆನೆಸಿದ 5–7 ಬಾದಾಮಿ ನೀಡಿ. ಇದು ವಿದ್ಯಾರ್ಥಿಗಳಿಗೆ ದಿನ ಪೂರ್ತಿ ಸೂಕ್ತ ರೀತಿಯ ಶಕ್ತಿ ನೀಡಿ ಆಲಸ್ಯ ತನವನ್ನು ಹೋಗಲಾಡಿಸುತ್ತದೆ.
- ನಿಮ್ಮ ಅನುಕೂಲ ಮತ್ತು ಸಾಧ್ಯತೆ ಆಧರಿಸಿ ಒಬ್ಬ ಆಹಾರ ತಜ್ಞನನ್ನು ನಿರಂತರವಾಗಿ ಭೇಟಿ ಮಾಡಿ. ಈ ನಿರ್ಧಾರಕ್ಕೆ ನೀವೇ ಕೃತಜ್ಞರಾಗಿರಬೇಕು. ಈ ರೀತಿ ನೀವು ಮೇಲುಸ್ತುವಾರಿಯಲ್ಲಿರಬೇಕು. ಅವರು ನಿಮ್ಮ ಆರೋಗ್ಯ ಮತ್ತು ದೇಹದ ಅಗತ್ಯ ಆಧರಿಸಿ ಒಂದು ಪಥ್ಯಾಹಾರದ ಯಾದಿ ತಯಾರಿಸುತ್ತಾರೆ. ಒಂದು ಉತ್ತಮ ಪಥ್ಯಾಹಾರದ ಯಾದಿ ಉತ್ತಮ ಆರೋಗ್ಯ ಮತ್ತು ಕ್ರಿಯಾಶೀಲ ಬದುಕನ್ನು ನೀಡಿ ಅನಾರೋಗ್ಯ ಮತ್ತು ಬಳಲಿಕೆಯನ್ನು ದೂರಮಾಡುತ್ತದೆ.
- ನೀವು ಹಲವು ಪಥ್ಯಾಹಾರದ ಯಾದಿ ಮತ್ತು ಟಿಪ್‌ಗಳನ್ನು ಪುಕ್ಕಟೆಯಾಗಿ ನೋಡಿದ್ದರೂ ದೀರ್ಘಾವಧಿಯಲ್ಲಿ ಅದು ಉಪಯೋಗಕ್ಕೆ ಬರುವುದಿಲ್ಲ. ಆರೋಗ್ಯ ಮತ್ತು ಪಥ್ಯ ಪ್ರತಿಯೊಬ್ಬ ವ್ಯಕ್ತಿಗೂ ಇತರರಿಂದ ಭಿನ್ನವಾಗಿರುತ್ತದೆ. ಅಂತಹ ಯಾದಿಯನ್ನು ನಿಮ್ಮ ನಿರ್ದಿಷ್ಟ ಅಗತ್ಯವನ್ನು ಗಮನದಲ್ಲಿಟ್ಟುಕೊಂಡು ತಯಾರಿಸಲಾಗಿರುವುದಿಲ್ಲ. ಹಾಗಾಗಿ ಅವು ಉಪಯೋಗಕಾರಿಯಲ್ಲ. ಅದಕ್ಕಿಂತ ಹೆಚ್ಚಾಗಿ ಅವು ಹಾನಿಯನ್ನೇ ಉಂಟುಮಾಡಬಲ್ಲವು. ಶಿಕ್ಷಕ ನಿಮ್ಮ ಶಿಕ್ಷಣದ ಕುರಿತು ಕಾಳಜಿ ವಹಿಸಿದಂತೆ ಆಹಾರ ತಜ್ಞ ನಿಮ್ಮ ಆರೋಗ್ಯದ ಕುರಿತು ಕಾಳಜಿ ವಹಿಸುತ್ತಾರೆ. ಬದುಕಿನಲ್ಲಿ ಪ್ರಗತಿ ಸಾಧಿಸಲು ಯಾವಾಗಲೂ ಹಣ ಪಾವತಿಸುವ ತರಬೇತಿದಾರರನನ್ನೇ ಆಶ್ರಯಿಸಿ. ನೀವು ಒಮ್ಮೆ ಮಾತ್ರ ಬದುಕುತ್ತೀರಿ. ಹಾಗಾಗಿ ಉತ್ತಮವಾಗಿ ಬದುಕಿ ಮತ್ತು ಅನುಭವಿಸಿ.
- ಜತೆಗೆ ಔಷಧ, ಟಾನಿಕ್‌ಗಳು, ಆರೋಗ್ಯ ಮತ್ತು ಆಹಾರ ಪೂರಕಗಳು ಇತ್ಯಾದಿಗಳನ್ನು ತ್ಯಜಿಸಿ. ಅವುಗಳನ್ನು ಉತ್ತಮ ವೈದ್ಯರು ಅಥವಾ ಆಹಾರ ತಜ್ಞರ ಮೇಲುಸುವಾರಿಯಲ್ಲಿ ಮಾತ್ರ ಸೇವಿಸಿ. ಹಲವು ಸಂದರ್ಭಗಳಲ್ಲಿ ನೆನಪನ್ನು ವೃದ್ಧಿಪಡಿಸಿಕೊಳ್ಳಲು ಅಥವಾ ಜಾಗೃತರಾಗಿ ಮತ್ತು ಕ್ರಿಯಾಶೀಲರಾಗಿ ಇರಲು ಸಹಕಾರವಾದೀತು. ಆದರೆ, ಆ ಬಳಿಕ ಹಲವರು ಕೆಲವು ಋಣಾತ್ಮಕ ಸಮಸ್ಯೆಗಳನ್ನು ಎದುರಿಸಿದ್ದಾರೆ. ಹಾಗಾಗಿ ವಿದ್ಯಾರ್ಥಿ ಜೀವನದಲ್ಲಿ ಅಂತಹ ಸಂಗತಿಗಳಿಂದ ದೂರವಿರಿ.
- ಹಗುರವಾದ ಪಾನೀಯ, ತಾಜಾ ತರಕಾರಿ ಅಥವಾ ಹಣ್ಣಿನ ಜ್ಯೂಸ್, ಸೂಪ್‌ಗಳು ಮತ್ತು ಹಣ್ಣನ್ನು ಬಿಡುವಿನ ವೇಳೆಯಲ್ಲಿ ಸೇವಿಸಿ ವಿದ್ಯಾರ್ಥಿಗಳು ತಾಜಾತನ ಕಾಯ್ದುಕೊಳ್ಳಬೇಕು.
- ಊಟದ ವೇಳೆಯಲ್ಲಿ ಅವರಿಗೆ ಮನೆಯಲ್ಲೇ ತಯಾರಿಸಿದ ಚಪಾತಿ, ಕಾಳುಗಳು, ತರಕಾರಿ, ಅನ್ನ, ಮೊಸರು, ಸಲಾಡ್ ಇತ್ಯಾದಿ ಒಳಗೊಂಡಿರುವ ಆಹಾರ ನೀಡಬೇಕು. ಕೊನೆಯಲ್ಲಿ ಸ್ವಲ್ಪ ಸಿಹಿ ನೀಡಬೇಕು. ಇದು ಹಲವರಲ್ಲಿ ಉತ್ತಮ ಮೂಡ್ ಸೃಷ್ಟಿಸುತ್ತದೆ.
- ಸಂಜೆ ವೇಳೆಯಲ್ಲಿ 4–6 ಬಿಸ್ಕುಟ್‌ನೊಂದಿಗೆ ಬಿಸಿ ಹಾಲನ್ನು ನೀಡಬೇಕು. ಸ್ವಲ್ಪ ಪ್ರಮಾಣದ ಒಣಗಿದ ಹಣ್ಣನ್ನು ವಾರದಲ್ಲಿ ಎರಡು ದಿನ ನೀಡಿದರೆ ಅಗತ್ಯ ಬಹುವಿಟಮಿನ್‌ಗಳು ಮತ್ತು ಖನಿಜಾಂಶ ಸೇವಿಸಿದಂತಾಗುತ್ತದೆ.
- ರಾತ್ರಿ ವೇಳೆ ಹಗುರಾದ ಊಟ ಮಾಡಬೇಕು. ಇದರಿಂದ ರಾತ್ರಿ ವೇಳೆ ಓದುವಾಗ ನಿದ್ದೆ ಬರುವುದಿಲ್ಲ. ರಾತ್ರಿ ಊಟವನ್ನು ಮಲಗುವ 2–3 ಗಂಟೆ ಮೊದಲು

ನೀಡಬೇಕು. ಇದು ಉತ್ತಮ ಜೀರ್ಣವಾಗಿ ಗ್ಯಾಸ್ ಮತ್ತು ಎಸಿಡಿಟಿ ಸಮಸ್ಯೆ ಹೋಗಲಾಡಿಸುತ್ತದೆ.

- ಕೊನೆಯದಾಗಿ ಅರ್ಧದಿಂದ ಒಂದು ಗ್ಲಾಸ್ ಹಾಲನ್ನು ಮಲಗುವ ಮುನ್ನ ನೀಡಿ. ಇದು ಬೆಳಗ್ಗಿನ ತನಕ ಉತ್ತಮ ಶಕ್ತಿ ಮತ್ತು ಒಳ್ಳೆಯ ನಿದ್ದೆಯನ್ನು ನೀಡುತ್ತದೆ.

ಬದುಕಿನ ಕುರಿತು ಧನಾತ್ಮಕ ಧೋರಣೆಯಿಂದ ಮನಸ್ಸಿನ ಆರೋಗ್ಯ ಉತ್ತಮವಾಗುತ್ತದೆ. ಅದು ಒತ್ತಡ, ಟೆನ್ಷನ್, ಚಿಂತೆ ಅಥವಾ ಭಯವನ್ನು ಎಷ್ಟು ಸಾಧ್ಯವೋ ಅಷ್ಟು ಕಡಿಮೆ ಮಾಡುತ್ತದೆ. ಇಲ್ಲಿನ ಉದ್ದೇಶವೆಂದರೆ ಮನಸ್ಸನ್ನು ಆರೋಗ್ಯ ಮತ್ತು ಕ್ರಿಯಾಶೀಲವಾಗಿ ದಿನಪೂರ್ತಿ ಇಟ್ಟುಕೊಳ್ಳುವ ಮೂಲಕ ಕಲಿಕೆಯನ್ನು ವೇಗವಾಗಿ ಮತ್ತು ಉತ್ತಮವಾಗಿ ಕೈಗೊಳ್ಳುವುದಾಗಿದೆ.

ಪ್ರೇರಣೆ

ಪ್ರೇರಣೆ ವಿದ್ಯಾರ್ಥಿಗಳಿಗೆ ಅವರ ವರ್ಗದಲ್ಲಿ ಮುನ್ನಡೆ ಸಾಧಿಸಲು, ಪ್ರತಿಭಾಶಾಲಿಯಾಗಿ ಗುರಿ ಸಾಧಿಸಲು ಮತ್ತು ಆ ಮೂಲಕ ಪಾಲಕರ ಉದ್ದೇಶ ಈಡೇರಿಸಲು ಸಹಕಾರಿ. ಇದು ಅವರ ಅಧ್ಯಯನದಲ್ಲಿ ನಿರಂತರ ದಿನ ಮತ್ತು ರಾತ್ರಿ ಆಸಕ್ತಿ ವಹಿಸಲು ಕಾರಣವಾಗುತ್ತದೆ.

ಸಂಯಮ

ಸಂಯಮವು ಒಂದು ಸನ್ನಿವೇಶದಲ್ಲಿ ವ್ಯವಹರಿಸಲು ಮನಸ್ಸಿಗೆ ಮುಕ್ತಿ ಮತ್ತು ನಿಯಂತ್ರಣವನ್ನು ನೀಡುತ್ತದೆ. ಈ ದಿನಗಳಲ್ಲಿ ಸಿದ್ಧತೆಯ ಒತ್ತಡವು ತೀರಾ ಹೆಚ್ಚಾಗಿರುತ್ತದೆ ಮತ್ತು ಅದರಿಂದಾಗಿ ಕಿರಿಕಿರಿ ಹಾಗೂ ಸಿಟ್ಟು ಪುಟಿದೇಳುತ್ತದೆ. ಈ ರೀತಿಯ ತೊಡಕಿನಿಂದ ಹೊರಬರಲು ಸಂಯಮ ಸಹಕರಿಸುತ್ತದೆ.

ಎಲೆಕ್ಟ್ರೋ ಮ್ಯಾಗ್ನೆಟಿಕ್ ರೇಡಿಯೇಷನ್‌ನಿಂದ ದೂರವಿರಿ(ಇಎಂಆರ್)

ಒಮ್ಮೆ ಚುಂಬಕ ಹೊಂದಿರುವ ಎಲೆಕ್ಟ್ರಾನಿಕ್ ಉಪಕರಣದ ಮೂಲಕ ಇಲೆಕ್ಟ್ರಿಸಿಟಿ ಹರಿದ ತರುವಾಯ ಎಲೆಕ್ಟ್ರೋ ಮ್ಯಾಗ್ನೆಟಿಕ್ ರೇಡಿಯೇಷನ್ ಬಿಡುಗಡೆಯಾಗುತ್ತದೆ. ಪ್ರಸ್ತುತ ದಿನಗಳಲ್ಲಿ ನಿಧಾನವಾಗಿ ಮ್ಯಾಗ್ನೆಟ್ ಒಳಗೊಂಡಿರುವ ಅಟೋಮೆಟಿಕ್ ಮತ್ತು ಎಲೆಕ್ಟ್ರಾನಿಕ್ ಉಪಕರಣಗಳ ಬಳಕೆ ಹೆಚ್ಚುತ್ತಿದೆ. ಸಾಮಾನ್ಯವಾಗಿ ಬಳಸುವ ಉಪಕರಣಗಳೆಂದರೆ– ಮೊಬೈಲ್ ಫೋನ್‌ಗಳು, ಲ್ಯಾಪ್‌ಟಾಪ್ ಮತ್ತು ಡೆಸ್ಕ್‌ಟಾಪ್ ಕಂಪ್ಯೂಟರ್‌ಗಳು, ಟಿವಿ, ರೇಡಿಯೋ, ರೆಫ್ರಿಜರೇಟರ್, ಮೈಕ್ರೋ ಓವನ್‌ಗಳು, ಇಲೆಕ್ಟ್ರಿಕ್ ಚಿಮ್ನಿಗಳು, ವಾಷಿಂಗ್ ಮಷಿನ್, ಏರ್ ಕಂಡೀಷನರ್‌ಗಳು ಮತ್ತು ಇಂತಹ ಹಲವು ವಸ್ತುಗಳು. ಕೆಲವು ಕಡಿಮೆ ಪ್ರಮಾಣದಲ್ಲಿ ರೇಡಿಯೇಷನ್ ಬಿಡುತ್ತವೆ. ಆದರೆ, ಕೆಲವು ಹೆಚ್ಚು ರೇಡಿಯೇಷನ್ ಬಿಡುತ್ತವೆ. ಇದು ನೀವು ಅವುಗಳನ್ನು ಬಳಸುವಾಗ ಎಷ್ಟು ದೂರದಲ್ಲಿ ಇಡುತ್ತೀರಿ ಮತ್ತು ಎಷ್ಟು ಬಾರಿ ಬಳಸುತ್ತೀರಿ ಎಂಬುದೂ ಮುಖ್ಯವಾಗಿರುತ್ತದೆ.

ಮೊಬೈಲ್ ಫೋನ್‌ಗಳು, ರೇಡಿಯೋ, ಟಿವಿ, ಇಂಟರ್‌ನೆಟ್ ಹೊಂದಿದ ಲ್ಯಾಪ್‌ಟಾಪ್‌ಗಳು ಅವು ರೇಡಿಯೋ ಫ್ರಿಕ್ವೆನ್ಸಿಗಳನ್ನು ಸ್ವೀಕರಿಸುತ್ತವೆ. ಅವುಗಳನ್ನು ನಿಮ್ಮ ದೇಹಕ್ಕೆ ಸಮೀಪ ಇಟ್ಟುಕೊಳ್ಳಬಾರದು. ಈ ಫ್ರೀಕ್ವೆನ್ಸಿಗಳು ಎಲೆಕ್ಟ್ರೋ ಮ್ಯಾಗ್ನೆಟಿಕ್ ರೇಡಿಯೇಶನ್‌ಗಳನ್ನೂ ಹೊಂದಿರುವುದರಿಂದ ಅವು ನರಮಂಡಳ ಮತ್ತು ಮಿದುಳಿನ ಮೇಲೆ ಪ್ರಭಾವ ಉಂಟುಮಾಡುತ್ತವೆ. ಮೊಬೈಲ್ ಮತ್ತು ಲ್ಯಾಪ್‌ಟಾಪ್‌ಗಳ ಬಳಕೆ ಯುವಜನರಲ್ಲಿ ಸಾಮಾನ್ಯವಾಗಿದ್ದು, ಇತ್ತೀಚಿನ ದಿನಗಳಲ್ಲಿ ಅದು ಭಾರೀ ಪ್ರಮಾಣದಲ್ಲಿ ಹೆಚ್ಚುತ್ತಿದೆ. ದಯವಿಟ್ಟು ಅವುಗಳನ್ನು ನಿಗದಿತ ಪ್ರಮಾಣದಲ್ಲಿ ಮಾತ್ರ ಬಳಸಿ.

ನಿಮ್ಮ ಹೆಚ್ಚಿನ ವೇಳೆಯನ್ನು ಓದಿನ ಕೋಣೆಯಲ್ಲೇ ಕಳೆಯಿರಿ

ಹೆಚ್ಚು ಓದಿದಂತೆ ವಿಷಯವನ್ನು ಸುಲಭವಾಗಿ ಹೆಚ್ಚಿನ ಪ್ರಮಾಣದಲ್ಲಿ ಅರ್ಥೈಸಿಕೊಳ್ಳಬಹುದಾಗಿದೆ. ಅಧ್ಯಯನದಲ್ಲಿ ಬ್ಯುಸಿ ಆಗುವ ಮನಸ್ಸು ಹೆಚ್ಚು ಅಲೆದಾಡುವುದಿಲ್ಲ ಮತ್ತು ಆ ಮೂಲಕ ಮತ್ತೆ ಪುಸ್ತಕಕ್ಕೇ ಮರಳುತ್ತದೆ. ಅದು ರೊಟೇಷನ್ ರೀತಿಯಲ್ಲಿ ಪುನಃ ಓದಿನತ್ತಲೇ ಮರಳುತ್ತದೆ. ನಿರಂತರವಾಗಿ ಓದುವುದರ ಲಾಭಗಳು ಹಲವು ಮತ್ತು ವಿಶೇಷವಾದವುಗಳು. ಮಕ್ಕಳು ಹೆಚ್ಚು ಓದಿದಂತೆ ಹೆಚ್ಚು ಅರಿತವರೂ, ಚಟುವಟಿಕೆಯುಳ್ಳವರೂ ಮತ್ತು ಕುಶಾಗ್ರಮತಿಗಳೂ ಆಗುತ್ತಾರೆ.

ನಿಮ್ಮ ಕೋಣೆಯಲ್ಲಿ ಹಗುರಾದ ವ್ಯಾಯಾಮ ಮಾಡಿ

ನಿಮ್ಮ ಅಧ್ಯಯನ ಕೋಣೆಯಲ್ಲಿ, ಬಾಲ್ಕನಿ ಅಥವಾ ಟೆರೇಸ್ ಮೇಲೆ ಒತ್ತುವ ಹಗುರ ವ್ಯಾಯಾಮ ಕೈಗೊಂಡು ರಿಫ್ರೆಷ್ ಆಗಿ. ಅವುಗಳಲ್ಲಿ ಕೆಲವೆಂದರೆ– ಕೈಯ್ಯನ್ನು ಮೇಲ್ಮುಖವಾಗಿ ನೇರವಾಗಿ ಎತ್ತಿ ನಿಮ್ಮ ದೇಹವನ್ನು ಮುಮ್ಮುಖವಾಗಿ, ಹಿಮ್ಮುಖವಾಗಿ ಮತ್ತು ಅಡ್ಡಲಾಗಿ ಬಗ್ಗಿಸುವುದು. ಗಟ್ಟಿಯಾದ ನೆಲದ ಮೇಲೆ ಕೆಲವು ಸಮಯ ನೇರವಾಗಿ ಒರಗಿಕೊಳ್ಳುವುದು ಹೆಚ್ಚು ಸಮಯ ಕುಳಿತುಕೊಂಡೇ ಇರುವ ದೇಹಕ್ಕೆ ಮುಕ್ತತೆಯನ್ನು ನೀಡುತ್ತದೆ. ಈ ವ್ಯಾಯಾಮಗಳು ನರ ಮತ್ತು ಮಾಂಸಖಂಡಗಳನ್ನು ಬಿಡುಗಡೆಗೊಳಿಸುತ್ತವೆ, ಒತ್ತಡವನ್ನು ಕಡಿಮೆ ಮಾಡುತ್ತದೆ. ದೇಹ ಮತ್ತು ಮನಸ್ಸಿಗೆ ಯಾವುದೇ ರೀತಿಯ ಸುಸ್ತು ನೀಡುವುದಿಲ್ಲ. ಇವುಗಳನ್ನು ಖಾಲಿ ಹೊಟ್ಟೆಯಲ್ಲಿ ಅಥವಾ ಆಹಾರ ಸೇವಿಸಿ 3–4 ಗಂಟೆ ಬಳಿಕ ಮಾತ್ರ ಕೈಗೊಳ್ಳಿ. ಈ ಸಂಬಂಧ ನೀವು ವೈದ್ಯರನ್ನೂ ಭೇಟಿ ಆಗಬಹುದು.

ದೇಹದ ಮಸ್ಸಾಜ್

ನಿರಂತರ ಬಿಡುವಿನೊಂದಿಗೆ ಈ ದಿನಗಳಲ್ಲಿ ಕೈಗೊಳ್ಳುವ ದೇಹದ ಮಸ್ಸಾಜ್ ಪ್ರೇರಣೆ ಮತ್ತು ತಾಜಾತನವನ್ನು ನೀಡುತ್ತದೆ. ಇದು ಮನಸ್ಸು ಮತ್ತು ದೇಹವನ್ನು ಬಿಡುಗಡೆಗೊಳಿಸುತ್ತದೆ. ಇದು ಇನ್ನೊಂದು ರೀತಿಯ ಚಟುವಟಿಕೆಯಾಗಿದ್ದು, ಈ ಪ್ರಕ್ರಿಯೆಯಲ್ಲಿ ನಿಮ್ಮ ಯಾವುದೇ ರೀತಿಯ ಶಕ್ತಿ ಬಳಕೆಯಾಗುವುದಿಲ್ಲ. ಅದರ ಬದಲು ನಿಮ್ಮನ್ನು ಪರಿಪೂರ್ಣ ಶಕ್ತಿ ಮತ್ತು ಉತ್ಸಾಹದೊಂದಿಗೆ ಪರೀಕ್ಷೆ ತಯಾರಿಗೆ ಸಿದ್ಧಗೊಳಿಸುತ್ತದೆ. ಸಮಯದ ಅಭಾವ ಇದ್ದರೆ ನೀವು ಮುಖ ಮತ್ತು ತಲೆಯ ಮಸಾಜ್ ಮಾತ್ರ ಮಾಡಬಹುದು. ಇದು ಸಹ ಅದೇ ರೀತಿ ತಾಜಾತನವನ್ನು ಉಚಿಟುಮಾಡುತ್ತದೆ.

ಕಷ್ಟಕರ ವಿಷಯದಲ್ಲಿ ಆಸಕ್ತಿ ಹೆಚ್ಚಿಸಿಕೊಳ್ಳುವುದು ಹೇಗೆ?

ಕಡಿಮೆ ಆಸಕ್ತಿ ಇರುವ ವಿಷಯ ಮತ್ತು ಅಧ್ಯಾಯದ ಮೇಲೆ ಹೆಚ್ಚು ಸಮಯ, ಸಂಯಮ ಮತ್ತು ಅರ್ಥೈಸಿಕೊಳ್ಳುವಿಕೆಯನ್ನು ತೊಡಗಿಸಬೇಕಾಗುತ್ತದೆ. ಹಂತ ಹಂತವಾಗಿ ವಿಷಯ ಒಂದು ಪರಿಣಾಮವನ್ನು ಉಂಟುಮಾಡುತ್ತದೆ.ಜತೆಗೆ ಅದರ ಅರ್ಥೈಸಿಕೊಳ್ಳುವಿಕೆಯೂ ಸುಧಾರಿಸುತ್ತದೆ. ಆ ವಿಷಯಗಳ ಉಜಳನೆಯನ್ನು ಪರೀಕ್ಷೆ ಸಮೀಪವಿರುವ ವಿಷಯಗಳೊಂದಿಗೆ ಮುಂದುವರಿಸಬೇಕಾಗುತ್ತದೆ. ನಿಮ್ಮ ಪಾಲಕರು, ಶಿಕ್ಷಕರು, ಹಿರಿಯರು ಮತ್ತು ಮಾರ್ಗದರ್ಶಕರ ಸಹಾಯ ಮತ್ತು ಮಾರ್ಗದರ್ಶನ ಪಡೆಯಿರಿ.

ಯೋಜನೆ

ಸರಿಯಾದ ಯೋಜನೆ ಇಲ್ಲದೇ ವಿಶೇಷ ಪ್ರಯತ್ನ ಮತ್ತು ತೊಡಗಿಸಿಕೊಳ್ಳುವಿಕೆ ಮೂಲಕ ಓದಿದರೂ ನಿರೀಕ್ಷಿತ ಫಲಿತಾಂಶ ಪಡೆಯಲು ಸಾಧ್ಯವಾಗುವುದಿಲ್ಲ. ಯಾವ

ವಿದ್ಯಾರ್ಥಿ ವ್ಯವಸ್ಥಿತವಾಗಿ, ಶಿಕ್ಷಕರೊಂದಿಗೆ ಸಂಪರ್ಕ ಇಟ್ಟುಕೊಂಡು ಅವರ ನಿರಂತರ ಮಾರ್ಗದರ್ಶನದಲ್ಲಿ ಓದಿದರೆ ಪರಿಪೂರ್ಣ ಭಿನ್ನವಾದ ಫಲಿತಾಂಶ ಪಡೆಯುತ್ತಾನೆ. ಪರೀಕ್ಷಾ ಸಿದ್ಧತೆ ಸಂದರ್ಭ ಕೈಗೊಳ್ಳುವ ಯೋಜನೆ, ವರ್ಷ ಪೂರ್ತಿ ಕೈಗೊಳ್ಳುವ ಯೋಜನೆಗಿಂತ ಭಿನ್ನವಾಗಿರುತ್ತದೆ.

ದೀರ್ಘ ಅವಧಿ ಅಧ್ಯಯನ ಕೈಗೊಳ್ಳುವುದು

ಯಾವ ವಿದ್ಯಾರ್ಥಿ ಹೆಚ್ಚು ಓದುತ್ತಾನೋ ಆತ ಹೆಚ್ಚು ಕಲಿಯುತ್ತಾನೆ ಮತ್ತು ಹೆಚ್ಚು ನೆನಪಿನಲ್ಲಿಟ್ಟುಕೊಳ್ಳುತ್ತಾನೆ. ದೀರ್ಘ ಕಾಲ ಓದುವುದು ಎರಡು ಪ್ರಮುಖ ಲಾಭವನ್ನು ಹೊಂದಿದೆ. ಹೆಚ್ಚು ವಿದ್ಯಾರ್ಥಿಗಳು ಹೆಚ್ಚು ಓದುತ್ತಾರೆ ಮತ್ತು ನಿರಂತರವಾಗಿ ಸ್ಪಷ್ಟವಾಗಿ ಬರೆಯುತ್ತಿರುತ್ತಾರೆ. ಅವರು ಮನಸ್ಸಿನಲ್ಲಿ ವಿಷಯವನ್ನು ಉತ್ತಮವಾಗಿ ಹಿಡಿದಿಟ್ಟುಕೊಳ್ಳುತ್ತಾರೆ ಮತ್ತು ಇತರರಗಿಂತ ಹೆಚ್ಚು ಅಂಕ ಗಳಿಸುತ್ತಾರೆ. ವಿಶ್ರಾಂತಿ ಪಡೆಯುವುದು, ಅನುಭವಿಸುವುದು ಮತ್ತು ಆಡುವುದು ಮುಖ್ಯವಾಗಿದ್ದರೂ ಪರೀಕ್ಷಾ ಸಿದ್ಧತೆ ವೇಳೆ ಈ ಚಟುವಟಿಕೆಯನ್ನು ಕ್ಷಿಡಿತಗೊಳಿಸಬೇಕಾಗುತ್ತದೆ.

ಬೆಳಗ್ಗೆಯನ್ನು ಹೆಚ್ಚು ಆಯ್ಕೆ ಮಾಡಿ

ಬೆಳ್ಳಗ್ಗಿನ ಜಾವ ಓದುವುದು ಹೆಚ್ಚು ಉತ್ತಮ ಮತ್ತು ನೈಸರ್ಗಿಕವಾಗಿ ಉತ್ತಮ ಕಲಿಕೆ ಹಾಗೂ ನೆನಪಿನಲ್ಲಿಟ್ಟುಕೊಳ್ಳಲು ಅನುಕೂಲಕರ. ಮನುಷ್ಯನ ದೇಹವನ್ನು ನಿಸರ್ಗ ಹಗಲು ಮತ್ತು ರಾತ್ರಿಯ ಅನುಸಾರ ಹೆಚ್ಚು ಕೆಲಸ ಮಾಡುವಂತೆ ವಿನ್ಯಾಸಗೊಳಿಸಿದೆ. ತಡ ರಾತ್ರಿ ತನಕ ಓದುವುದು ದುಷ್ಪರಿಣಾಮವನ್ನೂ ಹೊಂದಿದೆ. ಹಾಗಾಗಿ, ನಿಮ್ಮ ಅನುಕೂಲಕ್ಕೆ ಅನುಸಾರವಾಗಿ ನಿಮ್ಮದೇ ಯೋಜನೆಯನ್ನು ಆಯ್ಕೆ ಮಾಡಿಕೊಳ್ಳಿ. ಶಾಂತತೆಯಲ್ಲಿ ಓದಿ ಶಾಂತತೆಯಲ್ಲಿ ಓದುವುದೆಂದರೆ ಏಕಾಂತದಲ್ಲಿ ಓದುವುದಾಗಿದೆ. ಅಂದರೆ, ಪುಸ್ತಕದೊಂದಿಗೆ ಧ್ಯಾನ ಮಾಡುವುದು. ಇದು ಹೆಚ್ಚಿನ ಶಕ್ತಿಯನ್ನು ಉಳಿಸುತ್ತದೆ. ಪರೀಕ್ಷಾ ವೇಳೆಯಲ್ಲಿ ಒತ್ತಡ ಹೆಚ್ಚಿರುವುದರಿಂದ ವಿದ್ಯಾರ್ಥಿಗಳು ಶಾಂತ ಪರಿಸರದಲ್ಲಿ ಓದಬೇಕು. ಹಾಗಾಗಿ ಶಾಂತತೆ ಉತ್ತಮ ಮತ್ತು ವೇಗದ ಕಲಿಕೆಗೆ ಸಹಕಾರ ನೀಡುತ್ತದೆ.

ಆಲಸ್ಯತನವನ್ನು ಹೋಗಲಾಡಿಸಿ

ಆಲಸ್ಯ ತನವು ವಿದ್ಯಾರ್ಥಿ ಜೀವನದ ಶಾಪ. ಇದು ವಿದ್ಯಾರ್ಥಿ ಹೊಂದಿರುವ ಉತ್ತಮ ಗುಣ ಮತ್ತು ಹವ್ಯಾಸವನ್ನು ಹಾಳುಮಾಡುತ್ತದೆ ಮತ್ತು ಇದು ಪರೀಕ್ಷಾ ಸಿದ್ಧತೆ ವೇಳೆ ಸಮಯವನ್ನು ಹಾಳುಮಾಡುತ್ತದೆ.

ನೇರವಾಗಿ ಕುಳಿತುಕೊಳ್ಳಿ

ಓದುವ ವೇಳೆಯಲ್ಲಿ ಯಾವಾಗಲೂ ಟೇಬಲ್ ಮತ್ತು ಖುರ್ಚಿ ಬಳಸಿ ನೇರವಾಗಿ ಕುಳಿತುಕೊಳ್ಳಿ. ಇದು ಉತ್ತಮ ಏಕಾಗ್ರತೆಯೊಂದಿಗೆ, ಉತ್ತಮ ಕಲಿಕೆ ಹಾಗೂ ಹೆಚ್ಚಿನ ಅವಧಿ ಯಾವುದೇ ತೊಂದರೆ ಉಂಟಾಗದೇ ಕುಳಿತುಕೊಳ್ಳುವ ಉತ್ತಮ ವಿಧಾನವಾಗಿದೆ.

ನಿಮ್ಮ ನೋಟ್ಸ್‌ಗಳನ್ನು ಪುನರಾವರ್ತನೆ ಮತ್ತು ಅಭ್ಯಾಸ ಮಾಡಿ

ನೋಟ್ಸ್‌ಗಳೆಂದರೆ ನಿಮ್ಮ ವಿಷಯದ ಸಾರ ಮತ್ತು ಭಾವಾನುವಾದವಾಗಿದ್ದು, ಪ್ರಮುಖವಾದವುಗಳನ್ನು ಅಲ್ಲಿ ಬರೆದಿರುತ್ತೀರಿ. ಇದು ಸಿದ್ಧತೆಯ ಸಂದರ್ಭ ಒತ್ತಡ ಕಡಿಮೆ ಮಾಡಲು ಸಹಕಾರಿಯಾಗಿದೆ. ನೋಟ್ಸ್‌ಗಳ ಸಹಾಯದಿಂದ, ತಮ್ಮ ಪಠ್ಯವನ್ನು ವಿದ್ಯಾರ್ಥಿಗಳು ಕಡಿಮೆ ಅವಧಿಯಲ್ಲಿ ಪುನರಾವಲೋಕನ ಮಾಡಬಹುದು. ಇದು ಅವರ ಸಮಯ ಮತ್ತು ಪ್ರಯತ್ನವನ್ನು ಉಳಿಸುತ್ತದೆ.

ಸಹಾಯದ ಮಾರ್ಗದರ್ಶಿಗಳು

ವಿವಿಧ ವೃತ್ತಿಪರರು, ಶಿಕ್ಷಕರು ಮತ್ತು ಪ್ರಾಧ್ಯಾಪಕರು, ಶಿಕ್ಷಣ ತಜ್ಞರ ಮಾರ್ಗದರ್ಶಿಗಳು ಎಲ್ಲ ವಿಷಯಕ್ಕೂ ಲಭ್ಯವಿರುತ್ತದೆ. ಈ ಗೈಡ್‌ಗಳು ವಿಷಯವನ್ನು ಸರಳವಾಗಿ ಇನ್ನೊಂದು ರೀತಿಯಲ್ಲಿ ಅರ್ಥೈಸಿಕೊಳ್ಳಲು ಮಾರ್ಗದರ್ಶನ ಮಾಡುತ್ತವೆ. ಅವುಗಳಲ್ಲಿ ಕೆಲವು ಸಂಗ್ರಹಿಸಿದ ನೋಟ್ಸ್‌ಗಳು, ಬಿಡಿಸಿದ ಈ ಹಿಂದಿನ ವರ್ಷದ ಪ್ರಶ್ನೆ ಪತ್ರಿಕೆ, ಪಠ್ಯದ ಅಭ್ಯಾಸಗಳು ಇತ್ಯಾದಿ ಇರುತ್ತವೆ. ಅವುಗಳನ್ನು ವಿಷಯ ಅರ್ಥೈಸಿಕೊಳ್ಳುವ ಸಲುವಾಗಿ ಮಾತ್ರ ಬಳಸಬೇಕು. ಆದರೆ, ರಹದಾರಿ ಮತ್ತು ನೋಟ್ಸ್ ಕಾಪಿ ಮಾಡಲು ಅವುಗಳನ್ನು ಬಳಸಬಾರದು.

ಸಲಹೆ: ಈ ಅಧ್ಯಾಯವು ವಿದ್ಯಾರ್ಥಿಗಳ ದೃಷ್ಟಿಯಿಂದ ಭಾರೀ ಮಹತ್ವ ಹೊಂದಿದೆ. ಇಲ್ಲಿ ಹೇಳಿರುವ ವಿಧಾನಗಳನ್ನು ಮನಸ್ಸಿನಲ್ಲಿಟ್ಟುಕೊಂಡು ಅದರ ಅನುಸಾರ ಕಾರ್ಯನಿರ್ವಹಿಸಿದರೆ ನೀವು ಖಂಡಿತವಾಗಿ ಇತರರಿಗಿಂತ ಮುಂದಿರುತ್ತೀರಿ. ಇವುಗಳಲ್ಲಿ ಕೆಲವು ತಂತ್ರಗಳನ್ನು ನೀವು ತಿಳಿದಿರುತ್ತೀರಿ. ಆದರೆ, ಅವುಗಳನ್ನು ಅನುಸರಿಸುವುದು ನಿಮಗೆ ಫಲಿತಾಂಶ ತಂದುಕೊಡುತ್ತವೆ. ಹಾಗಾಗಿ ಅವುಗಳನ್ನು ಇಂದಿನಿಂದಲೇ ಅನ್ವಯಿಸಿಕೊಳ್ಳಿ.

***

ದಿನ–30

ಕೃತಿಕಾರರಿಂದ ಸುಲಭದ ಟಿಪ್ಸ್‌ಗಳು

ಅಧ್ಯಯನದಲ್ಲಿ ಶ್ರೇಷ್ಠತನ ಮತ್ತು ಪ್ರತಿಭಾವಂತರಾಗಿ ಹೊರಹೊಮ್ಮುವುದು ವಿದ್ಯಾರ್ಥಿ ಜೀವನದ ಪ್ರಮುಖ ಸಾಧನೆಯಾಗಿದೆ. ವಿದ್ಯಾರ್ಥಿ ಜೀವನದಲ್ಲಿ ಮಾತ್ರ ನಮ್ಮ ಕರೀಯರ್ ಮತ್ತು ವ್ಯಕ್ತಿತ್ವಕ್ಕೆ ಧನಾತ್ಮಕ ನಿರ್ದೇಶನ ಮತ್ತು ರೂಪ ನೀಡಲು ಸಾಧ್ಯ. ಅಧ್ಯಯನದ ದಿಶೆಯಲ್ಲಿ ಕಠಿಣ ಪರಿಶ್ರಮ ಮತ್ತು ತ್ಯಾಗ, ಗುರಿ ನಿಗದಿಗೊಳಿಸಿಕೊಳ್ಳುವುದು ಮತ್ತು ಅದನ್ನು ಸಾಧಿಸಲು ವ್ಯವಸ್ಥಿತವಾಗಿ ಕಾರ್ಯನಿರ್ವಹಿಸುವುದು ಎಲ್ಲವೂ ಅಗತ್ಯ. ಉತ್ತಮ ಹವ್ಯಾಸಗಳನ್ನು ಅಳವಡಿಸಿಕೊಂಡು, ಅದನ್ನು ವೃದ್ಧಿಪಡಿಸಿಕೊಂಡು ಅನುಷ್ಠಾನಕ್ಕೆ ತರುವುದರಿಂದ ಆತ್ಮವಿಶ್ವಾಸ ವೃದ್ಧಿಯಾಗುತ್ತದೆ ಮತ್ತು ಸ್ಫೂರ್ತಿ ದೊರೆಯುತ್ತದೆ. ಇದು ವಿದ್ಯಾರ್ಥಿ ಎಲ್ಲ ಕ್ಷೇತ್ರದಲ್ಲಿ ಯಶಸ್ಸು ಸಾಧಿಸಲು ಸಹಾಯಕವಾಗುತ್ತದೆ.

ಅಧ್ಯಯನ, ವಿಚಾರ ಮಾಡುವುದು ಮತ್ತು ಮೌಲ್ಯಮಾಪನ

ಆಳವಾಗಿ ಚಿಂತಿಸುವುದು, ಸ್ವ–ಮೌಲ್ಯಮಾಪನ ಮತ್ತು ಸ್ಯಾಂಪಲ್ ಟೆಸ್ಟ್ ಪೇಪರ್‌ಗಳನ್ನು ನಿರಂತರವಾಗಿ ಬಿಡಿಸುವುದರಿಂದ ವಿಷಯದ ಸಾರವನ್ನು ಅರಿತುಕೊಳ್ಳಬಹುದಾಗಿದೆ. ಇಲ್ಲದೇ ಹೋದರೆ ಎಲ್ಲ ಪ್ರಯತ್ನ ಮತ್ತು ಸಮಯವನ್ನು ತೊಡಗಿಸಿಕೊಂಡಿದ್ದು ವ್ಯರ್ಥವಾಗುತ್ತದೆ. ಕೇವಲ ಓದುವ ಅಭ್ಯಾಸ ಮಾತ್ರ ಆಗುತ್ತದೆ. ಉತ್ತಮ ಕಲಿಕೆಯು ಉತ್ತಮವಾಗಿ ವಿಷಯವನ್ನು ನೆನಪಿನಲ್ಲಿಟ್ಟುಕೊಳ್ಳುವುದಕ್ಕೂ ಕಾರಣವಾಗುತ್ತದೆ. ಪರಿಣಾಮವಾಗಿ ಮಾಹಿತಿಯನ್ನು ಪರೀಕ್ಷಾ ಸಂದರ್ಭದಲ್ಲಿ ಮಾಹಿತಿಯನ್ನು ಪುನಃ ನೆನಪಿಸಿಕೊಳ್ಳಲು ಸಾಧ್ಯವಾಗುತ್ತದೆ. ಇದು ಮುಂದೆ ವೇಗದ ಬರವಣಿಗೆ, ನಿರ್ದಿಷ್ಟ ಅವಧಿಯೊಳಗೆ ಪೂರ್ಣಗೊಳಿಸುವಿಕೆ ಮತ್ತು ಉತ್ತರ ಪತ್ರಿಕೆಗಳನ್ನು ನೀಡುವ ಮುನ್ನ ಆಳವಾಗಿ ಓದಲು ಸಹಾಯಕವಾಗುತ್ತದೆ.

ಕೋಚಿಂಗ್

ಕೋಚಿಂಗ್, ಇದು ಇನ್ನೊಂದು ರೀತಿಯಲ್ಲಿ ವಿದ್ಯಾರ್ಥಿಗಳಿಗೆ ವ್ಯವ್ಯವಸ್ಥಿತ ಕಲಿಸುವಿಕೆ ಮತ್ತು ತರಬೇತಿಯ ಮಾಧ್ಯಮವಾಗಿದೆ. ಇದು ಶಾಲೆಯ ಕೊಠಡಿಯಲ್ಲಿ ನಡೆಯುವ ಸಾಮಾನ್ಯ ಕಲಿಸುವಿಕೆಗಿಂತ ಭಿನ್ನವಾದುದಾಗಿದೆ. ಉತ್ತಮ ಕೋಚಿಂಗ್ ಹೆಚ್ಚು ಬೆಲೆ ಕೇಳುತ್ತದೆ. ಶಾಲೆಯಲ್ಲಿ ಕಲಿಸುವ ವಿಧಾನವನ್ನು ಎಲ್ಲ ರೀತಿಯ ಸಾಮಾಜಿಕ–ಆರ್ಥಿಕ ಹಿನ್ನೆಲೆಯುಳ್ಳ ವಿದ್ಯಾರ್ಥಿಗಳನ್ನು ಮತ್ತು ಸಾಮಾನ್ಯ ಮಾನಸಿಕ ಸಾಮರ್ಥ್ಯ ಗಮನದಲ್ಲಿಟ್ಟು ವಿನ್ಯಾಸಗೊಳಿಸಿರಲಾಗುತ್ತದೆ. ವರ್ಗದ ಯಾವ ವಿದ್ಯಾರ್ಥಿಯನ್ನೂ ಹೊರಗಿಡಲಾಗುವುದಿಲ್ಲ. ಹಾಗಾಗಿ ಯಾವ ವಿದ್ಯಾರ್ಥಿ ಮುಂದುವರಿಯಲು ಮತ್ತು ಪ್ರತಿಭಾವಂತನಾಗಲು ಇಚ್ಛಿಸುತ್ತಾನೋ ಆತ ತನ್ನ ಜ್ಞಾನ ಮತ್ತು ಕೌಶಲ್ಯವನ್ನು ವೃದ್ಧಿಸಿಕೊಳ್ಳಲು ಕೋಚಿಂಗ್ ಸೆಂಟರ್ ಆಶ್ರಯಿಸುತ್ತಾನೆ.

ಕೋಚಿಂಗ್ ಸೆಂಟರ್‌ಗಳು ತಮ್ಮಷ್ಟಕ್ಕೆ ತಾವೇ ಬುದ್ಧಿಜೀವಿಗಳನ್ನು ಹೊಂದಿದ್ದು, ವಿಶೇಷ ಪರಿಣಿತರ ತಂಡ ರಚಿಸಿರಲಾಗುತ್ತದೆ. ಅವರು ವಿದ್ಯಾರ್ಥಿಗಳನ್ನು ವೈವಿಧ್ಯಮಯ ಸರಳ

ಇಂದಿನ ದಿನಾಂಕ: ....../......./

.(ದಯವಿಟ್ಟು ಪೆನ್ಸಿಲ್‌ನಲ್ಲಿ ಬರೆಯಿರಿ)

ತಂತ್ರಗಳು ಮತ್ತು ನೋಟ್ಸ್ ಕೊಟ್ಟು ವಿದ್ಯಾರ್ಥಿಗಳಿಗೆ ತರಬೇತಿ ನೀಡುತ್ತಾರೆ. ಈ ಮೂಲಕ ವಿದ್ಯಾರ್ಥಿಗಳ ಅರ್ಥೈಸಿಕೊಳ್ಳುವಿಕೆ ಮತ್ತು ಅವರ ಒಟ್ಟಾರೆ ಗುಣಮಟ್ಟ ಸುಧಾರಣೆಯಲ್ಲಿ ಕೋಚಿಂಗ್ ಸೆಂಟರ್‌ಗಳು ಪರಿಣಾಮ ಉಚಿಟುಮಾಡುತ್ತವೆ.

ಈ ಹಿಂದಿನ ವರ್ಷಗಳ ಪ್ರಶ್ನೆ ಪತ್ರಿಕೆ ಬಿಡಿಸಿ

ವಿದ್ಯಾರ್ಥಿಗಳು ಪ್ರಶ್ನೆ ಪತ್ರಿಕೆಗಳ ವಿಧಾನವನ್ನು ಅರ್ಥೈಸಿಕೊಳ್ಳುವ ಕಲೆಯನ್ನು ಮತ್ತು ಪ್ರಶ್ನೆಗಳಿಗೆ ಉತ್ತರಿಸುವ ಯೋಗ್ಯವಾದ ತಂತ್ರವನ್ನು ಪರಿಕ್ಷೆಗೂ ಮುನ್ನವೇ ಅಳವಡಿಸಿಕೊಳ್ಳಬೇಕು. ಇದಕ್ಕೆ ಉತ್ತಮ ವಿಧಾನವೆಂದರೆ ಈ ಹಿಂದಿನ ವರ್ಷಗಳ ಪ್ರಶ್ನೆ ಪತ್ರಿಕೆಯನ್ನು ಪುನಃ ಪುನಃ ಬಿಡಿಸುವುದು. ನಿಮ್ಮ ಪರ್ಫಾರ್ಮನ್ಸ್‌ಅನ್ನು ಮೌಲ್ಯಮಾಪನ ಮಾಡಿ ಮತ್ತು ಮುಂದಿನ ಸುಧಾರಣೆ, ಕೌಶಲ್ಯ ವೃದ್ಧಿಸಿಕೊಳ್ಳುವ ಸಲುವಾಗಿ ಶಿಕ್ಷಕರ ಮಾರ್ಗದರ್ಶನ ಪಡೆಯಿರಿ. ಇದು ವಿದ್ಯಾರ್ಥಿಗಳ ಕಲ್ಪನಾ ಶಕ್ತಿಯನ್ನು ಊಹಿಸಿಕೊಳ್ಳಲು ಸಾಧ್ಯವಾಗದ ಮಟ್ಟಕ್ಕೆ ಕೊಂಡೊಯ್ಯುತ್ತದೆ. ಈ ಪ್ರಶ್ನೆ ಪತ್ರಿಕೆಗಳು ಪರಿಪೂರ್ಣ ಪಠ್ಯವನ್ನು ಒಳಗೊಂಡಿರುತ್ತವೆ. ಹಾಗಾಗಿ ಹಲವು ಬಾರಿ ಪುನರಾವರ್ತನೆ ನಡೆಯುತ್ತದೆ.

ಗುರಿ–ನಿಗದಿಗೊಳಿಸುವುದು

ಅಧ್ಯಯನದಲ್ಲಿ ವಿಶೇಷ ಸಾಧನೆ ಮಾಡಲು ಗುರಿ ನಿಗದಿಗೊಳಿಸಿಕೊಳ್ಳುವುದು ಕೂಡ ಪ್ರಮುಖ ಅಂಶವಾಗುತ್ತದೆ ಮತ್ತು ಅದಕ್ಕಾಗಿ ತ್ಯಾಗದ ಮೂಲಕ ಅಗತ್ಯ ಪರಿಶ್ರಮವನ್ನು ಹಾಕುವುದಾಗಿದೆ. ಗುರಿ ನಿಗದಿ ಪರಿಪೂರ್ಣವಾಗಿ ವಿದ್ಯಾರ್ಥಿಯ ಹೊಣೆಗಾರಿಕೆಯೇ ಆಗಿದೆ. ಸಾಧಿಸಬೇಕಾದ ಗುರಿಯ ಆಧಾರದ ಮೇಲೆ ಪರೀಕ್ಷೆಯ ಓದಿನ ಸಿದ್ಧತೆ ಪ್ರಮಾಣ ನಿಗದಿಯಾಗಿರುತ್ತದೆ.

ಕೆಲವು ನಿರೀಕ್ಷೆ ಮತ್ತು ಗುರಿಗಳು ವರ್ಗದ ಇತರ ವಿದ್ಯಾರ್ಥಿಗಳಿಗಿಂತ ಆರಂಭದಿಂದಲೂ ಮುಂದೇ ಇರುತ್ತದೆ. ಜತೆಗೆ, ಅತ್ತ- ಇತ್ತ ತಿರುಗದೇ ಇರುವ ಸಮಯವನ್ನು ಸದುಪಯೋಗಪಡಿಸಿಕೊಂಡು ಓದಿನಲ್ಲಿ ಹೆಚ್ಚಿನ ಏಕಾಗ್ರತೆಯನ್ನು ಸಾಧಿಸಲೂ ಸಾಧ್ಯವಾಗುತ್ತದೆ. ಇದು ಪರೀಕ್ಷೆಯಲ್ಲಿ ಉತ್ತಮ ಅಂಕ ಗಳಿಸಲು ಮತ್ತು ಪ್ರತಿಭಾವಂತನಾಗಲು ಸಹಕಾರಿ. ಕೆಲವರು ಉನ್ನತ ವ್ಯಾಸಂಗಕ್ಕಾಗಿ ಉತ್ತಮ ಶಿಕ್ಷಣ ಸಂಸ್ಥೆಗಳಲ್ಲಿ ಶಿಕ್ಷಣ ಪಡೆಯುವ ಆಸೆ ಹೊಂದಿರಬಹುದು. ಆದರೆ, ಇನ್ನು ಕೆಲವರು ದೇಶದ ಅಥವಾ ವಿದೇಶದ ಉತ್ತಮ ಕಂಪನಿಗಳಲ್ಲಿ ಉದ್ಯೋಗ ಪಡೆಯುವ ಇಚ್ಛೆ ಹೊಂದಿರಬಹುದು.

ಸಮಯದ ಸದ್ಬಳಕೆ

ಮನೆ ಮತ್ತು ಶಾಲೆ, ಈ ಎರಡು ಕಡೆಗಳಲ್ಲಿ ಮಾತ್ರ ವಿದ್ಯಾರ್ಥಿಗಳು ದಿನದ ಹೆಚ್ಚಿನ ಸಮಯವನ್ನು ಕಳೆಯುತ್ತಾರೆ. ಶಾಲೆಯಲ್ಲಿ ಕಳೆಯುವ ಸಮಯವನ್ನು ವಿವಿಧ ಪೀರಿಯಡ್‌ಗಳಲ್ಲಿ ವಿಭಾಗಿಸಲಾಗುತ್ತದೆ. ಮನೆಯಲ್ಲಿ ದೊರೆಯುವ ಗುಣಮಟ್ಟದ ಸಮಯವೆಂದರೆ ಹೆಚ್ಚು ಕಡಿಮೆ 6 ಗಂಟೆ ಆಗಿರುತ್ತದೆ. ಈ ಅವಧಿಯನ್ನು ಕಾಳಜಿ ಪೂರ್ವಕವಾಗಿ ಮತ್ತು ಸೂಕ್ತವಾಗಿ ಬಳಸಿಕೊಂಡು ಹೆಚ್ಚಿನ ಫಲಿತಾಂಶವನ್ನು ಸಾಧಿಸಲು ಯತ್ನಿಸಬೇಕು. ಮನೆಯಲ್ಲಿ ಒಂದು ವೇಳಾ ಪಟ್ಟಿ ತಯಾರಿಸಿಕೊಂಡು ಅದನ್ನು ಕಟ್ಟುನಿಟ್ಟಾಗಿ ಪಾಲಿಸಿ ತರಗತಿಯಲ್ಲಿ ಮುನ್ನಡೆಯನ್ನು ಸಾಧಿಸಬೇಕು.

ಅದೇ ರೀತಿ ಎಲ್ಲ ವಿಷಯಗಳನ್ನು ಭಾರಿ ಜಾಗೃತರಾಗಿ ಮತ್ತು ಏಕಾಗ್ರತೆಯಿಂದ ಅಧ್ಯಯನ ಮಾಡಬೇಕು. ತರಗತಿಯಲ್ಲಿ ವಿಷಯವನ್ನು ಗ್ರಹಿಸುವುದು ಮತ್ತು ಹೀರಿಕೊಳ್ಳುವುದು ಹೆಚ್ಚಿನ ಪ್ರಮಾಣದಲ್ಲಿರುತ್ತದೆ. ಇದರ ಲಾಭವನ್ನು ಪಡೆದುಕೊಳ್ಳಬೇಕು. ಇದು ಸಮಯದ ಸರಿಯಾದ ಸದ್ಬಳಕೆಗೂ ಕಾರಣವಾಗುತ್ತದೆ. ಇದು ಮುಂದೆ ತರಗತಿಯಲ್ಲಿ ಕಲಿತ ವಿಷಯವನ್ನು ವೇಗವಾಗಿ ಪುನಃ ನೆನಪಿಸಿಕೊಳ್ಳಲೂ ಸಹಕರಿಸುತ್ತದೆ.

ಕೆಟ್ಟ ಹವ್ಯಾಸ ಮತ್ತು ಭಾವನೆಗಳನ್ನು ನಿಯಂತ್ರಿಸಿ

ಸಮಯ ಮತ್ತು ಶಕ್ತಿ ವಿದ್ಯಾರ್ಥಿ ಜೀವನದ ಪ್ರಮುಖ ಸಂಪನ್ಮೂಲಗಳಾಗಿದ್ದು, ಅವು ಕಡಿಮೆ ಪ್ರಮಾಣದಲ್ಲಿರುತ್ತದೆ. ಹಾಗಾಗಿ ಕಾಳಜಿ ವಹಿಸಿ ಅವುಗಳನ್ನು ಸಂರಕ್ಷಿಸಿಕೊಂಡು ಸೂಕ್ತವಾಗಿ ಬಳಸಿಕೊಳ್ಳಬೇಕಾಗುತ್ತದೆ.

ಕೆಲವು ಚಟುವಟಿಕೆಗಳು ಮತ್ತು ಭಾವನೆಗಳನ್ನು ನಿಯಂತ್ರಿಸಬೇಕಾಗುತ್ತದೆ ಮತ್ತು ನಿರ್ಲಕ್ಷಿಸಿ ಸಮಯ ವ್ಯರ್ಥವಾಗುವುದನ್ನು ತಡೆಯಬೇಕಾಗುತ್ತದೆ. ಇದು ನಿಮ್ಮ ಆರೋಗ್ಯದ ಮೇಲೂ ಪ್ರತಿಕೂಲ ಪರಿಣಾಮ ಉಂಟುಮಾಡುತ್ತದೆ. ಇವುಗಳಲ್ಲಿ ಕೆಲವೆಂದರೆ ಲೈಂಗಿಕ ಚಟುವಟಿಕೆಯಲ್ಲಿ ತೊಡಗಿಕೊಳ್ಳುವುದು, ಸಿಟ್ಟು, ಆಸೆ, ಹೊಟ್ಟೆಕಿಚ್ಚು, ಮೋಸ ಮಾಡುವುದು ಅಥವಾ ಬೆಟ್ ಕಟ್ಟುವುದು, ಅಮಲು ಪದಾರ್ಥ ಸೇವಿಸುವುದು ಮತ್ತು ಆಲಸ್ಯತನ ಅಥವಾ ಹೆಚ್ಚು ಮಲಗುವುದು ಇತ್ಯಾದಿ. ಯಾವ ವಿದ್ಯಾರ್ಥಿ ತನ್ನ ವಿದ್ಯಾಭ್ಯಾಸದಲ್ಲಿ ಮುನ್ನಡೆ ಕಾಯ್ದುಕೊಳ್ಳಬೇಕು ಎಂದು ಆಶಿಸುತ್ತಾನೋ ಆತ ಈ ಎಲ್ಲ ಚಟುವಟಿಕೆಗಳಿಂದ ಸೂಕ್ತ ಅಂತರ ಕಾಯ್ದುಕೊಳ್ಳಬೇಕಾಗುತ್ತದೆ. ಅಂತಹ ವ್ಯಕ್ತಿಗಳ ಸ್ನೇಹದಿಂದಲೂ ದೂರ ಉಳಿಯಬೇಕಾಗುತ್ತದೆ. ಒಂದು ವ್ಯಕ್ತಿಯನ್ನು ಆತ ಹೊಂದಿರುವ ವ್ಯಕ್ತಿಗಳ ಸಂಬಂಧದಿಂದ ಗುರುತಿಸಲಾಗುತ್ತದೆ.

ತಪ್ಪುಗಳಿಂದ ಹೊರಬನ್ನಿ ಮತ್ತು ಅವುಗಳ ಕುರಿತು ಜಾಗೃತರಾಗಿರಿ

ನಮ್ಮದೇ ಆದ ತಪ್ಪುಗಳನ್ನು ಅರಿತುಕೊಳ್ಳುವುದು ವಿದ್ಯಾರ್ಥಿಗಳಿಗೆ ಸಮಯಕ್ಕೆ ಸರಿಯಾಗಿ ಸೂಕ್ತ ಕ್ರಮ ಕೈಗೊಳ್ಳಲು ಸಹಕರಿಸುತ್ತದೆ. ಇದು ಕೊನೆಯ ಸಿದ್ಧತಾ ಹಂತದಲ್ಲಿ ವಿಶೇಷ ಕೊಡುಗೆ ನೀಡುತ್ತದೆ. ಇಂತಹ ಕ್ರಮಗಳು ಪರೀಕ್ಷೆ ಸಂದರ್ಭದಲ್ಲಿ ಉತ್ತಮ ಕಾರ್ಯಾನುಷ್ಠಾನ ಮತ್ತು ಈ ಮೂಲಕ ಪ್ರತಿಭಾವಂತರಾಗಲು ಸಹಕಾರಿಯಾಗುತ್ತದೆ.

ಕಾಪಿ ಮಾಡುವುದು ಬುದ್ಧಿಮತ್ತೆಗೆ ಸಹಕಾರಿಯಲ್ಲ

ವಿದ್ಯಾರ್ಥಿಗಳು ಕಾಪಿ ಮಾಡುವುದು ಮತ್ತು ಮೋಸ ಮಾಡುವುದನ್ನು ರೂಢಿಸಿಕೊಂಡರೆ ಜ್ಞಾನವೇ ಶಕ್ತಿ ಎಂಬ ಹೇಳಿಕೆ ವಿಫಲವಾಗುತ್ತದೆ. ಇದು ಅವರ ಕಲಿಕೆಯ ಮೇಲೂ ದೊಡ್ಡ ದುಷ್ಪರಿಣಾಮ ಉಂಟುಮಾಡುತ್ತದೆ. ಇದರಿಂದಾಗಿ ಅವರು ಆತ್ಮವಿಶ್ವಾಸ ಮತ್ತು ಸ್ವ–ಗೌರವ ಕಳೆದುಕೊಳ್ಳುತ್ತಾರೆ. ಪರಿಣಾಮವಾಗಿ ಈ ವಿದ್ಯಾರ್ಥಿಗಳು ಪರೀಕ್ಷೆಯಲ್ಲಿ ಉತ್ತಮ ಅಂಕ ಗಳಿಸಿದರೂ ಬದುಕಿನಲ್ಲಿ ಉತ್ತಮ ಸಾಧನೆ ಮಾಡಲಾರರು. ಅವರು ತಮ್ಮ ಜ್ಞಾನದ ಮಟ್ಟದಲ್ಲಿ ಹಿಂದುಳಿದಿರುವುದರಿಂದ ತಮ್ಮ ವೃತ್ತಿಯಲ್ಲೂ ಸೂಕ್ತ ಅರ್ಹತೆಯನ್ನು ಸಾಬೀತುಪಡಿಸುವಲ್ಲಿ ವಿಫಲರಾಗುತ್ತಾರೆ.

ಉತ್ತಮ ಹವ್ಯಾಸವನ್ನು ಅಳವಡಿಸಿಕೊಳ್ಳುವುದು

ಉತ್ತಮ ಹವ್ಯಾಸಗಳನ್ನು ರೂಢಿಸಿಕೊಳ್ಳುವುದರಿಂದ ವಿದ್ಯಾರ್ಥಿಗಳು ಉತ್ತಮ ಅವಕಾಶ, ಗುರುತಿಸುವಿಕೆ, ಸ್ವ–ಗೌರವ ಮತ್ತು ಜೀವನದಲ್ಲಿ ಯಶಸ್ಸನ್ನು ಕಾಣುತ್ತಾರೆ. ಈ

ಹವ್ಯಾಸಗಳೆಂದರೆ:

1. ಸ್ವಾವಲಂಬನೆ ಮತ್ತು ಸ್ವ-ಗೌರವ
2. ತರಗತಿಯಲ್ಲಿ ಏಕಾಗ್ರತೆ ಸಾಧಿಸುವುದು
3. ಸಂಯಮದಿಂದ ಮತ್ತು ನೇರವಾಗಿ ಅಧ್ಯಯನ ಮಾಡುವುದು
4. ಯಾವಾಗಲೂ ಸಂತಸದಿಂದ ಕಾರ್ಯನಿರ್ವಹಿಸುವುದು.
5. ಭಾವನೆಯಲ್ಲಿ ಸ್ಥಿರತೆ ಕಾಯ್ದುಕೊಳ್ಳುವ್ಯದು
6. ಬೇಗ ಮಲಗಿ, ಬೇಗ ಏಳುವುದು
7. ಇತರ ವಿದ್ಯಾರ್ಥಿಗಳೊಂದಿಗೆ ತಂಡದಲ್ಲಿ ಬದುಕುವ ಮತ್ತು ತಂಡದಲ್ಲಿ ಕೆಲಸ ಮಾಡುವ ರೀತಿ ರೂಢಿಸಿಕೊಳ್ಳುವುದು
8. ಹುದುಗಿರುವ ಅವಕಾಶಗಳನ್ನು ಗುರುತಿಸುವುದು ಮತ್ತು ಸಮಯಕ್ಕೆ ಸರಿಯಾಗಿ ಸದುಪಯೋಗಪಡಿಸಿಕೊಳ್ಳುವುದು
9. ತಮ್ಮ ಸ್ವಂತದ ಯಶಸ್ಸಿನ ರಹಸ್ಯವನ್ನು ಬಚ್ಚಿಡುವುದು
10. ಓದಿನ ಕುರಿತು ಜಾಗ್ರತರಾಗಿರುವುದು
11. ಸ್ವ-ರಕ್ಷಣೆ ಮತ್ತು ಸ್ವ-ಭದ್ರತೆ ಕುರಿತು ಜಾಗ್ರತರಾಗಿರುವುದು
12. ಮುಂದಾಲೋಚನೆ ಹೊಂದಿರುವುದು
13. ಸ್ಫೂರ್ತಿ
14. ಎಲ್ಲ ಸಂದರ್ಭಗಳಲ್ಲೂ ಸಂತಸದಿಂದ, ತೃಪ್ತಿ ಮತ್ತು ಧನಾತ್ಮಕತೆಯಿಂದಿರುವುದು

ಪರೀಕ್ಷೆ ವೇಳೆಯಲ್ಲಿ ವೇಗ ಮತ್ತು ಸಮಯ ಕಾಯ್ದುಕೊಳ್ಳುವುದು

ವೇಗವಿಲ್ಲದೆ ಜ್ಞಾನ ಇದ್ದರೆ ಮತ್ತು ವೇಗವಿದ್ದು ಜ್ಞಾನ ಇಲ್ಲದೇ ಇರುವುದು, ಈ ಎರಡೂ ಕೂಡ ಓದಿನಲ್ಲಿ ಮುಂದಿರಬೇಕು ಮತ್ತು ಪರೀಕ್ಷೆಯಲ್ಲಿ ಪ್ರತಿಭಾವಂತನಾಗಿ ಹೊರಹೊಮ್ಮಬೇಕು ಎನ್ನುವ ವಿದ್ಯಾರ್ಥಿಗಳಿಗೆ ನಿರರ್ಥಕಗಳಾಗಿವೆ. ಹಾಗಾಗಿ ವಿದ್ಯಾರ್ಥಿಗಳು ತಮ್ಮ ನಿರಂತರ ಅಧ್ಯಯನದ ವೇಳೆ ವೇಗದ ಓದು ಮತ್ತು ಬರವಣಿಗೆಯನ್ನು ರೂಢಿಸಿಕೊಳ್ಳಬೇಕು. ಈ ರೀತಿ ಅವರು ಕಡಿಮೆ ತಪ್ಪಿನೊಂದಿಗೆ ಉತ್ತಮ ವೇಗ ಮತ್ತು ಅಭ್ಯಾಸ ಕೈಗೊಳ್ಳಬಹುದಾಗಿದೆ. ಪರಿಣಾಮವಾಗಿ, ಅದು ಅವರಿಗೆ ಎಲ್ಲ ಪ್ರಶ್ನೆಗೆ ಸರಿಯಾಗಿ ಉತ್ತರಿಸಲು ಮತ್ತು ಪ್ರತಿಭಾವಂತರಾಗಿ ಹೊರಹೊಮ್ಮಲು ಸಾಧ್ಯವಾಗುತ್ತದೆ.

ಸಣ್ಣ ಮತ್ತು ಸುಲಭ ಪ್ರಶ್ನೆಯನ್ನು ಮೊದಲು ಉತ್ತರಿಸಬೇಕು. ಇದರಿಂದ ಸಮಯ ಉಳಿಸಿ ಹೆಚ್ಚಿನ ಸಮಯವನ್ನು ಕಷ್ಟದ ಮತ್ತು ದೀರ್ಘ ಪ್ರಶ್ನೆಗೆ ತೊಡಗಿಸಲು ಸಹಕಾರಿಯಾಗುತ್ತದೆ. ವಿದ್ಯಾರ್ಥಿಗಳು ತಮ್ಮ ಸಾಮರ್ಥ್ಯ ಮತ್ತು ಪ್ರಶ್ನೆ ಪತ್ರಿಕೆಯ ಮಾದರಿ ಆಧಾರದ ಮೇಲೆ ಯೋಜನೆಯನ್ನು ತಾವೇ ಸಿದ್ಧಗೊಳಿಸಬೇಕು. ಕೊನೆಯಲ್ಲಿ ಕೆಲವು ನಿಮಿಷವನ್ನು ಪುನರಾವರ್ತನೆಗೆ ಮೀಸಲಿಡಬೇಕು. ಇದು ಪರಿಶೀಲನೆಗೆ ಮತ್ತು ತಪ್ಪುಗಳನ್ನು ಹೋಗಲಾಡಿಸಲು ಅಥವಾ ಯಾವುದಾದರೂ ಬಿಟ್ಟು ಹೋಗಿರುವುದನ್ನು ಪರಿಶೀಲಿಸಲು ಸಾಕಷ್ಟು ಕಾಲವನ್ನು ಖಾತ್ರಿಗೊಳಿಸುತ್ತದೆ.

ಮೊದಲು ಅರ್ಥೈಸಿಕೊಳ್ಳಿ, ಬಳಿಕ ಪ್ರಯತ್ನಿಸಿ

ವಿದ್ಯಾರ್ಥಿಗಳು ಮೊದಲು ಪ್ರಶ್ನೆ ಪತ್ರಿಕೆಯನ್ನು ಆಳವಾಗಿ ಓದಬೇಕು ಮತ್ತು ಪ್ರಶ್ನೆಗಳನ್ನು ಅರ್ಥೈಸಿಕೊಳ್ಳಬೇಕು. ಬಳಿಕ ಸಂಯಮದಿಂದ ಅವರು ಉತ್ತರಿಸಲು ಇಚ್ಛಿಸಿದ ಅನುಸಾರ ಎಲ್ಲ ಪ್ರಶ್ನೆಗಳಿಗೂ ಪುನಃ ನಂಬರ್ ದಾಖಲಿಸಬೇಕು. ಇದಕ್ಕೆ ತೊಡಗಿಸಿದ ಸಮಯವು ಎಲ್ಲ ಪ್ರಶ್ನೆಗಳಿಗೆ ಉತ್ತರಿಸಲು ಸಹಕಾರಿಯಾಗುತ್ತದೆ. ಇದು ಹೆಚ್ಚಿನ ಅಂಕ ಗಳಿಸಲು ಪ್ರಶ್ನೆ ಪತ್ರಿಕೆ ಎದುರಿಸುವ ವಿಧಾನವಾಗಿದೆ.

ಧೈರ್ಯದಿಂದಿರಿ ಮತ್ತು ನರ್ವಸ್ ಆಗಬೇಡಿ

ವಿದ್ಯಾರ್ಥಿಗಳಲ್ಲಿ ಕಂಡುಬರುವ ಸಾಮಾನ್ಯ ಸಂಗತಿಯೆಂದರೆ ಪರೀಕ್ಷೆ ಅಲ್ಪ ಸಮಯದ ಮೊದಲು ನರ್ವಸ್ ಆಗುವುದು ಅಥವಾ ಅನಾರೋಗ್ಯಕ್ಕೀಡಾಗುವುದು. ಇದು ಆತ್ಮವಿಶ್ವಾಸದ ಕೊರತೆ ಮತ್ತು ಪರೀಕ್ಷೆ ಕುರಿತು ಮನಸ್ಸಿನಲ್ಲಿ ಮೂಡುವ ಇತರ ಭಯದಿಂದ ಈ ರೀತಿ ಸಮಸ್ಯೆ ಉಂಟಾಗುತ್ತದೆ. ಆದರೆ, ತರಗತಿಯಲ್ಲಿ ಜಾಗ್ರತರಾಗಿ ಪಾಠ ಕೇಳುವುದರಿಂದ, ಆಳವಾದ ಕಲಿಕೆ ಮತ್ತು ಪಠ್ಯವನ್ನು ನಿತ್ಯ ಪುನರಾವರ್ತನೆ ಮಾಡುವುದರಿಂದ ಇಂತಹ ಭಯವನ್ನು ಹೋಗಲಾಡಿಸಬಹುದಾಗಿದೆ. ಇದು ತನ್ನಷ್ಟಕ್ಕೆ ತಾನೇ ಆತ್ಮವಿಶ್ವಾಸ ವೃದ್ಧಿಸಿ ಧೈರ್ಯದಿಂದ ಪರೀಕ್ಷೆ ಎದುರಿಸಲು ಕಾರಣವಾಗುತ್ತದೆ.

ಪರೀಕ್ಷೆ ಪ್ರಗತಿಯನ್ನು ಖಾತ್ರಿಪಡಿಸುತ್ತದೆ

ಪರೀಕ್ಷೆಯು ವಿದ್ಯಾರ್ಥಿಗಳ ಅಧ್ಯಯನ ಮತ್ತು ಅವರ ಕಲಿಕೆಯ ಪ್ರಗತಿಯನ್ನು ಕಾಲಕಾಲಕ್ಕೆ ಮೌಲ್ಯಮಾಪನ ಮಾಡುವ ಅಳತೆಗೋಲಾಗಿದೆ. ಪರೀಕ್ಷೆಯನ್ನು ದಿಟ್ಟ ತನದಿಂದ ಮತ್ತು ಉತ್ಸಾಹದಿಂದ ಎದುರಿಸಬೇಕು. ಇದು ವಿದ್ಯಾರ್ಥಿಗಳ ಕಲಿಕೆ, ಜ್ಞಾನ, ಸಾಮರ್ಥ್ಯ ಮತ್ತು ಕೊನೆಯದಾಗಿ ಅವರ ಅರ್ಹತೆಯನ್ನು ಸಾಬೀತುಪಡಿಸುವ ಸಮಯವಾಗಿದೆ. ಪರೀಕ್ಷಾ ಸಂದರ್ಭವು ಪಠ್ಯದಲ್ಲಿನ ಬಿಟ್ಟು ಹೋಗಿರುವ ಅಂಶವನ್ನೂ ತಿಳಿದುಕೊಳ್ಳುವ ಕಾಲ. ಈ ರೀತಿ ಅದು ಕಲಿಕೆಯ ಪ್ರಕ್ರಿಯೆಯನ್ನು ಪೂರ್ಣಗೊಳಿಸಲು ಸಹಕಾರಿಯಾಗಿದೆ.

ಪರೀಕ್ಷೆ ಬರೆಯುವುದು

ಪರೀಕ್ಷೆಯು ವಿದ್ಯಾರ್ಥಿಯ ಭವಿಷ್ಯ ನಿರ್ಧರಿಸುವ ಸಮಯ. ಹಾಗಾಗಿ ಯಾವುದೇ ರೀತಿಯ ನಿಷ್ಕಾಳಜಿ ಹಾನಿ ಉಂಟುಮಾಡುತ್ತದೆ. ಯಾವುದೇ ಪರೀಕ್ಷೆ ಅಥವಾ ಸ್ಪರ್ಧೆ ಎದುರಿಸುವ ಮುನ್ನ ಈ ಕೆಳಗಿನ ಹಂತಗಳನ್ನು ಪರಿಗಣಿಸಬೇಕಾಗುತ್ತದೆ:

- ಓದಿದ ಮತ್ತು ಸಿದ್ಧಗೊಳಿಸಿದ ವಿಷಯವನ್ನು ಕೊನೇ ರಿವಿಜನ್ ಮೂಲಕ ಉತ್ತಮವಾಗಿ ಟ್ಯೂನ್ ಮಾಡಬೇಕು.
- ಪರೀಕ್ಷೆ ಎದುರಿಸುವ ಉಪಕರಣಗಳನ್ನು ಒಂದು ದಿನ ಮುನ್ನವೇ ಆಳವಾಗಿ ಪರಿಶೀಲಿಸಬೇಕು. ಆ ಮೂಲಕ ಆ ನಂತರದ ಯಾವುದೇ ವಿಳಂಬ ಅಥವಾ ತೊಡಕನ್ನು ನಿವಾರಿಸಬಹುದಾಗಿದೆ. ಈ ಕೆಲವು ಉಪಕರಣಗಳೆಂದರೆ ಬರೆಯುವ ಬೋರ್ಡ್, ಪೆನ್, ಪೆನ್ಸಿಲ್, ರಬ್ಬರ್, ಶಾರ್ಪನರ್, ಸ್ಕೇಲ್, ಕಂಪಾಸ್, ಜಾಮೆಟ್ರಿ ಬಾಕ್ಸ್ ಇತ್ಯಾದಿ.
- ಎರಡು ಹೆಚ್ಚುವರಿ ಪೆನ್ ಮತ್ತು ಪೆನ್ಸಿಲ್ ಇಟ್ಟುಕೊಳ್ಳುವುದು ಉತ್ತಮ. ಜತೆಗೆ, ಎಲ್ಲ ಉಪಕರಣಗಳೂ ಉತ್ತಮ ಕಾರ್ಯನಿರ್ವಹಣೆ ಸ್ಥಿತಿಯಲ್ಲಿರಬೇಕು. ಇದು ಅಮೂಲ್ಯವಾದ ಸಮಯ ಉಳಿಸಿ ಪರೀಕ್ಷೆ ವೇಳೆ ಏಕಾಗ್ರತೆಗೆ ಸಹಕರಿಸುತ್ತವೆ.
- ವಿಶೇಷವಾಗಿ ಈ ವಸ್ತುಗಳನ್ನು ಮೊದಲ ದಿನ ರಾತ್ರಿಯೇ ಒಂದಾದ ಬಳಿಕ ಒಂದರಂತೆ ಚೀಲದಲ್ಲಿ ತುಂಬಿಟ್ಟುಕೊಳ್ಳಿ. ಹಾಗಾಗಿ ಪರೀಕ್ಷಾ ಹಾಲ್‌ಗೆ ತೆರಳುವ

ಸಂದರ್ಭ ಗಡಿಬಿಡಿಯಲ್ಲಿ ಮನೆಯಲ್ಲಿ ಯಾವುದೇ ವಸ್ತು ಬಿಟ್ಟುಹೋಗುವುದು ತಪ್ಪುತ್ತದೆ.

- ಮತ್ತು ಈ ಚೀಲದ ಒಳಗೆ ನಿಮ್ಮ ರೋಲ್ ನಂಬರ್ ಮತ್ತು ಪರೀಕ್ಷಾ ಪ್ರವೇಶ ಕಾರ್ಡ್‌ಅನ್ನೂ ಇಟ್ಟುಕೊಳ್ಳಿ.
- ಪರೀಕ್ಷೆ ಮುನಾ ದಿನದ ರಾತ್ರಿ ಬೇಗ ಮಲಗಿಕೊಳ್ಳಿ. ಇದು ಸುಸ್ತು ಮತ್ತು ಕಣ್ಣು ಸುಡುವ ಅನುಭವ, ತಲೆ ನೋವು, ಹೆಚ್ಚಿನ ಪರೀಕ್ಷಾ ಒತ್ತಡದಿಂದ ದೂರ ಇರಲು ಸಹಕಾರಿಯಾಗುತದೆ. ವಿದ್ಯಾರ್ಥಿಗಳು ಮುಕರಾದ ಮತು ತಾಜಾತನದ ಅನುಭವ ಹೊಂದಿ, ಪರೀಕ್ಷೆಯಲ್ಲಿ ಎಲ್ಲ ಪ್ರಶ್ನೆಯನ್ನು ವೇಗವಾಗಿ ಮತ್ತು ಜಾಗ್ರತರಾಗಿ ಎದುರಿಸಲು ಸಹಕಾರಿಯಾಗುತ್ತದೆ.
- ಪರೀಕ್ಷಾ ಮುನ್ನಾ ದಿನದ ರಾತ್ರಿ ಲಘು ಆಹಾರ ಸೇವಿಸಬೇಕು. ಹಾಗಾದಾಗ ಒತ್ತಡದ ಹೊರತಾಗಿಯೂ ಆಹಾರ ಸುಲಭವಾಗಿ ಮತ್ತು ವೇಗವಾಗಿ ಜೀರ್ಣವಾಗುತ್ತದೆ ಮತ್ತು ಅದು ಉತ್ತಮ ನಿದ್ದೆಯನ್ನು ಖಾತ್ರಿಪಡಿಸುತ್ತದೆ.
- ಪರೀಕ್ಷಾ ವೇಳೆಯಲ್ಲಿ ಬೆಳಗ್ಗೆ ಬೇಗ ಎದ್ದೇಶಿ ಮತ್ತು ನೋಟ್‌ಗಳ ಶೀಘ್ರ ಪುನರಾವರ್ತನೆ ಕೈಗೊಳ್ಳಿ. ಸ್ನಾನವನ್ನು ಸ್ವಲ್ಪ ದೀರ್ಘಕಾಲ ಕೈಗೊಳ್ಳಿ. ಸ್ವಲ್ಪ ನಿಮಿಷ ಧ್ಯಾನ ಮಾಡಿ ಮತ್ತು ನಿಮ್ಮ ನಂಬಿಕೆ ಮತು ಸಂಪ್ರದಾಯದ ಅನುಸಾರ ದೇವರಲ್ಲಿ ಪ್ರಾರ್ಥನೆ ಮಾಡಿ. ಹೆಚ್ಚು ಜನರ ತಿಳಿವಳಿಕೆ ಅನುಸಾರ ಇದು ಭಾರಿ ಸಮಯವನ್ನು ವ್ಯರ್ಥ ಮಾಡುವುದಿಲ್ಲ.
- ಹೀಗೆ ಮಾಡುವುದರಿಂದ ಎರಡು ಮುಖ್ಯ ಲಾಭವನ್ನು ನಿಸರ್ಗ ಒದಗಿಸುತ್ತದೆ. ಬೇಗ ಎದ್ದು ವಿಷಯವನ್ನು ಓದುವುದರಿಂದ ವಿದ್ಯಾರ್ಥಿ ದಿನಪೂರ್ತಿ ತಾಜಾತನದಿಂದ ಇದ್ದು ಉತ್ತಮ ನೆನಪು ಕಾಯ್ದುಕೊಳ್ಳಲು ಸಾಧ್ಯವಾಗುತದೆ. ಎರಡನೇಯದಾಗಿ, ಸ್ನಾನದ ವೇಳೆ ದೇಹದ ಎಲ್ಲ ಕೊಳೆ ಹೋಗಿ ದೇಹ ಮತ್ತು ಮನಸ್ಸು ತಾಜಾತನ ಮತ್ತು ಶಕಿ ಹೊಂದುತದೆ. ಇದು ಮನಸ್ಸಿಗೆ ಜಾಗ್ರತಿ, ವೇಗವಾಗಿ ಮಾಹಿತಿ ನೆನಪಿಸಿಕೊಳ್ಳುವುದು ಮತ್ತೆ ಪ್ರಶ್ನೆ ಪತ್ರಿಕೆ ಬಿಡಿಸುವ ವೇಳೆ ವೇಗ ಕಾಯ್ದುಕೊಳ್ಳಲು ಸಹಕಾರಿಯಾಗುತ್ತದೆ.
- ಉತ್ತಮವಾದ ಆದರೆ, ಹಗುರಾದ ಬೆಳಗ್ಗಿನ ಉಪಾಹಾರ ಸೇವಿಸಿ ಪರೀಕ್ಷೆಗೆ ಹೊರಡಿ. ಬೆಳಗ್ಗಿನ ಉಪಾಹಾರ ದಿನವನ್ನು ಆರಂಭಿಸಲು ಪ್ರಮುಖವಾದ ಇಂಧನವಾಗಿದ್ದು, ದಿನಪೂರ್ತಿ ಶಕ್ತಿ ನೀಡುತ್ತದೆ.
- ವಿದ್ಯಾರ್ಥಿಗಳು ವಾಚ್ ಧರಿಸಬೇಕು. ಏಕೆಂದರೆ ಇದು ಪ್ರಶ್ನೆ ಪತ್ರಿಕೆ ಬಿಡಿಸುವ ಯೋಜನೆ ಹಮ್ಮಿಕೊಳ್ಳಲು ಸಹಕಾರಿಯಾಗುತ್ತದೆ. ಇದು ಉಳಿದಿರುವ ಸಮಯ ಪರೀಕ್ಷಿಸಿಕೊಳ್ಳಲೂ ಸಹಕಾರಿ.
- ವಿಶೇಷವಾಗಿ ವಿದ್ಯಾರ್ಥಿಗಳು ವರ್ಷಪೂರ್ತಿ ಒಂದು ರಿಸ್ಟ್ ವಾಚ್ ಬಳಸುವ ಹವ್ಯಾಸ ರೂಢಿಸಿಕೊಳ್ಳಬೇಕು. ಇದು ಅವರ ಸಮಯ ನಿರ್ವಹಣೆಯಲ್ಲಿ ತರಬೇತಿ ಪಡೆದುಕೊಳ್ಳಲು ಸಹಕಾರಿಯಾಗಿದೆ.
- ವಿದ್ಯಾರ್ಥಿಗಳು ಬೇಗನೆ ಮನೆ ಬಿಟ್ಟು, ಪರೀಕ್ಷೆಗೂ 15–30 ನಿಮಿಷದಷ್ಟು ಮುನ್ನ ಕೇಂದ್ರ ತಲುಪಿಕೊಳ್ಳುವಂತೆ ನೋಡಿಕೊಳ್ಳಬೇಕು. ಇದು ಅವರ ಆತಂಕವನ್ನು ನಿಯಂತ್ರಣದಲ್ಲಿಟ್ಟುಕೊಳ್ಳಲು ಸಹಕಾರಿ. ಈ ಮೂಲಕ ಪ್ರಯಾಣದ ವೇಳೆ ಯಾವುದೇ ರೀತಿಯ ಒತ್ತಡ ಅಥವಾ ಹೆಚ್ಚಿನ ಟೆನ್ಷನ್ ಉಂಟಾಗುವುದಿಲ್ಲ. ಇದರ ಹಿಂದಿರುವ ಉದ್ದೇಶವೆಂದರೆ ಮನಸ್ಸು ಮತ್ತು ದೇಹವನ್ನು ಎಷ್ಟು ಸಾಧ್ಯವೋ ಅಷ್ಟು ಮುಕ್ತವಾಗಿ ಇಡುವುದು.
- ವಿದ್ಯಾರ್ಥಿಗಳು ಪರೀಕ್ಷಾ ಕೋಣೆಯನ್ನು ವಿಶೇಷ ಆತ್ಮವಿಶ್ವಾಸದಿಂದ ಪ್ರವೇಶಿಸಬೇಕು. ಅವರು ತಮ್ಮನ್ನು ತಾವು ಹೆಚ್ಚಿನ ಅಂಕ ಗಳಿಕೆಯ ಮತ್ತು ಪ್ರತಿಭಾವಂತರ ಪಟ್ಟಿಯಲ್ಲಿ ಸೇರುವ ನಿಶ್ಚಯ ಮಾಡಬೇಕು. ಈ ಸಂದರ್ಭ

ಅವರು ಯಾವುದೇ ರೀತಿಯ ಚಿಂತೆ ಅಥವಾ ನರ್ವಸ್‌ನೆಸ್‌ಗೆ ಒಳಗಾಗಬಾರದು.

- ತಮಗೆ ಮೀಸಲಾಗಿರುವ ಸೀಟು ಹಿಡಿದ ತಕ್ಷಣ ವಿದ್ಯಾರ್ಥಿ ಅನುಕೂಲತೆ ಅನುಭವಿಸಬೇಕು. ಈಗ ಪರೀಕ್ಷೆ ವೇಳೆಯಲ್ಲಿ ಬೇಕಾಗುವ ಮತ್ತು ಅನುಮತಿ ನೀಡಿರುವ ವಸ್ತುಗಳನ್ನು ಹೊರತೆಗೆಯಬೇಕು ಮತ್ತು ಉಳಿದ ವಸ್ತುಗಳನ್ನು ಪರೀಕ್ಷಾ ಮೇಲುಸ್ತುವಾರಿಗೆ ನೀಡಬೇಕು. ಎಲ್ಲ ನೋಟ್ಸ್ ಮತ್ತು ಅಧ್ಯಯನ ವಸ್ತುಗಳನ್ನು ಮನೆಯಲ್ಲೇ ಬಿಟ್ಟು ಹೋಗುವುದು ಉತ್ತಮ. ಇದರಿಂದ ಪರೀಕ್ಷೆ ಆರಂಭವಾದ ಬಳಿಕ ವಿದ್ಯಾರ್ಥಿಗಳು ಆತಂಕಕ್ಕೀಡಾಗುವ ಪ್ರಮೇಯ ಇರುವುದಿಲ್ಲ.

ಶಾಲೆಗೆ ಹೋಗುವ ಪ್ರತಿಯೊಬ್ಬ ವಿದ್ಯಾರ್ಥಿಯೂ ಒಂದು ವಿಷಯನ್ನು ನೆನಪಿನಲ್ಲಿಟ್ಟುಕೊಳ್ಳಬೇಕು. ಅದೆಂದರೆ, ಅವರಿಗೆ ಒಂದು ಮಹತ್ವದ ಉಪಕರಣವನ್ನು ನೀಡಲಾಗಿದ್ದು, ಅದು ಅವರ ಗುರಿಯನ್ನು ನಿರ್ಧರಿಸಲಿದೆ. ಅದೇ ಶಿಕ್ಷಣ.

ಇಂದಿನ ಭಾರೀ ಯಾಂತ್ರಿಕ ಜಗತ್ತಿನಲ್ಲಿ ವ್ಯಕ್ತಿ ಉತ್ತಮ ಶಿಕ್ಷಣ ಮತ್ತು ಶಿಸ್ತು ಪಡೆಯದೇ ಹೋದರೆ ಒಂದು ಹೆಜ್ಜೆ ಮುಂದಡಿ ಇಡುವುದೂ ಕಷ್ಟಕರವಾಗಿದೆ. ಪರಿಪೂರ್ಣ ಅನಕ್ಷರಸ್ತನಾಗುವ ಮಾತನ್ನು ದೂರವಿಡಿ. ನಿರಂತರವಾಗಿ ಶಾಲೆಗೆ ತೆರಳುವ ಮೂಲಕ ಜ್ಞಾನವನ್ನು ಗಳಿಸಬಹುದಾಗಿದೆ. ಕಲಿತವರು ತಮಗಾಗಿ ಮತ್ತು ದೇಶಕ್ಕಾಗಿ ಅದ್ಭುತಗಳನ್ನು ಮಾಡಬಹುದು. ಪ್ರತಿಯೊಬ್ಬರೂ ನಾಗರಿಕ ಸಮಾಜದ ನೀತಿ ಮತ್ತು ನಿಯಮಗಳನ್ನು ಅರಿತು ಬದುಕಲು ಮತ್ತು ಗಳಿಸಲು ಗೌರವಯುತ ಮಾರ್ಗ ಕಂಡುಕೊಳ್ಳಬೇಕು.

ಸಲಹೆ: ಈ ಅಧ್ಯಾಯನವನ್ನು ಕನಿಷ್ಠ 2–3 ಬಾರಿ ಓದಿ. ಇಲ್ಲಿ ಹೇಳಿರುವ ತಂತ್ರಗಳನ್ನು ಅರ್ಥೈಸಿಕೊಳ್ಳಿ. ಮುಂದಿನ ಶೀಘ್ರ ರೆಫರೆನ್ಸ್ ಸಲುವಾಗಿ ಮಹತ್ವದ ಪಾಯಿಂಟ್‌ಗಳನ್ನು ಅಂಡರ್‌ಲೈನ್ ಮಾಡಿ.

***

ಕೃತಿಕಾರರಿಂದ ಸುಲಭ ಟಿಪ್ಸ್‌ಗಳು

ನಿಮ್ಮ ನೆನಪಿನ ಶಕ್ತಿಯನ್ನು ಸುಧಾರಿಸಿಕೊಳ್ಳುವುಗು ಸರಳ ಮತ್ತು ಸುಲಭ
-ಅದು ಹೇಗೆ ಎಂಬುದನ್ನು ನೋಡಿ-

ಧ್ಯಾನ

↓

ಉತ್ತಮ ಗ್ರಹಿಕೆ

↓

ಉತ್ತಮ ಕಲಿಕೆ

↓

ಉತ್ತಮ ನೆನಪಿನಲ್ಲಿಟ್ಟುಕೊಳ್ಳುವಿಕೆ

↓

ಉತ್ತಮ ಪುನಃ ನೆನಪಿಸಿಕೊಳ್ಳುವಿಕೆ

↓

ಉತ್ತಮ ಕಾರ್ಯಾನುಷ್ಠಾನ

↓

ಉತ್ತಮ ಅಂಕ-ಉತ್ತಮ ದರ್ಜೆ
ಪ್ರತಿಭಾವಂತರಾಗುವುದು

↓

ಯಶಸ್ಸು, ಗುರುತಿಸುವಿಕೆ, ಗೌರವ, ಆತ್ಮವಿಶ್ವಾಸ, ಸಂತೋಷ

ಬದುಕಿಗೆ ವಿಶೇಷ ನೆನಪಿನ ಟಿಪ್ಸ್‌ಗಳು:

5-7 ಬಾದಾಮಿಯನ್ನು ನೀರಿನಲ್ಲಿ ನಿತ್ಯ ನೆನೆಸಿಡಿ. ಬೆಳಗ್ಗೆ ಅದನ್ನು ಹೊರತೆಗೆಯಿರಿ ಮತ್ತು ಪ್ರತಿದಿನ ಅದನ್ನು ಸೇವಿಸಿ. ಜಾದೂವನ್ನು ನೋಡಿ.

ಈ ಕೆಳಗಿನ ಅಭ್ಯಾಸಗಳನ್ನು ಪ್ರತಿಯೊಬ್ಬರೂ ಕೈಗೊಳ್ಳಬಹುದು ಮತ್ತು ರೂಢಿ ಮಾಡಬಹುದು. ಆದರೆ, ಪುಸ್ತಕವನ್ನು ಪೂರ್ತಿಯಾಗಿ ಓದುವುದು ಹೆಚ್ಚು ಪರಿಣಾಮ ಉಂಟುಮಾಡುತ್ತದೆ ಮತ್ತು ಸಹಕಾರಿಯಾಗಿದೆ. ಏಕೆಂದರೆ ಯೋಜನೆ ಮತ್ತು ತಾರ್ಕಿಕತೆಗಳು ಒಂದಾದ ಬಳಿಕ ಒಂದು ಅಧ್ಯಾಯವನ್ನು ನಿತ್ಯ ಓದಿದರೆ ಮಾತ್ರ ಸ್ಪಷ್ಟವಾಗುತ್ತದೆ. ಇದು ಸಾಮಾನ್ಯ ಪುಸ್ತಕವಲ್ಲ. ಬದಲಿಗೆ ಪರಿಪೂರ್ಣ ನೆನಪು ಸುಧಾರಿಸಿಕೊಳ್ಳುವ ಯೋಜನೆಯಾಗಿದ್ದು ನಿಮ್ಮ ಅನುಕೂಲತೆಗೆ ಅನುಸಾರವಾಗಿ ಸುಲಭವಾಗಿ ಮತ್ತು ಓದುವ ಮಾದರಿಯಲ್ಲಿ ಸಿದ್ಧಗೊಳಿಸಲಾಗಿದೆ.

ಉದಾಹರಣೆಗೆ, ನಾವು ನಿರಂತರವಾಗಿ ಚಲನಚಿತ್ರದ ಆಸಕ್ತಿಕರ ಕ್ಲಿಪ್‌ಗಳನ್ನು ನೋಡಿದರೆ ಅದು ಸಾಮಾನ್ಯವಾಗಿ ಹೆಚ್ಚು ನಗು ತರಿಸುವುದಿಲ್ಲ. ಆದರೆ, ನಾವು ಪೂರ್ಣ ಸಿನಿಮಾ ನೋಡುತ್ತ ಅದೇ ದೃಶ್ಯವನ್ನು ನೋಡಿದರೆ ಅದು ನಮ್ಮನ್ನು ಹೆಚ್ಚು ರಂಜಿಸುತ್ತದೆ. ಹಾಗಾಗಿ, ಈ ಪುಸ್ತಕವನ್ನು ನಿಧಾನವಾಗಿ ಓದಿ ಮತ್ತು ಸೂಚನೆಗಳನ್ನು ಜಾಗ್ರತರಾಗಿ ಅನುಷ್ಠಾನಗೊಳಿಸಿ. ಆ ಮೂಲಕ ನಿಜ ಅರ್ಥದಲ್ಲಿ ಅದರ ಲಾಭ ಪಡೆಯಿರಿ.

ಈ ಕೆಳಗಿನ ಚಟುವಟಿಕೆಗಳನ್ನು ನಿಮ್ಮ ನೆನಪಿನ ಶಕ್ತಿ ಮುಂದೆ ಹೆಚ್ಚಿನ ರೀತಿಯಲ್ಲಿ ಸುಧಾರಣೆಯಾಗಲು ನಿತ್ಯ ಕೈಗೊಳ್ಳಿ. ಅದು 30 ದಿನದ ನೆನಪು ಸುಧಾರಿಸಿಕೊಳ್ಳುವ ಯೋಜನೆ ಜತೆಗೆ ಹೆಚ್ಚುವರಿಯಾಗಿ ನೀಡಲಾಗಿದ್ದು, 1–2 ತಿಂಗಳ ಅಂತರದಲ್ಲಿ ಕನಿಷ್ಠ 4–6 ಬಾರಿ ಪುನರಾವರ್ತಿಸಬೇಕು.

ಸಾರ್ವಜನಿಕರು ಸಾಮಾನ್ಯವಾಗಿ ದೈಹಿಕ ವ್ಯಾಯಾಮ ಕುರಿತು ಮಾತ್ರ ತಿಳಿದಿರುತ್ತಾರೆ. ಹಾಗಾಗಿ ಕೆಳಗಿನ ವ್ಯಾಯಾಮಗಳು ನಿಮ್ಮ ಯೋಚನಾ ವಿಧಾನ ಮತ್ತು ಮನಸ್ಸಿನ ವ್ಯಾಯಾಮದ ಮಹತ್ವ ಕುರಿತು ತಿಳಿಸಿಕೊಡಬಲ್ಲವು. ಕೆಲವು ವ್ಯಾಯಾಮಗಳು ನಿಧಾನವಾಗಿ ನಿಮ್ಮ ನಿತ್ಯ ಬದುಕಿನ ಬಹುಮುಖ್ಯ ಅಂಗವಾದೀತು. ಆಗ ನಾವು ನಿಜ ಅರ್ಥದಲ್ಲಿ ಈ ಪುಸ್ತಕ ಅದರ ಉದ್ದೇಶ ಪೂರೈಸಿದೆ ಎಂದು ತಿಳಿದುಕೊಳ್ಳಬಹುದಾಗಿದೆ.

ನಿಮ್ಮ ಮನಸ್ಸನ್ನು ಕೆಲವು ಊಹೆಯ ಕಾರ್ಯದಲ್ಲಿ ತೊಡಗಿಸಿಕೊಳ್ಳಿ(ನಿಮ್ಮ ಕಣ್ಣನ್ನು ಮುಚ್ಚಿಕೊಳ್ಳಿ)

- ಆಗಾಗ ನಿಮ್ಮ ಪಾಕೆಟ್‌ನಲ್ಲಿರುವ ಸ್ಥಳೀಯ ಹಣದ ನಾಣ್ಯವನ್ನು ಗುರುತಿಸಲು ಯತ್ನಿಸಿ.
- ನಿಮ್ಮ ಸುತ್ತ ಪಾಸ್ ಆಗುವ ವಿವಿಧ ವಾಹನಗಳನ್ನು ಗುರುತಿಸಲು ಯತ್ನಿಸಿ.
- ಪಾರ್ಕ್‌ನಲ್ಲಿರುವ ಹೂಗಳನ್ನು ಅವುಗಳ ವಾಸನೆ ಆಧಾರದ ಮೇಲೆ ಪತ್ತೆ ಮಾಡಿ.
- ಆಗಾಗ ನಿಮ್ಮ ಮನೆ ಮತ್ತು ಇತರ ಪ್ರದೇಶಗಳಲ್ಲಿನ ತಾಪಮಾನ ಬದಲಾವಣೆ ಊಹಿಸಿಕೊಳ್ಳಿ.
- ಸ್ನಾನ ಮಾಡುತ್ತಿರುವಾಗ ಎಲ್ಲ ನಿತ್ಯ ಚಟುವಟಿಕೆಯನ್ನು ನೆನಪಿಸಿಕೊಳ್ಳಲು ಯತ್ನಿಸಿ.
- ಆಗಾಗ ನಿಮ್ಮ ಊಟದ ತಟ್ಟೆಗೆ ಏನೆಲ್ಲಾ ಐಟಂಗಳನ್ನು ಪೂರೈಸಲಾಗಿದೆ ಎಂಬುದನ್ನು ಊಹಿಸಿಕೊಳ್ಳಿ.
- ದಿನದ ಅವಧಿಯಲ್ಲಿ ಆಗಾಗ ಸಮಯ ಎಷ್ಟಾಗಿರಬಹುದು ಎಂಬುದನ್ನು ಊಹಿಸಿಕೊಳ್ಳಿ.

ಉಳಿದ ಕೈ ಬಳಸಲು ಯತ್ನಿಸಿ

- ಕ್ರೀಡೆ ಮತ್ತು ಇತರ ಆಟಗಳನ್ನು ಬೇರೆ ಕೈನಿಂದ ಆಡಲು ಯತ್ನಿಸಿ.
- ನಿಮ್ಮ ಊಟ, ಬರವಣಿಗೆ, ಚಿತ್ರ ಬಿಡಿಸುವುದು ಅಥವಾ ಪೇಂಟಿಂಗ್, ಸಂಗೀತ ಉಪಕರಣಗಳನ್ನು ನುಡಿಸುವುದು ಇತ್ಯಾದಿಗಳನ್ನು ನಿಮ್ಮ ಇತರ ಕೈನಿಂದ ಕೈಗೊಳ್ಳಲು ಯತ್ನಿಸಿ.
- ನಿಮ್ಮ ಟಿವಿಯ ಮತ್ತು ಇತರ ಉಪಕರಣಗಳ ಸ್ವಿಚ್ ಆನ್ ಮಾಡುವುದು ಇತ್ಯಾದಿಗಳನ್ನು ಬೇರೆ ಕೈನಿಂದ ಮಾಡಲು ಯತ್ನಿಸಿ. ಉಳಿದ ಕೈನಿಂದ ರಿಮೋಟ್ ಕಂಟ್ರೋಲ್‌ಅನ್ನು ಬಳಸಲು ಕೂಡ ಯತ್ನಿಸಿ.
- ನಿಮ್ಮ ಕೂದಲು ಬಾಚಿಕೊಳ್ಳುವುದು, ಶೇವಿಂಗ್, ಹಲ್ಲುಜ್ಜುವುದು, ಶೂ ಸ್ವಚ್ಛಗೊಳಿಸಿಕೊಳ್ಳುವುದು, ನಂಬರ್ ಡಯಲ್ ಮಾಡುವುದು ಇತ್ಯಾದಿಗಳನ್ನೂ ಇತರ ಕೈನಿಂದ ಮಾಡಿ.
- ಹಣ್ಣನ್ನು ಮತ್ತು ತರಕಾರಿಗಳನ್ನು ಕತ್ತರಿಸುವುದು, ಬಿಡಿಸುವುದು ಮತ್ತು ತಿನ್ನುವುದನ್ನು ಇತರ ಕೈನಿಂದ ಮಾಡಿ.

ಸಾಮಾನ್ಯ ಚಟುವಟಿಕೆಗಳು

- ವಿವಿಧ ರೀತಿಯ ಪಝಲ್‌ಗಳನ್ನು ಬಿಡಿಸಿ.
- ಗುಂಪು ಆಟ, ಅಭಿನಯ, ಹಾಡು ಮತ್ತು ನೃತ್ಯದ ಸ್ಪರ್ಧೆಗಳು, ಚರ್ಚೆ ಮತ್ತು ಲೆಕ್ಚರಿಂಗ್ ಇತ್ಯಾದಿಗಳಲ್ಲಿ ಪಾಲ್ಗೊಳ್ಳಿ.
- ವಿಜ್ಞಾನ ಪ್ರದರ್ಶನ, ಸ್ಪರ್ಧೆ, ಸೆಮಿನಾರ್, ಫೇರ್‌ಗಳು, ಮ್ಯಾಚ್, ಗೇಮ್ ಮತ್ತು ಸ್ಪೋರ್ಟ್ಸ್ ಇತ್ಯಾದಿಗಳಲ್ಲಿ ಪಾಲ್ಗೊಳ್ಳಿ.
- ಹೊಸ ಹವ್ಯಾಸಗಳನ್ನು ಆರಂಭಿಸಿ.
- ಗಿಡ, ಹೂವು, ಉಪಜೀವಿಗಳು, ಹಕ್ಕಿ, ಪ್ರಾಣಿ ಇತ್ಯಾದಿಗಳನ್ನು ಗ್ರಹಿಸಿ.
- ಯಾವುದೇ ನಟ, ಸೆಲೆಬ್ರಿಟಿ ಅಥವಾ ಜನಪ್ರಿಯ ವ್ಯಕ್ತಿತ್ವವನ್ನು ಅನುಕರಣೆ ಮಾಡಿ.
- ಬಾಸ್ಕೆಟ್ ಬಾಲ್ ಅಥವಾ ಇನ್ನಾವುದೇ ಬಾಲ್‌ಅನ್ನು ಡ್ರಿಬ್ಬಲ್ ಮಾಡಿ ಅಥವಾ ಅದರ ಮೇಲೆ ಭಿನ್ನ ರೀತಿಯಲ್ಲಿ ಎಸೆದು ನಿಯಂತ್ರಣ ಸಾಧಿಸಿ
- ಯಾವುದೇ ಅಡ್ಡ ಶಬ್ದದ ಪಜಲ್ ಅಥವಾ ಆಟವನ್ನು ಬಿಡಿಸಿ. ಅಲ್ಲಿ ಶಬ್ದಗಳ ಹಲವು ಒಕ್ಕೂಟಗಳು ಇರುತ್ತವೆ.
- ಪತ್ತೇದಾರಿ ಕತೆ ಮತ್ತು ಕಾದಂಬರಿ ಓದುವುದನ್ನು ಆರಂಭಿಸಿ. ಜತೆಗೆ, ಪತ್ತೇದಾರಿ ಧಾರಾವಾಹಿ ಮತ್ತು ಚಲನಚಿತ್ರವನ್ನೂ ನೋಡಿ.
- ಪ್ರಸ್ತುತ ಪ್ರಪಂಚದಲ್ಲಿ ಆಗುತ್ತಿರುವ ಸಂಶೋಧನೆ ಮತ್ತು ಪತ್ತೆ ಕಾರ್ಯದ ಕುರಿತು ಮಾಹಿತಿ ಸಂಗ್ರಹಿಸಿ.
- ನಿಮ್ಮ ನಿತ್ಯದ ಖರ್ಚಿನ ಕುರಿತು ಒಂದು ದಾಖಲೆ ನಿರ್ವಹಿಸಿ.
- ನೀವು ಎಲ್ಲೇ ಹೋದರೂ ಎಷ್ಟು ಅಂತಸ್ತುಗಳಿವೆ ಎಂಬುದನ್ನು ಲೆಕ್ಕ ಮಾಡಿ.
- ನೀವು ಬೆಳಗ್ಗೆ ಎಷ್ಟು ಗಂಟೆಗೆ ಎದ್ದುಕೊಂಡಿರಿ? = ...

ನಿಮ್ಮ ಬೆಳಗ್ಗಿನ ಉಪಾಹಾರದಲ್ಲಿ ಏನೆಲ್ಲಾ ಸೇವಿಸಿದಿರಿ? = ...

ನಿಮ್ಮ ಉಡುಪು ನಿಮಗೆ ಅನುಕೂಲಕರ ಎನಿಸುತ್ತಿದೆಯೇ? = ಹೌದು, ಇಲ್ಲ, ಅಡ್ಡಿಲ್ಲ

ಇಂದು ನೀವು ನಿಮ್ಮಲ್ಲಿ ಏನನ್ನು ಇಷ್ಟಪಟ್ಟಿರಿ? = ...

- ನಿಮ್ಮ ಮನೆ ಹತ್ತಿರ ನಿಲ್ಲಿಸಿರುವ ವಾಹನಗಳ ವಿಶೇಷ ನೋಂದಣಿ ಸಂಖ್ಯೆ ಹೊಂದಿರುವ ವಾಹನಗಳ ಸಂಖ್ಯೆ ಬರೆದಿಟ್ಟುಕೊಳ್ಳಿ ಹಾಗೂ ನೆನಪಿಸಿಕೊಳ್ಳಲು ಯತ್ನಿಸಿ. ನಿಧಾನವಾಗಿ ಯಾವ ವಾಹನ ನಿಮ್ಮ ಸುತ್ತಲಿನ ಮನೆಯವರಿಗೆ

ಸಂಬಂಧಿಸಿದ್ದು ಮತ್ತು ಯಾವುದು ಅಲ್ಲ ಎಂಬುದನ್ನು ಗುರುತಿಸಿ.

- ನಿಮ್ಮ ರೂಂನಲ್ಲಿ ಇರುವ ಎಲ್ಲ ವಸ್ತುಗಳನ್ನು ಬರೆದಿಟ್ಟುಕೊಳ್ಳಲು ಆರಂಭಿಸಿ. ಕೆಲವು ಸಾರ್ವಜನಿಕ ಸ್ಥಳಕ್ಕೆ, ಪ್ರದರ್ಶನಕ್ಕೆ, ವಸ್ತುಸಂಗ್ರಹಾಲಯಕ್ಕೆ, ಮಾರಾಟ ಮಳಿಗೆಗೆ, ಹೋಟೆಲ್ ಮತ್ತು ರೆಸ್ಟೋರೆಂಟ್‌ಗೆ ಇತ್ಯಾದಿ ಸ್ಥಳಕ್ಕೆ ತೆರಳಿದ ಮೇಲೆ ಅಲ್ಲಿ ಕಂಡ ಎಲ್ಲ ವಸ್ತುಗಳನ್ನು ಬರೆದಿಡಿ.
- ನಿಮ್ಮ ಶಾಲೆ ಮತ್ತು ಮನೆಯಲ್ಲಿ ಅಂತಸ್ತಿಗೆ ಎಷ್ಟು ಮೆಟ್ಟಿಲುಗಳಿವೆ ಎಂಬುದನ್ನು ಲೆಕ್ಕ ಮಾಡಿ.
- ಹತ್ತಿರದ ಬಸ್ ನಿಲ್ದಾಣ, ಉದ್ಯಾನ ಅಥವಾ ಸೂಪರ್‌ಮಾರ್ಕೆಟ್ ನಡೆದು, ಸೈಕಲ್ ಮೂಲಕ ಮತ್ತು ಕಾರ್‌ನಲ್ಲಿ ತೆರಳಲು ಎಷ್ಟು ಸಮಯ ಬೇಕು ಎಂಬುದನ್ನು ಪರಿಶೀಲಿಸಿ.
- ನೀವು ಕಚೇರಿ, ಶಾಲೆ ಅಥವಾ ಆಟವಾಡಲು, ಮಾರ್ಕೆಟ್‌ಗೆ ತೆರಳಲು ಅಥವಾ ಕೆಲವು ಪಾರ್ಟಿ ಅಥವಾ ಕಾರ್ಯಕ್ರಮಕ್ಕೆ ತೆರಳಲು ನೀವು ಸಿದ್ಧಗೊಳ್ಳಲು ಸಾಮಾನ್ಯವಾಗಿ ಎಷ್ಟು ಸಮಯ ತೆಗೆದುಕೊಳ್ಳುತ್ತೀರಿ ಎಂಬುದನ್ನು ಪರಿಶೀಲಿಸಿ.
- ಸಾಮಾನ್ಯವಾಗಿ ನೀವು ಎದ್ದ ತಕ್ಷಣ ನಿಮ್ಮ ಹೃದಯ ಬಡಿತ ಅಥವಾ ಪಲ್ಸ್ ರೇಟ್ ಏನು. ಶಾಲೆ ಅಥವಾ ಕಚೇರಿಯಿಂದ ವಾಪಸ್ ಬಂದ ಬಳಿಕ ಎಷ್ಟಿದೆ. ಹೊರಗಿನ ಆಟ ಅಥವಾ ವ್ಯಾಯಮ ಮುಗಿಸಿದ ಬಳಿಕ, ಅಡುಗೆ ಅಥವಾ ಗಾರ್ಡನಿಂಗ್ ಮಾಡಿದ ಬಳಿಕ, ಊಟದ ನಂತರ ಮತ್ತು ಮೊದಲು, ಧ್ಯಾನ ಅಥವಾ ಪೂಜೆ ಬಳಿಕ ಮತ್ತು ಮೊದಲು ಇತ್ಯಾದಿ.
- ಉದ್ದೇಶಿತ ಟಾಪಿಕ್‌ಗಳನ್ನು ವಿಶೇಷ ವೇಗದಲ್ಲಿ ಓದಿ. ಇದನ್ನು ನಿಮ್ಮ ಓದಿನ ವೇಗ ವೃದ್ಧಿಸುವ ಅಭ್ಯಾಸವಾಗಿ ಕೈಗೊಳ್ಳಿ.
- ನಿಧಾನವಾಗಿ ನಿಮ್ಮ ಮನಸ್ಸು ವಿಷಯವನ್ನು ವೇಗವಾಗಿ ಓದಿ ಅರ್ಥೈಸಿಕೊಳ್ಳುವ ತರಬೇತಿ ಪಡೆದುಕೊಳ್ಳುತ್ತದೆ. ಹಾಗಾಗಿ, ಅದೇ ವಿಷಯವನ್ನು ಪುನಃ ಓದುವುದು ನಿಧಾನವಾಗಿ ಕಡಿಮೆಯಾಗಿ ಮುಕ್ತಾಯಗೊಳ್ಳಲಿದೆ.
- ಯಾವಾಗಲೂ ನಿಮ್ಮ ಚಟುವಟಿಕೆಗಳಲ್ಲಿ ಕ್ರಿಯಾಶೀಲವಾಗಿರಿ ಮತ್ತು ಜಾಗ್ರತರಾಗಿರಿ. ನಿಧಾನವಾಗಿ ನೀವು ನಿಮ್ಮಲ್ಲಿ ಆತ್ಮವಿಶ್ವಾಸ ತುಂಬಿಕೊಳ್ಳುವುದನ್ನು ಗ್ವಮನಿಸುತ್ತೀರಿ.

ನಿರ್ಧಾರ ಕೈಗೊಳ್ಳುವ ಸಾಮರ್ಥ ಸುಧಾರಿಸಿಕೊಳ್ಳುವ ವಿಧಾನಗಳು

- ಸಣ್ಣ ಪಾಕೆಟ್ ಡೈರಿ ಇಟ್ಟುಕೊಳ್ಳುವುದನ್ನು ರೂಢಿಸಿಕೊಳ್ಳಿ.
- ಬಾಕಿ ಇರುವ ಕೆಲಸಗಳನ್ನು ಬರೆದುಕೊಳ್ಳಿ.
- ಯಾವಾಗಲೂ ವೃತ್ತಿಪರರ ಸಲಹೆ ಮತ್ತು ಸೇವೆಯನ್ನು ಪಡೆದುಕೊಳ್ಳಿ.
- ವಿವಿಧ ದೃಷ್ಟಿಕೋನದಿಂದ ಸಮಸ್ಯೆಯನ್ನು ವಿಶ್ಲೇಷಣೆಗೊಳಪಡಿಸಲು ಮತ್ತು ಬಗೆಹರಿಸಲು ಯತ್ನಿಸಿ.
- ಯಾವಾಗಲೂ ಗಡಿಬಿಡಿಯಲ್ಲಿ ಮತ್ತು ಸಮಯದ ಅಭಾವವಿರುವ ಸ್ಥಿತಿಯಲ್ಲಿ ತೆಗೆದುಕೊಳ್ಳಬೇಡಿ.
- ಇತರರ ಒತ್ತಡಕ್ಕೆ ಒಳಗಾದ ವೇಳೆಯಲ್ಲಿ ಯಾವತ್ತೂ ನಿರ್ಧಾರ ತೆಗೆದುಕೊಳ್ಳಬೇಡಿ.
- ಯಾವುದೇ ರೀತಿಯ ಅಮಲು ಪದಾರ್ಥ ಸೇವಿಸಿದಾಗ, ಸುಸ್ತಾದಾಗ ಅಥವಾ ಚಿಂತೆಯಲ್ಲಿದ್ದಾಗ ನಿರ್ಧಾರ ಕೈಗೊಳ್ಳಬೇಡಿ.

ನಿಮ್ಮ ಏಕಾಗ್ರತೆ ಸುಧಾರಿಸುವ ವಿಧಾನಗಳು

- ಯಾವಾಗಲೂ ಒಂದು ಅವಧಿಯಲ್ಲಿ ಒಂದೇ ಚಟುವಟಿಕೆ ಕೈಗೊಳ್ಳಿ.
- ಅನುಕೂಲಕರ ಎನಿಸಲು ಯಾವಾಗಲೂ ಸ್ವಚ್ಛವಾದ ಮತ್ತು ನೀಟಾದ ಬಟ್ಟೆ ತೊಡಿ.

- ಯಾವಾಗಲೂ ಹೆಚ್ಚಿನ ಪ್ರಮಾಣದಲ್ಲಿ 2 ಅಥವಾ 3 ಬಾರಿ ಆಹಾರ ಸೇವಿಸುವ ಬದಲು ಹಗುರಾದ ಆಹಾರವನ್ನು ದಿನದಲ್ಲಿ 4–5 ಬಾರಿ ಸೇವಿಸಲು ಯತ್ನಿಸಿ.
- ಅತಿ ಹೆಚ್ಚಿನ ಎಣ್ಣೆ, ಸಾಂಬಾರ ಪದಾರ್ಥ, ತಂಪು ಅಥವಾ ಫಾಸ್ಟ್‌ಫುಡ್‌ನಿಂದ ದೂರವಿರಿ.
- ಬಹುತೇಕ ಸಂದರ್ಭದಲ್ಲಿ ಮನೆ ಅಡುಗೆಯನ್ನೇ ಆಯ್ಕೆ ಮಾಡಿ. ಯಾವಾಗಲೂ ಬಿಸಿಯಾಗಿರುವ ಆಹಾರವನ್ನೇ ಸೇವಿಸಲು ಯತ್ನಿಸಿ.
- ಬಹುತೇಕ ಸಂದರ್ಭದಲ್ಲಿ ನೈಸರ್ಗಿಕ ಬೆಳಕನ್ನೇ ಬಳಸಿ.
- ನಿಮ್ಮ ನಿದ್ದೆಯ ಅವಧಿಯ ವಿಷಯದಲ್ಲಿ ರಾಜಿ ಮಾಡಿಕೊಳ್ಳಬೇಡಿ.
- ಬದುಕಿನ ಕುರಿತು ಸರಳ ಮತ್ತು ಧನಾತ್ಮಕ ಮನೋಭಾವವನ್ನು ಅಳವಡಿಸಿಕೊಂಡು ಅದನ್ನು ಅನುಸರಿಸಿ.
- ಯಾವುದೇ ಹೊಸ ಅಸೈನ್‌ಮೆಂಟ್ ಆರಂಭಿಸಲು ಸೂಕ್ತ ಸಮಯ ಮತ್ತು ವಾತಾವರಣವನ್ನು ಆಯ್ಕೆ ಮಾಡಿ.

ಮರೆಯುವಿಕೆಯನ್ನು ಹೋಗಲಾಡಿಸಿ

- ನಿಮ್ಮ ಸಿದ್ಧತೆಯ ಧೋರಣೆಯಲ್ಲಿ ಭಾರಿ ಎಚ್ಚರಿಕೆ ಮತ್ತು ಜಾಗ್ರತೆ ವಹಿಸಿ.
- ನಿಮ್ಮಷ್ಟಕ್ಕೆ ನೀವೇ ಅತಿಯಾಗಿ ತೋರಿಸಿಕೊಳ್ಳಬೇಡಿ ಅಥವಾ ಮನಸ್ಸಿನ ಮೇಲೆ ಹೆಚ್ಚಿನ ಹೊರೆ ಹಾಕಬೇಡಿ.
- ಓದಿನ ಮಧ್ಯೆ ಆಗಾಗಾ ವಿರಾಮ ಪಡೆದುಕೊಳ್ಳಿ.
- ನಿಮ್ಮ ಕೂದಲು ಕಟಿಂಗ್ ಸಾಧ್ಯವಾದಷ್ಟು ಸಣ್ಣದಾಗಿರಲಿ.

ಮಾಡಬೇಕಾದವುಗಳು

- ನಿಮ್ಮ ಕೋಣೆಯ ಬಾಗಿಲು ಹಾಕಿಕೊಂಡು ಓದಿ.
- ಶೀಘ್ರದ ಸಣ್ಣ ಸ್ನಾನ ಮನಸ್ಸು ಮತ್ತು ದೇಹಕ್ಕೆ ಶಕ್ತಿ ನೀಡುತ್ತದೆ.
- ನಿರಂತರ ಅಂತರದಲ್ಲಿ ವಿಷಯ, ಅಧ್ಯಾಯ ಅಥವಾ ಪಾಠ ಬದಲಾಗಬೇಕು.
- ಕೇವಲ 10–15 ನಿಮಿಷ ಹಗುರ ವ್ಯಾಯಾಮ ಕೈಗೊಳ್ಳಿ.
- 10–15 ನಿಮಿಷದ ಸಣ್ಣ ನಿದ್ದೆ ಮಾಡಿ.
- ಹಗುರಾದ ಆಹಾರ ಸೇವಿಸಿ.

ಮಾಡಬಾರದವುಗಳು

- ತಾಜಾತನಕ್ಕಾಗಿ ತೆಗೆದುಕೊಳ್ಳುವ ಬಿಡುವು ಐದು ನಿಮಿಷಕ್ಕಿಂತ ಹೆಚ್ಚಾಗದಂತೆ ನೋಡಿಕೊಳ್ಳಿ.
- ಯಾವತ್ತೂ ತಂಬಾಕು ಅಥವಾ ಯಾವುದೇ ರೀತಿಯ ಸಿಗರೇಟು ಸೇದುವುದು, ಅಲ್ಕೋಹಾಲ್ ಅಥವಾ ಡ್ರಗ್ಸ್ ಸೇವನೆ ಕುರಿತು ವಿಚಾರ ಮಾಡಬೇಡಿ.
- ಕಾಫೀ, ಟೀ ಅಥವಾ ತಂಪು ಪಾನೀಯ ಸೇವನೆಯೂ ನಿಯಂತ್ರಣದಲ್ಲಿರಲಿ.
- ಬೆಳಕಿನ ಡೈರೆಕ್ಷನ್ ನಿಮ್ಮ ಕಣ್ಣಿನ ಮೇಲೆ ನೇರ ಪರಿಣಾಮ ಉಂಟುಮಾಡಿ ತೊಡಕು ಉಂಟಾಗದಂತೆ ನೋಡಿಕೊಳ್ಳಿ.

ಚಿಂತೆ ಮತ್ತು ಟೆನ್ಷನ್ ದೂರ ಇಡಿ

- ನಿಮ್ಮ ಚಿಂತೆಯನ್ನು ಕೆಲವು ನಂಬಿಕಸ್ಥರಲ್ಲಿ ಹಂಚಿಕೊಳ್ಳಿ.
- ದೀರ್ಘ ಕಾಲದ ತನಕ ಒಬ್ಬರೇ ಖಾಲಿ ಕುಳಿತುಕೊಳ್ಳಬೇಡಿ.
- ರಜಾದಿನ ಬೇಡ

- ಒಂದು ಅವಧಿಯಲ್ಲಿ ಒಂದೇ ಕಾರ್ಯ ಕೈಗೊಳ್ಳಿ.
- ಮಹತ್ವಪೂರ್ಣವಲ್ಲದ ವಿಷಯ ಮತ್ತು ಗಾಸಿಪ್ ನಿರ್ಲಕ್ಷಿಸಿ.
- ಇನ್ನೊಬ್ಬರ ವಿಷಯದಲ್ಲಿ ತಲೆ ಹಾಕಬೇಡಿ.
- ಕಡಿಮೆ ಮಾತನಾಡಿ ಮತ್ತು ಹೆಚ್ಚು ಕೇಳಿ.
- ಸಮಸ್ಯೆಗಳನ್ನು ಶಾಂತವಾಗಿ ಮತ್ತು ಸಂಯಮದಿಂದ ಎದುರಿಸಿ.
- ಸಣ್ಣ ಮನಸ್ಸಿನ ವ್ಯಕ್ತಿಗಳಾಗಬೇಡಿ.
- ಯಾವಾಗಲೂ ಟೇಬಲ್ ಲ್ಯಾಂಪ್ ಬಳಸಿ.
- ಯಾವಾಗಲೂ ಒಂದು ಅಲರಾಂ ಕ್ಲಾಕ್ ಬಳಸಿ.

--ಕೊನೆಯ ಸಲಹೆ--

ನಿಮ್ಮ ಹವ್ಯಾಸವಾಗುವ ವರೆಗೂ ಯಾವತ್ತೂ
ನಿಮ್ಮಷ್ಟಕ್ಕೆ ನೀವೇ ಇದು ಹೇಳಿಕೊಳ್ಳುತ್ತಿರಿ

****

ಹೌದು, ನಾನು ಇದನ್ನು ಮಾಡಬಲ್ಲೆ
ಮತ್ತು
ಹೌದು ನಾನು ಇದನ್ನು ಮಾಡುತ್ತೇನೆ.

***

RAPIDEX ENGLISH SPEAKING COURSE/EXCEL ENGLISH SPEAKING COURSE

ISBN : 9789381448908 (Telugu)

ISBN : 9789381448915 (Bangla)

ISBN : 9789381448922 (Oriya)

ISBN : 9789381448939 (Assamese)

ISBN : 9789381448946 (Nepalese)

Published in sixteen languages
Hindi, Malayalam, Tamil, Telugu, Kannada, Marathi, Gujarati, Bangla, Oriya, Urdu, Assamese, Punjabi, Nepalese, Persian, Arabic and Sinhalese

REGIONAL LANGUAGE/SPOKEN ENGLISH/LEARNING COURSES

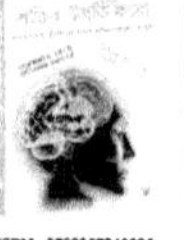

ISBN : 9789357940054 (Bangla)
ISBN : 9789357940016 (Bangla)
ISBN : 9789357940023 (Bangla)
ISBN : 9789357940085 (Bangla)
ISBN : 9789357940825 (Bangla)
ISBN : 9789357940092 (Bangla)
ISBN : 9789357940009 (Bangla)
ISBN : 9789357940030 (Bangla)
ISBN : 9789357941303 *(2 Colour Book)*

ISBN : 9789357940061 (Bangla)
ISBN : 9789357940047 (Bangla)
ISBN : 9788122310924 (Bangla)
ISBN : 9789357940078 (Bangla)
ISBN 9789350570357 (Kannada)
ISBN : 9789350571200 (Kannada)
ISBN : 9789350570340 (Kannada)
ISBN : 9789350570944 (Kannada)
(Coming Soon) Marathi

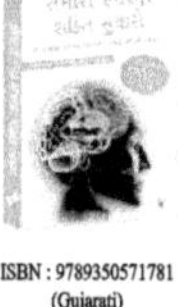

ISBN : 9789350570951 (Kannada)
ISBN : 9789350571309 (Kannada)
ISBN : 9789350571828 (Gujarati)
ISBN : 9789350571781 (Gujarati)
ISBN : 9789350571811 (Marathi)
ISBN : 9789350571804 (Marathi)
ISBN : 9789381384138 (Tamil)
ISBN : 9789381384121 (Tamil)
(Coming Soon) Punjabi

ISBN : 9789357940153 (Eng.-Bangla)
ISBN : 9789357940399 (Eng.-Kannada)
ISBN : 9789357940375 (Eng.-Odia)
ISBN : 9789357940382 (Eng.-Telugu)
ISBN : 9789357941358 (Eng.-Malayalam)
ISBN : 9789357941327 (Eng.-Tamil)
ISBN : 9789357940856 (Eng.-Marathi)
ISBN : 9789357940849 (Eng.-Gujarati)
(Coming Soon) Kannada

ISBN : 9789357941334 (Eng.-Assamese)
ISBN : 9789357941341 (Eng.-Urdu)
ISBN : 9789350570760 (Telugu)
ISBN : 9789350570098 (Telugu)
ISBN : 9789350571699 (Bangla)
ISBN : 9789350571125 (Bangla)
ISBN : 9789357940146 (Kannada)
ISBN : 9789357940139 (Kannada)
(Coming Soon) Gujarati

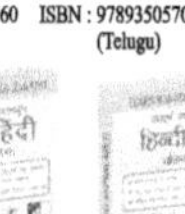

ISBN : 9789350571620 (Odia)
ISBN : 9789350571118 (Odia)
ISBN : 9789350570982 (Marathi)
ISBN : 9789350571835 (Marathi)
ISBN : 9789357940795 Bangla
ISBN : 9789357940801 Odia
ISBN : 9789357940818 Telugu

www.ingramcontent.com/pod-product-compliance
Lightning Source LLC
LaVergne TN
LVHW020047160726
843469LV00043B/1540

* 9 7 8 9 3 5 7 9 4 0 8 7 0 *